ग्रामीण मातंग स्त्री

एक समाजशास्त्रीय अभ्यास

डॉ. रामचंद्र भिसे

डायमंड पब्लिकेशन्स

ग्रामीण मातंग स्त्री
डॉ. रामचंद्र भिसे

Gramin Matang Stri
Dr. Ramchandra Bhise

प्रथम आवृत्ती : ऑगस्ट, २०१६

ISBN : 978-81-8483-691-2

मुखपृष्ठ
शाम भालेकर

अक्षरजुळणी
संध्या कामत

प्रकाशक
डायमंड पब्लिकेशन्स
२६४/३ शनिवार पेठ, ३०२ अनुग्रह अपार्टमेंट
ओंकारेश्वर मंदिराजवळ, पुणे-४११ ०३०
☎ ०२०-२४४५२३८७, २४४६६६४२
info@diamondbookspune.com

ऑनलाईन पुस्तक खरेदीसाठी भेट द्या
www.diamondbookspune.com

प्रमुख वितरक
डायमंड बुक डेपो
६६१ नारायण पेठ, अप्पा बळवंत चौक
पुणे-४११ ०३० ☎ ०२०-२४४८०६७७

मनोगत

भारतीय समाजात लिंगभेदामुळे स्त्रियांना जीवन जगत असताना अनेक बाबींपासून वंचित ठेवल्या जाते. त्यांना मुख्य प्रवाहात आणण्याचे प्रयत्नही काही पातळीवरून झाले. लिंगभेदाच्या आधारे त्यांचे निर्माण झालेले प्रश्न व समस्याही अभ्यासकांकडून जाणून घेण्याचा प्रयत्न झाला. परंतु लिंगभेदापुढे जाऊन स्त्रियांचे प्रश्न समजून घेताना हेच लक्षात येते की, जात व लिंग यांच्या आधारे स्त्रियांच्या भूमिका व दर्जात भिन्नता आढळते. प्रत्येक जातीतील स्त्रियांचे प्रश्न व समस्या वेगळ्या आहेत. 'जात' हा घटक स्त्रियांचा दर्जा व भूमिका ठरवताना प्रभावीपणे कार्य करताना दिसतो. परंतु, संशोधक म्हणून जेव्हा आढावा घेतला तेव्हा लक्षात आले की, समाजशास्त्रीय दृष्टीकोनातून जात व लिंग यांचा परस्पर संबंध दाखवणारा असा फारसा अभ्यास झालेला नाही.

जात व लिंग यांचा संबंध स्त्रियांच्या दर्जा व भूमिकेशी कसा संबंधित आहे. याचा शोध घेण्यासाठी हे संशोधन कार्य हाती घेतले. संशोधक म्हणून 'ग्रामीण मातंग स्त्रियांचा दर्जा व भूमिका' या विषयावरील संशोधन कार्य पूर्ण करून संशोधनावर आधारित ग्रामीण मातंग स्त्री जीवनावर सविस्तर प्रकाश टाकणारा ग्रंथ अभ्यासकांसाठी उपलब्ध करून देत आहे. स्त्री विषयक अभ्यास क्षेत्रात काम करणाऱ्यांसाठी हा ग्रंथ अत्यंत महत्त्वपूर्ण ठरेल. आपणा सर्वांकडून या ग्रंथाचे स्वागत होईल ही अपेक्षा मी लेखक म्हणून बाळगतो.

संशोधन हे गुणवत्तापूर्वक असले पाहिजे असा आग्रह असणारे माझे मार्गदर्शक डॉ. विजय सूर्यवंशी, कै. दिगंबरराव बिंदू स्मारक समितीचे संस्थापक अध्यक्ष कै. भुजंगराव पाटील किन्हाळकर. माझे प्रेरणास्थान व संस्थेचे अध्यक्ष डॉ. माधवराव पाटील किन्हाळकर, डॉ. वृषालीताई किन्हाळकर, सचिव मुरारसाहब मांजरमकर यांच्या प्रेरणांमुळेच मी या ग्रंथाचे कार्य पूर्ण करू शकलो. मी त्यांचा ऋणी आहे.

स्वामी रामानंद तीर्थ मराठवाडा विद्यापीठ, नांदेड, डॉ. बाबासाहेब आंबेडकर विद्यापीठ, औरंगाबाद या विद्यापीठांशी संलग्नीत महाविद्यालयातील समाजशास्त्र विभागात कार्यरत विभागप्रमुख, अधिव्याख्यात्त, प्राध्यापक म्हणून कार्यरत असलेले मित्र या सर्वांचा नामोल्लेख करणे शक्य नाही. या सर्वांच्या सहकार्याबद्दल मी आभारी आहे.

दिगंबरराव बिंदू महाविद्यालय, भोकर परिवारातील सर्व सदस्य या सर्वांच्या सहकार्यामुळेच हा ग्रंथ प्रकाशित करण्याची प्रेरणा मिळाली.

माझे वडील मुंजाजीराव व आई मथुराबाई, यांची प्रेरणा तर पत्नी सौ. सीमा व मुलगा यशवंत यांचे सहकार्य ग्रंथ प्रकाशनासाठी महत्त्वाचे ठरलेले आहे.

डॉ. रामचंद्र भिसे

लेखक-परिचय

- नाव : डॉ. रामचंद्र मुंजाजी भिसे
- शिक्षण : एम.ए., एम.फिल्., पीएच.डी., नेट
- पद : समाजशास्त्र विभागप्रमुख
  दिगंबरराव बिंदू कला व वाणिज्य महाविद्यालय
  भोकर, जि. नांदेड (महाराष्ट्र)
- अध्यापनाचा अनुभव : पदवी - ११ वर्षे, पदव्युत्तर - ५ वर्षे
- संशोधन परिषदातील सहभाग : आंतरराष्ट्रीय (०४), राष्ट्रीय (३१) राज्यस्तरीय (२२), स्थानिक (०८), पातळीवर शोधनिबंध वाचन व सहभाग
- प्रकाशन : १) पुस्तके : दोन, भारतीय समाज एवं महिला सादरीकरण, राजर्षी शाहू, २) संपादन : नऊ संदर्भग्रंथांचे संपादन, ३) मासिकातून प्रकाशन : आंतरराष्ट्रीय, राष्ट्रीय मासिकातून १४ लेख प्रकाशित.
- सदस्य : १) अधिसभा सदस्य, स्वामी रामानंद तीर्थ मराठवाडा विद्यापीठ, नांदेड. २) अखिल भारतीय समाजशास्त्र परिषद, नई दिल्ली. ३) अखिल भारतीय महिला असोसिएशन, नई दिल्ली. ४) मराठी समाजशास्त्र परिषद, महाराष्ट्र, औरंगाबाद.
- पुरस्कार : १) डॉ. एम.जी. कुलकर्णी व डॉ. सौ. सुधा काळदाते पुरस्कार, २) अजिंक्य युवा पुरस्कार (२००१), ३) महात्मा फुले (२०१०), राजर्षी शाहू (२०१२), बाबूगेनू (२०१३), स्वामी विवेकानंद (२०१४), नेहरू आंतरराष्ट्रीय (२०१४), पंजाबराव देशमुख (२०१६), राष्ट्रीय व आंतरराष्ट्रीय शिक्षक पुरस्कार, प्राप्त शिक्षक.

अनुक्रम

१ ग्रामीण मातंग स्त्रीची ओळख

भारतीय समाजामध्ये स्त्रियांना लिंगभेदामुळे मिळणारा दर्जा हा दुय्यम स्वरूपाचा आहे. स्त्रियांना मिळणारे दुय्यमत्व हे पुरुषप्रधान संस्कृतीमुळे आणि पुरुष श्रेष्ठ व स्त्रिया ह्या कनिष्ठ या कल्पनेमुळे आहे. लिंगभेदाबरोबरच जात या घटकाचादेखील परिणाम स्त्रियांच्या दर्जावर व भूमिकेवर पडलेला दिसून येतो. समाजातील सर्वच सवर्ण व कनिष्ठ जाती ह्या स्त्रियांच्या दर्जावर व भूमिकेवर बंधने टाकताना दिसून येतात. समाजातील परिस्थिती आजही बदलेली नाही. जानेवारी २००९मध्ये झालेल्या पुण्यातील बहुभाषिक ब्राह्मण अधिवेशनात स्त्रियांनी कसे वागावे या संबंधीचे ठराव मंजूर केले गेले. ब्राह्मण स्त्रियांवर जातीची काही बंधने टाकण्यात आली. स्त्रियांनी जीन्स घालू नये, स्त्रियांनी साडीच नेसावी, गाऊन घालू नये, जातीबाहेर, धर्माबाहेर लग्न करू नये अशी बंधने त्यांच्यावर टाकण्यात आली आहेत.[१] यावरून असे लक्षात येते की, सर्वच जातींमधून स्त्रियांवर जातीची बंधने असलेली दिसून येतात. त्यामुळे स्त्रियांचा दर्जा निश्चित करण्यासाठी जात हा घटक प्रभावी ठरलेला दिसून येतो. भारतीय समाजातील जातीव्यवस्था लक्षात घेणे आवश्यक आहे.

भारतीय समाजात प्रत्येक जातीसमूहाला जातीव्यवस्थेत एक विशिष्ट दर्जा प्राप्त झालेला आहे. त्यामधून जातीची उतरंड निर्माण झालेली आहे. स्पृश्य-अस्पृश्य जाती अशी जातींची विभागणी झालेली आहे. ज्या जाती स्पृश्य होत्या, त्यांना श्रेष्ठ स्थान प्राप्त होते, तर अस्पृश्य जातींना कनिष्ठ स्थान प्राप्त होते. अस्पृश्य जाती ह्या दलित जाती म्हणून ओळखल्या जातात. दलित जाती ह्या अत्यंत शोषित व दुर्लक्षित असल्यामुळे या जातींचा समावेश अनुसूचित जाती म्हणून करण्यात आला आहे. महाराष्ट्रात अनुसूचित जातींमध्ये ५९ जातींचा समावेश करण्यात आलेला आहे.[२] अनुसूचित जातींपैकी महाराष्ट्रात प्रामुख्याने महार, मांग, चांभार या जाती ग्रामीण भागात मोठ्या संख्येने आढळून येतात. परभणी जिल्ह्यात बहुसंख्य कुटुंबांचे वास्तव्य

हे ग्रामीण समुदायात आहे.

जातीच्या श्रेणीरचनेमध्ये सर्वांत शेवटच्या स्तराची निम्न जात म्हणून मातंग जातीचा उल्लेख केला जातो. त्यामुळे मातंग जातीतील स्त्रियांचा दर्जा हा निम्न स्तराचा असतो. मातंग जातीतील स्त्रियांची ओळख ही 'दलित स्त्री' म्हणून आहे. दलित स्त्रिया ह्या तिहेरी शोषणात बळी पडतात. त्यामुळे मातंग स्त्रियांचे होणारे शोषण हे लिंगभेदामुळे, पुरुषप्रधानतेमुळे, जातीव्यवस्थेत कनिष्ठ जातीतील स्त्री म्हणून होते. तसेच मातंग स्त्रियांच्या दर्जावर व भूमिकेवर पुरुषप्रधानता, कनिष्ठ जाती यांचा प्रभाव झालेला दिसून येतो. मातंग स्त्रिया ह्या ग्रामीण समुदायातील सर्वांत उपेक्षित घटक आहेत. मातंग जातीतील स्त्री म्हणून त्यांच्या शोषणाची तीव्रताही अधिक आहे. दलित जाती श्रेणीतील दलित स्त्री आणि दलित स्त्रियांमधील दलित स्त्री म्हणूनच मातंग जातीतील स्त्रियांची ओळख सांगता येते. अनुसूचित जातीतील स्त्री असल्यामुळे दलित स्त्री म्हणून तिला प्राप्त होणारा कौटुंबिक, वैवाहिक, शैक्षणिक, आर्थिक, सामाजिक, सांस्कृतिक, धार्मिक, राजकीय दर्जा कशा स्वरूपाचा आहे? तसेच सामाजिक कायद्यांचा व शासकीय योजनांचा लाभ मातंग स्त्रियांना किती प्रमाणात झालेला आहे? मातंग स्त्रियांच्या असलेल्या अडचणी व समस्या कोणत्या आहेत? यासारख्या प्रश्नांचा शोध घेणे आवश्यक ठरते. त्यामुळे ग्रामीण मातंग स्त्रियांना प्राप्त होणाऱ्या दर्जाचे व भूमिकेचे समकालीन स्वरूप प्रस्तुत संशोधनातून स्पष्ट करण्याचा प्रयत्न केलेला आहे.

भारतीय स्त्रियांना मिळणारा दर्जा हा अधिक स्पष्ट करण्यासाठी व 'जात व स्त्री' अशा अध्ययनाकरिता, भारतीय समाजातून स्त्रियांना मिळणाऱ्या दर्जाचा ऐतिहासिक आढावा, भारतीय समाजातील स्त्रियांचा दर्जाचा उंचावण्यासाठी झालेले प्रयत्न, भारतीय समाजातील स्त्रियांचा दर्जा उंचावण्यासाठी स्त्रीमुक्ती चळवळीचे योगदान, काळा स्त्रीवादी प्रवाह, जातिव्यवस्था आणि भारतीय स्त्रियांचा दर्जा, जातिव्यवस्था आणि मातंग जात, मातंग जात : एक अनुसूचित जात, मातंग संज्ञेचा अर्थ व ऐतिहासिक आढावा, दलित स्त्री म्हणून मातंग स्त्रियांचे होणारे शोषण, मातंग स्त्रीचा दर्जा व तिची भूमिका, या संबंधित साहित्याचा आढावा, या मुद्यांचा प्रस्तुत विषय अधिक स्पष्ट करण्याच्या उद्देशाने या प्रकरणाची मांडणी केलेली आहे.

१.१ दर्जा व भूमिका : अर्थ

प्रस्तुत संशोधनासाठी 'ग्रामीण मातंग स्त्रियांचा दर्जा व त्यांची भूमिका' हा विषय निवडलेला आहे. या विषयाचा अभ्यास करण्यासाठी समाजशास्त्रातील टॉलकॉट पारसन्स यांनी 'The Social System' या ग्रंथातून मांडलेल्या संरचनात्मक प्रकार्यवादी

सिद्धांताचा आधार घेतलेला आहे.[७] या संरचनात्मक-प्रकार्यवादी सिद्धांतामधून दर्जा व भूमिका या समाजशास्त्रीय संकल्पना मांडलेल्या आहेत.

प्रत्येक व्यक्तीचा दर्जा व तिची भूमिका निश्चित करण्यासाठी चार घटकांचा आधार घ्यावा लागतो- १) लिंग, २) वय, ३) नातेसंबंध, ४) सामाजिक घटक: जात या चारही घटकांच्या आधारे प्रत्येक व्यक्तीला विशिष्ट दर्जा प्राप्त होत असतो.

प्रत्येक व्यक्तीला मिळणारा दर्जा हा व्यक्तीला तिच्या स्वत:च्या प्रयत्नाविना सहज म्हणजे जन्माच्या आधारे प्राप्त होतो. हा दर्जा तिला लिंग, वय, वंश, जात यांसारख्या गोष्टींच्या आधारेच प्राप्त होतो.[८] भारतीय समाजात व्यक्तीचा दर्जा निश्चित करण्यात 'जात' हा घटक महत्त्वाचा ठरलेला आहे.

समाजात स्त्री-पुरुष म्हणून लिंगभेदाच्या आधारे मिळणारा दर्जा व असलेली भूमिका, जातीने स्त्री-पुरुषांना मिळणारा दर्जा व असलेली भूमिका हे प्रदत्त दर्जा आहेत; कारण त्यांना कोणत्याही प्रयत्नाविना जन्मानेच ते प्राप्त होतात. त्यामुळे दर्जा व भूमिका म्हणजे काय हे पुढील व्याख्यांच्या आधारे समाजशास्त्रज्ञांनी अधिक स्पष्ट करण्याचा प्रयत्न केलेला आहे.

१.१.१ दर्जा (Status)

- **राल्फ लिंटन** यांच्या मतानुसार, "कोणत्याही व्यक्तीला विशिष्ट संघटनेत विशिष्ट काळी जे स्थान प्राप्त होते, त्याला त्या व्यक्तीला दर्जा असे म्हणतात."[९]
- **लॉपीअर** यांच्या मते, "व्यक्तीच्या समाजामधील स्थानमानास सामान्यपणे दर्जा मानले जाते."[१०]
- **ऑगबर्न आणि निमकॉम** यांच्या मतानुसार, "दर्जा एखाद्या व्यक्तीच्या गटातील स्थितीचे प्रतिनिधित्व करतो.[११]
- **टॉलकॉट पार्सन्स** यांच्या मते, "भूमिकेचा स्थानात्मक पैलू म्हणजे दर्जा होय."[१२]
- **इलिय आणि मेरिल** यांच्या मते, "समूहांतर्गत स्थानाच्या श्रेणी व्यवस्थेत व्यक्तीला तिचा जन्म, वय, तिचे कुटुंब, तिचे वर्ग, तिचा व्यवसाय, तिचा विवाह आणि तिची कर्तृत्वसिद्धी यांमुळे प्राप्त झालेल्या स्थानमानास दर्जा म्हणतात."[१३]
- **सेकॉर्ड आणि बकमन** यांच्या मते, "व्यक्तीचा दर्जा व्यक्तीच्या वर्गाने किंवा समूहाने ठरविलेल्या किंमतीनुसार ठरतो."[१४]
- **मार्टिंडेल आणि मेनाचे** सी यांच्या मतानुसार, "दर्जा म्हणजे समाजातील आदरस्थाने आणि मानचिन्हे यांच्याशी संबंधित असलेले स्थान होय."[१५]

- **ग्रीन** यांच्या मते, ''समाजातील अन्य व्यक्तींच्या समूहातील स्थानांच्या संबंधात विशिष्ट व्यक्तीचे स्थान कोठे व कसे आहे हे ज्यामुळे ठरविले जाते, ते म्हणजे दर्जा होय.''[१६]

यावरून असे लक्षात येते की, प्रत्येक व्यक्तीला समाजसंरचना टिकून ठेवण्यासाठी विशिष्ट दर्जा दिलेला असतो. त्या दर्जानुसारच तिचे वर्तन होताना दिसते. समाजात वर्तन करताना व्यक्तीचा दर्जा हा सामाजिक घटकाच्या अंतर्गत जाती आणि वर्ग ह्यानुसार वर्षानुवर्षे निश्चित होतो. भारतीय समाजात जात हा घटक व्यक्तीचा दर्जा ठरवण्यासाठी अत्यंत महत्त्वाचा असतो.

दर्जा व भूमिका ह्या एकाच नाण्याच्या दोन बाजू आहेत. त्यामुळे दर्जा म्हणजे काय हे स्पष्ट करतानाच भूमिका म्हणजे काय हेही स्पष्ट करणे अत्यंत आवश्यक आहे. लिंटनच्या मते, प्रत्येक व्यक्ती समाजाने नेमून दिलेला दर्जा धारण करते, त्याचा दुसऱ्यांच्या दर्जाशी परस्पर संबंध असतो. जेव्हा ती व्यक्ती आपले हक्क व कर्तव्य- जे त्या दर्जाशी संबंधित आहेत- ते आचरणात आणते, तेव्हा ती व्यक्ती आपली भूमिका पार पाडते. भूमिका व दर्जा ह्या तशा सभेद संकल्पना आहेत, परंतु अभ्यासात्मक दृष्टिकोनातून व्याख्या पुढीलप्रमाणे स्पष्ट करता येतात.

१.१.२ भूमिका (Role)

- राल्फ लिंटन यांच्या मते, ''भूमिका म्हणजे स्थानमानाचा गतिशील पैलू होय.''[१७]
- टॉलकॉट पार्सन्स यांच्या मते, ''कृतीत रूपांतर झालेल्या दर्जाला भूमिका म्हणतात.''[१८]
- एलि चिनॉय यांच्या मते, ''भूमिका म्हणजे विशिष्ट दर्जा धारण करणाऱ्या व्यक्तींना करावे लागणारे किंवा त्यांच्याकडून अपेक्षित असणारे वर्तन होय.''[१९]
- डेव्हीस यांच्या मते, ''व्यक्ती आपल्या स्थितीशी संलग्न असणाऱ्या क्रिया ज्या प्रकारे पार पाडते, त्याला तिची भूमिका असे म्हणतात.''[२०]
- मार्फी यांच्या मते, ''व्यक्तीकडून पार पाडले जाणारे सामाजिक कार्य म्हणजे त्यांची भूमिका होय.''[२१]
- गिन्सबर्ग यांच्या मते, ''दर्जा म्हणजे स्थानमान असून, त्या स्थानाला साजेशा आणि अपेक्षित जबाबदाऱ्या पार पाडणे म्हणजे भूमिका होय.''[२२]

दर्जा व भूमिका ह्या दोन्ही परस्पर संबंधित बाबी असून समाजात निर्माण झालेल्या प्रत्येक दर्जाच्या अनुषंगाने भूमिका तयार झालेली असते. त्यामुळे समाजात आपले वर्तन करताना प्रत्येक जण आपल्याला प्राप्त झालेल्या दर्जानुसारच आपली

भूमिका पार पाडत असतो. त्यामुळेच दर्जा व भूमिका या दोन्हींचाही अत्यंत जवळचा संबंध आहे.

सामाजिक दर्जाचे अर्पित दर्जा व स्वसंपादित दर्जा हे दोन प्रकार पडतात. समाजातील काही दर्जे व्यक्तीला केवळ अनुवांशिकतेमुळे वा जन्मामुळे प्राप्त झालेले असतात, अशा दर्जांना 'अर्पित दर्जा' म्हणतात. ग्रामीण मातंग स्त्रियांना जन्माने लिंगभेदाच्या आधारे प्राप्त होणारा स्त्रीचा दर्जा व मातंग जातीतील असल्यामुळे तिला मिळणारा जातीचा कनिष्ठ दर्जा हे दोन्ही प्रकारचे दर्जे 'अर्पित दर्जा' आहेत. त्यामुळे तिला मिळणाऱ्या अर्पित दर्जामुळे समाजातून पार पाडाव्या लागणारी कर्तव्यांची, जबाबदाऱ्यांची व भूमिकेची जाणीव होते.

त्यामुळे ग्रामीण मातंग स्त्रियांचा अभ्यास करण्यासाठी दर्जा व भूमिका यांचा आधार घेत प्रस्तुत संशोधनातून त्यांचा दर्जा व त्यांची भूमिका हे स्पष्ट केले आहे.

१.२ भारतीय समाजातील स्त्रियांचा दर्जा : ऐतिहासिक आढावा

भारतीय समाजामध्ये इ.स. पू.३००० ते इ.स. पू.२००० या कालखंडात स्त्रियांचे स्थान हे श्रेष्ठ होते. इ.स. पू.१५०० च्या सुमारास आर्यांचे आगमन झाले. आर्यांच्या आगमनानंतर ऋग्वेद, सामवेद, यजुर्वेद आणि अथर्ववेद हे लिहिले गेले आहेत.[२३] त्या वेदांच्या आधारे स्त्रियांचा दर्जा हा श्रेष्ठ होता. त्यामुळेच वैदिक कालखंड हा काळ स्त्रियांसाठीचे सुवर्णयुग म्हणून ओळखला जातो.

वैदिक कालखंडानंतर इ.स.पू. ७०० ते इ.स.पू. ३०० ह्या कालखंडास 'क्रांतियुग' असे म्हणतात; कारण या कालखंडात 'कौटिल्याचे अर्थशास्त्र' आणि 'मनुस्मृती' यांसारखे ग्रंथ लिहिले गेले.[२४] त्यांमधून स्त्रियांच्या दर्जात परिवर्तन झाले. त्या कालखंडात स्त्रियांचा दर्जा हा दुय्यमत्वाचा आणि कनिष्ठतेचा होता हे दिसून येते. इ.स. १२०० ते इ.स. १७५७ या मध्ययुगीन कालखंडात भारतावर मुस्लिमांचे आक्रमण झाले आणि जातीव्यवस्था अस्तित्वात येऊन सर्वत्र जातीव्यवस्थेचा प्रसार झाला आहे. त्यामुळे या मध्ययुगीन कालखंडात स्त्रियांची स्थिती आणखीच दयनीय झाली. ब्राह्मणांनी तर मनुस्मृतीचा आधार घेत हिंदू धर्माच्या रक्षणासाठी, रक्ताची शुद्धता राखण्यासाठी स्त्रियांना शिक्षण घेण्यावर बंदी घातली; तर बुरखा पद्धतीही या कालखंडातच अस्तित्वात आली. त्यामुळे स्त्रियांचा दर्जा आणखी कनिष्ठ होत गेला.[२५] या सर्वच कालखंडामधून जे लिखाण झाले, ते लिंगभेदाच्या आधारे आहे. स्त्रियांचा दर्जा कनिष्ठता स्पष्ट करणारा आहे. त्या कालखंडात जातीच्या श्रेणीरचनेमुळे स्त्रियांचा समाजातील दर्जा कसा होता यासंबंधीचे लिखाण झालेले दिसून येत नाही. त्यामुळे ह्या कालखंडातील स्त्रियांचा जातीनुसार दर्जा कसा होता हे येथे स्पष्ट करता येत नाही.

स्त्रियांना असणारा दुय्यम दर्जा बदलण्यासाठी ब्रिटीश कालखंडात काही प्रयत्न करण्यात आले. ब्रिटीश राजवटीत स्त्रियांचा समाजातील दुय्यम दर्जा सुधारण्यासाठी अनेक कायदे मंजूर करण्यात आले. त्यामध्ये सतीप्रथा बंदी कायदा १८२९, हिंदू विवाह पुनर्विवाह कायदा १८५६, आंतरजातीय, आंतरधर्मीय विवाह मान्यता कायदा १९२३, बालविवाह प्रतिबंधक कायदा १९२९, स्त्रियांचे आर्थिक हक्क व पतीच्या मालमत्तेत वारसा हक्काचा कायदा १९३७, इ.[२६] कायद्यांचा समावेश करता येतो. त्यामुळे भारतीय समाजात स्त्रियांचा दर्जा सुधारण्यासाठी व्यापक प्रयत्नांची सुरुवात ब्रिटीश राजवटीत झाली असे स्पष्ट होते.

१.२.१ भारतीय समाजातील स्त्रियांचा दर्जा उंचावण्यासाठी झालेले प्रयत्न

भारतातील स्त्रियांच्या दर्जात परिवर्तन व्हावे यासाठी येथील समाजसुधारकांनी प्राचीन काळापासून प्रयत्न केलेले दिसून येतात. स्त्री स्वातत्र्यांसाठी अनेकांनी पुढाकार घेतला. बाराव्या शतकात महानुभव पंथाचे श्री चक्रधर स्वामी हे स्त्रीचे स्थान पुरुषांच्या बरोबरीचे मानीत असत. त्यांची शिष्या 'मल्याइसा' हिच्या चरित्रग्रंथातून व लेखांतून त्याची प्रचिती येते. तेराव्या शतकातील संत जनाबाईचे सामाजिक स्थान लक्षात घेतले, तर तिने व्यक्तिगत पातळीवर घेतलेली झेप तिच्या अभंगांतून प्रत्ययाला येते.[२७] स्त्रियांच्या सामाजिक दर्जात मात्र यामुळे फारसे परिवर्तन झाले नाही. स्त्रियांचे हे स्वातंत्र्य व्यक्तिगत पातळीपुरतेच मर्यादित राहिले. समाजसुधारकांनी स्त्रियांच्या सामाजिक दर्जात व भूमिकांत परिवर्तन व्हावे यासाठी; महात्मा गौतम बुद्ध, बाळशास्त्री जांभेकर, पंडित ईश्वरचंद विद्यासागर, दयानंद सरस्वती, पंडिता रमाबाई, गोपाळ गणेश आगरकर, लोकहितवादी, महर्षी कर्वे, महात्मा फुले, सावित्रीबाई फुले, लहुजी साळवे, डॉ. बाबासाहेब आंबेडकर, राजा राम मोहन रॉय, राजर्षी शाहू, ताराबाई शिंदे, मुक्ता साळवे इ. समाज सुधारकांनी स्त्रियांच्या समानतेसाठी स्त्रियांचे प्रश्न मांडले व ते सोडवण्यासाठी प्रयत्न केले. स्त्रियांना स्वातंत्र्य प्राप्त करून देऊन त्यांचा दर्जा उंचावण्यासाठी, हक्काची जाणीव करून देण्यासाठी आपल्या समाजसुधारणेच्या कार्यातून प्रयत्न केले आहेत. समाजसुधारकांच्या कार्याच्या योगदानातून स्त्रियांचा सामाजिक दर्जा व त्यांची भूमिका यांच्या परिवर्तनास मदत झाली.

भारताला स्वातंत्र्य मिळाल्यानंतर स्त्रियांच्या असणाऱ्या कनिष्ठ दर्जात परिवर्तनासाठी अनेक पातळ्यांवर प्रयत्न झाले. समाजसुधारकांनी केलेल्या प्रयत्नांमुळे, स्वातंत्र्यप्राप्तीनंतर स्त्री-पुरुष विषमता नष्ट करून दोघांनाही समान हक्क व समान दर्जा मिळावा यासाठी घटनात्मक तरतूद करण्यात आली. भारतीय राज्यघटना तयार करतानाच स्त्रियांच्या दर्जात सुधारणा करण्याची प्रतिज्ञा केली गेली.[२८] भारतीय स्त्रियांना समान हक्क

मिळावेत, लिंगभेदाची भावना कमी व्हावी, पुरुषांच्या बरोबरीने सामाजिक, शैक्षणिक, आर्थिक, राजकीय, रोजगार, इ. क्षेत्रांत समानता मिळावी यासाठी राज्यघटनेत तरतूद केली गेली. त्यानंतर शासकीय पातळीवरून अनेक प्रयत्न हे स्त्रियांच्या दर्जात सुधारणेसाठी झालेले आहेत. त्यांचा आढावा घेण्यासाठी इ.स. १९७२ साली अखिल भारतीय पातळीवर 'समानतेच्या दिशेने' हा अहवाल तयार करण्यात आला. अहवालामधून असे लक्षात आले की, शिक्षण, रोजगार, आरोग्य यांसारख्या अनेक क्षेत्रांत स्त्रियांची पीछेहाट झालेली आहे, असाच निष्कर्ष या अहवालांनी मांडला आहे.[२९] शासनाने या अहवालांची दखल घेतली; आणि स्त्रियांच्या दर्जातील बदलासाठी शासकीय पातळीवरून वेगवेगळ्या विभागांमार्फत विविध योजना राबवण्यात आलेल्या आहेत. स्त्रियांना समान दर्जा देऊन लिंगभेदाच्या आधारे असलेली विषमता कमी करण्याचा प्रयत्न झाला आहे. त्याचा परिणाम म्हणून काही प्रमाणात स्त्रियांच्या दर्जात परिवर्तन झालेले आहे. समाजातील वेगवेगळ्या क्षेत्रात स्त्रिया कार्यरत दिसू लागल्या आहेत. परंतु अशा स्त्रियांचे प्रमाण मात्र अत्यल्प आहे. त्यामुळे समकालीन भारतीय समाजातील बहुसंख्य स्त्रियांना मिळणारा दर्जा हा कनिष्ठ स्वरूपाचा असलेला दिसून येतो.

शासकीय पातळीवर कायदे निर्माण करून व महिलांसाठी विविध शासकीय योजना राबवूनसुद्धा स्त्रियांना समाजात मिळणारा दुय्यमत्त्वाचा दर्जा कायम आहे. स्त्रियांचे प्रश्न, स्त्री अत्याचार, समाजातील लिंगभेदविषयक भावना, स्त्री-पुरुष असमानता, स्त्रीभ्रूणहत्या इ. बाबत फारसा बदल झालेला नाही. स्त्रियांचे प्रश्न सोडविण्यासाठी तसेच स्त्रियांचा दर्जा उंचावण्यासाठी काही स्त्रियांनीच यासाठी प्रयत्न सुरू केले. वेगवेगळ्या वैयक्तिक पातळ्यांवर स्त्रियांनी काही प्रयत्न केले. त्यानंतर स्त्रियांनी संघटित होऊन स्त्रीमुक्ती चळवळीच्या माध्यमातून काही प्रयत्न केलेले दिसून येतात. स्त्रियांचे प्रश्न सोडविण्यासाठी व त्यांच्या दर्जातील परिवर्तनासाठी भारतात स्त्रीमुक्ती चळवळ विकसित झाली आहे. त्या माध्यमातून काही प्रयत्न झालेले आहेत.

१.२.२ भारतीय स्त्रियांचा दर्जा उंचावण्यासाठी स्त्री मुक्ती चळवळीचे योगदान

भारतातील स्त्रियांचा दर्जा, त्यांचे प्रश्न यांचे वास्तव कळण्यासाठी १९७४ला 'महिला आयोग समिती'चा अहवाल प्रसिद्ध झाला. पाश्चात्त्य देशांमधून स्त्रीमुक्तीवर काम करणाऱ्या स्त्रियांच्या संपर्कात भारतातील शिक्षित स्त्रिया आल्या होत्या. तेथून भारतीय स्त्रीमुक्ती चळवळीचा प्रभाव भारतीय स्त्री मुक्ती चळवळींवर पडला. इ.स. १९४९ला प्रकाशित झालेले सिमॉन दि बुव्हा यांचा 'दि सेकंड सेक्स' हा ग्रंथ या चळवळीस प्रेरक ठरला आहे. इ.स. १९७५ला युनेस्कोने 'आंतरराष्ट्रीय स्त्री वर्ष' जाहीर केल्यामुळे पुण्यात स्त्रीमुक्ती संघटना स्थापन केली.[३०] स्त्रीमुक्ती चळवळीच्या

माध्यमातून स्त्रियांचे प्रश्न, त्यांच्या समस्या, त्यातील वास्तवता स्पष्ट करण्याचा प्रयत्न केलेला आहे. वास्तवता समोर आल्यामुळे स्त्रियांचा दर्जा उंचावण्याचादेखील प्रयत्न झालेला दिसून येतो.

स्त्रीमुक्ती चळवळ ही स्वातंत्र्यपूर्व व स्वातंत्र्यानंतरचा कालखंड या दोन टप्प्यांतून उभी करून स्त्रियांचा दर्जा उंचावण्याचा प्रयत्न, स्त्री स्वातंत्र्य, स्त्री हक्क इत्यादी प्रमुख बाबी या चळवळीतून मांडण्यात आल्या आहेत. त्याचा परिणाम स्त्रियांच्या दर्जावर झालेला आहे.

भारतातील स्त्रीमुक्ती चळवळीचा स्वातंत्र्यपूर्व काळात जो विकास झाला, त्यामधून स्त्रियांचा दर्जा उंचावण्यासाठी प्रयत्न झाले. त्यामध्ये अखिल भारतीय महिला परिषद १९०४, भारत स्त्री महामंडळ १९१०, महिला भारतीय महामंडळ १९१७, हिंद महिला सभेची स्थापना १९१८, अखिल भारतीय महिला परिषद १९२५, अखिल भारतीय राष्ट्रीय स्मारक समिती, कायदेभंग चळवळ १९३०-३२, पत्री सरकार १९४२-४७, इत्यादी चळवळींतून स्त्रियांचे प्रश्न सोडून, त्यांना समानतेचा दर्जा मिळावा यासाठी स्त्रीमुक्ती चळवळीने प्रयत्न केलेले आहेत.

भारतीय समाजात स्त्रियांना मिळणारा कनिष्ठतेचा दर्जा व त्या आधारे निर्माण होणारे प्रश्न सोडविण्यासाठी स्वातंत्र्योत्तर कालखंडात, महाराष्ट्रात १९६७ नंतर स्त्री-पुरुष समानतेला प्रारंभ झाला. इ.स. १९७९ ला दिल्ली येथील अखिल भारतीय महिला परिषद, स्त्री मुक्ती परिषद घेण्यात आली. या परिषदेमधून महाराष्ट्र राज्य संपर्क समिती स्थापन करण्यात आली. भारतात व महाराष्ट्रात स्त्रियासंबंधीचे विचार मांडून वेगवेगळ्या पातळ्यांवर स्त्रीवादी संकल्पना मांडण्यात आल्या आहेत. स्टेसी जॅकी म्हणतात, ''स्त्रीवादाचे महत्त्वाचे योगदान असे आहे की, लिंगभेदातून निर्माण होणाऱ्या विषमतेला छेद देण्यासाठी, त्याला राजकीयदृष्ट्या संकुचित करण्यासाठी कोणती व्यूहरचना असावी याविषयी मार्ग सुचविले जातात. स्त्रियांचे, जीवनातील सर्व क्षेत्रांमध्ये होणारे शोषण आणि दुय्यमत्व नष्ट करणे हाच स्त्रीवादाचा उद्देश आहे.''[३१] स्त्रीवादी विचाराचा परिणाम स्त्रियांच्या दर्जावर झालेला आहे. स्त्रीवाद जे मांडले गेले, ते वेगवेगळ्या टप्प्यांमध्ये विकसित झालेले आहेत. स्त्रीवादी विचारांचा विकास हा तीन दशकांच्या टप्प्यांमध्ये झाला आहे. जॉन स्टुअर्स यांनी दि मिकच्या 'सब्जेक्शन ऑफ विमेन्स' या ग्रंथातून उदामतवादी स्त्रीवादी प्रवाह मांडला. 'जगातील सर्व व्यक्ती स्वतंत्र व समान असतात.' असे उदारमतवाद मांडतो. स्त्रियांना समान शिक्षण, समान संधीचा मुद्दा उदारमतवाद्यांनी काढला आहे.[३२] 'सुपर वुमेन' ची संकल्पना यातून मांडली आहे. मार्क्सवादी स्त्रीवादी प्रवाहाचे प्रणेते लेनीन यांची शांततेनंतरची दुसरी घोषणा स्त्री-पुरुष समानतेची होती. रोझे मेरियम (१९८४) यांच्या मते, ''स्त्रियांचे दुय्यमत्व निश्चित

करण्यासाठी वर्ग हा अंतिमकारक मानला आहे.''[३३] 'श्रमाच्या बाजारपेठेतील कामगार स्त्रियांचे भवितव्य' यावर भर दिलेला आहे.

समाजवादी स्त्रीवादी प्रवाहाने जागतिकीकरण व भांडवलवाद यांचे स्त्रियांवर झालेल्या परिणामांचे विश्लेषण केले आहे. तसेच घरकाम करणाऱ्या, शेती करणाऱ्या व शेतमजूर स्त्रियांचे प्रश्न सोडविण्यासाठी काम केले.[३४] जहालवादी स्त्रीवादी प्रवाह १९८० या दशकात मांडला गेला. कुटुंब संस्था व विवाह संस्था याला विरोध केला आहे. छाया दातार त्याविषयी म्हणतात, ''फेमिनिझम म्हणजे वर्ग, जात, लिंग, वर्चस्व यांचा नि:पात करून समतेवर आधारित समाज प्रस्थापित करणे होय. शोषण, दुय्यमत्व, अनेक बंधने यांची जाणीव करून देणे.''[३५] मनोविश्लेषणात्मक स्त्रीवादी प्रवाह विश्लेषण करतो की, स्त्रियांमध्ये तीन कमतरता निर्माण होतात - अहंभाव, आत्मप्रेम आणि लज्जा. यामुळेच स्त्रिया जास्त उन्मादशील आणि संवेदनशील बनतात. जगातील सर्व स्त्रिया ह्या समान आहेत असा विचार त्यांनी मांडलेला दिसून येतो. सर्व स्त्रियांचे प्रश्न सोडविण्यासाठी व स्त्रियांचा दर्जा उंचावण्यासाठी स्त्रीवादी प्रवाहातून स्त्रीमुक्तीचा विचार महत्त्वाचा असलेला दिसून येतो.

स्त्रीमुक्ती चळवळीतील स्त्रीवादी प्रवाहाची मांडणी करून त्या आधारे स्त्रियांच्या दर्जात सुधारणा घडवून आणली; पण यशस्वितेचे प्रमाण अत्यंत कमी आहे. त्या पाठीमागचे कारण शोधले, तर असे लक्षात येते की, सर्व स्त्रीवादी प्रवाहांनी लिंगभेद हे एकमेव कारण स्त्री-पुरुष विषमतेचे मानले. त्याव्यतिरिक्त घटकांचा परिणाम स्त्रियांच्या दर्जावर व भूमिकेवर होतो हे त्यांनी मान्य केले नाही. समाजव्यवस्थेत स्त्री-पुरुषाची भूमिका निश्चित करणारे लिंगभेदाबरोबरच वर्णभेद, वंशभेद, जातिभेद इत्यादी घटकही महत्त्वाचे असलेले दिसून येतात. स्त्रियांचे होणारे शोषण, प्रश्न, समस्या वर्णभेदानुसार भिन्न असतात. याच आधारे नवा स्त्रीवादी प्रवाह पाश्चात्त्य देशातून पुढे आला आणि 'काळा स्त्रीवाद' म्हणून विकसित झाला आहे.

१.३ काळा आणि दलित स्त्रीवादी प्रवाह

स्त्रीवादातील उदारमतवादी, मार्क्सवादी, समाजवादी, जहालवादी, मनोविश्लेषणात्मक इ. विचार प्रवाहांच्या चळवळीमधून लिंगभेदाचा आधार घेत समाजातील सर्वच स्त्रिया लिंगभेदाच्या आधारे कनिष्ठ दर्जात आहेत. समाजातील सर्व स्त्रियांचे प्रश्नदेखील सारखे आहेत अशी मांडणी केली होती. समाजातील काळ्या व दलित स्त्रियांचे प्रश्न लिंगभेदाच्या पातळीवर जरी सारखे असले, तरी समाजात वर्ण, जाती यानुसार प्राप्त होणाऱ्या दर्जामुळे काळ्या व दलित स्त्रियांचे प्रश्न हे आणखी भिन्न असतात. समाजातील काळी व दलित स्त्री कायम वेगळी, उपेक्षित असलेली दिसून येते. बेल हुक्स म्हणतात, ''युनायटेड स्टेटस्‌मध्ये काळ्या पुरुषांपेक्षा स्त्रियांचा

वेगळा आणि वैशिष्ट्यपूर्ण गट आहे. म्हणूनच त्यांची निश्चित ओळख आहे. त्यामुळे जेव्हा काळ्या लोकांबद्दल बोलण्यात येते, तेव्हा काळ्या पुरुषावर लक्ष केंद्रित असते आणि जेव्हा स्त्रियांबद्दल बोलले जाते, तेव्हा गोऱ्या स्त्रियांवर लक्ष केंद्रित असते.''[३६] त्यामुळे समाजातील काळ्या स्त्रिया ह्या कायम वंचित व दुर्लक्षित असलेल्या दिसून येतात. त्यामुळे त्यांचे प्रश्न, समस्या हे कायम दुर्लक्षित असलेले दिसून येतात.

काळ्या स्त्रियांच्या प्रश्नाच्या मांडणीला व काळ्या स्त्रीवादी चळवळीला प्रारंभ हा अमेरिकेमध्ये इ.स. १९९३साली झाला. तेथील स्त्री अभ्यासक डोरिसा राईट ह्यांनी सर्वप्रथम 'काळ्या स्त्रीवादाची मांडणी' केलेली दिसून येते. त्यांनतर राष्ट्रीय पातळीवर काळी स्त्रीवादी संघटना स्थापन झाली. तेव्हापासून काळ्या स्त्रियांच्या संदर्भात जाणीव-जागृती सुरू झाली. काळा व गोरा असा वर्णभेद होऊन काळा स्त्रीवाद मांडला जाऊ लागला. ब्रिटनमध्ये इ.स. १९७४मध्ये काळ्या स्त्रियांचा गट स्थापन झाला. इ.स. १९८०च्या शेवटी त्यांनी काळ्या स्त्रियांचे एक केंद्र उभारले, ज्यामध्ये अमेरिका आणि ब्रिटनमधील स्त्रियांनी वांशिकतेच्या आणि लिंगभावाच्या मुद्द्यावर एकत्र आले पाहिजे ह्यावर भर दिला गेला. यातून विशिष्ट मागण्या पुढे येऊन काळ्या स्त्रियांची मुक्तीची अपेक्षा वाढू लागली. काळा स्त्रीवाद अस्तित्वात आला. काळ्या स्त्रीवाद्यांच्या मते, ''साम्राज्यवादी व्यवस्थेने काळ्या स्त्रियांना स्त्रीत्व नसलेल्या स्त्रिया असे ठरविले आहे. एवढेच नव्हे; तर दुय्यम दर्जाचे मानव म्हणूनच बंदिस्त केले आहे. काळ्या स्त्रीवाद्यांनी, त्यांच्या स्त्रीत्त्वाच्या प्रतिनिधित्वाची मागणी केली. याचे कारण म्हणजे त्यांच्या स्त्रीत्त्वाच्या आधारे त्यांना बहिष्कृत केले गेले. काळ्या स्त्रियांचा विचार फक्त गोऱ्या पुरुषांच्या लैंगिक सुखासाठी केला गेला.[३७] अमेरिका, ब्रिटन सारख्या देशांमध्ये काळ्या स्त्रीवादाच्या माध्यमातून 'आम्ही स्त्रिया नाहीत का?' असा प्रश्न विचारून तेथील समाजव्यवस्थेतील एक घटक स्त्रीवादी विचार प्रवाहातून कसा बाजूला होता हे स्पष्ट केले. त्याचबरोबर आपले प्रश्न मांडण्यासाठी काळा स्त्रीवादी प्रवाह निर्माण केला.

काळ्या स्त्रीवादाचा आधार भारतातील दलित, आदिवासी स्त्री अभ्यासकांनी, स्त्रीमुक्ती संघटनेतील एका गटाने घेतला. स्त्रीमुक्ती विचारांवर पाश्चात्त्य विचारांचा प्रभाव होताच. त्याचा एक भाग म्हणून काळ्या स्त्रीवादी दृष्टिकोनाचा अंगिकार केला. पाश्चात्त्य देशात वर्णभेदावर आधारित तेथील समाजरचना होती. त्या वर्णभेदाचा आधार घेत तेथे काळा स्त्रीवाद जसा मांडला गेला, तशीच भारताची समाजरचना ही जातिभेदावर आधारित असल्यामुळे जातीच्या आधारे स्त्रियांचा दर्जा व त्यांची भूमिका, त्यांचे प्रश्न, त्यांचे शोषण भिन्न-भिन्न असते, याची मांडणी केली. भारतात दलित स्त्रीवाद हा विकसित झालेला दिसून येतो. भारतातील स्त्रियांचे प्रश्न हे जातीव्यवस्थेच्यासंबंधी असतात, अशीच मांडणी दलित स्त्रीवादाने केली.

भारतातील बहुसंख्य स्त्रिया दलित, आदिवासी, कष्टकरी वर्गातील आहेत. त्यांचे प्रश्न पुरुषप्रधानतेपेक्षा वर्गीय, वर्णीय, जातीय विषमतेशी संबंधित आहेत.[३८] भारतीय स्त्रियांचे प्रश्न जातीशी संबंधित असतात. स्त्रियांचा दर्जा व त्यांची भूमिका निश्चित होताना जातीचे महत्त्व खूप असलेले दिसून येते, तरीदेखील भारतातील स्त्रीमुक्ती चळवळीतील आतापर्यंत मांडलेल्या वेगवेगळ्या प्रवाहांनी मात्र अशी मांडणी केलेली दिसून येत नाही. इ.स. १९७० ते १९९०या वीस वर्षांच्या काळात देशभरात अनेक स्त्री संघटना व स्त्री अभ्यास केंद्रे निघाली, परंतु कोणीही स्त्रियांचे प्रश्न जातीशी निगडित असतात, हे मान्य केले नाही. त्यामुळे दलित स्त्रियांचे प्रश्न वेगळे असतात, जातीयवादामुळे सामान्य स्त्रियांच्या प्रश्नांहून दलित स्त्रियांचे प्रश्न वेगळे असतात हे लक्षात घेतले नव्हते.[३९] त्यामुळे समाजव्यवस्थेतील दलित स्त्रियांविषयी वेगळी मांडणी केली गेली. दलित स्त्रियांची संघटनाच वेगळी करावी व त्यांचे नेतृत्व जन्माने दलित स्त्रीने करावे, तसेच सर्व स्त्रिया दलित आहेत हा गोंडस भ्रमवाद अर्धसत्य होय. दलित स्त्रियांचे दुःख सर्वसामान्य स्त्रियांचे दुःखाबरोबरच असले, तरीही जातीयवादाचे वेगळे व अधिक चटके देणारे असते.[४०] काळ्या स्त्रीवादाच्या प्रभावातून त्या आधारे असा दलित स्त्रीवाद मांडण्यात आला. समाजशास्त्रातील स्त्री अभ्यासक शर्मिला रेगे यांनी दलित स्त्रीवाद ही संकल्पना अधिक स्पष्ट केली, ''सर्व स्त्रिया दलितच असतात असे म्हणताना जणू सर्वच पुरुष सवर्णच असणार आणि सर्व दलित स्त्रियाच असणार हे गृहीत धरले जाते आणि दलित स्त्रियांच्या शोषणाचे कर्तेपणाचे विशिष्टत्व नाकारले जाते.''[४१] त्यामुळेच दलित स्त्रीवादी दृष्टिकोन व दलित स्त्रियांची चळवळ उभी करण्याचे काम अनेकांनी केलेले दिसून येते.

महात्मा फुले, डॉ. बाबासाहेब आंबेडकर यांनी जातीच्या बंधनातून दलित स्त्रीला मुक्त करण्याच्या विचाराला प्रारंभ केला. त्यानंतर नीलम गोऱ्हे, माया चौरे, रेखा ठाकूर, ॲड. आशा लांडगे, बेबी कांबळे, हिराबाई या महिलांद्वारे दलित स्त्रियांचे प्रश्न समाजासमोर आणण्याचा प्रयत्न होत आहे. दलित स्त्रियांची चळवळ काही प्रमाणात उभी करण्याचा प्रयत्न म्हणून नीलम गोऱ्हे यांच्या नेतृत्वाखाली स्त्रियांची चळवळ विकसित झाली. इ. स. १९७६मध्ये सुरू झालेल्या नामांतराच्या चळवळीत स्त्रियांचा सहभाग मोठा होता, परंतु आज अस्तित्वात येणाऱ्या दलितांमधील पक्ष संघटनांमधून व गटांमधून स्त्री नेतृत्व फारसे पुढे येत नाही. दलित लेखिकांचा 'सेनादिनी' हा गट स्थापन झाला; पण व्यापक स्त्री चळवळ सघटित करण्याच्या दृष्टीने फारसा प्रभाव पडला नाही.[४२] दलित स्त्रीवादी अभ्यासक प्रतिमा परदेशी, सरोज कांबळे, डॉ. शर्मिला रेगे यांनी कष्टकरी, दलित स्त्रियांच्या प्रश्नांची मांडणी केली. त्यामधून दलित स्त्रीवादी दृष्टिकोन विकसित झालेला दिसतो.

जातीच्या उतरंडीच्या संरचनेमुळे वेगवेळ्या जातींमध्ये विभागलेल्या स्त्रियांचे स्त्री म्हणून होणारे शोषणसुद्धा समान नसते. म्हणूनच सर्व स्त्रिया दलित असतात, अशी भूमिका घेणे त्यांना मान्य नाही. स्त्रिया-स्त्रियांमधील विषमता लक्षात न घेता केलेला स्त्री-पुरुष समानतेचा विचार चुकीचा आहे, असे या स्त्रीवादी अभ्यासकांना वाटते.[४३] त्यामुळेच त्यांनी दलित स्त्रीवादावर भर दिलेला दिसतो. डॉ. शर्मिला रेंगे म्हणतात, दलित स्त्रीवाद हा या अल्पसंतुष्ट कप्प्यामध्ये आणि आपल्या अकाली बंद पडलेल्या विचारांमध्ये आणि कृतीमध्ये खळबळ उडवून देत आहे. बहुतांश वेळा दलित स्त्रीवाद हा दलित स्त्रियांवर लक्ष केंद्रित करून त्याविषयी मांडणी करतो, ज्यामुळे त्याचे क्षेत्र संकुचित होते, असे गृहीत धरले जाते. खरे तर दलित स्त्रिया ह्या गाभ्याशी असलेल्या दिसून येतात. दलित स्त्रीवादामुळे दलित स्त्रियांना ब्राह्मणी स्त्रीवादाचे सिद्धांतन, त्यांची कार्यपद्धती आणि प्रत्यक्ष व्यवहार यांचे चिकित्सक विश्लेषण करण्याची दिशा मिळाली. दलित स्त्रियांच्या वाट्याला जात ही अधिक येते. स्त्रीमुक्तीवादी विचारप्रवाहामधून समाजव्यवस्थेत स्त्री-पुरुष विषमता, स्त्रीची भूमिका, तिचा दर्जा हा लिंगभेदामुळे असतो अशी मांडणी केली होती. यापलीकडे जाऊन स्त्रियांचे प्रश्न एवढ्यापुरतेच मर्यादित नसतात; तर स्त्रियांचे प्रश्न हे जातीने प्रभावित झालेले दिसतात. स्त्रियांचा दर्जा व त्यांची भूमिका निश्चित होताना जात हा प्रभावी घटक असतो, असे काळा स्त्रीवाद व दलित स्त्रीवाद स्पष्ट करतो.

स्त्रियांचे शोषण, प्रश्न, तिचा दर्जा व भूमिका हा समाजव्यवस्थेत लिंगानुसार जसा निश्चित होतो, तसाच जातीनेदेखील निश्चित होतो. जात व स्त्री यांचा अत्यंत जवळचा संबंध आहे. भारतीय समाजाचे वैशिष्ट्य म्हणून जातीचा उल्लेख केला जातो. जात ही स्त्रियांचा दर्जा व त्यांची भूमिका निश्चित करते. इ.स. १९७५ नंतर स्त्रीवाद हा एक परिवर्तनवादी दृष्टिकोन उदयास आला आणि वेगवेगळ्या स्त्री प्रश्नांच्या अध्ययनातून भारतातील स्त्रियांची चळवळ तीव्र गतीने विकसित होत गेली. स्त्री प्रश्नांची सोडवणूक स्त्री-पुरुष समानता याबरोबरच स्त्री चळवळीने स्त्रियांच्या उपेक्षितपणाची कारणमीमांसा करताना धर्म, कुटुंब, जात, समाज, राजसत्ता यांमधील स्त्रियांचे दुय्यमत्व अधोरेखित केले. समाजातील एक महत्त्वाचा घटक असूनही स्त्री जीवनाच्या सर्व क्षेत्रांत उपेक्षित, दुर्लक्षित राहिली आहे.[४४] त्यामुळे स्त्रीमुक्तीच्या लढ्याचे स्वरूप असे आहे की, ते उच्चवर्गीय, उच्चवर्णीय स्त्रियांच्या वैयक्तिक मुक्तीचे प्रयत्न मुळातच मर्यादित राहतात, जे समाजात खोलवर रुजलेल्या स्त्री दास्याच्या मुळापर्यंत पोहचत नाहीत. स्त्रीमुक्तीचा लढा भविष्यकाळात प्रभावी व्हायचा असेल, तर दलित आणि बहुजन स्त्रियांनी पुढाकार घेऊन या लढ्याला आवश्यक असलेला, खऱ्या अर्थाने व्यापक आणि मूलगामी आकार दिला पाहिजे.[४५] दलित स्त्रीवादामधून

स्त्रियांचा दर्जा व त्यांची भूमिका हे जातीव्यवस्थेशी कसे संबंधित आहेत, हेच स्पष्ट केले.

भारतीय समाजातून स्त्रियांना मिळणारा दर्जा हा लिंगभेदाच्या आधारे कनिष्ठतेचा आहे. स्त्रियांना मिळणाऱ्या या दर्जात परिवर्तन व्हावे यासाठी समाजसुधारक, स्त्रीमुक्ती चळवळ यांनी केलेले प्रयत्न हे महत्वाचे असलेले दिसून येतात. परंतु भारतीय समाजाची रचना ही जातीनुसार झालेली आहे. त्यामुळे भारतीय स्त्रीमुक्ती चळवळीतील काळा स्त्रीवादी प्रवाह व दलित स्त्रीवादी प्रवाहानुसार प्रामुख्याने स्त्रियांचे प्रश्न जातीनुसार वेगळे असतात. सर्व स्त्रियांना मिळणारा दर्जा व त्यांचे होणारे शोषण हे सारख्या स्वरूपाचे नसते. त्यामुळे जातीनुसार स्त्रियांना मिळणारा दर्जा हा भिन्न आहे. त्यामुळे भारतीय समाजातील स्त्रिया व जातीव्यवस्थेने त्यांना दिलेला दर्जा अधिक स्पष्ट करणे आवश्यक आहे. त्याचाच एक भाग म्हणून ग्रामीण मातंग स्त्रियांचा दर्जा व त्यांच्या भूमिकेचे समाजशास्त्रीय अध्ययन करण्यात आलेले आहे.

१.४ जातीव्यवस्था आणि भारतीय स्त्रियांचा दर्जा

व्यक्तीच्या दर्जावर व भूमिकेवर जातीचा प्रभाव असतो. भारतामध्ये जातिभेदाच्या आधारे स्त्रियांचा दर्जा, त्यांची भूमिका, त्यांचे प्रश्न वेगळे असतात अशी मांडणी दलित स्त्रीवादाने केली. भारताचे वैशिष्ट्य म्हणून येथे प्राचीन काळापासून जातीव्यवस्थेचा उल्लेख केला जातो. जातीचा प्रभाव येथील स्त्रियांच्या दर्जावर व भूमिकेवर पडतो. जातीद्वारे स्त्रियांचा दर्जा व भूमिका निश्चित होते. 'स्त्री-पुरुष तुलना' या ग्रंथातून ताराबाई शिंदे यांनी बहुजन स्त्रियांवर असलेली बंधने स्पष्ट केली. जातीव्यवस्था स्त्रियांचे शोषण करते याची जाणीव त्यांनी या ग्रंथातून करून दिलेली आहे. या ग्रंथातून स्त्रिया निरंतर मराठमोळ्या अटकेतील गृहबंदी शाळेतील 'अबला' असल्याचा उल्लेख केला आहे. भारतीय समाजातील जात व स्त्री यासंबंधी विश्लेषण महात्मा फुले, डॉ. बाबासाहेब आंबेडकर, रामस्वामी पेरियार, शरद पाटील, डॉ. गेल ऑमव्हेट, प्रा. उमा चक्रवर्ती, डॉ. शर्मिला रेंगे, प्रतिभा पाटील, मीनाक्षी मून, प्रा. गोपाळ गुरु इ.नी आपल्या लिखाणातून स्त्रियांच्या दर्जाचे व भूमिकेचे विश्लेषण जातीनुसार केलेले आहे. जातीनुसार स्त्रियांचे प्रश्न व शोषण व्यवस्थेचे विश्लेषण केलेले आहे.

महात्मा फुले यांनी स्त्रियांची भूमिका व त्यांचा दर्जा, त्यांचे शोषण हे जातीव्यवस्थेने निश्चित होते, स्त्रीदास्याचा प्रश्न हा जातीशी निगडित असतो, असे आपल्या लिखाणातून व कार्यातून स्पष्ट केले. महात्मा फुले म्हणतात, "भारतीय परंपरेनुसार स्त्री-शूद्रांना एकाच दावणीत बांधून नव्हे; तर स्त्रियांना अतिशूद्र ठरवून शिक्षणापासून, स्वतःबद्दलच्या विचारांपासून पूर्णपणे वंचित करून ठेवले होते. दैववाद, कर्मकांड, संपूर्ण परावलंबन व टोकाची मानसिक गुलामगिरी आणि धर्माच्या आधाराने लादलेल्या गुलामीचा व

शोषणाचा पुरस्कार करणाऱ्या रूढी, परंपरा यामुळे स्त्रियांना मुक्या जनावरांप्रमाणेच जीवन जगावे लागते.[४६] भारतीय समाजातून स्त्रियांना मिळणारा दर्जा हा जातीनेच प्रभावित झालेला दिसून येतो. स्त्रियांवर समाजाने कशा प्रकारे गुलामगिरी लादलेली होती, हे स्पष्ट होते. जातीव्यवस्थेच्या श्रेणीनुसार स्त्रियांचे होणारे शोषण भिन्न-भिन्न आहे. एकोणिसाव्या शतकात स्त्रियांच्या प्रश्नांविषयी लेखन व कार्य करणाऱ्या जांभेकर, लोकहितवादी, आगरकर यांनी स्त्री शिक्षण, बालविवाह, विधवा पुनर्विवाह, केशवपन अशा प्रश्नांवर लिखाण केले; पण त्यांच्या लेखनाचा केंद्रबिंदू उच्चवर्णीय कुटुंबांपर्यंत मर्यादित होता. याउलट पुरुषप्रधानव्यवस्था आणि शोषणजन्य दारिद्र्य अशा दुहेरी दुःखाने पोळलेली शूद्र स्त्री महात्मा फुले यांच्या विचारांचा केंद्रबिंदू होती.[४७] स्त्रियांचे प्रश्न जातीव्यवस्थेशी निगडित असतात, अशी त्यांनी मांडणी केलेली आहे.

महात्मा फुले यांनी स्त्रियांच्या प्रश्न हा जातीव्यवस्थेशी संबंधित आहे, अशी जी मांडणी केली, त्याच विचारांचा आधार डॉ. बाबासाहेब आंबेडकरांनी घेतला होता. प्रतिमा परदेशी म्हणतात, डॉ. बाबासाहेब आंबेडकर यांनी जातीव्यवस्था आणि स्त्रियांचे दुय्यमत्व यातील आंतरसंबंध स्पष्ट केला. जातीव्यवस्था विश्लेषणात स्त्रीशोषणाचा विचार अंगभूत भाग मानला.[४८] स्त्रियांसंबंधी विचार मांडत असताना सर्व स्त्रिया कनिष्ठ आहेत, त्या दुर्लक्षित, वंचित आहेत, त्यांच्यावर अनेक बंधने आहेत. ही सर्व बंधने मात्र अस्तित्वात असलेल्या भारतीय जातीव्यवस्थेनुसार भिन्न-भिन्न प्रकारची आहेत. सर्व स्त्रियांना या बंधनातून मुक्त करण्यासाठी हिंदू कोड बिलाची मांडणी त्यांनी केली. त्या माध्यमातून स्त्रीमुक्तीचा संदेश त्यांनी दिला. एखाद्या समाजाच्या स्त्रियांच्या प्रगतीवरून त्या समाजाच्या प्रगतीचे मोजमाप करता येते. 'आपण एवढ्या मोठ्या संख्येने आलात, यावरून आपला समाज आता निश्चित प्रगतीच्या मार्गावर आहे, यात शंका नाही. तुम्ही स्वच्छ राहा, दुर्गुणांपासून दूर राहा, मुलांना शिकवून महत्त्वाकांक्षी बनवा, मुलींचे लग्न करण्याची घाई करू नका, त्यांना स्वतःच्या पायावर उभे होण्याइतपत लायक करा. त्यांची सहचारी बना. माझा हा सल्ला ध्यानात ठेवून वागलात, तर तुम्ही स्वतःचीही उन्नती कराल आणि अस्पृश्य समाजाला प्रगतीच्या मार्गावर न्याल.[४९]' असा स्त्री-पुरुष समानतेचा विचार मांडत असतानाच त्यांनी भारतीय समाजातील जातीव्यवस्था व स्त्रियांसंबंधी केलेले विश्लेषण महत्त्वाचे आहे. जातीव्यवस्था ही स्त्रीशोषणाचे एक साधन आहे कारण ती स्त्रियांचे शोषण करते. त्याचबरोबर पुरुषसत्ताक समाजव्यवस्था स्त्रियांचे शोषण करते.[५०] स्त्रियांचा दर्जा निश्चित होताना जात महत्त्वाची असलेली दिसून येते. स्त्री हे जातीचे प्रवेशद्वार आहे, असे त्यांनी मांडले. जातीव्यवस्थेचे एक प्रमुख वैशिष्ट्य म्हणजे जातीअंतर्गत विवाह, परंतु अशा बंदिस्त समूहातील स्त्री-पुरुषांच्या संख्येमध्ये मृत्यूमुळे असमतोल निर्माण होऊ शकतो. वाढीव पुरुषांची समस्या

सुटते; कारण त्यांना पुनर्विवाह संमती आहे, परंतु वाढीव स्त्रियांची समस्या सोडविण्यासाठी सती, केशवपन, बालविवाह अशा प्रथा अंमलात आल्या असे आंबेडकर सांगतात. जातीची बंदिस्तताही स्त्रियांवर बंधने लादून टिकवून ठेवण्यात आलेली आहे.[५१] जातीची व पुरुषप्रधान व्यवस्थेची बंधने कमी करून स्त्रियांच्या दर्जात परिवर्तन घडवून यावे, यासाठी त्यांनी मांडलेली कायद्याची भूमिका महत्त्वाची ठरली.

जात व लिंग यांच्या रचनेत बदल घडवून आणण्यासाठी कायदा व घटनात्मक तरतुदी करणारे हिंदू कोड बिल एक क्रांतिकारक व सुधारणावादी बिल ठरले.[५२] डॉ. बाबासाहेब आंबेडकर यांनी स्त्रीमुक्तीसाठी व समाजातील स्त्रियांवर असलेली धर्म व जातीची बंधने, पुरुषप्रधान व्यवस्थांनी लादलेली बंधने कमी करण्यासाठी हिंदू कोड बिल मांडून प्रयत्न केले. तसेच जात व लिंग यांचा अतिशय जवळचा संबंध आहे, जातीचा प्रभाव लिंगभेदावर आधारित स्त्रियांच्या भूमिकेवर व दर्जावर होतो हेही स्पष्ट केले. जातीव्यवस्थेने स्त्रियांना बंदिस्त करून टाकले होते. जातीप्रथेने समाजातील रूढी, परंपरा यांची जोपासना केली. तसेच स्त्रियांनादेखील आपले शिकार बनवले.[५३] भारतीय समाजव्यवस्थेत स्त्रियांना मिळणारा दर्जा हा जन्मावर आधारित आहे, तसाच तो लिंगभेद व जात या दोन घटकांवरदेखील आधारित आहे. भारतातील स्त्री-पुरुष हा जन्मभेद लिंगावर आधारित आहे. तसेच मनुष्य जन्माला आल्यावर त्याला हात, पाय, नाक, कान, डोळे असे असतात तेवढ्याच अंगभूतपणे जात चिकटलेली असते. त्याला स्त्रीही अपवाद नाही.[५४] स्त्रियांचा संबंध हा भारतीय समाजात जातीशी असतो हेच निश्चित स्पष्ट होते. "आपली जात इतरांपेक्षा वेगळी दिसावी, ती पवित्र राहावी यासाठी मग स्त्रियांवर बंधने घातली गेली. स्त्री ही निष्कलंक राहिली पाहिजे म्हणून हिंदू धर्माने तिचे लहानपणी आपल्या जातीतच लग्न लावण्याची सोय केली. जातीव्यवस्था टिकून राहण्यासाठी तिच्यावर अनेक बंधने लादण्यात आली.[५५] त्यामुळे भारतीय समाजात जात ही सक्रीय असलेली दिसून येते. भारतातील स्त्री वर्गव्यवस्था, पुरुषप्रधानव्यवस्था, जातीव्यवस्थेच्या बंधनात आहे. जातीव्यवस्था, जात पंचायत, जातीय श्रम विभागणी, जातीवर आधारित कुटुंबे, कायदे, स्त्रियांना गुलाम ठेवतात.[५६] तसेच विवाह, घटस्फोट, पुनर्विवाह, वारसा हक्क आदी बाबतीत स्त्रीला पुरुषावलंबी आणि पराधीन बनविण्यात जातीय कायदे महत्त्वाची भूमिका पार पाडताना दिसून येतात.

१.५ जातीव्यवस्था आणि मातंग जात

भारतीय समाजातील स्त्रियांचा दर्जा हा लिंगभेद, पुरुषप्रधानता, जातिभेद यानुसार निश्चित होत असतो. भारतीय समाजातील जातीव्यवस्था, त्या आधारे जातीची श्रेणीरचना, त्यामधील जातीचा समाजव्यवस्थेतील दर्जा निश्चित होतो. जातीची उतरंड भारतीय समाजात अस्तित्वात असलेली दिसून येते. जातीच्या आधारे

विषमतेवर आधारित समाजरचना होती. जातीच्या आधारे स्त्रियांचा दर्जा व भूमिका निश्चित होत होता. भारतीय समाजात अस्तित्वात असलेल्या जातीव्यवस्थेचा आढावा घेतल्याशिवाय जातीवर आधारित स्त्रियांचे होणारे शोषण, जातीनुसार स्त्रियांचे प्रश्न येथे स्पष्ट करता येणार नाहीत.

जात ही एक विलक्षण सामाजिक बाब म्हणून जातीच्या विकासाचा मागोवा घ्यायचा झाला, तर वर्ण व जाती या दोन मूलभूत संज्ञांच्या अभ्यासातून घेता येईल. वर्ण हे आधीपासून असून प्राचीन ग्रंथांत जातीपेक्षा अधिक प्रमाणात लक्षवेधक ठरतात.[५७] यावरून असे लक्षात येते की, भारतीय समाजसंरचना ही प्राचीन काळी वर्णव्यवस्थेवर आधारलेली होती. वर्णाला अनुसरून कार्याची विभागणी करण्यात आलेली होती. वर्णानुसार कार्याची, श्रमाची विभागणी; त्यावर आधारित दर्जा ठरविण्यात येत होता. ब्राह्मण, क्षत्रिय, वैश्य, शूद्र हे चार वर्ण होते. भारतीय समाजसंरचनेत वर्ण हे दर्जा व भूमिका निश्चित करण्यासाठी महत्त्वाचे ठरत असत. प्राचीन काळी वर्णव्यवस्था हे भारतीय समाजव्यवस्थेचे एक अंग होते. वर्णानुसार व्यवसाय निश्चित ठरलेले होते. समाजामध्ये वर्णाच्या आधारे सामाजिक स्तरीकरण, वर्गीकरण, सामाजिक दर्जा आणि भूमिका निश्चित केल्या जात असत. समाजव्यवस्थेत पूर्वी वर्णव्यवस्थेच्या आधारे प्रत्येकाचा दर्जा व भूमिका निश्चित होत असे. त्या आधारावरच समाजव्यवस्थेची संरचना टिकून आहे. समाजव्यवस्थेच्या प्रत्यक्ष कार्यात वर्णाचा उपयोग मात्र हळूहळू कमी झाला. व्यवसायानुसार श्रमविभागणी आल्यामुळे समाजव्यवस्थेत जातीव्यवस्था अग्रेसर झाली.

'जात' या शब्दातून सामाजिक व्यवस्थेचे कप्पे ध्वनित होतात. जात म्हणजे आपापसात रोटी-बेटी व्यवहार करणारी एक बंदिस्त जमात होय.[५८] जात ही जन्मभेदाच्या श्रमविभागणीच्या आधारे निर्माण झाल्याने जातीची उतरंड समाजातल्या वेगळ्या व्यवसायाशी संबंधित झाली नाही. व्यवसायाच्या व कामाच्या स्वरूपावरून जातीचा दर्जा ठरविला जाऊ लागला. विधिवत शुद्धतेचे प्रमाण ठरवून दिलेले असते. ते जन्मामुळे एखाद्याला प्राप्त होते. एक सामान्य नियम म्हणून असे सांगता येईल की, स्वच्छ आणि उदात्त व्यवसायामुळे एखाद्या जातीला विधिवत वरचे स्थान आणि सामाजिक स्थान प्राप्त होते. ज्ञानार्जन आणि ज्ञानदान हे पुरोहिताचे कार्य शुद्ध आणि उदात्त समजले जाते. त्यामुळे ब्राह्मणांना सर्वोच्च दर्जा प्राप्त होतो. कातड्याचे व्यवसाय किंवा भंगीकाम हे अस्वच्छ, प्रदूषणयुक्त आहेत म्हणून हे काम करणाऱ्या जातींना सर्वांत खालचा दर्जा प्राप्त होतो.[५९] म्हणजेच जातीची श्रेणीरचना ही व्यवसायानुसार तयार झालेली दिसून येते. तसेच ही श्रेणीरचना जाती टिकून राहण्यासाठी अत्यंत महत्त्वाची ठरली.

सामाजिक दर्जा निश्चित करण्यासाठी भारतीय समाजात जात ही महत्त्वाचा घटक ठरू लागली. त्यामुळे अभ्यासकांनी जातीच्या उत्पत्तीच्या संदर्भात अनेक सिद्धांत मांडले. त्यातून जाती निर्मितीच्या सिद्धांताची मांडणी झालेली दिसून येते. जातीचे विविध सिद्धांत मांडण्यात आले आहेत. परंपरागत सिद्धांताचे समर्थन करणारे म्हणतात, ''जातीची निर्मिती तोंडातून ब्राह्मण, बाहूतून क्षत्रिय, मांडीतून वैश्य, पायातून शूद्र असे वर्णन केले आहे.''[६०] होकार्ट हे धार्मिक सिद्धांताच्या मांडणीतून स्पष्ट करतात, ''राजा होता. त्याने लोकांना वेगळी कामे विभागून दिली. पुढे त्यांचे समूह निर्माण झाले. त्यांना कामानुसार प्रतिष्ठा मिळाली. त्याचप्रमाणे जाती निर्माण झाल्या आहेत.''[६१] प्रोफेसर नेसफिल्ड, जे.एस. मिल यांनी व्यावसायिक सिद्धांताची मांडणी केली. ''व्यवसायानुसारच जातीप्रथेचा जन्म झाला आहे.''[६२] अबे दुबारस राजकीय दृष्टिकोनातून मांडणी करताना म्हणतात, ''ब्राह्मणांनी स्वतःचे प्रभुत्व राखण्यासाठी जातीची निर्मिती केली आहे.''[६३] आर्थिक दृष्टिकोनातून बैजिले, इबेटसन यांनी जातीच्या उत्पत्तीच्या सिद्धांताची मांडणी केली, ''आर्थिक हिताच्या सुरक्षेसाठीच जातीप्रथांचा जन्म झाला आहे.''[६४] तर क्रीबेट यांनी भौगोलिक दृष्टिकोनातून जातीच्या निर्मितीचा विचार केला, ''वेगवेगळ्या ठिकाणी लोक आपले निवास करू लागले. त्यांचे खानपान, रीतीरिवाज वेगवेगळे झाले. यावरून समूह वेगळे झाले. जातींची निर्मिती झाली.''[६५] तर मानसशास्त्रीय पद्धतीने हट्टन यांनी जातीच्या निर्मितीचा विचार करत असताना असे म्हटले आहे, ''प्राचीन काळी या देशाने अनेक वंशांचा व संस्कृतीचा जो संघर्ष व संकर, मातृप्रधान व पितृप्रधान कुटुंब पद्धतीचा संघर्ष, कारागिरांच्या श्रेणी आणि आपल्या सदस्यांवर घातलेले निर्बंध, छोट्या-छोट्या सत्ताधीशांनी अंमलात आणलेली भिन्न-भिन्न शासकीय धोरणे आणि पुनर्जन्म, कर्म, स्त्री-पुरुष, यज्ञ, सोवळे, जादूटोणा यांसंबंधी गूढ कल्पना अशा अनेक गोष्टींचा जातिभेदाच्या उत्पत्तीला हातभार लागलेला आहे.''[६६] जातीच्या उत्पत्तीविषयी मांडलेले सिद्धांत हे वेगवेगळे असले, तरी समाजात जातीव्यवस्था अस्तित्वात होती हेच स्पष्ट होते.

समाजातून जातीव्यवस्था असल्यामुळे प्रत्येक व्यक्तीला आपल्या जातीतच जीवन जगावे लागत असे. जातीचे निर्बंध प्रत्येक व्यक्तीवर जातनिहाय होते. देशातील प्रत्येक जातीनिहाय माणसाच्या जीवनमरणाची संहिता भिन्न-भिन्न प्रकारची आहे. प्रत्येकाची जात वेगळी आहे. जगणे-मरणे वेगळे आहे. ज्यांनी ज्या जाती जन्मावे, त्याने त्याच जातीत मरावे ही इथल्या धर्मशास्त्राची वर्णने. त्यामुळे धर्म, जाती, रूढी, परंपरांच्या मर्यादा ओलांडण्याचे धाडस सहसा कोणी करत नाही. जातीच्या मर्यादेत जगण्याचा प्रयत्न इथला प्रत्येक माणूस करत असतो.[६७] प्रत्येक व्यक्ती आपला

सामाजिक दर्जा टिकून राहावा म्हणूनच मानव जातीने घातलेल्या बंधनात आपले जीवन जगत असतो. डॉ.गोविंद घुर्ये म्हणतात, ''हिंदूंमधील पारंपरिक, सामाजिक स्तरीकरण हे जातीव्यवस्थेच्या स्वरूपाचे आहे. हिंदूंची जातीव्यवस्था ही जातीव्यवस्थेचा विस्तृत, विहित असा नमुना आहे. हिंदू समाज हा निरनिराळ्या जातीगटात विभागला गेला आहे. प्रत्येक जात ही सामाजिक दर्जावर आधारलेला गट आहे. जात ही वर्गापेक्षा वेगळी आहे. जातीच्या वर्तुळात व्यक्तीला आपले सर्वांगीण जीवन जगता येते.''[६८] भारतीय समाजव्यवस्थेत जातीव्यवस्था ही अत्यंत दृढ झालेली दिसून येते. व्यक्तीच्या आर्थिक, सामाजिक दर्जाला व भूमिकेला संरक्षण मिळू लागले. मदन आणि मजुमदार म्हणतात, ''एका स्थिर वातावरणात जातीअंतर्गत व्यक्तीला आर्थिक, सामाजिक संरक्षण देणारी समाजव्यवस्थेतील ही एक प्रमुख जातीव्यवस्था आहे.''[६९] समाजात अस्तित्वात असलेल्या जातीच्या निर्मितीसंबंधी भिन्न भिन्न मते शास्त्रज्ञांत असली, तरी जाती निर्माण झाल्या हे मात्र वास्तव आहे.

भारतीय समाजात सामाजिक दर्जा व भूमिका निश्चित करण्यासाठी जात हा घटक आधारभूत आहे. भारतीय समाजात अनेक जाती निर्माण झाल्या. जातीची निर्मिती व जातीची श्रेणीरचना व्यवसायाच्या आधारे झाली आहे. के. एस. सिंहम यांच्या मते, ''लोकसंख्या जसजशी वाढत जाऊ लागली, तसतसेच समाजातील लोकांनी गरजेप्रमाणे वेगवेगळे व्यवसाय हाती घेतले, परिणामी समाजाची व्यवसायानुसार विभागणी झाली. ज्यांचा व्यवसाय स्वच्छ असेल, त्यांना उच्च दर्जा प्राप्त झाला. ज्यांचा व्यवसाय अस्वच्छ, घाणेरडा असेल, अशांचा शूद्रांत समावेश झाला.''[७०] जाती अस्तित्वात आल्या त्या आधारे त्यांची श्रेणीरचना निर्माण झाली. श्रेणीरचनेतील सर्वांत खालच्या स्तरातील जातीचे शोषण हे इतर उच्च जातींकडून होऊ लागले. श्रेष्ठ व कनिष्ठ दर्जा अशी विभागणी होऊ लागली. जातीच्या विभागणीनुसार सर्वांत खालच्या स्तरावर अस्पृश्यांचा किंवा शूद्रांचा समावेश होतो. यांना मिळणारा सामाजिक दर्जादेखील कनिष्ठ स्वरूपाचा आहे. भारतात पारंपरिक जातीव्यवस्थेत शूद्रांना सामाजिक दर्जा व मान नाकाराला गेला आहे; कारण त्या जाती संस्काराच्या दृष्टीने अपवित्रतेच्या रेषेखाली समजल्या गेल्या आहेत.[७१] त्यामुळे शूद्रांचा समाजव्यवस्थेतील दर्जा कनिष्ठ होता.

जाती संरचनेमध्ये कनिष्ठ दर्जा प्राप्त असलेल्या जातींचे शोषण वरिष्ठ जातींकडून झाले. कनिष्ठ, शूद्र व अस्पृश्य समजल्या जाणाऱ्या अनेक जाती होत्या. त्या जातींना सार्वजनिक दर्जाच्या शिडीत खालच्या स्तराला ठेवले होते. सामाजिक शिडीत शूद्र सगळ्यात खालच्या स्तरात आहेत. जातीच्या श्रेणीरचनेनुसार शूद्रांमध्ये अनेक जातींचा समावेश झालेला आहे. प्रत्येक जातीला वेगळे स्थानमान देऊन त्यातील काही अस्पृश्य समजल्या जाणाऱ्या त्या जातींना सर्वांत खालच्या स्तरावर बसविले.[७२] समाजव्यवस्थेतील

सर्वांत खालच्या जातीची ओळखही अस्पृश्य दलित जाती म्हणूनच होती व आहे.

१.६ मातंग जात : एक अनुसूचित जात

भारतीय समाजात काही जाती ह्या मागासलेल्या राहिलेल्या आहेत; कारण त्यांना कोणतेही स्वातंत्र्य प्राप्त नव्हते. त्या मुख्य प्रवाहापासून दूर राहिल्यामूळे या जातीची ओळख 'दलित जाती' म्हणून होऊ लागली. 'दलित' व 'अस्पृश्य' या जाती विकासापासून कोसो दूर राहिलेल्या आहेत. हिंदू धर्मातील जातींच्या विभागणीनुसार, वर्गीकरणानुसार अस्पृश्य जातींचा उल्लेखच वंचित-वर्जित जाती म्हणून करता येतो. अशा वंचित, दलित, अस्पृश्य जातींबद्दल रिसले यांनी सांगितले की, ''१९०१ च्या जनगणना अहवालानुसार या जातींचा समावेश 'अनुसूचित जाती' मध्ये करावा; तर 'डिस्प्रेस्ड क्लास' या मधून इ.स. १९३१मध्ये जात, वंश, जमात यानुसार मांडणी केली आहे.''[७३] अनुसूचित जाती 'Scheduled castes' ही समाजशास्त्रीय संकल्पना मांडण्यात आली. 'अनुसूचित जाती' 'Scheduled castes' ह्या संज्ञाचा वापर अस्पृश्य, दलित, मागास, शूद्र या जातींसाठी करण्यात आला.''[७४] अनुसूचित जातींची एक यादी सर्वप्रथम इ.स. १९३०मध्ये प्रकाशित करण्यात आली.[७५] भारतीय राज्यघटनेत अनुसूचित जातींसाठी कायदेशीर तरतूद करण्यात आली. ब्रिटिशांनी त्यांना 'पददलित वर्ग' म्हटले. १९३१च्या जनगणनेनुसार 'सामाजिक बहिष्कृत' असे नाव दिले. सायमन कमिशनने त्यांना 'परीघाबाहेरील वर्ग' - अनुसूचित जाती असे संबोधले.''[७६] इ.स. १९५० ला भारतीय राज्यघटनेतील कलम ३४१ नुसार राष्ट्राध्यक्षांनी किंवा केंद्रशासित प्रदेशातील राज्यपालांनी विचारविनिमय करून सार्वजनिक जाहीर करून जाती, कुळ यांना अनुसूचित जातीत समावेश करावा यासाठी कलम ३३६(२४) नुसार तरतूद करण्यात आली आहे.[७७] भारतातील पारंपरिक जातीव्यवस्थेत अनुसूचित जातीत समाविष्ट असलेल्या जातींचा दर्जा हा अपवित्र व कनिष्ठ असलेला दिसून येतो.

अनुसूचित जातींना उच्च सामाजिक दर्जा, मान नाकारला गेला होता; कारण ह्या जाती संस्काराच्या दृष्टीने अपवित्रतेच्या रेषेखालील आहेत.[७८]अनुसूचित जातींना समाजव्यवस्थेत असलेला दर्जा कनिष्ठ होता. सामाजिक स्तरीकरणात व जातींच्या श्रेणीरचनेत अनुसूचित जातींमध्ये समाविष्ट असलेल्या दलित जातींचा स्तर सर्वांत खालचा होता. अनुसूचित जाती ह्या हिंदूंच्या जातीव्यवस्थेत शूद्र जाती असून त्यांचा स्तर कनिष्ठ आहे.[७९] अनुसूचित जातींमध्ये समाविष्ट असलेल्या जाती ह्या दलित जाती म्हणून त्यांची ओळख असलेली दिसून येते. महाराष्ट्राचा विचार केल्यास येथील अनुसूचित जातींमध्ये समाविष्ट असलेल्या या दलित जातींचे प्रमाण पुढीलप्रमाणे सांगता येते. इ.स. १९११च्या जनगणनेनुसार महाराष्ट्रात अनुसूचित जातींमध्ये एकूण ५९ जातींचा समावेश होतो. त्यापैकी महार जात ३५.५१ टक्के होती. मातंग जात

३२.६५ टक्के, चांभार जात २२.६६ टक्के होती. या प्रमुख तीन जाती मिळून एकूण अनुसूचित जातीच्या एकूण टक्केवारीत ८९.९६ टक्के आहेत, तर बाकीच्या इतर ५६ जाती मिळून एकूण अनुसूचित जातीच्या टक्केवारीत १०० टक्के आहे.[८०] म्हणजेच महाराष्ट्रात अनुसूचित जातीच्या एकूण लोकसंख्येत महार जातीच्या लोकसंख्येनंतर मातंग जातीची संख्या ही अधिक आहे. त्यामुळेच अनुसूचित जातीत समाविष्ट असणारी मातंग ही जात महाराष्ट्राच्या बहुतेक गावांमध्ये वास्तव्यास असलेली दिसून येते.

मातंग जातीची ओळख वेगळ्या नावाने होते. महाराष्ट्र 'मांगेल' किंवा 'मांगेला' असे म्हटले जाते, तर मध्यप्रदेशात 'माग' या नावानेच ओळखतात.[८१] महाराष्ट्रातील ग्रामीण भागात अस्पृश्य जातीमधील दलित जात म्हणून मातंग जातीची ओळख आहे. मातंग जातीचे व्यवस्थेत विशेष स्थान आहे. महाराष्ट्रातील ग्रामीण समुदायातील बलुतेदारी व्यवस्थेत मातंग जातीचे विशेष स्थान असून सामाजिक, आर्थिक, धार्मिक व सांस्कृतिक जीवनात इतर जाती-गटांशी तिचे निश्चित असे संबंध आहेत.[८२] ग्रामीण भागात बहुसंख्य असलेली मातंग जातीची ओळख एक दलित बलुतेदार जात म्हणून असलेली दिसून येते. दलित जात म्हणूनच मातंग जातीला समाजव्यवस्थेत विशेष स्थान प्राप्त झाले होते.

समाजातल्या जातीव्यवस्थेतील दलित जातीमधील एक जात म्हणून जातीची ओळख होय. त्यामुळे 'मातंग' म्हणजेच 'दलित' आहेत. त्यांची ओळख 'अस्पृश्य जाती' म्हणून आहे.[८३] वि.रा. शिंदे यांनी आपल्या 'भारतीय अस्पृश्यतेचा प्रश्न' या ग्रंथात 'डिप्रेस्ड क्लासेस' या शब्दाचा 'दलित' हा अनुवाद केलेला दिसतो.[८४] 'दलित' म्हणजे कोण हे स्पष्ट करताना तर्कतीर्थ लक्ष्मणशास्त्री जोशी यांच्या मते, ''दलित हा मानवी प्रगतीत सर्वांत मागे पडलेला आणि रेटलेला सामाजिक वर्ग आहे.''[८५] डॉ. जनार्दन वाघमारे यांच्या मते, ''भारतीय दलिताला अनेक शतकांपासून संस्कृतीच्या, धार्मिक व सामाजिक जीवनाच्या बांधणीत व विकासात बरोबरीचा हिस्सा असूनही त्याला वारसा प्राप्त झाला नाही. तो या देशाचा, पण हा देश त्यांचा कधीही होऊ शकला नाही, असा तो दलित.''[८६] म.ना. वानखेडे यांच्या मते, ''दलित म्हणजे केवळ बौद्ध वा मागासवर्गीयच नव्हे; तर जे पिळले गेलेले असे श्रमजीव आहेत, ते सर्व दलित आहेत.''[८७] तसेच डॉ. सदा कऱ्हाडे म्हणतात, ''आर्थिकदृष्ट्या मिळून एक सर्वसमावेशक दलित वर्ग मानता येईल. त्यात कामगार, शेतमजूर, उपजीविकेसाठी श्रम करणारे व अस्पृश्यही येतील. ज्यांची पिळवणूक होते, ते दलित आहेत.''[८८] तर डॉ. प्रभाकर मांडे यांच्या मते, ''दलित म्हणजे एक विशिष्ट सामाजिक स्थिती अनुभवीत असलेला समूह वा समाजगट होय.''[८९] असा वंचित दलित समूह म्हणूनच मातंग जातीची ओळख जातीच्या श्रेणीरचनेत असलेली दिसून येते. शोषित, पीडित, प्रगतीमध्ये मागे, श्रमजीवी,

कामगार, शेतमजूर, उपजीविकेसाठी श्रम करणारे अस्पृश्य अशी स्थिती मातंग जातीची होती.

मातंग जातीची ओळख ही अनुसूचित जाती प्रवर्गातील एक दलित जात म्हणूनच असल्याचे स्पष्ट होते. तेव्हा मातंग जातीची उत्पत्ती, स्वरूप, प्राप्त होणारा दर्जा, प्रस्तुत अभ्यास अधिक स्पष्ट करण्यासाठी याविषयीचा आढावा घेणे आवश्यक आहे.

१.७ 'मातंग' संज्ञेचा अर्थ व ऐतिहासिक आढावा

मराठी भाषिक प्रदेशामधून तेराव्या शतकापासून 'मांग' शब्दाच्या उत्पत्तीबद्दल व अर्थाबद्दल अनेक पातळ्यांवर वेगवेगळी विश्लेषणे झालेली दिसून येतात. 'मांग' हा शब्द 'मातंग', 'मॉंग', 'मग' या विविध अर्थाने वापरलेला दिसून येतो. या सर्व शब्दांचा अर्थ मात्र एकसारखा असलेला दिसून येतो. संस्कृत भाषेत मातंग शब्दाचा अर्थ हत्ती व सर्प असा होतो, पण हे मातंगांचे पूर्वज होऊ शकत नाही. द्रविड भाषेतून मांग हा शब्द आलेला असावा. मांग हे वानराचे वंशज असावेत असेही मानले जाते. मांगांची पहिली वसाहत कन्नड भाषा बोलणाऱ्या कर्नाटकामध्ये झाली.[१०] मांग जातीमध्ये संस्कृत भाषेतून असलेल्या साहित्यामध्ये 'मातंग' असाच उल्लेख आढळतो. त्या आधारे 'मांग' हे प्रचलित झाले. हिंदी भाषेतन मांग म्हणजे मागणे असा होतो. म्हणूनच भीक मागणे मांग लोक आपला हक्क समजतात आणि व्यवसायही समजतात.[११] मातंग शब्दाचा अर्थ वेगवेगळा सांगितलेला दिसून येतो. 'मातंग' या शब्दाचा अर्थ 'मांग काढणारा' किंवा 'मार्ग दाखविणारा' किंवा 'मागून खाणारा' असाच असल्याचे त्यांच्यातील काही लोक सांगतात. पूर्वीच्या काळी गुन्ह्याचा आणि गुन्हेगारांचा माग काढणारा नंतरच्या काळात गुन्हाचा मार्ग दाखविणारा आणि नंतरच्या काळात मागून खाणारा किंवा मागतकारी अशा त्यांच्या जीवनपद्धती आहेत. 'मांग' जात महाराष्ट्राबाहेर वेगवेगळ्या नावांनी ओळखली जाते.[१२] डॉ. इरावती कर्वे यांनी, ''मातंग, मांग म्हणजे गावाच्या शेवटी राहणारे शूद्रातील खालचे लोक.''[१३] असे वर्णन केले आहे. गोडे, कर्वे, आपटे यांच्या शब्दकोषांमधून मातंग म्हणजे खालच्या जातीचा मनुष्य, चांडाळ असा अर्थ दिला आहे.''[१४] मातंग या शब्दाबद्दल नाना कठाळे असे म्हणतात, ''मांग ह्या शब्दाऐवजी मातंग असा शब्द वापरला. त्याचा अर्थ 'म अतंग' म्हणजे 'अंगात सर्व शक्ती असलेला पराक्रमी' असा अर्थ दिलेला आहे.''[१५] मांग जातीच्या उत्पत्तीसंबंधी भारतीय संस्कृती कोषामधून ''मांग लोक हे जाब ऋषीला आपला पूर्वज मानतात.''[१६] श्री. व्य. केतकर यांनी, ''मातंग जातीचा मूळ पुरुष राम ऋषी असल्याचे म्हटले आहे.''[१७] 'गावगाडा' मधून त्रि. ना. अत्रे यांनी 'मांग' या शब्दाचा उल्लेख केलेला आढळतो. मराठी शब्दकोषामधून 'मातंग' शब्दाची उत्पत्ती मातडग 'हमी' तर 'मांग' म्हणजे अन्नी असा दिला आहे.''[१८] हिंदी शब्दकोषातून 'मातंग' म्हणजे 'हाथी,

श्वपच, चांडाळ, एक ऋषी जो शबरी के गुरू थे' असा आहे.[९९]

थोडक्यात, वरील सर्व विचारवंतांच्या लिखाणातून हेच स्पष्ट होते की, 'मांग' किंवा 'मातंग' या संज्ञेच्या अर्थाबाबत एकवाक्यता नाही.

भारतात अनुसूचित जातीमध्ये समाविष्ट असलेली जात म्हणून 'मातंग' या जातीचे वास्तव्य सर्वत्र आढळते. 'मातंग' ही जात भारताच्या वेगवेगळ्या राज्यांमधून असल्यामुळे 'मांग' या जातीच्या नावावरून त्या शब्दाचे अर्थ वेगवेगळ्यारित्या स्पष्ट केलेले आहेत. प्रत्येक राज्यानुसार मातंग जातीसाठी वापरण्यात येणारे 'उच्चार' व त्याचे अर्थही भिन्न भिन्न आहेत. महाराष्ट्रात मात्र अनुसूचित जातींमध्ये असणाऱ्या ५९ जातीमधील मातंग एक जात आहे. ती महाराष्ट्रातील अनेक गावांमधून आढळून येते. मातंग जात मांग, मंग, माँग अशा विविध नावाने ओळखली जाते.

१.७.१ मातंग जातीची उत्पत्ती

'मातंग' जातीचा अभ्यास करणाऱ्या अभ्यासकांनी मातंग जातीच्या उत्पत्तीसंबंधी अनेक कथा सांगितलेल्या आहेत. रसेल व हिरालाल, प्रा. बी. सी. सोमवंशी, डॉ. दा.धो. काचोळे, डॉ. भा.की. खडसे, डॉ. दिलीप अर्जुने, डॉ. हनुमंत मिसाळ यांनी आपल्या शोधप्रबंधांमधून मांग जातीच्या उत्पत्तीच्या कथा स्पष्ट केल्या असून मांग जातीच्या ऐतिहासिक पार्श्वभूमीचा विचार केला, तर अस्पृश्य जातीमध्ये मांग जातीचा समावेश असलेला दिसून येतो. डॉ. वि.भि. कोलते म्हणतात,

"मांग जातीचा प्रथम उल्लेख लीळाचरित्रामध्ये आढळतो."[१००] संत तुकाराम महाराजांच्या गाथेमधून चार वेळा मांग जातीचा उल्लेख आढळतो.[१०१] मांग जाती उत्पत्तीसंबंधी अनेक ठिकाणी वेगवेगळा उल्लेख आढळतो. करक मुनीचा दुसरा पुत्र बिल्लुचंद यांच्यापासून मांग समाज निर्माण झाला. एकदा भगवान शिवमादर त्याच्यावर नाराज झाला; कारण तो करक मुनीचा पुत्र होता त्याने गोहत्या करून गोमांस भक्षण केले म्हणून त्यास महार होण्याचा शाप दिला. दुसऱ्या मुलास मांग केले.[१०२] मांग जातीबद्दल अशी उत्पत्तीविषयक मांडणी केलेली आहे.

१.७.२ मातंग जातीचे वस्तीस्थान

मातंग जातीचे वास्तव्य वा राहण्याचे ठिकाण हे गावाच्या बाहेर असलेले दिसून येते. गावाची रचना जातीनुसार अस्तित्वात होती. मु.ग. पानसे म्हणतात, "यादवकालीन महाराष्ट्रात इ.स. १००० ते इ.स.१३३०या कालखंडात मांग जातीची घरे गावकुसाबाहेर असत."[१०३] डॉ. इरावती कर्वे यांनी, "गावाच्या शेवटी राहणारे व शूद्रातील खालचे लोक म्हणून 'मांग' जातीचा उल्लेख केलेला आढळतो."[१०४] तर गोविंद प्रभू त्यांच्या चारित्र्यात, "मांग जात अस्पृश्य असून गावाबाहेर राहणारी असे म्हटलेले आहे."[१०५]

के.एस. सिंग यांनी या जातीबद्दल असे म्हटले की, ''गावाबाहेर राहणाऱ्या लोकांच्या वस्तीला मांगवाडा असे म्हटले आहे.''[१०६] गावाच्या रचनेमध्ये मांग जात वेगळी वस्ती करून राहताना असेच स्पष्ट होते. गावातील रचनेतील त्यांचे राहण्याचे ठिकाण गावकुसाबाहेर वेगळे असलेले दिसून येते. गावाच्या रचनेत बाहेर राहणारी कनिष्ठ अस्पृश्य जात म्हणूनच मातंग जात ओळखली जाते.

१.७.३ मातंग जातीचे व्यवसाय

जातीचे वैशिष्ट्य म्हणजे प्रत्येक जातीचा निश्चित व्यवसाय असलेला दिसून येतो. ग्रामीण समाजामध्ये व्यवसायानुसार कार्याची विभागणी झालेली होती. श्रमविभाजनानुसार व्यवसाय निश्चित होत होते. व्यवसायावर आधारित बलुतेदारी पद्धती समाजात होती. व्यवसायानुसार, कार्यानुसार त्या जातीचा दर्जा निश्चित केला जात असतो. मातंग जातीलादेखील निश्चित व्यवसाय होता. व्यवसायानुसारच या जातीचा दर्जा ठरविलेला होता. मातंग जात एक बलुतेदार जात म्हणूनदेखील उल्लेख आढळतो. रिसले व हिरालाल म्हणतात, ''मांग हे ग्रहण लागले असताना भीक मागतात; कारण सूर्य व चंद्राला मिळणारे राहू, केतू हे मांग व राक्षस असल्याने मांगांना भिक्षा दिली, तर ते शांत होतात असे समजले होते.''[१०७] ग्रहण मागण्याचे कार्य मांग जातीतील व्यक्ती करीत असताना दिसून येतात. ग्रहण ज्या दिवशी असेल, त्या दिवशी भिक्षा मागणे व ग्रहण नसल्यास दैनंदिन व पारंपरिक कामे करीत असत. पारंपरिकरित्या त्यांना दिलेली कामे ही वेगवेगळी आढळून येतात. हसन स्पष्ट करतात की, ''मांगाचे पारंपरिक व्यवसाय म्हणजे कातडी कमविणे, पादत्राणे बनविणे, कातडीपासून दोऱ्या व शेतीकामात लागणाऱ्या अनेक वस्तू व कातडीच्या चप्पल बनविणे, गावातील कार्यक्रमांमध्ये हलगी वाजवणे; तसेच बहुसंख्य लोक शेतमजुरीदेखील करतात.''[१०८] मांग जातीकडून शेतीला लागणारी साधने बनविण्याचे काम केले जाते. त्याचबरोबर ग्रहण असेल तेव्हा भीक मागणे, पारंपरिक काम म्हणून कातडीचे व्यवसाय इ.कामे करून बलुतेदारीत वेगळी ओळख या जातीला होती. शेतीला पूरक व्यवसाय दोरी वळणे, मिनी बनविणे, तसेच अर्धकुशल, अज्ञानी अकुशल, शेतमजूर म्हणून ती आजदेखील ग्रामीण भागात कार्य करताना दिसून येते. जातीच्या बंधनातून तिची भूमिका व दर्जा 'मातंग' जातीने निश्चित केलेली दिसते.

मांग जातीचे लोक मिनी बनविण्यात कुशल असतात. 'मिनी' ही कातडीची दोरी असते. तिचा उपयोग शेतकऱ्यांना 'जू' किंवा 'वखर', 'नांगर' यांना बांधण्यासाठी होत असे. तिचा उपयोग शेतकरी करीत असत. मिनी ही पाण्याने लवकर खराब होत नाही, ती टिकाऊ असते.[१०९] मांग जातीतील लोक शेतीपूरक व्यवसायाबरोबरच इतरही काही व्यवसाय करून आपला उदरनिर्वाह करत असत. डॉ. रामनाथ चव्हाण मांग

जातीच्या व्यवसायाविषयी विश्लेषण करतात, “पूर्वीच्या काळी अस्तित्वात असणाऱ्या बारा बलुतेदारांच्या ग्रामव्यवस्थेमध्ये मांग हा नंतरच्या काळात समाविष्ट झालेला एक बलुतेदार होता. त्याला परंपरेने काही हक्क मिळालेले नसले, तरी परंपरेने चालत आलेला जातीचे असे विशिष्ट व्यवसाय ते करीत असत. घायपातापासून वाख तयार करणे, कातडीपासून दोरखंड, नाडे आणि चऱ्हाट तयार करणे असे त्यांच्या कामाचे स्वरूप असे. याचा उपयोग त्या काळात शेतकरी वर्गाने शेतीसाठी केलेला आहे. मांग हाही बारा बलुतेदारांतील एक बलुतेदार म्हणून ओळखला जाऊ लागला. याशिवाय शेतकऱ्यांच्या दृष्टीने महत्त्वाच्या असलेल्या पोळ्याच्या सणाच्या दिवशी गावातील संपूर्ण घरांना आंब्याचे तोरण बांधणे, घरी मोळ टाकणे, लग्नकार्यात हलगी वाजविणे, सनई सूर वाजविणे अशीही कामे त्यांच्या वाट्याला आलेली होती. या कामाच्या मोबदल्यात शेतकऱ्यांकडून वर्षाकाठी सुगीच्या हंगामात त्यांना काही प्रमाणात धान्य, खळ्यावरच मिळत असे. त्याला बलुते म्हटले जात असे.”[११०] त्यामुळे बलुतेदार जात म्हणून मातंग जातीची ओळख होती.

मातंग जातीची कामे ही अस्पृश्य व हलक्या स्वरूपाची समजली जात असत. त्यामुळे मांगांना पुरेसा रोजगार व उदरनिर्वाहापुरता मोबदला मिळत नव्हता. त्यामुळे या जातीतील व्यक्ती व्यवसायाने गुन्हेगार होते. महार, मांग, बेरड, भिल्ल, कातोडी किंवा कातकरी इ. लोकांस जातिभेद उत्पन्न करणाऱ्या लोकांनी केवळ नीच म्हणजे स्पर्शास योग्य नाहीत असे करून टाकले. त्यामुळे इतर लोकांकडून उदरनिर्वाहापुरतेदेखील काम त्यांना मिळेनासे झाले, त्यामुळे ते चोऱ्या करू लागले. चोऱ्या करणे हा आपला वंशपरंपरेचा धंदा समजू लागले. “वाटसरू माणसांना लुटतात, वाटमारी करतात, दरोडे घालतात, लहान-सहान चोऱ्या करतात.”[१११] मातंग जातीचा उल्लेख हा गुन्हेगार जाती म्हणून केलेला दिसून येतो. त्रि.ना.अत्रे म्हणतात, “मातंग जातीचा समावेश गुन्हेगार जातीमध्ये केलला आहे.”[११२] तसेच मातंग जातीचे अनेक व्यवसाय होते. गाव साफ करतात, वाजंत्रीपणाही करतात, काही जळवा लावितात, काही बैलांना बडवितात व अंबाडीचे सोल, गोफणी, शिकी, केरसुन्या करतात. फाशी देणारे मांग असतात. डाकेलवार मांग या जातीचे भाट असतात आणि ते भीक मागतात.”[११३] मांग जातीमध्ये उदरनिर्वाह करण्यासाठी कोणताही एक व्यवसाय नव्हता. भारतीय समाजव्यवस्थेत असलेल्या जातीव्यवस्थेतील मातंग जातीचा व्यवसायाच्या आधारे असणारा दर्जा हा कनिष्ठ स्वरूपाचा होता हे स्पष्ट होते.

१.७.४ मातंग जातीचे धार्मिक व सांस्कृतिक जीवन

मातंग जातीचे धार्मिक व सांस्कृतिक जीवन अभ्यासले, तर त्यांच्या जातींना मिळणारा दर्जा हा कनिष्ठ व अस्पृश्य होता. मातंग हे समाजव्यवस्थेतील दलित

म्हणूनच त्यांची ओळख होती, परंतु मातंग जातीचे धार्मिक व सांस्कृतिक जीवन मात्र हिंदू धर्माने प्रभावित झालेले होते. मातंग जातीतील लोकांची श्रद्धा मात्र हिंदू धर्मावर असलेली दिसून येते. महादेव हे त्यांचे संरक्षक दैवत आहे. इतर दैवते म्हणजे विठोबा, खंडोबा, तुळजाई, सिद्धनाथ, जनाबाई हेच असलेले दिसून येतात. देवस्थानात पंढरपूर, तुळजापूर, आळंदी, देहू, सिंगणापूर, जेजुरी, पाली ही त्यांची तीर्थक्षेत्रे होत.[११४] हिंदू म्हणूनच मातंग जातीची ओळख असलेली दिसून येते. धार्मिक जीवनाचा आधार घेऊनच मातंग जातीतील लोकांचे सांस्कृतिक जीवन प्रभावित झालेले दिसून येते. हिंदू धर्माप्रमाणेच सण-समारंभ साजरे केले जातात. दसरा, दीपावली, पोळा, नागपंचमी, मकरसंक्रांत, वटपूजा, होळी इ. सण-समारंभ हे हिंदू धर्माप्रमाणेच केले जातात.[११५] जातीच्या व्यवसायाच्या आधारे व जीवन जगण्याच्या पद्धतीमुळे त्यांचा आर्थिक, सामाजिक, धार्मिक व सांस्कृतिक दर्जा स्पष्ट होतो. मातंग जातीमध्ये पोतराज, वाघ्या-मुरळी, देवदासी यांसारख्या धार्मिक रूढी-परंपरा आढळून येतात. हिंदू धर्माप्रमाणेच पूर्ण रीतीरिवाज, प्रथा व रूढी ह्या मातंग जातीकडून केल्या जातात. तसेच धार्मिक प्रथा म्हणून जातीला समाज व्यवस्थेतील सामाजिक दर्जानुसार अस्पृश्य, दलित, शूद्र अशीच जात म्हणून दर्जा असलेला दिसून येतो.

जातीच्या श्रेणीरचनेनुसार कनिष्ठतेचा दर्जा मातंग जातींना प्राप्त झालेला आहे. 'मातंग' जात ही व्यावसायिक व धार्मिक स्थितीमुळे शोषित, पीडित असलेली दिसून आली आहे. 'मातंग' जात एक दलित जात म्हणूनच तिची ओळख आहे. प्रत्येक समूहातील स्त्री व पुरुषाचा दर्जा व भूमिकेवर जातीचा प्रभाव असतो. 'मातंग' जातीला कनिष्ठ दर्जा प्राप्त होतो. जातीने स्त्री-पुरुष निश्चित भूमिका व दर्जा प्राप्त झालेला दिसून येतो. 'मातंग' जातीची स्वतःची काही बंधने स्त्रियांवर टाकलेली दिसून येतात. मातंग स्त्री ही एका विशिष्ट दर्जात व भूमिकेत बंदिस्त असलेली दिसून येते. मातंग स्त्रीची ओळख दलित स्त्री म्हणून होते.

१.८ दलित स्त्री म्हणून मातंग स्त्रियांचे होणारे शोषण

भारतीय समाजातील सर्व स्त्रियांचे लिंगभेदाच्या आधारे होणारे शोषण हे समान असते. त्यामुळे समाजातील सर्व स्त्रिया ह्या दलित आहेत. स्त्रियांचे प्रश्न सारखेच असतात. परंतु स्त्रियांच्या काही अभ्यासकांच्या मते मात्र बहुजन, अस्पृश्य, दलित समाजातील स्त्रियांचा दर्जा भिन्न स्वरूपाचा असतो. भारतीय समाजातील स्त्रियांचा दर्जा वर्णभेद, लिंगभेग, जातिभेद, यानुसारच निश्चित होतो. स्त्री कोणत्याही जाती समूहातील असली, तरी तिला प्राप्त होणारा दर्जा हा कनिष्ठच होता. जातीच्या श्रेणीरचनेनुसार प्रत्येक जातीला मिळणारा दर्जा हा वेगळा होता. त्यामुळे कनिष्ठ जातीतील दलित स्त्रियांचा दर्जा आणखी दुय्यम व कनिष्ठ स्वरूपाचा आहे. तसेच

दलित स्त्रियांतील मातंग स्त्री ही समाजव्यवस्थेतील उतरंडीचा शेवटचा घटक आहे. मांग स्त्री एक दलिता मधील दलित स्त्री असल्याचे दिसून येते. भारतात जातीय भावनेतून स्त्रियांवर होणारा अन्याय अत्यंत क्लेषदायक आहे. सर्वसामान्य भारतीय स्त्री ही पुरुषी वर्चस्वाच्या खाली दबली गेलेली आहे. स्वातंत्र्यपूर्व काळात दलित स्त्रियांकडे पाहण्याच्या दृष्टिकोन हा हीन दर्जाचा होता. भारतीय समाजातील स्त्री म्हणून ती शोषित असलेली दिसून येते, परंतु दलित स्त्री ही तिहेरी शोषणाची बळी पडलेली दिसून येते. लिंगभेदातून पुरुषप्रधानता, जातीव्यवस्था, कनिष्ठ जातीतील स्त्री अशी तिहेरी बंधनात ही स्त्री अडकलेली दिसून येते. दलित स्त्री म्हणून तिचा समाजातील दर्जा कनिष्ठ स्वरूपाचा होतो. दलित स्त्रियांचे दुःख सर्वसामान्य स्त्रियांच्या दुःखाच्या बरोबरीचे असले, तरी जातीयवादामुळे दलित स्त्रिया तिहेरी शोषणास बळी पडलेल्या दिसतात. दलित स्त्री पुरुषप्रधान संस्कृतीमुळे, पितृसत्ताक कुटुंब व्यवस्थेचे, स्त्री म्हणून लैगिंक शोषणाचे आणि दलित जातीत जन्मल्यामुळे जातीला आलेल्या वाट्याचे दुःख तिच्या नशिबी आलेले आहे. या सर्वाचा परिणाम दलित स्त्रियांची भूमिका व त्यांचा दर्जा निश्चित करण्यासाठी झालेला दिसून येतो. दलित जाती ह्यासुद्धा पुरुषसत्ताक आहेत. स्त्री वर्गव्यवस्था व पुरुषप्रधानता या दोन बेड्यांत भारतीय स्त्री बंदिवान आहे. दलित स्त्री ही मात्र जातीव्यवस्थेच्या तिसऱ्या बेडीत बंदिवान झाली आहे.[११६] त्यामुळे दलित स्त्रियांचा समाजातील दर्जा हा 'गुलामाची गुलाम दलित स्त्री' अशा स्वरूपाचा होता. दलित स्त्री ही त्यामुळे तिहेरी शोषणास बळी पडलेली दिसून येते.

भारतातील स्त्रियांच्या स्वातंत्र्यावर अनेक बंधने होती. दलित जातीमधील स्त्रियांवर स्वातंत्र्य, समानता याविषयी अनेक बंधने टाकली होती. जातीच्या बंधनामुळे ती आणखीच बंदिस्त झालेली होती. जातीव्यवस्थेतील मातंग या कनिष्ठ व दलित जातीतील स्त्री ही गुलामाची गुलाम या पद्धतीने जीवन जगते.[११७] दलित स्त्री म्हणून तिलाही तिहेरी शोषणात्मक भूमिकेमधून जावे लागते. मातंग स्त्री ही शोषणाला बळी पडते. दलित जातीतील महिला ह्या तिहेरी शोषणाच्या संघर्षातून जाते.[११८] भारतीय समाजातील जातीव्यवस्थेतील दलित स्त्री सातत्याने वेगवेगळ्या पातळीवरून शोषणाची बळी असते. सर्वच स्त्रियांपेक्षा कनिष्ठ जातीतील स्त्री म्हणून तिला प्राप्त होणारा दर्जा व प्राप्त होणारी भूमिका निश्चितपणे वेगळे असतात. सवर्ण आणि उच्चवर्गीय, वर्णीय जातीच्या स्त्रियांपेक्षा मातंग स्त्रिया शोषित व पीडित असतात.[११९] सवर्ण जातीतील स्त्रियांचे शोषण हे वेगळ्या स्तरावर होत असते; तर मातंग स्त्रीचे दलित स्त्री म्हणून होणारे शोषण हे वेगळ्या स्तरावर होत असते. तसेच सवर्ण व दलित स्त्रियांचे प्रश्न व समस्या ह्या भिन्न असल्याचे स्पष्टपणे दिसून येते.

दलित स्त्रीला कायम समाजव्यवस्थेत तिहेरी शोषणाला सामोरे जावे लागते.

त्याचा परिणाम स्त्रियांच्या दर्जावर व भूमिकेवर झालेला दिसून येतो. भारतीय समाजव्यवस्थेत दलित स्त्रियांचे स्थान अतिशय नगण्य, दयनीय आणि शोचनीय आहे. तिचे समाजव्यवस्थेतील शोषण हे तिहेरी स्वरूपाचे आहे. एक स्त्री म्हणून, दुसरे जन्माने दलित म्हणून. पुरुषसत्ताक दलित समाजाने व व्यवस्थेने तिला पददलित म्हणून ठेवले आहे. बारा बलुतेदार जाती आणि अठरापगड पोटजाती यांच्या दुष्टचक्रात दलित स्त्री आजही जगत आहे.[१२०] त्यामुळे स्वातंत्र्यानंतरदेखील दलित स्त्रियांच्या दर्जात व भूमिकेत फारसे परिवर्तन झालेले दिसून येत नाही.

दलित स्त्रीबद्दल निर्मला साठे म्हणतात, समाजव्यवस्थेत सतत तळाशी स्थान असणारी दलित स्त्री स्वतःच्या जातीमुळे व पुरुषप्रधानव्यवस्थेमुळे कायम उपेक्षित राहिली आहे.[१२१] पुरुषप्रधानतेच्या माध्यमातून लिंगभेदावर आधारित विषमतेची ती कायम शिकार असलेली दिसून येते. लक्ष्मण माने म्हणतात, ''हिंदू धर्माने बाईला कमी लेखले आहे. पायाचे पायताण ठरविले आहे. तशी वागणूक तिला सर्व समाजात मिळते. गावकुसाबाहेरचा समाजदेखील त्याला अपवाद नाही. पतीची पत्नी म्हणून तिच्यावर दडपण आहे. जातीची म्हणूनही तिला दडपण आहे.''[१२२] स्त्रियांचा दर्जा व भूमिका निश्चित करण्याचे काम पुरुषप्रधान समाजव्यवस्थेकडून झालेले दिसून येते. एक स्त्री म्हणून मातंग स्त्रीदेखील याला अपवाद नाही.

पुरुषप्रधानतेनंतर भारतीय स्त्रियांचा दर्जा निश्चित करण्यासाठी जातीची भूमिका महत्त्वाची असलेली दिसून येते. जातीव्यवस्थेची बंधने ही प्रत्येक जातीवर होती. भारतीय समाजव्यवस्थेत प्रत्येक जातीचा दर्जा निश्चित केलेला दिसून येतो. जातीच्या दर्जानुसारच त्या जातीमधील स्त्री-पुरुषांच्या कामाची विभागणी झालेली दिसून येते. जातीव्यवस्थेतील विषमतेचा स्त्रियांच्या कामावर सरळसरळ परिणाम होतो. ब्राह्मण व क्षत्रियांच्या स्त्रिया घराबाहेरची शारीरिक श्रमाची कामे करीत नसत. याउलट कष्टकरी जातीतील स्त्रिया घराबाहेरची सर्व कष्टाची कामे करताना दिसतात. जातीतील स्त्रियांच्या श्रमविभागणीचा अधिकार संपूर्ण जाती यंत्रणेला होता. त्यामुळे लिंगानुसार, जातीनुसार स्त्रियांचा दर्जा ठरत असतो.[१२३] प्रत्येक जातीला समाजव्यवस्थेत जो दर्जा असतो, त्यानुसार त्या जातीतील स्त्रियांची भूमिका व दर्जा निश्चित झालेला दिसून येतो.

भारतीय समाजातील स्त्रिया ह्या पुरुषप्रधानतेच्या व जातीव्यवस्थेच्या बंधनात असलेल्या दिसून येतात. या दोन्ही पातळींवरून स्त्रियांचे शोषण होत आलेले आहे. भारतीय समाजव्यवस्थेतील जातीच्या विभागणीमध्ये ज्या कनिष्ठ, मागास, अस्पृश्य अशा दलित जातीतील स्त्रिया इतर सवर्ण स्त्रियांपेक्षा अधिक शोषणाच्या बळी होत्या, त्यांचे दलित स्त्री म्हणून वेगवेगळ्या पातळीवर शोषण केले जात असल्याचे दिसून येते. दलित स्त्री त्यामुळेच समाजव्यवस्थेमधील सर्वांत शेवटचा घटक असलेली दिसून येतो.

डॉ. बाबासाहेब आंबेडकर म्हणतात,

"हिंदू जातीव्यवस्था मडक्याचे एकावर एक ठेवलेले पिरॅमिड असल्याचे म्हटले आहे. त्यामध्ये ब्राह्मण व क्षत्रिय सगळ्यात वर असतात तर शूद्र व अतिशूद्र सगळ्यात खाली असतात. त्याच्याही खाली दलित स्त्री असते."[१२४] समाजव्यवस्थेतील खालचा स्तर म्हणजे दलित स्त्री आहे. दलित स्त्री ही शेवटचा घटक असल्यामुळे त्याचा परिणाम दर्जावर व भूमिकेवर होतो. ब्राह्मण संस्कृतीला मजबूत करण्यासाठी त्यांनी योजलेल्या उपक्रमांमध्ये पावित्र्य, शारीरिक श्रम, अवमूल्यन, स्वधर्म व कर्म यांच्या संकल्पना, पूर्वजांच्या आराधना इ. गोष्टींतून दलित आणि त्यांची संस्कृती खालच्या दर्जाची कशी राहील अशी व्यवस्था केली आहे.[१२५] दलित स्त्रियांचा दर्जा समाजव्यवस्थेने ठरवून दिलेल्या रूढी, परंपरा – ज्या निर्माण केल्या आहेत – त्यामधून दलित स्त्रियांची जडणघडण करण्याच्या हेतूनेच तिचा दर्जा निश्चित केला जातो. दलित स्त्री ही पददलित आहे. तिची आपल्या कुटुंबात ससेहोलपट होतेच, कारण ती एक स्त्री आहे. त्याचबरोबर दलित स्त्री म्हणून समाजाकडून मिळालेला दर्जा कनिष्ठ असल्याने समाजव्यवस्थेने लावून दिलेल्या प्रथा परंपरांना त्यांना तोंड द्यावे लागते.[१२६] म्हणजेच दलित जातीतील स्त्री म्हणून दलित स्त्रियांवर स्वतंत्र बंधने असलेली दिसून येतात.

जातीव्यवस्था दलित स्त्रियांचा छळ करून थांबत नाही; तर त्याहीपुढे जाऊन ही व्यवस्था तिच्यावर धर्माच्या नावाखाली अनेक बंधने लादून तिला सदासर्वकाळ चारही बाजूने पूर्ण गुलामगिरीत ठेवते.[१२७] दलित स्त्रियांवरील या बंधनांमुळे तिचे होणारे शोषण हे समाजातील सर्व पातळ्यांवर असलेले दिसून येते. सरोज कांबळे म्हणतात, "दलित स्त्री शिक्षण व्यवस्था, राहणीमान आणि सामाजिक, आर्थिक दर्जा या सर्वच संदर्भात ब्राह्मणी पांढरपेशा प्रभाव क्षमतेपासून अतिदूर असते."[१२८] यामुळे दलित स्त्रियांचे शोषण होते. तिला अनेक बाबींना बळी पडावे लागते. दलित स्त्री दुप्पट जाच सहन करते. स्त्री म्हणून सगळीकडे भोगत असलेला त्रास तर तिला असतोच पण त्याशिवाय ती अनेक प्रकारच्या सामाजिक, आर्थिक, सांस्कृतिक पिळवणुकीला बळी पडते.[१२९] दलित स्त्री म्हणून ती आर्थिकदृष्ट्या कायम परावलंबी असते. आर्थिक परावलंबनामुळे दलित स्त्री म्हणून मुळातच ती दारिद्र्यामध्ये पिचलेली, म्हणून फारसे सुखाचे व चैनीचे जीवन जगता येत नाही.[१३०] तसेच दलित स्त्री म्हणून तिला लैंगिक अत्याचाराचे बळी पडावे लागते. लैंगिक अत्याचार तिला सहन करावा लागतो. दलित महिला संपूर्णपणे तुडविली गेली आहे. तिच्यावर अत्याचार होतो, महिला व दलित म्हणून तिचे कार्य कलंकित होते. त्यामुळेच धर्मशास्त्रे शूद्रातील शूद्र स्त्री ही उच्च जातीला वासना दमनासाठी आहे, असे सूचित करतात. परिणामी दलित स्त्रियांच्या लैंगिक शोषणासाठी वेश्यावस्त्या उभ्या राहतात.[१३१] दलित जातीतील अशा प्रकारे

दलित स्त्री म्हणून होणारे शोषण हे वेगवेगळ्या पातळीवरील आहे. दलित स्त्रियांच्या श्रमाला प्रतिष्ठा प्राप्त होत नाही. तिला कनिष्ठ दर्जा दिला जातो. स्त्रियांमध्येदेखील पवित्र व अपवित्र असा भेद केला जातो. वरच्या जाती वर्गातील स्त्रीला देवी बनविले जाते, तर अन्य स्त्रियांना दासी, मोलकरीण, वेश्या बनविलेले असते.[१३२] म्हणजेच स्त्रियांना पार पाडाव्या लागणाऱ्या भूमिका ह्या त्या-त्या जातीच्या दर्जावर अवलंबून असतात असेच लक्षात येते.

जातीने प्रभावित झालेल्या भूमिका त्यांना आपल्या कुटुंबातून पार पाडाव्या लागतात. प्रा.नंदा कांबळे म्हणतात, ''वर्ण-जातीव्यवस्थेत तिची स्त्री म्हणून जशी पिळवणूक होते, तशीच कनिष्ठ जातीतील स्त्री म्हणूनही तिची पिळवणूक होते.''[१३३] त्याचा परिणाम भूमिकांवर निश्चित होतो. दलित स्त्रियांची होणारी पिळवणूक ही सर्वच क्षेत्रांत असलेली दिसून येते. दलित स्त्री अनेक बाबींपासून वंचित राहते. अनेक क्षेत्रांत ती मागे असलेली दिसून येते. दलित स्त्री म्हणून विविध प्रकारची श्रमाची कामे तिला करावी लागत असत. शेतावरील शेतमजुरी, कुटुंबाचा गाडा चालविण्याची जबाबदारी - त्यामध्ये कोसन्‌कोस दूर जाऊन पाणी आणणे, जळणासाठी लाकूडफाटा जमा करणे, त्यासाठी वणवण भटकणे आणि हे करत असताना गावगुंडांच्या पाशवीपणाची शिकार होणे हा दलित स्त्रियांच्या जीवनक्रमाचा अविभाज्य भाग आहे.[१३४] अशा स्वरूपाचे श्रम करून ती आपली दैनंदिन उपजीविका पार पाडत असताना ती अनेक शोषणांची बळी ठरलेली दिसून येते. दलित स्त्री तर त्यापेक्षाही निम्न दर्जाची समजली जाते.

भारतातील घरकाम करणाऱ्या बहुतेक स्त्रिया दलित आहेत. अशा धार्मिक, सामाजिक रचनेत दलित स्त्री ही आपल्या कुटुंबाच्या आर्थिक व सांस्कृतिक शोषणाची बळी ठरते.[१३५] दलित स्त्री म्हणून ती कौटुंबिक, आर्थिक, सामाजिक, सांस्कृतिक क्षेत्रांत मागासलेली दिसून येते. स्त्रीमुक्तीसाठी व स्त्रीसुधारणेसाठी जे प्रयत्न झाले, त्याचादेखील उपयोग दलित स्त्रियांना फारसा झाला नाही. ब्राह्मणी सुधारकांनी ती चळवळ ब्राह्मणांच्या विकासाचे साधन बनविली. याचा परिणाम म्हणून वरच्या जातीच्या स्त्रियांनी शिक्षण, उद्योग, व्यवसाय इ. क्षेत्रांत डोळ्यांत भरेल अशी प्रगती केली. ब्राह्मण वर्गाला त्याचा फायदा मिळून तो अधिक सुसंघटित झाला आणि त्याच वेळी मागास जाती, दलित आणि आदिवासी या बहुजन वर्गातील स्त्रिया मात्र सर्वच क्षेत्रांत प्रचंड मागे आहेत.[१३६] दलित स्त्री हा वंचित घटक म्हणून उल्लेख होऊ लागला. दलित स्त्रिया ह्या विकासाच्या फायद्यापासून वंचित राहिल्याच आहेत, परंतु पुरुषाच्या स्थानात उन्नती झाल्यानंतर स्त्रियांवरच नियंत्रण वाढले.[१३७] दलित स्त्री ही कायम नियंत्रणात असते. अनेक बाबतीत ती शोषित, वंचित, वर्जित राहिलेली दिसून येते.

१.९ मातंग स्त्रीचा दर्जा व भूमिका

भारतीय समाजव्यवस्थेतील स्त्रियांचा दर्जा व भूमिका ठरविण्यासाठी जातीची भूमिका महत्त्वाची असलेली दिसून येते. भारतीय समाज हा जातीनिष्ठ समाज आहे. जातीची विभागणी श्रेष्ठ ते कनिष्ठ अशा उतरत्या श्रेणीरचनेप्रमाणे झाली. कनिष्ठ जाती ह्या अस्पृश्य, मागास, दलित जातींमध्ये समाविष्ट असलेल्या दिसून येतात. कनिष्ठ अस्पृश्य जातींचा समावेश अनुसूचित जातींमध्ये केलेला आहे. अनुसूचित जातींमधील एक जात म्हणून 'मातंग' जातीचा उल्लेख आढळतो. 'मातंग' जातीतील स्त्री-पुरुष प्रमाण महाराष्ट्राच्या संदर्भात पाहिले, तर असे लक्षात येते की,

"इ.स. २००१ च्या जनगणनेनुसार महाराष्ट्रातील मातंग जातीतील ३२.५ टक्के या प्रमाणाच्या आधारे मातंगांची लोकसंख्या २३ लाख २ हजार ६३२ एवढी आहे. त्यातील मातंग स्त्रियांचे प्रमाण ४९ टक्क्यांच्या आसपास आहे."[१३८] त्यामुळे महाराष्ट्राच्या बहुतेक खेड्यांत मातंग जातीचे वास्तव्य आहे. खेड्यात स्वतंत्र वस्ती करून राहणाऱ्या मातंग जातीच्या वस्तीला 'मांगवाडा' असे म्हटले जाते. मांगवाड्यात राहणाऱ्या मातंग जातीतील स्त्रियांचा दर्जा व त्यांच्या भूमिकांबाबतचा ऐतिहासिक आढावा घेतल्यास असे लक्षात येते की, मातंग स्त्रीचा उल्लेख काही ग्रंथांमधून आढळून येतो.

"ज्ञानेश्वरीमध्ये मांगी असा निर्देश आला आहे."[१३९] मातंग स्त्रीबद्दल भारतीय संस्कृतीकोषामधून 'मातंगी' हे माग, व मादीकग जातीचा कुलदैवता 'मादीग' हे स्वतःला मक्कळू (मांगीचे पुत्र) असे म्हणतात. मातंग स्त्रियांबद्दल अशी वेगवेगळी नावे व उल्लेख असलेले दिसून आले आहे.

मातंग जातीच्या संदर्भात डॉ. भा.कि. खडसे यांच्या 'मांग जात-समाजशास्त्रीय अध्ययन' यामधून काही कथा दिल्या आहेत. 'मातंगी' हे दुर्गेचेच रूप आहे. प्राचीन काळी मातंग ऋषी सर्व जीवांना वश करण्याची सिद्धी प्राप्त व्हावी म्हणून तप करीत होते. हजारो वर्षे त्यांचे तप चालले होते. एके दिवशी त्रिपुरसुंदरीच्या नेत्रातून एक तेजोगोल बाहेर पडला आणि त्यातून श्याम वर्णाची एक देवी निर्माण झाली. मातंग ऋषींकरिता प्रकटली. म्हणून ती 'मातंगी' या नावाने प्रसिद्ध झाली."[१४०] मातंग स्त्रीला देवीचे रूप देण्यात आले. तिच्यापासून पुढे समाजाची उत्पत्ती झाली. दुर्गा मातेच्या रूपाप्रमाणेच तिचा उल्लेख रेणुकेच्या संदर्भातदेखील केलेला आहे.

"परशुरामाने रेणुकेचे शिर तोडल्यावर ते अंतराळात उडून गेले. परशुराम त्या शिराच्या शोधासाठी निघाला, पण ते त्याला सापडले नाही. शेवटी त्याने एका मांगिणीचे शिर तोडून ते रेणुकेच्या धडाला जोडून तिला सजीव केले. त्या दिवसापासून रेणुका ही मातंगी बनली. हिचे कान पंखासारखे, दात फाळासारखे व तोंड उघडे असते. ती गाढवावर बसते. तिच्या एका हाती केरसुणी व दुसऱ्या हाती पाण्याची खुजा असते.

शितल देवीच्या स्थळाजवळ बहुधा हिचे स्थान असते.''[१४१] तसेच 'रेणुका देवी' च्या संदर्भातून मातंग स्त्रीचा उल्लेख हा प्राचीन काळापासून असलेला दिसून येतो.

जमदग्नी भार्या रेणुका हिच्या हातून एके दिवशी काही प्रमाद घडला म्हणून जमदग्नी तिच्यावर रागावला. त्याने आपला मुलगा परशुराम याला तिचे शिर तोडायला सांगितले. त्याच्या एका बाणाने रेणुकेचे शिर तर तुटलेच; शिवाय तिच्या मागे तिची मादिग जातीची दासी होती, तिचेही शिर तुटले. पुढे जमदग्नीचा क्रोध शमला. त्याने रेणुकेला पुनःश्च जीवदान देण्याचे मान्य केले. मग परशुराम त्या उद्योगाला लागला. रात्रीच्या अंधारात तो धडाला शिर चिकटवित असता त्यांच्या हातून एक चूक झाली. त्याने रेणुकेचे मस्तक दासीच्या धडावर आणि दासीचे मस्तक रेणुकेच्या धडावर चिकटवले. त्या दोघीही जिवंत झाल्या. सकाळी ही चूक परशुरामाला व जगदग्नीलाही कळाली, पण आज्ञाधारक पुत्राकडे पाहून जमदग्नीने क्रोध न करता रेणुकेचे शिर ज्या धडावर चिकटविले, तिचा आपली पत्नी म्हणून स्वीकार केला. ती मादिग दासी पुढे मातंगी या नावाने प्रसिद्ध झाली.[१४२] प्राचीन काळापासून मातंगी अस्तित्वात होती. मातंग स्त्रीच्या उत्पत्तीसंबंधी अशा काही कथा दिलेल्या दिसून येतात. उत्पत्तीच्या संदर्भात मांग स्त्रियांच्या लोककथा ह्या ऐतिहासिक दृष्टीने तिची पार्श्वभूमी सांगतात. मातंग जातीच्या व मातंग स्त्रियांच्या उत्पत्तीबाबत कुठेही समाजशास्त्रीय लिखाण आढळून येत नाही.

मातंग स्त्रियांच्या दर्जाच्या व भूमिकांच्या संदर्भात स्वातंत्र्यपूर्व काळात इ.स.१८५५साली मातंग स्त्रियांची स्थिती स्पष्ट करताना जातीने मातंग असलेल्या मुक्ता साळवे हिने लिहिलेल्या निबंधातून असे स्पष्ट केले आहे की, ''वेद जर ब्राह्मणांसाठी आहेत, तर आम्हासाठी काही नाही. हे भगवान, तुजकडून आलेला कोणता धर्म तो आम्हाला कळीव म्हणजे आम्ही सर्व त्यांच्यासारखे अनुभव घेऊ, इतकेच नाही; तर आम्हा गरीब मांग, महारास हाकलून देऊन मोठमोठ्या इमारती बांधून हे लोक बसलेले आहेत. त्या इमारतीच्या पायात आम्हाला तेल, सेंदूर पुरवण्याने आमच्या वंशाला निर्वंश करण्याचा क्रम चालविला होता. एका शिवण्याच्या बंदीपासून आम्हावर किती दुःखे पडतात. आम्हाला कोणी चाकरी ठेवीत नाही. ज्या वेळेस आमच्यातील स्त्रिया बाळंत होतात, त्या वेळेस त्यांच्या घरावर छप्पर नसते. एखाद्या वेळेस त्यास बाळंत रोग झाला, तर औषधास व वैद्यास पैसा काढून देणार असा कोणता तुम्हामध्ये संभावित वैद्य होता की त्याने लोकांना फुकट औषध दिली? हे जुलूम विस्ताराने लिहू लागले, तर मला रडू येते.''[१४३] १९व्या शतकातील मातंग स्त्रीच्या जीवनाचे वास्तव यातून स्पष्ट होते. मातंग समाजातील स्त्रियांवर सामाजिक, शैक्षणिक, आर्थिक, धार्मिक, आरोग्यविषयक, शारीरिक, लैंगिक इ. स्वरूपाची बंधने

कशा प्रकारची आहेत हेच लिखाणातून मांडलेले आहे. मुक्ता साळवे यांनी भारतीय समाजात दलित मातंग स्त्रीला मिळणारा दर्जा कनिष्ठ आहे, मातंग स्त्री ही दलिततील दलित स्त्री म्हणून तिचा उल्लेख केला आहे. मातंग स्त्री एक दलित स्त्री म्हणून तिला तिहेरी शोषणास सामोरे जावे लागते. मातंग स्त्री म्हणून तिच्यावर लादलेली बंधने, तिचे होणारे शोषण हे दलित स्त्रियांसारखेच किंवा त्याच्यापेक्षाही अधिक आहे; कारण मातंग जात ही अनुसूचित जातींमधील सर्वांत मागासलेली असल्यामुळे मातंग स्त्रीचे होणारे शोषण दलित स्त्रीपेक्षा अधिक आहे. मातंग स्त्रीवर जातीने धार्मिक, सांस्कृतिक, राहणीमानविषयक, सामाजिक श्रमविभागणीच्या आधारावर, व्यवसायाधिष्ठित अशी असंख्य बंधने टाकून तिला एका विशिष्ट दर्जाच्या व भूमिकेच्या चौकटीत प्राचीन काळापासून बंदिस्त केलेले आहे.

मातंग स्त्रियांवर असणाऱ्या या बंधनांमुळे ती अस्पृश्य व दलित स्त्री म्हणून तिचे अनेक प्रश्न हे दुर्लक्षित राहिले आहेत. सामाजिक स्तरीकरणातील सर्वांत शेवटचा घटक म्हणून मांग स्त्रियांचे प्रश्न वेगळे आहेत. मातंग जातीने स्त्रियांवर लादलेल्या बंधनांमुळेच मातंग जातीतील महिला अशिक्षित, अज्ञानी, परंपरागत व्यवसाय धारण केलेल्या सामान्यतः अर्धकुशल, बिनकुशल कामगार म्हणून काम करतात.[१४४] मातंग स्त्रीला कनिष्ठ व्यवसाय करावे लागत असत. व्यवसायानुसार तिला प्राप्त होणारा दर्जा कनिष्ठ असतो. मातंग जातीच्या स्त्रियांचे व्यवसाय शेतीला पूरक असत. मातंग जातीतील स्त्री–पुरुषांना अनेक प्रकारच्या कनिष्ठ प्रतीची शेतीपूरक, अस्वच्छ, अस्पृश्य कामे करावी लागत असत. त्यामध्ये ग्रामीण भागात मातंग स्त्री–पुरुष मोठ्या शेतकऱ्यांच्या कायम किंवा करारी सेवेत असतात. त्यांच्यासाठी पाण्यासाठी वेगळी विहीर असते. धोबी, न्हावी ह्या जाती मांगाचे काम करीत नाहीत. मांग स्त्री–पुरुष अस्पृश्य आहेत. शैक्षणिकदृष्ट्या खूपच मागासलेले आहेत.[१४५] बहुतेक मातंग स्त्रियांचा व्यवसाय म्हणून ग्रामीण मातंग स्त्रियाही शेतमजुरी करतात. मातंग स्त्रियांची कुटुंबेही भूमिहीन आहेत. फारच थोड्या मातंग स्त्रियांना स्वतःच्या मालकीची जमीन आहे. पारंपरिक व्यवसाय म्हणून काही कार्ये मातंग स्त्रिया करत असत. जातीला विभागून आलेली कामे या जातीकडून केली जात असत. त्या व्यवसायाबरोबरच उदरनिर्वाहासाठी या जातीतील पुरुष व स्त्रिया पुरुषाचे व्यवसाय करत असत. मातंग जातीतील स्त्री–पुरुषांचे व्यवसाय म्हणून लाकडी खराटे आणि बांबूच्या काड्यांपासून टोपले तयार करणे हे काम ते करत. आजसुद्धा उन्हाळ्यात व पावसाळ्यात दोर वळण्याचे व टोपल्या बनवण्याचे काम या जातीकडून होते.[१४६] याचबरोबर मातंग स्त्रियांना विशिष्ट प्रकारची जातीची पारंपरिक कामे पार पाडावी लागतात.

सवर्णाची बाई बाळंत झाली की त्यांचे कपडे धुण्याचे काम तिला करावे लागत

असते.[१४७] मातंग स्त्री ही पारंपरिक रूढी, प्रथा, परंपरा यांचा आधार घेऊनच आपले व्यवसाय करत असते. मांग स्त्री घरकामाबरोबर मुलांचे संगोपन करते आणि दोऱ्या वळते, झाडू तयार करते. तसेच दायीचेही काम करते.[१४८] याचबरोबर आणखीही काही काम मातंग स्त्री करत असल्याची नोंद दिसून येते. मांग जातीच्या समाजातील स्त्री व पुरुषांचे व्यवसाय लाकडी खराटे आणि बाबूंच्या काड्यांपासून टोपल्या तयार करणे हे आहे. मांग स्त्रीला ही कामे पारंपरिक व्यवसाय म्हणून करावी लागत असत.[१४९] पारंपरिक पद्धतीने मातंग स्त्री करत असलेले दायीचे काम हे शुभ मानले जाते.

चंद्रकांत वानखेडे म्हणतात, ''हिंदू संस्कृतीत मानव जन्म हा शुभ मानला जातो. अशा मानव जन्माच्या वेळी बाळाला या विश्वाचे प्रथम दर्शन होत असते. हे प्रथम दर्शन त्याला शुभ, मंगल दर्शन घडावे, त्याचे जीवन शुभ व मंगल व्हावे यासाठी त्या प्रसंगी हमखासपणे मांगीण स्त्रीलाच बाळंतपण करावे लागत असे. तसा गावगाड्यात नियम होता. हे तिचे काम पारंपरिक आहे असे ठरवून दिले गेले होते. मांगिणीचा तो बाळाला प्रथम स्पर्श, मांगिणीचे प्रथम दर्शन, मांगिणी स्त्रीद्वारे जन्मतः बाळाचे कान फुंकून मंत्रोच्चार करणे ही कार्ये अत्यंत शुभ व मंगल आहेत, अशी त्या काळातील धारणा होती. मांगीण स्त्रीद्वारे प्रथमज्ञानाची सुरुवात व्हावी असा यामागे उद्देश होता व हे शुभ व मंगल कार्य या मांगिणी बाईच्या हस्तेच झाले पाहिजे अशीही रूढी होती.''[१५०] मातंग स्त्री ही दायीसारख्या पारंपरिक कामात अडकलेली दिसून येते. असे असले, तरी बाळंत स्त्रीचे काम करणे अस्पृश्य मानले जात होते व मातंग स्त्रीला करावे लागत असे. त्यामध्ये काही कामे – सणाच्या दुसऱ्या दिवशी पत्रावळी नेणे, अमावस्येला ग्रहण मागणे, ग्रहण मागत असताना तिला सवर्ण स्त्रियांकडून तेल, मीठ, मिरच्या, उडीद, बिबे, खिळे, केस टाकण्यात येत. ग्रहणाच्या वेळी 'दे दान –सुटे गिऱ्हाण' म्हणून मागणे, गावातील विटाळशी व बाळंतीण बाईचे कपडे धुणे अशी विविध कामे करावी लागत असत.[१५१] ही कामे अस्पृश्य व टाकाऊ समजली जात होती. मातंग स्त्रियांच्या कामाचे स्वरूप पाहिले, तर ग्रामीण भागात मातंग स्त्रिया दाईचे कार्य करीत असत. तसेच त्यांच्याकडून वेठबिगारीवर अत्यंत घाणेरडी कामे करवून घेतली जातात. बाळंतपण करणे, मालिश करणे, त्याऐवजी शिळ्या भाकरी स्वीकारणे इ. कामे करावी लागतात.[१५२] मातंग स्त्रियांचे कामाचे स्वरूप आपल्या लक्षात येते. मातंग स्त्री म्हणून विशिष्ट प्रकारचे व्यवसाय व पारंपरिक अस्पृश्य कामे तिला करावे लागतात. मातंग स्त्रियांच्या कामाच्या स्वरूपावरून व व्यवसायावरून हेच लक्षात येते की, मातंग स्त्रियांचा दर्जा हा कनिष्ठ स्वरूपाचा होता व आहे. जातीने ठरवून दिलेली कामे या स्त्रियांना करावी लागत होती.

मातंग स्त्रियांच्या कौटुंबिक स्थानाविषयी विचार केला, तर मातंग जातीची

कौटुंबिक पद्धती पुरुषप्रधान होती. कुटुंबामध्ये स्त्रियांना दुय्यम दर्जा दिला जात असे. कुटुंबातील अनेक जबाबदाऱ्या स्त्रियांना पार पाडाव्या लागत असत. कुटुंबातील मुलांचे पालनपोषण ती करत असे. मुलांना सांभाळून त्या इतर पारंपरिक कामे करत. सरपण आणणे, पाणी भरणे ही कामे कुटुंबात स्त्रीलाच करावी लागत असत.[१५३] मातंग स्त्री आपली कौटुंबिक भूमिका पार पाडत असताना अनेक कौटुंबिक जबाबदाऱ्या तिला सांभाळाव्या लागतात. मातंग स्त्रियांचे धार्मिक जीवन पारंपरिकतेने प्रभावित झालेले आहे. मातंग जातीवर हिंदू धर्माचा प्रभाव होता. मातंग स्त्रियांवर हिंदू धर्माची बंधने असलेली दिसून येतात.

मातंग स्त्री-पुरुष करीत असलेल्या कामातून ती समाजातील जातीने ठरवून दिलेली कामे करून पापवाहक म्हणून कार्ये करत होती. पापवाहकाचे कार्य हा एक धार्मिकतेचा भाग होता. त्यासाठी विशिष्ट विधी केला जात असे. आषाढ महिन्यात मांग स्त्रीला व्रतस्थ बसवून, तिच्या डोक्यावर पाटी देऊन, नवे लुगडे नेसवून, मरीआई देवळापासून मिरवणूक काढून गावाबाहेर घालवितात. डोक्यावरील वाटीत निरनिराळे लोक धान्याचा 'बाखळा' टाकतात. मरीआई ही रोगनिवारक देवता. त्यामुळे या देवतेच्या कोपापासून सुटका करण्यासाठीच्या कामात मांग स्त्री-पुरुष सहभागी होतात. गावाला रोगमुक्त करतात.[१५४] गावाचे आरोग्य व जातीतील स्त्री-पुरुषांचे आरोग्य चांगले राहावे यासाठी धार्मिक विधी तिला करावे लागत असत. यासाठी धार्मिक प्रथा व रूढी-परंपरेवर आधारित मातंग स्त्रीला काही आर्थिक उत्पन्नाची कामे मिळत असत. मातंग स्त्रियांत देवदासी, वाघ्या, मुरळी, जोगण-जोगणी, खंडोबाची मुरळी ह्या धार्मिक प्रथा असलेल्या दिसून येतात.[१५५] धार्मिक प्रथेनुसार मातंग स्त्रीला आपल्या कुटुंबाला लागणाऱ्या अन्नधान्याची व आर्थिकतेची गरज पूर्ण करता येत होती; कारण हिंदू सण-समारंभ साजरे करणे, त्याच दिवशी गावातील सवर्णांकडे अन्न मागणे, दुसऱ्या दिवशीही शिळे अन्न मागून आणून त्यामधून कुटुंबाचा उदरनिर्वाह करावा लागत असे.

दिवाळीच्या सणात मातंग स्त्री-पुरुष गावाच्या प्रतिष्ठित किंवा पाटील लोकांना आरती घेऊन ओवाळतात आणि 'इडापीडा जावो, बळीचे राज्य येवो' असे म्हणतात. त्या वेळी लोक आरतीच्या ताटात पैसे टाकतात.[१५६] मातंग जातीतील स्त्रिया ह्या हिंदू धर्मातील धार्मिक सण, समारंभ, रूढी, प्रथा यांचे पालन करतात. सार्वजनिक धार्मिक कार्यात त्या सहभागी होतात. कुलदेवतांच्या यात्रांत व कार्यक्रमांत सहभागी होत असत. गावाच्या जत्रांमध्ये कुलदेवताला जाण्याची एक विशिष्ट प्रथा मातंग समाजातील स्त्री-पुरुष यांच्यात रूढ आहे. कळकाच्या काठीला नवीन कपडे घालायचे. सनई, सूर, हलगी वाजवीत मातंग स्त्रिया काठी देवीच्या मंदिरात घेऊन जातात. मरीआईला नारळ फोडतात.[१५७] असे धार्मिक जीवन मातंग स्त्रिया जगताना दिसून येतात. मातंग जातीतील

स्त्रिया ह्या धार्मिक उत्सव, सण-समारंभ यामध्ये सहभागी होतात. धार्मिक दर्जानुसार तिला कायम दुय्यम स्थान दिलेले आहे. तसेच अस्पृश्य जातीतील म्हणून अनेक धार्मिक बंधने तिच्यावर लादलेली आहेत.

मातंग स्त्रियांच्या वैवाहिक दर्जाविषयी आढावा घेतला, तर तिच्या वैवाहिक जीवनावर असंख्य बंधने असलेली दिसून येतात. मातंग जातीतील पुरुष अनेक विवाह करतात. वडीलधारी मंडळी त्यांचे विवाह जुळवितात. स्त्रियांसाठी विवाहाचे चिन्ह म्हणजे मंगळसूत्र व जोडवे. हुंडा नगद किंवा इतर वस्तू स्वरूपात घेतला जातो. वधूकिंमत देण्याची प्रथा कमी होऊ लागली. घटस्फोटाला व पुनर्विवाहाला समाजाची हरकत नव्हती. गांधर्व विवाहदेखील अस्तित्वात होता.[१५८] लग्नविधी हा मुलीच्या घरी केला जात होता. लग्नविधी हे हिंदू धर्माप्रमाणेच केलेले दिसून येतात. लग्न वधू-वर पक्षांच्या संगनमताने जुळविले जातात. लग्नविधी ब्राह्मणाला विचारून ठरविला जातो. साखरपुडा मुलीच्या घरी केला जातो आणि हळदीचा कार्यक्रम दोन्हीकडे होतो. त्या प्रसंगी भैरोबा, खंडोबा व कुलदैवत यांची पूजा केली जाते. मुलीच्या घरीच लग्नाचा कार्यक्रम होतो. आहेर केले जातात. वधू-वर, माता-पित्यांचा सत्कार होतो. वैदिक पद्धतीने आंतरपाट धरून, मंगलाष्टके म्हणून लग्नविधी पार पाडला जातो. लग्नामध्ये सर्वांना भोजनाची व्यवस्था असते.[१५९] म्हणजेच मातंग जातीतील लग्नविधी हे हिंदू धर्माप्रमाणेच केले जातात. हिंदूप्रमाणेच वधू-वर निवडीवर निर्बंध, कुलदैवत पूजा, आहेर घेणे इत्यादींचे अनुकरण मातंग स्त्रियांकडून होत आहे. हुंडाप्रथाही प्रचलित झाली आहे.

मातंग जातीमधून विवाहाच्या वेळी स्त्रियांना कोणतेही स्वातंत्र्य नव्हते. विवाहाच्या वेळी तिच्यावर अनेक बंधने टाकून तिला बंदिस्त केलेले दिसून येते. मातंग समाजातील स्त्रियांची स्थिती अत्यंत वाईट अशी आहे. आजही अमानुष रूढी, अंधश्रद्धा, धर्मांधता, अज्ञान, दारिद्र्य अशा नरकमय जीवनाच्या वाटेवर त्यांना चालावे लागत, त्यांच्यावर सामाजिक अन्याय केले जातात व त्यांचा जातीयतेतून छळ होतो. गावकुसाबाहेर कोंडवाडा करून त्यांना ठेवावे अशी अमानवी सामाजिक अवस्था मातंग समाजाची प्रत्येक गावातून दिसून येते.[१६०] अशा बंदिस्त अवस्थेत मातंग समाजातील स्त्री-पुरुषाची अवस्था असल्याचे दिसून येते. विशेषतः मातंग स्त्रियांना पारंपरिक बंधनांमुळे अनेक समस्यांना तोंड द्यावे लागते.

मातंग समाजातील स्त्री-पुरुष छळाचा अमानवी तिरस्कार केला जात आहे, तरीही या समाजात संघर्ष करण्याची लक्षणे नाहीत. समाजात अनेक परिवर्तने होत असली, तरी मातंग स्त्रियांच्या दर्जात व भूमिकेत मात्र खूप असे परिवर्तन झाले नाही.[१६१] कनिष्ठ जातीतील मातंग स्त्री म्हणून तिला तिहेरी शोषणाबरोबरच मागासलेल्या

मातंग जातीच्या बंधनालाही बळी पडावे लागते. मातंग जातीतील स्त्रियांची स्थिती अत्यंत वाईट आहे. मातंग माता-भगिनींच्या इज्जती लुटल्या जात आहेत. दिवसाढवळ्या मातंग समाजाच्या महिलांना मारहाण होते. तिच्यावरील अत्याचाराने परिसीमा ओलांडली आहे.[१६२] मातंग स्त्रियांवर जातीची व धर्माची बंधने टाकली आहेत. या बंधनांमध्ये तिला आपले जीवन जगावे लागते. सामाजिक बहिष्कृत जात म्हणूनही तिची ओळख आहे. त्यामुळे गावामधून अस्पृश्य कनिष्ठ जातीतील स्त्री म्हणून अनेक ठिकाणी सामाजिकदृष्ट्या बहिष्कृत करणे व तिच्यावरील अन्याय-अत्याचाराचे प्रमाण वाढणे हे स्पष्ट होते.

'मातंग' जातीने अनेक प्रकारची बंधने त्यांच्या स्त्रियांवर लादलेली होती. जातीचे निर्बंध तिच्यावर टाकून तिला अनेक जीवनावश्यक बाबींपासून, मूलभूत हक्कांपासून, तसेच सामाजिक, आर्थिक, राजकीय, शैक्षणिक, धार्मिक इत्यादी बाबींपासून दूर ठेवलेले आहे. समाजातील 'मातंग' स्त्रियांचा दर्जा व त्यांची भूमिका कनिष्ठ आहे. 'मातंग' स्त्रियांचे प्रश्न, समस्या, तिचा दर्जा व तिची भूमिका ही इतर स्त्रियांपेक्षा वेगळी होती. जातीचे प्रभुत्व तिच्या दर्जावर व भूमिकेवर होते. अनुसूचित जातींसाठी असलेल्या शासकीय योजना, स्त्रियांसाठी असणाऱ्या विविध योजना, अनुसूचित जातींसाठी असलेली आरक्षणाची सुविधा यांचा लाभ मातंग स्त्रियांना झालेला दिसून येत नाही. त्यामुळे मातंग स्त्रियांच्या भूमिकेत फारसे परिवर्तन झालेले नाही. मातंग स्त्री ही समाजातील एक वंचित, दुर्लक्षित व वर्जित असलेली दिसून येते.

भारतीय समाजातील अनुसूचित जातीतील मातंग स्त्रियांबद्दल स्वतंत्र असे संशोधनही झालेले नाहीत. मातंग स्त्रियांच्या दर्जाची स्वतंत्र अशी मांडणी समाजशास्त्रीय दृष्टिकोनातून फार कमी झालेली आहे. त्यामुळे दलित म्हणून भारतीय समाजातून तिला मिळणारा दर्जा, मातंग जातीला प्राप्त होणारा दर्जा या संबंधित जे अभ्यास झालेले आहेत, त्याचा थोडक्यात आढावा संशोधन साहित्यामधून घेतलेला आहे.

१.१० संशोधन साहित्याचा आढावा

भारतीय समाजातील स्त्रियांच्या दर्जाच्या स्थितीबद्दलचे संशोधन करून त्यांची मांडणी अनेक अभ्यासकांनी पुढीलप्रमाणे केलेली दिसून येते.

श्री. पी. थॉमस[१६३] यांनी 'Indian Woman Through the Ages' या ग्रंथातून भारतीय स्त्रियांच्या विविध कालखंडातील दर्जाबद्दलचे विश्लेषण त्यांनी केलेले दिसून येते. वैदिक काळातील स्त्रियांचा दर्जा हा उन्नत व उच्च होता; तर उत्तर वैदिक कालखंडापासून ते आधुनिक कालखंडापर्यंत मात्र स्त्रियांचा दर्जा हा कनिष्ठ व दुय्यम होत गेलेला दिसून येतो, असे विश्लेषण केले आहे. वैदिक कालखंडातील स्त्रियांच्या दर्जाविषयी **एस.एस.राव**[१६४] यांनी 'Women in Vedic Age' या ग्रंथातून स्त्रियांच्या

दर्जासंबंधी विश्लेषण केलेले आहे व त्यामधून त्यांनी या कालखंडात स्त्रियांचा दर्जा हा उच्च व उन्नत होता, असे स्पष्ट केले आहे. तसेच स्मृती कालखंडातील स्त्रियांचा दर्जा अतिशय कनिष्ठ होत गेला. स्त्री समाजातील एक अस्पृश्य व दलित घटक मानली जाऊ लागली. स्त्रियांवर अनेक बंधने लादून तिला बंदिस्त केले. तिला कनिष्ठ स्वरूपाचा दर्जा व तशीच भूमिका देण्यात आली, असे विश्लेषण **प्रो. इंदिरा**[१६५] यांनी 'The Position of Woman in the Ancient India' या ग्रंथातून केलेले दिसून येते. स्त्रियांच्या दर्जावर व भूमिकेवर औद्योगिकीकरणाचा परिणाम कशा पद्धतीने झाला, औद्योगिकीकरणाच्या प्रक्रियेमुळे स्त्रियांवर अनेक बंधने लादण्यात आली अशा प्रकारचे विश्लेषण केले, तर 'The Position of Woman in India' मधून **कमला भसीन**[१६६] यांनी स्त्रियांच्या दर्जाचा व भूमिकेचा अभ्यास करण्यासाठी व स्त्रियांची स्थिती जाणून घेण्यासाठी राष्ट्रीय पातळीवरूनदेखील संयुक्त राष्ट्र संघांच्या माध्यमातून काही प्रयत्न केलेले दिसून येतात. इ.स.१९४५साली संयुक्त राष्ट्रांच्या स्थापनेनंतर त्यांच्याच सूचनेनुसार राष्ट्रीय पातळीवर १९४६साली महिलांच्या स्थितीचा व दर्जाचा, भूमिकेचा आढावा घेण्यासाठी आयोग स्थापन करण्यात आले. भारतात **फुलरेणू गुहा**[१६७] यांच्या अध्यक्षतेखाली इ.स.१९७१ साली महिला आयोगाची स्थापना करण्यात आली व या आयोगाला स्त्रियांच्या स्थितीविषयक अहवाल सरकारकडे सादर करण्याचे कळविण्यात आले. इ.स.१९७४ ला सादर करण्यात आलेल्या अहवालानुसार स्वातंत्र्य प्राप्तीनंतरच्या स्त्रियांच्या स्थितीविषयक आढावा घेण्यात आला. त्यामधून स्त्रियांच्या स्थितीमध्ये व दर्जात व भूमिकेत फारसे परिवर्तन व सुधारणा झालेली दिसून येत नाही, असे निष्कर्ष मांडण्यात आले.

स्त्रियांच्या अभ्यासाबरोबरच विशिष्ट क्षेत्रात काम करणाऱ्या स्त्रियांचा अभ्यास करण्यास प्रारंभ झालेला दिसून येतो. कामगार स्त्रियांचे काही अभ्यास पुढीलप्रमाणे झालेले दिसून येतात. त्यामध्ये कामगार स्त्रियांचा दर्जा व त्यांची भूमिका स्पष्ट होते. 'Changing Status of Woman in Post Independent India' या ग्रंथातून **सी.ए. हॉट**[१६८] यांनी कामगार महिलांविषयीची मांडणी केलेली दिसून येते. कामगार महिलांमध्ये स्वातंत्र्यप्राप्तीनंतरच्या कालखंडात होत जाणाऱ्या परिवर्तनाचे त्यांनी वर्णन केलेले आहे. स्त्रियांच्या आर्थिक व वैयक्तिक दर्जाबद्दल परिवर्तन होत आहे असे विश्लेषण त्यांनी केले.

व्ही.बी. कर्मिक[१६९] यांनी आपल्या 'Status of Women Employment and Economic Aspect' या ग्रंथातून कामगार स्त्रियांचा अभ्यास केला. त्यामधून असे स्पष्ट दिसून आले की, ९० टक्के स्त्रिया ह्या शेतमजुरांचे काम करतात. महिला रोजगार व आर्थिक स्थिती याचा आढावा त्यांनी यामधून घेतला आहे. **पद्मिनी**

सेन[१७०] यांनी 'Women Working in India' या ग्रंथामधून स्त्रियांसाठी रोजगाराच्या संधी व शिक्षण यामुळे स्त्रियांच्या दर्जा व त्यांच्या भूमिकेमधील परिवर्तन झाले आहे, असे स्पष्ट केले आहे. **एस.एन. रानडे**[१७१] यांनी 'Women Construction Works' यामधून कामगार महिला ह्या गुत्तेदार व ठेकेदार यांच्या आर्थिक व शारिरिक शोषणाला बळी पडतात, असे स्पष्ट केले आहे. त्याचबरोबर कामगार महिला ह्या लैंगिक अत्याचाराला बळी पडतात, अशी मांडणी स्त्रियांच्या दर्जाशी व भूमिकेशी केलेली दिसून येते.

के.एस. सिंग[१७२] या अधिकाऱ्यांनी 'The Scheduled Caste' (१९९९) या ग्रंथातून पूर्ण भारतातील अनुसूचित जातीतील प्रत्येक उपजातीच्या विशेषत्वाचा अभ्यास केला आहे. दलित जातीच्या अभ्यासाकडे विदेशी संशोधकही मोठ्या प्रमाणात आकर्षिक झाले आहेत. त्यात प्रामुख्याने गेल ऑम्व्हेट, इलियार, रॉबर्ट डिलेज, मॅकेले, रॉबीनसन व इतरांनी दलितांचा स्थूल अभ्यास करून दलितांतर्गत ज्या अनेक जाती आहेत, त्यासंबंधी कुठेतरी धावते संदर्भ देऊन त्यातून समग्र दलित चेहरा मांडण्याचा प्रयत्न केला आहे.

अनुसूचित जातीमधील स्त्रियांचे काही अभ्यास झालेले आहेत. त्यामधून त्यांनी अनुसूचित जातीतील स्त्रियांच्या स्थितीचा आढावा घेतलेला दिसून येतो.

'Untouchability and Dailt Women Opperession' या ग्रंथातून **बेला मलिक**[१७३] यांनी दलित स्त्रियांना अस्पृश्यतेमुळे असंख्य प्रश्नांना सामोरे जावे लागते असे सांगितले आहे. तर दलित महिलांच्या कुटुंबाकडे फार कमी जमिनी आहेत, प्राधान्याने त्यांच्या जमिनीत मेहनत करता येत नाही, कोणतेही हक्क सांगण्याचा अधिकार दलित महिलांना नव्हता, दलित महिलांमध्ये शेतमजूर स्त्रियांचे प्रमाण अधिक आहे, असे सांगितलेले आहे.

'Harijan Women in Indipendent India' या ग्रंथातून **पी. निर्मला भाई**[१७४] यांनी अनुसूचित जातीतील महिलांना हरिजन महिला असे म्हटले आहे. समाजातील हरिजन महिलांसाठी असलेली नवीन सामाजिक धोरणे आणि सुधारणा ज्या लिखित व अलिखित स्वरूपात आहेत, त्यांचा परिणाम हरिजन महिलांवर होतो. पारंपरिक नियम समाजाच्या विविध पातळीवर कुटुंब, जात, स्थानिक घटक प्रवेश किंवा देशपातळीवरील महिलांचे जे वास्तव्य आहे, त्याचा प्रभाव हरिजन स्त्रियांवर पडतो. त्याचबरोबर शिक्षण, आर्थिक, धार्मिक, सांस्कृतिक ह्या सर्वच घटकांचा प्रभाव स्त्रियांच्या जीवनावर, दर्जावर पडतो असे सांगितले आहे.

मुमताज अली खान आणि **नूर आयेशा**[१७५] यांनी त्यांच्या 'Status of Rural Women in India : A Study of Karnataka' या अभ्यासातून असे स्पष्ट केले की,

अनुसूचित जातीतील स्त्रियांची शाळेत प्रवेश घेण्याची संख्या सगळ्यात कमी आहे; तर निरक्षर महिलांचे प्रमाण ५४ टक्के आहे. ते पुरुषांपेक्षा अधिक आहे.

'Scheduled Caste Women Studies in Exploitation' या ग्रंथातून **हर्षद आर. त्रिवेदी**[१७६] यांनी अनुसूचित जातीतील महिलांच्या दर्जाबद्दल, शहरी व ग्रामीण या दोन्ही भागात हरिजन महिलांच्या शैक्षणिक, आर्थिक, सामाजिक व राजकीय मागासलेपणाबद्दल सांगितले आहे. त्यांनी एका मुद्द्यावर जोर दिला आहे. भारतात सर्व महिला मागासलेल्या असल्या, तरीही हरिजन महिला ह्या मागासलेल्यांपेक्षाही मागासलेल्या आहेत.

'Schduled Caste Women' या ग्रंथातून **जैन पी.सी., शशी जैन** व सुलेखा भटनागर[१७७] यांनी सांगितले की, अनुसूचित जातीतील स्त्रियांना सर्व प्रकारची अस्वच्छ कामे करावी लागतात. उच्च जातीच्या महिलांच्या मासिक पाळीच्या वेळी व बाळंतीण झाल्यानंतर त्यांची अस्पृश्य समजली जाणारी कामे करावी लागतात. म्हणून त्यांना सर्वांत जास्त अपवित्र व कलंकित असे समजले जाते. अस्पृश्यतेचा विचार सवर्णीयांच्या मनातून जाता जात नाही आणि आजही दलित कनिष्ठ असल्याची भावना आहे. अनुसूचित जातीच्या महिलांच्या संघर्षाची परिस्थिती बदललेली नाही. मांग, दलित महिलांच्या आकांक्षा वाढलेल्या आहेत.

'Dalits and Social Mobilisation' या ग्रंथातून **डॉ. एम.एन. शिवप्रकाशम**[१७८] यांनी सांगितले की, दलित स्त्री ही कमी मोबदल्यात जास्तीचे श्रम करते. अशिक्षित स्त्रियांचे प्रमाण अधिक आहे. अनेक स्त्रियांनी शाळेचे तोंडदेखील पाहिलेले नाही. कामाच्याबाबत त्यांना हमी नसते, कधी कामावरून कमी करतील याची काही हमी नसते. त्यामुळे त्या सारख्या अस्थिर असतात. फक्त दहा टक्के महिला मध्यमर्गीय जीवन जगतात. शिक्षण, नोकरी, उद्योग व्यवसाय करून जीवनमान उंचाविण्याचा विचार करतात.

'Education of Women of Scheduled Castes and Scheduled Tribes' या ग्रंथातून **एस.आर. शर्मा**[१७९] यांनी सांगितले की, अनुसूचित जातीतील स्त्रियांमध्ये साक्षरतेचे प्रमाण खूप कमी आहे. जातीतील नव्वद टक्के स्त्रिया ह्या निरक्षर आहेत. तसेच अनुसूचित जातीमधील स्त्रियांना जी कनिष्ठतेची वागणूक मिळते, त्याचे कारण हिंदू धर्मातील जातीव्यवस्थेत अनुसूचित जाती सगळ्यात खालच्या स्तराच्या आहेत. त्यांच्याबद्दल इतरांच्या मनात तिरस्काराची भावना असते. त्यांचे स्थानमान कमी प्रतीचे असून त्यांना अस्पृश्य करून टाकलेले आहे. याचा परिणाम या स्त्रियांच्या शिक्षणावर होतो, अशी मांडणी त्यामधून केलेली आहे.

अनुसूचित जातीतील मातंग जातीसंबंधी काही अभ्यास, संशोधन हे झाले

आहे. महाराष्ट्र राज्य पातळीपासून ते गाव पातळीपर्यंत मातंग जातीचे संशोधन संशोधकांनी वेगवेगळ्या पातळीवरून विविध पैलूसंबंधी केले आहे. त्या अभ्यासाचा आढावा पुढीलप्रमाणे घेता येतो.

डॉ. सुनंदा पटवर्धन[१८०] यांनी 'Change Among Indian Harijan' यामधून मांग जातीचे अनुसूचित जातीमध्ये असलेले स्थान, त्यांच्या जीवन जगण्याविषयीचे विश्लेषण केले. मांग जात ही अनुसूचित जातींमध्ये सर्वांत मागासलेली जात आहे. अनुसूचित जातींसाठी असलेल्या कोणत्याच सुविधा त्यांना प्राप्त झाल्या नाहीत, असे निष्कर्ष त्यांनी आपल्या अभ्यासातून काढले आहेत. त्यांनी पुणे शहरातील महार-मांग यांच्यातील मतभेद, संघर्ष, मनोवैज्ञानिक संरचना यांचीही मांडणी केली आहे.

मराठवाड्यातील मांग जातीचा अभ्यास समाजशास्त्रीय दृष्टिकोनातून (१९७४) ला **डॉ. दा.धो. काचोळे**[१८१] यांनी केला. 'Mang Community in Transition' या त्यांच्या शोधप्रबंधामधून मांग जातीचा समाजातील दर्जा अभ्यासला असताना त्यांनी मांग जातीच्या सांस्कृतिक, धार्मिक जीवनाबद्दल मांडणी केली. त्यांच्या धार्मिक जीवनाबद्दल ते असे प्रतिपादन करतात की, ज्या मांग समाजाने अशा धर्मांतरित लोकांना जाती बहिष्कृत केले, महारांनी त्यांना मूळचे मांग म्हणून त्यांना जवळ केले नाही. त्यामुळे या धर्मांतरित मांगाना त्यांच्या मुला-मुलींच्या विवाहाच्या संदर्भात अनेक अडचणींना तोंड द्यावे लागते. परिणामी त्यांना हिंदू जातीत जाहीरपणे प्रवेश करावा लागला. त्यामुळेच मांग जातीचे धार्मिक जीवन हे परत हिंदू धर्मपद्धती व रीतीरिवाजाप्रमाणे सुरू असलेले दिसून येते. त्यांनी शेवटी मांग जात ही मागासलेली आहे; अनेक घटकांपासून ती दुरावली आहे; तिच्या विकासासाठी तिला आर्थिक, सांस्कृतिक, सामाजिक, शैक्षणिक क्षेत्रात अधिक सवलती दिल्या पाहिजेत, असे सांगितले आहे.

डॉ. भा.कि. खडसे[१८२] यांनी 'मांग जात : समाजशास्त्रीय अध्ययन' या आपल्या संशोधनामधून विदर्भातील मांग जातीचे सूक्ष्म अध्ययन केले आहे. मांग जातीचा अभ्यास त्यांनी समाजशास्त्रीय संकल्पना, आधुनिकीकरण, पाश्चिमात्यीकरण, संस्कृतीकरण, लघुपरंपरा, बहुपरंपरा इ. वापर करून मांग जातीची सामाजिक संरचना, त्यामधील परिवर्तनाची मांडणी केली. त्यामधून त्यांनी मांग जातीच्या स्थितीविषयी मांडणी करताना उत्पत्ती, परंपरा, आदिवासी, निवास व्यवस्था, बलुतेदारी, दबलेली जात, विवाह, कुटुंब, आर्थिक जीवन, व्यवसाय, धार्मिक जीवन, शिक्षण, जाती संघटना इ. चा सविस्तर आढावा घेऊन अनुसूचित जातीमधील मांग जातीतील समाज परिवर्तन व गतिशीलतेचा वेग हा मंद आहे, शहरी व ग्रामीण असा भेद केला आहे, त्यामधील शहराच्या तुलनेत ग्रामीण भागातील परिवर्तनाचा वेग आणखीच मंद आहे,

मांग जातीमध्ये पाश्चिमात्यीकरण सर्वव्यापी नाही, आर्थिकदृष्ट्या प्रबळ व्यक्ती पाश्चिमात्यीकरण स्वीकारत आहेत, अशी मांग जातीबद्दलची मांडणी केली आहे.

चंद्रकांत वानखेडे[१८३] यांनी 'मातंग प्राचीनता आणि सामाजिक परिवर्तनाची दिशा' (१९८१) या ग्रंथातून अनुसूचित जातीमधील दलित जात म्हणून मांग जातीचा उल्लेख केला. मांग जातीतील सामाजिक परिवर्तन, गतिशीलता ही अत्यंत मंदगतीने होते. त्यामुळे मांग जात ही दलितांमधील दलित, वंचित, शोषित, पीडित जात म्हणूनच तिचा उल्लेख केला.

के. एस. सिंग[१८४] यांनी 'The Scheduled Caste' व 'Indian Communities-SC' या दोन ग्रंथांतून मांग जातीची उत्पत्ती, रीतीरिवाज, पारंपरिक जीवन, व्यवसाय, मांग जातीचा दर्जा यासंबंधी विश्लेषण केले आहे.

डॉ. दिलीप अर्जुने[१८५] यांनी 'मातंग समाज : स्थिती आणि गती' (२००६) या आपल्या संशोधनातून 'जालना' जिल्ह्यातील मातंग समाजाचा अभ्यास केला आहे. मांग जातीचा शैक्षणिक, सामाजिक, धार्मिक दर्जा स्पष्ट केला आहे. अनुसूचित जातींसाठी असलेल्या शासकीय योजनांचा लाभ मांग जातीला किती झाला हेही स्पष्ट केले. अनुसूचित जातीतील मांग जात आजही अनेक बाबींपासून वंचित असलेली दिसून येते. मातंग समाज आजदेखील दारिद्र्यामध्ये जीवन जगत आहे. निवासव्यवस्था म्हणजे गावाच्या बाहेर कच्च्या स्वरूपाची घरे आहेत. मातंग समाजाला शासकीय योजनेमधून फक्त १२.९४ टक्के लाभ झाला आहे, अशी मांडणी त्यांनी केली आहे.

डॉ. हनुमंत मिसाळ[१८६] यांनी औरंगाबाद शहरातील मांग जातीसंबंधी संशोधन केले आहे. संशोधनावर आधारित 'महाराष्ट्रातील दलिताचे अंतरग : मातंग समाजाचे समाजशास्त्रीय विश्लेषण' हा (सप्टेंबर २००६) संशोधनपर ग्रंथ प्रकाशित केला आहे. अनुसूचित जातीतील सर्व जाती दलित आहेत. मांगदेखील दलित जात म्हणून तिची ओळख आहे. सर्व जातीची दलित आहेत. त्या सर्वांना एकत्र करणे योग्य नाही. त्या जातीमध्ये बहुविविधता आहे. दलित जात म्हणून मांग जात ही शैक्षणिक, आर्थिकदृष्ट्या, राजकीयदृष्ट्या, धार्मिकदृष्ट्या अनेक बाबींपासून वंचित आहे. त्यामुळे या जातींना स्वतंत्र आरक्षण आणि इतर सुविधा दिल्या पाहिजेत, अशी मांडणी केली आहे. मांग जातीतील धर्मांतरासंबंधी प्रश्न विचारला असताना अनेक उत्तरदात्यांकडून महात्मा फुले यांचा सार्वजनिक सत्यधर्म स्वीकारण्याचा मानस व्यक्त केला. तसेच त्यांनी मांग स्त्रियांचा चळवळीतील सहभाग तपासण्यासाठी ८७.६७ टक्के पुरुष व १२.३३ टक्के स्त्रिया यांची निवड केली. दलित समाजविश्व नाही, ते बहुविध आहे. अशा स्थितीत या सर्वांना अनुसूचित जाती समूहात एकत्र करून सुधारणासाठीचे उपाय करणे, त्यातून एकता शोधणे ही कल्पना भ्रामक आहे.

स्त्रीवादी विचारप्रवाह, स्त्रीमुक्ती चळवळ, दलित चळवळ, दलित स्त्रीवादी चळवळ, जातीचे अभ्यास, अनुसूचित जातीचे अभ्यास, मांग जातीचे अभ्यास झाले आहेत. त्यामधून मांग जातीतील स्त्रियांविषयी फारच कमी अभ्यास असलेले दिसून येतात. स्त्रीवादी विचारप्रवाहापासून ते दलित स्त्रीवादी चळवळीपर्यंत मांग जातीतील स्त्रियांबद्दल फारसे अभ्यास व संशोधन झालेले नाही. मांग जातीबद्दल जे संशोधन झाले, त्यामधून असे स्पष्ट होते की, अनुसूचित जातीमध्ये समाविष्ट असलेली मांग जात ही दलित जातीतील सर्वांत मागासलेली आहे. कारण ती शिक्षण, आर्थिक, सामाजिक, धार्मिक, व्यावसायिक अशी अनेकदृष्ट्या मागासलेली आहे. अशा या मांग जातीतील स्त्रीचा एक दलित स्त्री म्हणून व मांग जातीच्या बंधनातून तिला प्राप्त होणारा स्वतंत्र दर्जा व तिच्या भूमिकेबाबत अभ्यास झालेले दिसून येत नाहीत. पाश्चात्त्य देशातील काळ्या स्त्रीवादाच्या आधारे भारतातील काही स्त्री अभ्यासकांनी दलित स्त्रीवाद मांडला. या दलित स्त्रीवादातून मातंग स्त्रियांचे फारसे प्रश्न मांडले गेले नाहीत. विशेषतः ग्रामीण भागातीत मातंग स्त्रियांच्या दर्जाविषयी व भूमिकेविषयी समाजशास्त्रीय दृष्टिकोनातून अभ्यास झालेला नाही. त्यामुळे प्रस्तुत ग्रंथातून ग्रामीण मातंग स्त्रियांच्या दर्जाचा व भूमिकेचा अभ्यास करून त्यांची मांडणी पुढील प्रकरणातून केलेली आहे.

२ ग्रामीण मातंग स्त्री: सामान्य सुविधा

भारत हा खेड्यांचा देश म्हणून ओळखला जातो. भारतात २००१च्या जनगणे-नुसार ६,३८,५९६ खेडी असून ७२.२२ टक्के जनता ही खेड्यातून वास्तव्य करते.[१] परंतु भारतीय खेड्यांच्या वस्तीची रचना ही जातिनिहाय झालेली आहे. गावातील रचनेत प्रत्येक वस्तीची व गल्लीची ओळख ही त्या ठिकाणी ज्या जातीचे लोक निवास करतात, त्यावरून होते. त्या वस्तीचे नामकरणदेखील तसेच झालेले दिसून येते. भारतीय समाजशास्त्राचे जनक डॉ. जी.एस. पुर्ये म्हणतात, ''ग्रामीण भागात जातीच्या नावानेच वस्त्यांची ओळख असते. ब्राह्मण गल्ली, सोनार गल्ली, चांभारवाडा, मांगवाडा, इत्यादी; तसेच मांग, महार यांच्या वस्त्या ह्या गावाबाहेर असतात.''[२] म्हणजेच खेड्यात राहणारे जातीसमूह हे स्वतंत्रपणे वास्तव्य दाखविता येईल अशा प्रकारे वस्ती करून राहतात. या वस्तीची ओळखदेखील तेथे राहणाऱ्या जातीसमूहाच्या नावावरूनच स्पष्ट होते.

जातीव्यवस्थेनुसार ज्या जाती अस्पृश्य मानल्या गेल्या, त्या जाती आज प्रामुख्याने 'दलित जाती' म्हणून ओळखल्या जातात. खेड्यातील दलित जातीसमूहाची स्वतंत्र वस्ती असलेली दिसून येते. दलित वस्ती ही ''गावाबाहेर आणि गावापासून दूर अंतरावर बांधली जाते.''[३] दलित वस्तीच्या ठिकाणाबद्दल डॉ. नारायण चौधरी स्पष्ट करतात की ''गावात येण्यासाठी चारही बाजूनी वेशी असतात. गावठाणाभोवताली मोठे शिवार पसरलेले असते. वेशीजवळ किंवा वेशीबाहेर महार, मांग, चांभार यांची वस्ती असते.''[४] महाराष्ट्रातील बहुतेक सर्व खेड्यांत दलित जातीसमूहांची वस्ती ही गावकुसाबाहेर व स्वतंत्र असलेली दिसते. स्वातंत्र्यानंतर भारतीय राज्यघटनेने दलित व अस्पृश्य जातीसमूहातील व्यक्तींना समान अधिकार दिलेले असले, तरी सद्यःस्थितीत दलितांना पूर्णपणे त्या अधिकाराचा उपयोग घेता येत नाही. भारतातील दलित आजही गावामध्ये बहिष्कृत आहेत. त्यांनी गावाच्या रचनेमध्ये दूर अंतरावर राहाने असे बंधन

दलितांवर असते. गावातील उच्चवर्णीयांच्या वस्तीमध्ये तो घर बांधू शकत नाही.[५] म्हणजेच स्वातंत्र्योत्तर कालखंडात जातीव्यस्थेच्या संदर्भात अनेक बाबतीत परिवर्तन घडून आलेले असले, तरी ग्रामीण समुदायातून वास्तव्य करणाऱ्या दलित जातीच्या स्वतंत्र वस्तीची परंपरा मात्र कायम आहे.

ग्रामीण समुदायातून वास्तव्यास असलेल्या दलित जातीच्या वस्त्यांना प्राचीन काळापासून राहण्यायोग्य निवारा, पाणी, रस्ते, गटारे, दिवाबत्ती यासारख्या मूलभूत सुविधा उपलब्ध नव्हत्या. जातीव्यवस्थेच्या पारंपरिक बंधनामुळे खेड्यातील दलित वस्त्या ह्या पिण्याच्या पाण्यासारख्या मूलभूत सुविधेपासून वंचित राहिलेल्या दिसतात. जातीव्यस्थेच्या सामाजिक निर्बंधांमुळे गावातील सार्वजनिक पाणवठ्याच्या ठिकाणी दलित व अस्पृश्य जातींना पाणी भरता येत नव्हते. गावातील सार्वजनिक विहिरीवर पाणी भरण्यास बंदी होती.[६] बहुतेक खेडेगावांतून दलित जातीसाठी स्वतंत्र व वेगळे पाणवठे होते. हे वास्तव अनेक समाजसुधारकांनी व विचारवंतांनी आपल्या लिखाणातून मांडलेले आहे. दलितांना पाण्याची मूलभूत सुविधा उपलब्ध व्हावी व जातीव्यवस्थेचे निर्बंध नष्ट करावेत या उद्देशाने महात्मा फुले यांनी पुण्यातील आपल्या राहत्या वाड्यातील पाण्याचा हौद अस्पृश्यांसाठी खुला केला; तर डॉ. बाबासाहेब आंबेडकरांनी महाडच्या चवदार तळ्याचा सत्याग्रह केलेला आहे. त्यात मोठ्या प्रमाणावर दलित स्त्रिया सामील होत्या.[७] हा इतिहास सर्वश्रुत आहे. पाणी ही मानवाची मूलभूत गरज आहे, परंतु स्वातंत्र्यानंतरच्या ६० वर्षानंतरसुद्धा पाण्याच्या सुविधेचा अभाव दलित वस्तीत असलेला दिसून येतो.

स्वातंत्र्योत्तर कालखंडात शासनाकडून दलित जातीच्या उद्धारासाठी ग्रामीण विकास योजनांर्तगत विविध उपक्रम राबविले गेले. परंतु दलितांना व दलित वस्त्यांना काहीही मिळाले नाही. दलित वस्तीमध्ये वीज, पाणी, रस्ते इत्यादी सुविधांचा अभाव असलेला दिसून येतो.[८] ग्रामीण समुदायाच्या रचनेचा घटक असलेल्या व गावकुसाबाहेर वस्ती करून राहणाऱ्या दलित जातीसमूहाच्या सद्य:स्थितीबद्दल एस.पी. पुनाळेकर म्हणतात, ''जे गावकुसाबाहेर आहेत, त्यांना कसल्याही प्रकारच्या संधी उपलब्ध नाहीत. ना कसला आधार, ना कसले संरक्षण, ना निवारा, ना दोन वेळेच्या जेवणाची शाश्वती असे त्यांचे विश्व सतत डोळ्यांसमोर दिसते.''[९] दलित वस्त्यांमध्ये राहणाऱ्या समाजाला मूलभूत सुविधा पुरविल्या जात नाहीत. त्यांना त्यापासून वंचित ठेवले जाते. याबाबत लोकसभेच्या पहिल्या महिला सभापती श्रीमती मीरा कुमार यांचे मत विचारार्थ घेणे अत्यंत समर्पक ठरते. त्या म्हणतात, ''आजदेखील घर, निवारा, पिण्याचे पाणी, स्वच्छता, वीज यासारख्या मूलभूत सुविधांपासून दलित वस्तीत राहणारा समूह वंचित आहे.''[१०] म्हणजेच खेड्यात राहणारे दलित जातीसमूह व त्यांच्या वस्त्या ह्या अनेक

मूलभूत सुविधांपासून आजही वंचित आहेत.

महाराष्ट्रातील ग्रामीण समुदायाचा विचार केला, तर अस्पृश्य व दलित म्हणून ओळखल्या जाणाऱ्या महार, मांग व चांभार या जातीचे वास्तव्य बहुतेक खेड्यात असलेले दिसून येते. लोकसंख्येच्या दृष्टीने त्या त्या खेड्यात ह्या जाती अल्पसंख्याक आहेत. ज्या ज्या गावात या जातीचे वास्तव्य आढळून येते, तेथे या जातीच्या स्वतंत्र वस्त्या असून त्या त्या जातीच्या नावानुसार या वस्त्यांची ओळख आहे. महाराष्ट्रातील जवळपास प्रत्येक खेड्यात कमी जास्त प्रमाणात मांगांची वस्ती आढळून येते. या वस्तीला ' मांगवाडा' म्हणण्याची जुनी परंपरा आहे.[११] मांग जात अस्पृश्य असून गावाबाहेर राहणारी आहे.[१२] गावाबाहेर राहण्याची ही जुनीच परंपरा असलेली दिसून येते. त्यामुळेच यादवकालीन महाराष्ट्रात मांग जातीची घरे गावाबाहेर असत.[१३] वस्तीच्या ठिकाणाबद्दल डॉ. इरावती कर्वे म्हणतात, ''मातंग म्हणजे अंत्यवासी, गावाच्या शेवटी राहणारे शूद्रातील खालचे लोक.''[१४] अशा प्रकारे मांग जातीचा निवास गावकुसाबाहेर वेगळा असून, इतर जातीपासून वेगळा आहे.[१५] तसेच ह्या मातंग वस्त्या अनेक सुविधांपासून वंचित आहेत.

ग्रामीण समुदायातील दलित जातींच्या वस्त्यांमधून असणाऱ्या मूलभूत सुविधांच्या अभावाचा परिणाम म्हणून दलित वस्तीतील लोकांना, विशेषतः दलित स्त्रियांना अनेक अडचणींना व समस्यांना सामोरे जावे लागते हे वास्तव आहे. त्याबरोबर मूलभूत सुविधांच्या अभावामुळे दलित स्त्रियांना जास्तीचे श्रम करावे लागतात. त्यात मातंग स्त्रियादेखील समाविष्ट आहेत. त्यामुळे परभणी जिल्ह्यातील ग्रामीण समुदायातून वास्तव्य करणाऱ्या मातंग जातीच्या स्त्रियांना त्यांच्या वस्तीत कोणत्या सामान्य मूलभूत सुविधा उपलब्ध आहेत; आणि मुलभूत सुविधांच्या उपलब्धतेबाबत त्यांची स्थिती व समस्या स्पष्ट करण्याच्या उद्देशाने संकलित करण्यात आलेल्या माहितीचे विश्लेषण प्रस्तुत प्रकरणात केलेले आहे. प्रस्तुत प्रकरणात प्रामुख्याने मातंग स्त्रियांच्या कुटुंबाचे स्थलांतर, गावाच्या रचनेत मातंग वस्तीचे ठिकाण, गावाच्या वस्तीपासून मातंग वस्तीचे अंतर, वस्तीचे नाव, वस्तीसाठी उपलब्ध सुविधा, मातंग स्त्रियांच्या राहत्या घरांचे स्वरूप, इत्यादीबाबत संकलित केलेल्या माहितीचे विश्लेषण करून निष्कर्ष मांडलेले आहेत; कारण हे सर्व घटक मातंग स्त्रियांचा दर्जा व समाजजीवनातील त्यांचे स्थान स्पष्ट करणारे आहेत.

ग्रामीण समुदायातील दलित म्हणून ओळखल्या जाणाऱ्या अनेक जाती ह्या पारंपरिक समाजरचनेनुसार बलुतेदार जाती होत्या, परंतु स्वातंत्र्योत्तर काळात उदरनिर्वाहासाठी व रोजगारासाठी या जातीतील कुटुंबाना स्थलांतर करावे लागले आहे. त्यामुळे प्रस्तुत संशोधनात उत्तरदात्या मातंग स्त्रियांच्या कुटुंबाना स्थलांतर करावे लागले अथवा त्यांचे

कुटुंब हे त्या गावात स्थलांतर करून आलेले आहे का, हे स्पष्ट करण्याच्या उद्देशाने माहिती गोळा केलेली आहे. ती तक्ता २.१ मध्ये देण्यात आलेली आहे.

तक्ता २.१ : मातंग स्त्रियांच्या कुटुंबाने केलेल्या स्थलांतराविषयी माहिती

अ.क्र.	स्थलांतर	वारंवारिता	टक्केवारी
१)	होय	४७	२०.८९
२)	नाही	१७८	७९.११
	एकूण	२२५	१००.००

उपरोक्त तक्ता २.१ मधील आकडेवारीवरून हे स्पष्ट होते की, ७९.११ टक्के मातंग स्त्रियांचे कुटुंब हे त्या गावचे मूळ रहिवासी असून त्यांच्या कुटुंबाला उदरनिर्वाह व रोजगारासाठी स्थलांतर करावे लागलेले नाही. तर २०.८९ टक्के स्त्रियांची कुटुंबे ही ते ज्या गावात सध्या राहत आहेत, तेथे दुसऱ्या गावातून स्थलांतर करून आलेली आहेत. त्या उत्तरदात्या स्त्रियांच्या कुटुंबाची मूळ गावे वेगळी आहेत. अशा स्थलांतरित उत्तरदात्या स्त्रियांशी केलेल्या अनौपचारिक चर्चेतून हे स्पष्ट झाले आहे की, व्यवसाय, रोजगार व अन्य कारणांसाठी त्यांनी आपले मूळ गाव सोडून सध्या राहत असलेल्या गावी स्थलांतर केले आहे. ग्रामीण समुदायातून ग्रामीण समुदायाकडे अंतर्गत स्थलांतर करणाऱ्या मातंग कुटुंबाचे प्रमाण अत्यल्प असलेले दिसून येते.

स्थलांतर केलेल्या उत्तरदात्या ग्रामीण मातंग स्त्रियांची कुटुंबे किती वर्षांपासून त्यांच्या सध्या राहत असलेल्या गावात वास्तव्यास राहतात, तसेच जे अंतर्गत स्थलांतर ग्रामीण समुदायाकडून ते ग्रामीण समुदायाकडे झाले, ते कोणत्या कालावधीमध्ये झाले आहे. याबाबत संकलित केलेली माहिती तक्ता २.२ मध्ये मांडलेली आहे.

तक्ता २.२ : मातंग स्त्रियांच्या कुटुंबाचा राहत्या गावात स्थलांतर करून आल्याचा कालावधी

अ.क्र.	कालावधी	वारंवारिता	टक्केवारी
१)	स्थलांतर केले नाही त्यामुळे लागू नाही	१७८	७९.११
२)	एक ते दहा वर्षांपूर्वी	१३	५.७८
३)	अकरा ते वीस वर्षांपूर्वी	११	४.८९
४)	वीस वर्षांपेक्षा अधिक	२३	१०.२२
	एकूण	२५५	१००.००

उपरोक्त तक्ता २.२ आकडेवारीनुसार उत्तरदात्या ग्रामीण मातंग स्त्रियांच्या कुटुंबाने स्थलांतर करून सध्या राहत असलेल्या गावी वास्तव्यास आहेत. स्थलांतर करून त्या कुटुंबाला किती कालावधी झाला आहे, ते पाहिले असता वीस वर्षांपूर्वी स्थलांतर करून आलेल्या कुटुंबाचे प्रमाण हे १०.२२ टक्के आहे. तर अलीकडच्या काळात झालेल्या स्थलांतराचे प्रमाण कमी असल्याचे आढळून येते. एक ते दहा वर्षांपूर्वी स्थलांतरित झालेल्या कुटुंबाचे प्रमाण ४.८९ टक्के आहे. स्थलांतराचे एकूण प्रमाण पाहिले, तर स्थलांतर केलेच नाही, ते मूळ गावातील रहिवासी आहेत असे सर्वाधिक म्हणजेच ७९.११ टक्के आहेत. म्हणजेच स्थलांतराचे प्रमाण कमी असले, तरी अलीकडच्या ग्रामीण समुदायाकडे होणाऱ्या मातंग कुटुंबाच्या अंतर्गत स्थलांतराचे प्रमाण हे घटत चालले आहे, असे दिसून येते.

भारतीय खेड्याच्या वस्तीची विभागणी ही जातीच्या आधारावर झालेली असते. डॉ. इरावती कर्वे यांनी खेड्याच्या रचनेसंबंधी केलेल्या लिखाणात त्या म्हणतात, ‘‘एखाद्या ग्रामीण विभागाचा नकाशा पाहिल्यास असे दिसून येते की, प्रत्येक जातीचे वास्तव्य खेड्याच्या एका विशिष्ट भागात दिसते. काही निवडक जातीच्या लोकांची घरे गावात एकमेकांच्या जवळ असतील, परंतु अस्पृश्य जाती मात्र गावापासून थोडे दूर वेगळे वास्तव्य करतात.’’[१६] अस्पृश्य जातीची निवासस्थाने ही गावापासून वेगळी व दूर असतात.

खेड्याच्या नकाशामध्ये व खेड्याच्या रचनेच्या विभागणीमध्ये जात हा घटक महत्वाचा असतो. खेड्यातील ही जातीवर आधारित रचना बदलेली आहे का? हे जाणून घेण्यासाठी ग्रामीण मातंग स्त्रिया जेथे निवास करतात, ती वस्ती गावाच्या रचनेत कुठे आहे, त्या वस्तीची दिशा कोणती आहे, हे जाणून घेण्यासाठी माहिती संकलित करून तक्ता २.३ मध्ये मांडलेले आहे.

तक्ता २.३ : गावाच्या रचनेनुसार मातंग वस्तीची दिशा

अ.क्र.	वस्तीची दिशा	वारंवारिता	टक्केवारी
१)	पूर्व	१४७	६५.६३
२)	पश्चिम	३१	१३.७८
३)	दक्षिण	२४	१०.६५
४)	उत्तर	२३	१०.२२
	एकूण	**२२५**	**१००.००**

उपरोक्त तक्ता २.३ च्या आकडेवारीच्या आधारे गावाच्या रचनेमध्ये उत्तरदात्या

ग्रामीण मातंग स्त्रियांच्या कुटुंबाचे निवासस्थान जातीव्यवस्थेच्या आधारे विशिष्ट दिशेला असलेले दिसून येते. सर्वाधिक मातंग स्त्रियांची निवासस्थाने ही पूर्वे दिशेला आढळून आली. त्या निवासस्थानाचे प्रमाण ६५.३३ टक्के आहे; तर पश्चिम दिशेला असलेले १३.७८ टक्के आहेत. दक्षिण दिशेला असणारी निवासस्थाने १०.६७ टक्के आहेत. तसेच उत्तर दिशेला असणारे १०.२२ टक्के आहेत. स्वातंत्र्यपूर्व कालखंडात खेड्याच्या रचनेत अस्पृश्य समजल्या जाणाऱ्या मातंग जातीची निवासस्थाने ही गावाच्या विशिष्ट गटाच्या पूर्व दिशेला होती. स्वातंत्र्यानंतरच्या कालखंडातदेखील निवासस्थानाची तीच परंपरा परभणी जिल्ह्यातील खेड्याच्या रचनेमध्ये कायम असलेली दिसून येते. सर्वाधिक मातंगांची निवासस्थाने ही गावाच्या पूर्व दिशेला असल्याचे आढळून आले आहे.

खेड्याच्या रचनेमध्ये असे आढळून येते की, विशिष्ट जातीसमूहाचे लोक स्वतंत्र वस्ती करून विशिष्ट दिशेला राहतात. बहुतेक खेड्यात मातंग समाजाची वस्ती पूर्व दिशेला असली, तरी या वस्तीचे अंतर गावाच्या मूळ वस्तीपासून किती अंतरावर आहे, त्यासंबंधीची माहिती संकलित करून ती तक्ता २.४ मध्ये दिलेली आहे.

तक्ता २.४ : गावापासून मातंग वस्तीचे अंतर

अ.क्र.	अंतर	वारंवारिता	टक्केवारी
१)	गावाशी सलग वसती	२१२	१४.२२
२)	अर्धा कि.मी. पेक्षा जास्त अंतर	१३	५.७८
	एकूण	२२५	१००.००

उपरोक्त तक्ता २.४ नुसार हे स्पष्ट होते की, नमुना म्हणून निवडलेल्या बहुतेक गावातून ९४.२२ टक्के मातंग जातीतील कुटुंबे ही गावाच्या सलग स्वतंत्र वस्ती करून राहणाऱ्यांचे प्रमाण ०५.७८ टक्के आहे. गावापासून अर्धा कि.मी. पेक्षा जास्त अंतरावर राहणाऱ्या वस्त्यादेखील पूर्वी गावाच्या जवळ होत्या, परंतु त्या वस्त्या ह्या गोदावरी नदीच्या काठावर होत्या. त्यामुळे पावसाळ्यात तीन महिने त्यांना पुराच्या पाण्याचा त्रास सहन करावा लागत असे. म्हणून या वस्तीचे वस्तीतील लोकांच्या मागणीनुसार शासकीय यंत्रणेद्वारे स्वतंत्र भूखंड देऊन पुनर्वसन केलेले आहे. आता ह्या वस्त्या गावापासून अर्धा कि.मी. पेक्षा जास्त अंतरावर आहेत, असे या वस्तीमधील मातंग स्त्रियांनी सांगितले आहे.

ग्रामीण समुदायाची रचना ही जातीनिहाय झालेली असली, तरी जातीनिहाय वास्तव्य करीत असलेल्या दलित वस्त्या ह्या वेगवेगळ्या नावाने ओळखल्या जातात. मातंग स्त्रियांची कुटुंबे ज्या वस्त्यात राहतात, त्या वस्त्या परंपरेनुसार 'मांगवाडा' या

नावाने ओळखल्या जात होत्या. परंतु आज बदलत्या परिस्थितीनुसार खेड्याच्या रचनेत मातंग स्त्रियांची कुटुंबे जेथे वस्ती करून राहतात, ती वस्ती कोणत्या नावाने ओळखली जाते हे जाणून घेण्याच्या हेतूने त्यासंबंधी माहिती संकलित करून तक्ता २.५ मधून मांडलेली आहे.

तक्ता २.५ : मातंग स्त्रियांच्या वस्तीचे नाव

अ.क्र.	वस्तीची दिशा	वारंवारिता	टक्केवारी
१)	मांगवाडा	१९०	८४.४४
२)	दलित वस्ती	८	३.५६
३)	झोपडपट्टी	१७	७.५६
४)	अण्णाभाऊ साठे नगर	१०	४.४४
	एकूण	२२५	१००.००

उपरोक्त तक्ता २.५ च्या आकडेवारीनुसार असे दिसून येते की, उत्तरदात्या ग्रामीण मातंग स्त्रिया ज्या वस्तीमध्ये राहतात, ती वस्ती आजही 'मांगवाडा' या नावानेच ओळखली जाते असे ८४.४४ टक्के स्त्रियांनी सांगितले; तर 'झोपडपट्टी' या नावानेच ती ओळखली जाते असे ७.५६ टक्के स्त्रियांनी सांगितले. 'झोपडपट्टी' नावाने ओळखल्या जाणाऱ्या वस्तीमध्ये इतर जाती समूहाचे लोक निवास करताना आढळून आले आहेत. 'अण्णाभाऊ साठे नगर' या नावाने मातंग वस्ती ओळखली जाते असे ४.४४ टक्के मातंग स्त्रियांनी सांगितले. 'अण्णाभाऊ साठे नगर' नावाने ओळखल्या जाणाऱ्या वस्तीत मात्र स्वतंत्र मातंग जातच राहत होती. आमची वस्ती ही 'दलित वस्ती' म्हणून ओळखली जाते असे ३.५६ टक्के मातंग स्त्रियांनी सांगितले. दलित वस्तीत मात्र मातंग जातीच्या कुटुंबाबरोबर, अन्य दलित जातीची कुटुंबे राहतात असे दिसून आले.

मातंग जातीच्या स्त्रियांचे निवासस्थान असणारी वस्ती ही स्वतंत्ररीत्या 'मांगवाडा' व 'अण्णाभाऊ साठे नगर' या नावाने ओळखली जाते. 'झोपडपट्टी' व 'दलित वस्ती' या नावाने ओळखल्या जाणाऱ्या वस्त्यांमध्ये मातंग जातीसमूहाबरोबर इतर दलित जातींसमूहाचे लोकदेखील वास्तव्य करतात.

ग्रामीण भागातील दलित जातीच्या वस्तीकरिता मूलभूत सुविधा उपलब्ध व्हाव्यात यासाठी शासकीय पातळीवरून विविध योजना राबविलेल्या आहेत. दलित वस्ती सुधारणा योजनेतून मूलभूत गरजा-रस्ते, गटारे, समाजमंदिर, पाणी पुरवठा

करण्यासाठी अनुदान देण्यात येते.[१७] महाराष्ट्र शासन निर्णय १४ नोव्हेंबर २००८ नुसार दलित वस्तीच्या लोकसंख्येनुसार चार ते दहा लाख अनुदान देण्यात येते.[१८] याबरोबर 'फुले, शाहू, आंबेडकर दलित वस्ती विकास सुधारणा' योजनेतून दलित वस्तीमध्ये स्वच्छता व्हावी, राहणीमान उंचवावे, यासाठी ही योजना राबवण्यात येत आहे.[१९] शासनाकडून दलित वस्ती सुधारणेसाठी विविध योजना राबविल्या असल्या, तरी सद्य:स्थितीमध्ये उत्तरदात्या ग्रामीण मातंग स्त्रिया ज्या वस्तीमध्ये राहतात, तेथे कोणत्या मूलभूत सुविधा उपलब्ध आहेत याबाबत माहिती संकलित करून तक्ता २.६ मधून मांडली आहे.

तक्ता २.६ : मातंग स्त्रियांच्या वस्तीमध्ये उपलब्ध सुविधा

अ. क्र.	वस्तीतील उपलब्ध सुविधा	होय		नाही		एकूण	
		वारंवारिता	टक्केवारी	वारंवारिता	टक्केवारी	वारंवारिता	टक्केवारी
१)	गटारे	७५	३३.३३	१५०	६६.७६	२२५	१००
२)	सिमेंट रस्ता	१३०	५७.७८	९५	४२.२२	२२५	१००
३)	विद्युत पुरवठा सुविधा	१६०	७१.११	६५	२८.८९	२२५	१००
४)	पिण्याच्या पाण्याची सुविधा	१९०	८४.४४	३५	१५.५६	२२५	१००
५)	आरोग्यविषयक सुविधा	५०	२२.२२	१७५	७७.७८	२२५	१००

उपरोक्त तक्ता २.६ मधील आकडेवारीच्या आधारे असे निदर्शनास आले की, उत्तरादात्या ग्रामीण मातंग स्त्रियांच्या वस्तीमध्ये कोणत्या प्रकारच्या सुविधा उपलब्ध आहेत. पाणी ही मानवाची मूलभूत गरज आहे. पिण्याच्या पाण्याची सुविधा उपलब्ध आहे असे ८४.४४ टक्के स्त्रियांनी सांगितले; तर पिण्याच्या पाण्याची सुविधा उपलब्ध नाही असे १५.५६ टक्के स्त्रियांनी सांगितले आहे. वस्तीमध्ये विद्युत पुरवठ्याची सुविधा उपलब्ध आहे असे ७१.११ टक्के स्त्रियांनी सांगितले आहे. वस्तीमध्ये सिमेंट रस्ता झालेला आहे असे ५७.७८ टक्के स्त्रियांनी सांगितले आहे. वस्तीमध्ये आरोग्याच्या दृष्टीने महत्त्वाची असलेली गटाराची सुविधा उपलब्ध आहे असे फक्त ३३.३३ टक्के स्त्रियांनी सांगितले आहे; तर गटाराची सुविधा उपलब्ध नाही असे ६६.७६ टक्के स्त्रियांनी सांगितले आहे. आरोग्याची सुविधा उपलब्ध आहे. त्यामध्ये वस्तीत प्राथमिक उपचारासाठी आरोग्यसेवक असतो, तर काही ठिकाणी नाही; पण गावात प्राथमिक आरोग्य केंद्र आहे असे २२.२२ टक्के स्त्रियांनी सांगितले, परंतु कोणत्याही प्रकारची आरोग्य सुविधा उपलब्ध नाही, असे ७७.७८ टक्के स्त्रियांनी सांगितले.

एकंदरित गटारे, सिमेंट रस्ता, विद्युत पुरवठ्याची सुविधा, पिण्याचे पाणी आरोग्यासंबंधी इत्यादी मूलभूत सुविधा इ. गोष्टी प्रत्येक मातंग वस्तीसाठी उपलब्ध

झालेल्या नाहीत, असेच दिसून येते. त्यामुळे अनेक मातंग वस्त्या या मूलभूत सुविधांपासून वंचित आहेत, असे म्हणता येते; कारण सर्व सुविधा उपलब्ध असलेली एकही मातंग वस्ती आढळून आलेली नाही. तसेच अनेक गावातील मातंग वस्त्यांमध्ये पिण्याचे पाणी व विद्युत पुरवठा या दोनच सुविधा प्रामुख्याने आढळून आल्या.

प्रा. पुष्पा बनसोडे म्हणतात, ''दलित स्त्रियांना सवर्ण स्त्री-पुरुष यांच्याकडून सार्वजनिक पाणवठ्यावर पाणी मागून घ्यावे लागत होते. त्यासाठी पाणवठ्यावर खूप वेळ थांबावे लागत होते. सार्वजनिक पाणवठ्यावर पाणी शेंदण्याचा अधिकार त्यांच्याकडे नव्हता. त्यामुळे सवर्ण स्त्रिया पाणी देत असत. त्यांना वाटत असे की आपण त्यांच्यावर उपकार करीत आहोत; तर सवर्ण पुरुष पाणी देतात, तेव्हा दलित स्त्रियांची टिंगलटवाळी करीत असत.''[२०] प्राचीन काळापासून दलित वस्त्यांतील पाण्याच्या सुविधेबाबत अशा प्रकारची स्थिती होती. दलित वस्तीमधील पाणी सुविधा आणि दलित स्त्रिया यांचा जवळचा संबंध असतो. दलित वस्त्यांना पाणी पुरवठा व्हावा यासाठी स्वातंत्र्योत्तर काळात शासकीय पातळीवरून प्रयत्न झाले. त्याचा परिणाम म्हणून दलित वस्तीला जो पाणी पुरवठा होतो यासंबंधी जे अभ्यास करण्यात आलेले आहेत, त्यामधून असे निष्कर्ष निघालेले आहेत की, दलित वस्त्यांना आज ६३.६० टक्के पाणी पुरवठा होतो.[२१] त्यामुळे उत्तरदात्या मातंग स्त्रिया ज्या वस्तीमध्ये राहतात, तेथे पाण्याची सुविधा किती प्रमाणात उपलब्ध आहे, पाणी पुरवठा करणारे स्रोत कोणते आहेत हे स्पष्ट करण्यासाठीच्या उद्देशाने तथ्य संकलित करून ती माहिती तक्ता २.७ मधून दिलेली आहे.

तक्ता २.७ : मातंग स्त्रियांच्या वस्तीला नियमित पाणी पुरवठा करणारे स्रोत

अ. क्र.	पाणी पुरवठा करणारी सुविधा	होय		नाही		एकूण	
		वारंवारिता	टक्केवारी	वारंवारिता	टक्केवारी	वारंवारिता	टक्केवारी
१)	सार्वजनकि ग्रामपंचायत नळ योजना	७०	३१.११	१५५	६८.८९	२२५	१००
२)	सार्वजनिक हातपंप	१५०	६६.६७	७५	३३.३३	२२५	१००
३)	सार्वजनिक विहीर	२०	८.८९	२०५	९१.११	२२५	१००
४)	दलित वस्तीची स्वतंत्र नळ योजना	५	२.२२	२२०	९७.७८	२२५	१००
५)	जातीसाठी वेगळी विहीर	५	२.२२	२२०	९७.७८	२२५	१००
६)	वैयक्तिक हातपंप	१	०.४४	२२४	९९.५६	२२५	१००

उपरोक्त तक्ता २.७ मधील आकडेवारी अवलोकन केल्यास असे दिसून येते की, ग्रामीण भागात गावाला पाणीपुरवठा करणारे पाण्याचे विविध जलस्रोत असलेले दिसून येतात. त्या जलस्रोतांमार्फत मातंग वस्तीला पाणी पुरवठा कसा होतो याबाबत गावनिहाय वेगवेगळी स्थिती आढळून आली, परंतु बहुतेक सर्व गावांत पाणी पुरवठ्याचा नियमित व प्रमुख स्रोत म्हणून सार्वजनिक हातपंपाचा वापर केला जातो. उत्तरदात्या मातंग स्त्रियांपैकी ६६.६७ टक्के स्त्रियांनी त्यांच्या वस्तीला होणारा नियमित पाणीपुरवठा हा सार्वजनिक हातपंप या जलस्त्रोताद्वारे होतो असे सांगितले; तर ३३.३३ टक्के स्त्रियांनी वस्तीत पाणी पुरवठ्यासाठी सार्वजनिक हातपंप नाहीत, असे सांगितले आहे. ग्रामपंचायतीच्या सार्वजनिक नळ योजनेद्वारे पाणी पुरवठा होतो असे ३३.११ टक्के स्त्रियांनी सांगितले; तर सार्वजनिक नळ योजना वस्तीपर्यंत आलीच नाही, असे ६८.८९ टक्के स्त्रियांनी सांगितले आहे. गावातील सार्वजनिक विहीर या जलस्त्रोताद्वारे नियमित पाणीपुरवठा होतो असे केवळ ८.८९ टक्के उत्तरदात्या मातंग स्त्रियांनी सांगितले आहे. यावरून असे लक्षात येते की, पूर्वी गावात पाणी पुरवठ्याचे प्रमुख जलस्त्रोत म्हणून सार्वजनिक विहिरीचा वापर केला जात होता. परंतु आज सार्वजनिक विहीर हा पारंपारिक जलस्रोत उपलब्ध नाही, असे ९१.११ टक्के मातंग स्त्रियांनी सांगितले आहे. दलित वस्तींना पाणी पुरवठा करण्यासाठी प्रमुख जलस्त्रोत म्हणून शासनाच्या वतीने स्वतंत्र अशी दलित वस्ती पाणी पुरवठा नळ योजना सुरू केलेली आहे. परंतु मातंग समाजाची वस्ती ही दलित असली, तरी या वस्तीपर्यंत नळ योजनेद्वारे पाणी पुरवठा होतो, असे फक्त २.२२ टक्के स्त्रियांनी सांगितले आहे. दलित वस्ती पाणी पुरवठा योजना वस्तीत नाही असे ९६.७८ टक्के स्त्रियांनी सांगितले आहे. अस्पृश्य जातीसाठी त्यांच्या वस्तीत पाणी पुरवठ्याचे स्त्रोत म्हणून त्या जातीसाठी स्वतंत्र विहीर उपलब्ध आहे असे फक्त २.२२ टक्के स्त्रियांनी सांगितले आहे; तर ९७.७८ टक्के स्त्रियांनी ह्या प्रकारे वस्तीत पाणी पुरवठा होत नाही असे सांगितले आहे. खासगी व वैयक्तिक हातपंपाद्वारे नियमित पाणी पुरवठा सुविधा फक्त एका कुटुंबाकडे आहे; तर वैयक्तिक हातपंप नाहीत असे ९९.५६ टक्के स्त्रियांनी सांगितले आहे.

एकंदरित, ग्रामीण समुदायातील मातंग वस्त्यांना नियमित पाणी पुरवठ्यासाठी अनेक जलस्त्रोतांवर अवलंबून राहावे लागते. सार्वजनिक हातपंप हे बहुतेक मातंग वस्त्यांसाठीचे प्रमुख जलस्त्रोत असून ग्रामपंचायतीद्वारे राबवली जाणारी सार्वजनिक नळ योजना, सार्वजनिक विहीर, दलित वस्ती पाणी पुरवठा योजना ह्या अन्य जलस्त्रोतांद्वारे होणारा पाणीपुरवठा आता लोप पावताना दिसून येतो; तर दलित वस्तीसाठीची स्वतंत्र नळ योजना या वस्तीपर्यंत पोहोचलेली दिसून येत नाही. या वस्त्या या योजनेपासून वंचित असलेल्या दिसून येतात.

मातंग वस्तीमध्ये नियमित पाणी पुरवठ्याचे स्रोत उपलब्ध नसलेल्या ठिकाणी व ज्या ठिकाणी ते उपलब्ध आहेत परंतु पाणी टंचाईच्या काळात नियमित पाणी पुरवठा करणाऱ्या यंत्रणेद्वारे पाणी पुरवठा होत नसेल, तर अशा वेळेस मातंग स्त्रियांना किती अंतरावरून पाणी आणावे लागते हे जाणून घेण्याच्या उद्देशाने माहिती संकलित केली आहे. ती तक्ता २.८ मध्ये दिली आहे.

तक्ता २.८ : मातंग स्त्रियांना पाणी आणण्यासाठी चालावे लागणारे अंतर

अ.क्र.	अंतर	वारंवारिता	टक्केवारी
१)	एक ते तीन कि.मी. अंतर	३५	१५.५६
२)	वस्तीत पाणी सुविधा उपलब्ध आहे	१९०	८४.४४
	एकूण	२२५	१००.००

उपरोक्त तक्ता २.८ च्या आकडेवारी असे निदर्शनास येते की, मातंग वस्तीमध्ये नियमित पाणी पुरवठ्याचे स्रोत उपलब्ध आहेत असे सांगणाऱ्या स्त्रियांचे प्रमाण ८४.४४ टक्के आहे. त्यामुळे मातंग स्त्रियांना पाण्यासाठी कोणतेही अंतर चालून जावे लागत नाही. तर पाणी टंचाईच्या काळात, नियमित पाणी पुरवठा होत नसल्यामुळे मातंग स्त्रियांना एक ते तीन कि.मी. अंतरावरून पाणी आणावे लागते असे १५.५६ टक्के स्त्रियांनी सांगितले आहे. मातंग जातीच्या बहुसंख्य वस्त्यांमधून पाणी पुरवठ्याची सुविधा उपलब्ध झाल्यामुळे वस्तीतील स्त्रियांना पाणी भरण्यासाठी त्रास सहन करावा लागत नाही; तर पाण्यासाठीचे अतिरिक्त श्रमदेखील मातंग स्त्रियांचे कमी झालेले दिसून येतात. पाणी टंचाईच्या काळात व नियमित पाणी पुरवठा होत नसेल अशा वेळेसच मातंग स्त्रियांना पाण्याची गरज भागवण्यासाठी अतिरिक्त श्रम व वेळ खर्च करावा लागतो. वस्तीच्या बाहेर जाऊन दूर अंतरावरून पाणी आणावे लागते याचे प्रमाण कमी असलेले दिसून येते. शासकीय योजनांच्या अंमलबजावणीमुळे आमच्या दलित वस्तीच्या नियमित पाणी पुरवठ्याचा प्रश्न बऱ्याच प्रमाण सुटलेला असून दलित स्त्रियांचे श्रम वाचले आहेत असे उत्तरदात्या बहुसंख्य मातंग स्त्रियांनी मुलाखती देताना अनौपचारिकरीत्या बोलून दाखविले.

सार्वजनिक हातपंप हे मातंग वस्त्यांना पाणीपुरवठा करणारे प्रमुख जलस्रोत असून नमुना म्हणून निवडलेल्या बहुतेक सर्व गावातील मातंग वस्त्यांना विविध जलस्रोताद्वारे नियमितपणे पाणीपुरवठा होतो. परंतु या विविध जलस्रोताद्वारे उपलब्ध होणारे पाणी पिण्यायोग्य व शुद्ध असते का? हा महत्त्वाचा प्रश्न आहे. उत्तरदात्या मातंग स्त्रियांना तांत्रिकदृष्ट्या शुद्ध पाणी म्हणजे कोणते, याबाबत कसलेच ज्ञान व माहिती

असण्याची शक्यता नाही हे मान्य करूनदेखील त्यांना मिळणारे पाणी शुद्ध असते का, हे जाणून घेण्यासाठी माहिती संकलित केलेली असून ती तक्ता २.९ मध्ये दिलेली आहे.

तक्ता २.९ : मातंग स्त्रियांना मिळणाऱ्या पाण्याच्या शुद्धतेसंबंधीच्या मतांचे वर्गीकरण

अ.क्र.	पाण्याची शुद्धता	वारंवारिता	टक्केवारी
१)	पाणी शुद्ध असते	१०६	४७.१२
२)	पाणी शुद्ध नसते	२८	१२.४४
३)	सांगता येत नाही	९१	४०.४४
	एकूण	२२५	१००.००

उपरोक्त तक्ता २.९ मधील आकडेवारीवरून असे दिसून येते की, मातंग वस्तीला नियमितपणे होणारा पाणीपुरवठा हा शुद्ध व वापरण्यायोग्य पाण्याचा असतो असे ४७.१२ टक्के स्त्रियांचे मत आहे; तर १२.४४ टक्के उत्तरदात्या मातंग स्त्रियांच्या मते त्यांच्या वस्तीला नियमितपणे जे पाणी पुरविले जाते, ते शुद्ध नसते. तसेच ४०.४४ टक्के उत्तरदात्या स्त्रियांनी या प्रश्नाचे उत्तर निश्चितपणे सांगता येत नाही असे सांगितले आहे. एकंदरित पाणी ही एक जीवनावश्यक व मानवी आरोग्याची स्थिती ठरविणारी बाब असली, तरीसुद्धा पाण्याच्या शुद्ध-अशुद्धतेबाबत उत्तरदात्या मातंग स्त्रियांमध्ये बरेच अज्ञान आढळून आले. ज्या स्त्रियांनी त्यांच्या वस्तीला नियमितपणे होणारा पाणीपुरवठा हा शुद्ध पाण्याचा असतो असे मत दिलेले आहे, त्यांनादेखील 'शुद्ध पाणी' म्हणजे काय, याबाबत स्पष्ट ज्ञान नव्हते. अनेक उत्तरदात्या स्त्रियांनी नियमित पाणीपुरवठा होतो हेच आमच्या दृष्टीने महत्वाचे आहे. उपलब्ध होणारे पाणी शुद्ध की अशुद्ध हा महत्त्वाचा प्रश्न नाही असे सांगितले.

बहुतेक गावातून गावकुसाबाहेर वस्ती करून राहणाऱ्या मातंग स्त्रियांच्या निवासस्थानाची बांधणी कशी आहे हे पाहणे महत्त्वाचे ठरते कारण व्यक्ती ज्या प्रकारच्या निवासस्थानात वास्तव्य करतात, त्याच्या निवासस्थानाच्या प्रकारावरून व्यक्तीच्या सामाजिक व आर्थिक परिस्थितीचे आकलन होते; कारण, पूर्वपरंपरेनुसार दलितांना घर बांधण्यासाठी जमीन मालकी नव्हती.[२२] अशी वाईट स्थिती दलितांची असलेली दिसून येते. या संदर्भानेच आपले मत मांडताना चंद्रकांत वानखेडे म्हणतात, ''महाराष्ट्रातील कोणत्याही मांगवाड्यात जा - तेथे झोपडी व दारिद्र्य दिसून येते.''[२३]

यावरून मातंग समाजाच्या निवासस्थानाचे स्वरूप स्पष्ट होते, परंतु त्यामुळेच परभणी जिल्ह्यातील मातंग स्त्रियांच्या निवासस्थानाची बांधणी कशा प्रकारची आहे, हे जाणून घेण्याच्या हेतूने माहिती संकलित करून त्यांची मांडणी तक्ता २.१० मध्ये केली आहे.

तक्ता २.१० : मातंग स्त्रियांच्या निवासस्थानाचा प्रकार

अ.क्र.	निवासस्थान प्रकार	वारंवारिता	टक्केवारी
१)	विटा, सिमेंटी भिंत व पत्रे	६०	२६.६७
२)	दगड, मातीची भिंत व पत्रे	७०	३१.११
३)	दगड, मातीची भिंत व पत्रे	१५	६.६७
४)	कूड व पत्रे	४६	२०.४४
५)	कूड, छप्पर व पत्रे	७	३.११
६)	कूड व लाकडी छप्पर	५	२.२२
७)	झोपडे	६	२.६७
८)	दगड मातीची भिंत, कूड व छप्पर	१६	७.११
९)	स्लॅबचे घर	निरंक	निरंक
	एकूण	२२५	१००.००

उपरोक्त तक्ता २.१० चे निरिक्षण केले असता असे निदर्शनास येते की, उत्तरदात्या ग्रामीण मातंग स्त्रियांच्या निवासस्थानाची विभागणी उत्तरदात्यांनी सांगितलेल्या माहितीच्या आधारे नऊ प्रकारात करता येते. त्यामध्ये दगड व मातीचा वापर करून बांधलेल्या भिंती व त्यावर पत्रे अशा स्वरूपाचे निवासस्थान असलेल्या ३१.११ टक्के मातंग स्त्रिया आहेत. विटा व सिमेंटचा वापर करून बांधलेल्या भिंती आणि छत म्हणून पत्र्यांचा वापर केलेल्या निवासस्थानात राहणाऱ्या उत्तरदात्या मातंग स्त्रियांचे प्रमाण हे २६.६७ टक्के आहे. बांबू, लाकडे वा अन्य स्थानिकरीत्या उपलब्ध असलेल्या वस्तूंपासून बनविलेल्या कुडाच्या भिंती व त्यावर छत म्हणून वापरलेले पत्रे अशा स्वरूपाच्या घरात राहणाऱ्या २०.४४ टक्के उत्तरदात्या मातंग स्त्रिया आहेत. दगड-मातीची वा कुडाची भिंत आणि छत म्हणून लाकडी छप्पर असलेल्या निवासात राहणाऱ्या ७.११ टक्के उत्तरदात्या स्त्रिया आहेत. दगड व सिमेंटचा वापर करून बांधलेल्या पक्क्या भिंती परंतु त्यावर पत्र्याचे छत असलेल्या निवाऱ्यात वास्तव्य करणाऱ्या उत्तरदात्या मातंग स्त्रियांचे प्रमाण ६.६७ टक्के आहे; तर कुडाच्या भिंती

आणि छत म्हणून छप्पर पत्र्याचा वापर करून बनविण्यात आलेल्या निवाऱ्यात ३.११ टक्के उत्तरदात्या मातंग स्त्रिया राहतात. केवळ कुडाच्या भिंती व छप्पर अशा स्वरूपाच्या घरात राहणाऱ्या मातंग स्त्रिया ह्या केवळ २.२२ टक्के आहेत. झोपडीवजा घरात राहणाऱ्या मातंग स्त्रियांचे प्रमाण हे २.६७ टक्के इतके आहे. एकंदरित उत्तरदात्या मातंग स्त्रियांच्या राहत्या निवासस्थानाच्या वा घरांच्या माहितीवरून हे स्पष्ट होते की, स्लॅब अथवा माळवदासारखे पक्के छत असलेले घर एकाही कुटुंबाकडे नाही. अपुऱ्या जागेत विटांपासून अथवा दगडांपासून सिमेंटचा अथवा मातीचा वापर करून बांधलेल्या पक्क्या भिंती परंतु त्यावर छतासाठी पत्र्यांचा वापर केलेल्या घरात राहणाऱ्या उत्तरदात्या मातंग स्त्रियांची संख्या अधिक आहे. तसेच ज्यांना पक्क्या भिंती बांधणे दारिद्र्यामुळे शक्य झाले नाही, अशा मातंग स्त्रियांची कुटुंबे ही कुडापासून बनविलेल्या भिंती व त्यावर छप्पर किंवा पत्रे टाकून बनविलेलल्या घरात वास्तव्य करतात, त्यांचे प्रमाणदेखील लक्षणीय आहे.

ग्रामीण मातंग स्त्रियांची कुटुंबाच्या घराच्या बांधणीबाबत जशी माहिती मिळविली आहे, त्याप्रमाणेच घराच्या बांधणीबरोबरच घरामध्ये किती खोल्या आहेत याची माहिती मिळविली आहे; कारण घरातील खोल्यांच्या संख्येवरून घरात राहण्यासाठी येणाऱ्या अडचणी व समस्या लक्षात येतात. तसेच त्यांच्या राहणीमानाचा दर्जा स्पष्ट होतो. या हेतूने ग्रामीण मातंग स्त्रियांची कुटुंब ज्या घरात राहतात, त्या घरातील खोल्यांच्या संख्येविषयी माहिती संकलित करून ती तक्ता २.११ मध्ये मांडली आहे.

तक्ता २.११ : मातंग स्त्रियांच्या राहत्या घरातील खोल्यांची संख्या

अ.क्र.	खोल्यांची संख्या	वारंवारिता	टक्केवारी
१)	फक्त एक खोली	८९	३९.५५
२)	दोन खोल्या	१२१	५३.७८
३)	दोनपेक्षा अधिक खोल्या	१५	६.६७
	एकूण	२२५	१००.००

उपरोक्त तक्ता २.११ मधून दिलेल्या आकडेवारीच्या निरीक्षणावरून असे दिसून येते की, उत्तरदात्या ग्रामीण मातंग स्त्रियांच्या राहत्या घरातील खोल्यांच्या संख्याची विभागणी तीन प्रकारे केली आहे. त्यामध्ये दोन खोल्यांच्या घरात राहणाऱ्या मातंग स्त्रिया सर्वाधिक आढळून आल्या आहेत, त्यांचे प्रमाण ५३.७८ टक्के आहे; तर एका खोलीच्या घरात राहणाऱ्या मातंग स्त्रिया ह्या ३९.५६ टक्के आहेत. तसेच

दोनपेक्षा अधिक व पाच खोल्यांच्या आत अशा स्वरूपाच्या घरात राहणाऱ्या मातंग स्त्रियांचे प्रमाण हे ६.६७ टक्के आहे. घरातील खोल्याची संख्या अपुरी असणाऱ्या मातंग स्त्रियांच्या घरांचे प्रमाण अधिक आहे. त्यामुळे ग्रामीण मातंग स्त्रियांना स्वतंत्र स्वयंपाकघर इत्यादी सुविधा उपलब्ध असलेले घर मिळू शकत नाही.

केंद्र व राज्य सरकारच्या ग्रामीण विकास मंत्रालयाच्या वतीने निर्मल ग्राम पुरस्कार, संत गाडगेबाबा ग्राम स्वच्छता अभियान यांसारख्या योजना राबवून त्यामार्फत प्रत्येक गावातील घरामध्ये लोकसहभागातून स्वच्छतेच्या मूलभूत सुविधा उपलब्ध करून देण्याचा प्रयत्न झालेला दिसून येतो. भारत सरकारच्या केंद्रीय ग्रामविकास मंत्रालयाच्या वतीने प्रत्येक घरात एक शौचालय ही योजना राबवण्यात आली. त्यांच्या अंमलबजावणीसाठी ३७ अब्ज ५० कोटी खर्च केले आहेत. ८७ लाख घरांत शौचालये बांधण्यात आली आहेत.[२४] प्रत्यक्षात मात्र प्रा. बी.सी. सोमवंशी यांनी दलित वस्तीसंबंधी केलेल्या अभ्यासातून त्यांना आज फक्त १६.६७ टक्के प्रसाधनाच्या सुविधा उपलब्ध आहेत असे आढळून आले आहे,[२५] तर शासकीय पातळीवरून ह्या योजना राबविल्या जात असल्या, तरी मातंग वस्तीमध्ये राहत असलेल्या उत्तरदात्या ग्रामीण स्त्रियांच्या कुटुंबाकडे मूलभूत सुविधा किती प्रमाणात उपलब्ध आहेत हे जाणून घेण्यासाठी संकलित केलेली माहिती तक्ता २.१२ मधून दिलेली आहे.

तक्ता २.१२ : मातंग स्त्रियांच्या निवासस्थानात उपलब्ध असणाऱ्या सुविधा

अ.क्र.	सुविधा	वारंवारिता	टक्केवारी
१)	स्वयंपाक घर	०९	४.००
२)	स्नानगृह	०५	२.२२
३)	शौचालय	०७	३.११
४)	स्वतंत्र स्वयंपाकगृह व स्नानगृह	०४	१.७८
५)	स्नानगृह व शौचालय	०५	२.२२
६)	स्वयंपाकगृह व शौचालय	०२	०.८९
७)	स्वयंपाकगृह, स्नानगृह व शौचालय	०२	०.८९
८)	कोणतीच सुविधा उपलब्ध नाही	१९१	८४.८९
	एकूण	२२५	१००.००

उपरोक्त तक्ता २.१२ मधील आकडेवारीचे अध्ययन केले असता उत्तरदात्या ग्रामीण मातंग स्त्रियांच्या राहत्या निवासस्थानात स्वतंत्र स्वयंपाकगृह, स्नानगृह, शौचालय ह्यांपैकी कोणतीही सुविधा उपलब्ध नसलेली स्त्रियांची घरे सर्वाधिक म्हणजे ८४.८९ टक्के आढळून आली आहेत. तसेच स्वतंत्र स्वयंपाकगृह उपलब्ध असलेली उत्तरदात्या स्त्रियांची घरे ४ टक्के आढळून आली आहेत. शौचालयाची सुविधा असलेली २.११ स्त्रियांची घरे आढळून आली. स्वतंत्र स्नानगृहाची सुविधा उपलब्ध असलेली स्त्रियांची घरे २.२२ टक्के आहेत. स्नानगृह व शौचालय या दोन्ही सुविधा उपलब्ध असलेली स्त्रियांची घरे ही २.२२ टक्केच आहेत; तर स्वतंत्र स्वयंपाकगृह व स्नानगृह या दोन्ही सुविधा उपलब्ध असलेली स्त्रियांची घरे १.७८ टक्के आहेत. स्वयंपाकगृह व शौचालय या दोन्ही सुविधा उपलब्ध असलेल्या स्त्रियांची घरे ही ००.८९ टक्के आढळून आली आहेत. स्वयंपाकगृह, स्नानगृह, शौचालय या तिन्ही सुविधा उपलब्ध असणाऱ्या मातंग स्त्रियांच्या घरांचे प्रमाण खूप कमी ००.८९ टक्के म्हणजेच फक्त दोनच उत्तरदात्या स्त्रियांच्या घरात ही सुविधा उपलब्ध असलेली दिसून येते.

स्वतंत्र स्वयंपाक गृह, शौचालय, स्नानगृह यांच्या अभावाचा परिणाम ग्रामीण मातंग स्त्रियांच्या आरोग्यावर होतो; कारण या सुविधा नसल्यामुळे उघड्यावर स्नान करणे, संडासला जाणे, उघड्यावर स्वयंपाक करणे हे त्यांना करावे लागते. त्यामुळे त्यांना या सुविधा उपलब्ध होऊ शकल्या नाहीत, असे उत्तरदात्या स्त्रियांनी मुलाखतीदरम्यान अनौपचारिक चर्चेतून सांगितले आहे.

दलित वस्तीमध्ये आतापर्यंत फक्त २८.१० टक्केच विजेचा पुरवठा होतो.[२६] त्यामुळे दिवाबत्तीचे प्रमुख साधन म्हणून उत्तरदात्या ग्रामीण मातंग स्त्रियांच्या राहत्या घरामध्ये कोणते साधन वापरले जाते हे जाणून घेण्याच्या हेतूने माहिती संकलित करून तक्ता २.१३ मध्ये मांडलेली आहे.

तक्ता २.१३ : मातंग स्त्रियांच्या घरातील दिवाबत्तीची प्रमुख साधने

अ.क्र.	साधन	वारंवारिता	टक्केवारी
१)	विजेचा वापर	७०	३१.११
२)	रॉकेलच्या दिव्याचा वापर	१५५	६८.८९
	एकूण	२२५	१००.००

उपरोक्त तक्ता २.१३ मधून असे स्पष्ट करता येते की, उत्तरदात्या ग्रामीण मातंग स्त्रियांच्या राहत्या घरामध्ये सर्वाधिक प्रमाणात रॉकेलपासून चालणारे दिवे वापरले जातात. अशांचे प्रमाण ६८.८९ टक्के आहे. विजेवर चालणारे दिवे वापरणाऱ्यांचे

प्रमाण ३१.११ टक्के आहे. या आकडेवारीवरून हे स्पष्ट होते की, मातंग वस्तीतील बहुसंख्य घरामधील व्यक्ती दिवाबत्तीचे साधन म्हणून वीज वापरू शकत नाहीत. प्रामुख्याने दारिद्र्यामुळे त्यांच्यात वीज वापरण्याची क्षमता नाही, असे दिसून आले.

ग्रामीण भागात राहणाऱ्या लोकांचा निवाऱ्याचा प्रश्न सोडवण्यासाठी, व राज्यशासनामार्फत विविध घरकुल योजना राबविल्या जात आहेत. केंद्र शासनाच्या मदतीने दारिद्र्यरेषेखाली जीवन जगणाऱ्यांसाठी, त्यांचा निवारा प्रश्न सोडविण्याच्या ''इंदिरा आवास योजना'' राबविण्यात येत आहे. योजनेतील लाभात नवीन घर बांधण्यासाठी पंचवीस हजार रुपये अनुदान देण्यात येते. अनुसूचित जातीसाठी या योजनांतर्गत साठ टक्के निधी राखीव ठेवला जातो.[२७] तसेच स्थानिक स्वराज्य संस्थाचा निधी २० टक्के राखीव ठेवून त्यामधून अनुसूचित जातींसाठी घरकुल योजना राबविली जात होती. या दोन्ही योजनांचा लाभ घेऊन मातंग स्त्रियांच्या कुटुंबांना किती प्रमाणात घरकुले उपलब्ध झाली आहेत, तसेच मातंग समाजातील स्त्रियांच्या कुटुंबाचा निवाऱ्याचा प्रश्न किती प्रमाणात सुटला आहे त्यासंबंधी माहिती संकलित करून ती तक्ता २.१४ मध्ये मांडली आहे.

तक्ता २.१४ : मातंग स्त्रियांना घरकुल योजनेचा लाभ

अ.क्र.	घरकुल योजनेचे नाव	वारंवारिता	टक्केवारी
१)	शासकीय घरकुल योजनेचा लाभ नाही	१७८	७९
२)	इंदिरा आवास घरकुल योजना	४१	१८
३)	स्थानिक स्वराज्य संस्था २० टक्के राखीव निधी	०६	२
	एकूण	२२५	१००.००

उपरोक्त तक्ता २.१४ च्या आकडेवारीवरून असे स्पष्ट करता येते की, अनुसूचित जातीसाठी इंदिरा आवास योजनेत ६० टक्के निधी राखीव असला, तरी प्रत्यक्षात मात्र मातंग स्त्रियांच्या कुटुंबाना खूप कमी प्रमाणात लाभ घेतला आहे. लाभ मिळालेल्या स्त्रियांचे प्रमाण १८.२२ टक्के आहे. तसेच स्थानिक स्वराज्य संस्थाकडून अनुसूचित जातीतील व्यक्तींना घरकुल देण्यासाठी २० टक्के हा निधी राखीव असतो. त्यामधून मातंग स्त्रियांच्या कुटुंबाला २.६७ टक्के निधीतून घरकुल मिळत आहे. घरकुल योजनांपासून मातंग स्त्रियांच्या कुटुंबाचे लाभाचे प्रमाण हे कमी आहे. घरकुल योजनांचा लाभ झाला नाही अशा स्त्रियांचे प्रमाण सर्वाधिक, ७९.११ टक्के आहे.

बेला मलिक म्हणतात, ''दलित हा दबलेला गट आहे, त्यांचा प्रभाव दलित स्त्रियांवर पडतो, कुटुंबाच्या कामाच्या विभागणीत घरातील सर्व कामे, इंधनाची

व्यवस्था, पाण्याची व्यवस्था, ही दलित स्त्रियांना करावी लागतात.''[२८] ग्रामीण मातंग स्त्रियांकडून स्वयंपाकासाठी इंधन म्हणून उपयोगात आणली जाणारी साधने कोणती आहेत त्यांच्या वापरासंबंधीची माहिती संकलित केलेली आहे. ती तक्ता २.१५ मध्ये मांडलेली आहे.

तक्ता २.१५ : मातंग स्त्रियांकडून स्वयंपाकासाठी उपयोगात आणली जाणारी साधने

अ.क्र.	स्वयंपाकासाठी साधने	वारंवारिता	टक्केवारी
१)	चूल	२२३	९९.११
२)	गॅस	०२	०.८९
	एकूण	२२५	१००.००

उपरोक्त तक्ता २.१५ वरून उत्तरदात्या ग्रामीण मातंग स्त्रिया ह्या स्वयंपाक करण्यासाठी चूल व इंधन म्हणून लाकडे वापरतात अशा स्त्रिया ह्या सर्वाधिक आहेत. त्यांचे प्रमाण ९९.११ टक्के आहे. स्वयंपाकासाठी गॅस वापरतात अशी दोनच कुटुंबे आढळून आली आहेत. गॅस वापरणाऱ्या कुटुंबांची आर्थिक स्थिती चांगली असून त्या कुटुंबातील पुरुष शासकीय नोकरदार आहेत. स्टोव्ह, बायोगॅस, विद्युत शेगडी व सौर ऊर्जेवरील उपकरणे यासारख्या साधनांचा वापर करणारे एकही कुटुंब आढळून आले नाही.

ग्रामीण मातंग स्त्रियांना कुटुंबातील एक मूलभूत गरज म्हणून स्वयंपाकासाठी लागणारे इंधन म्हणून सरपण गोळा करावे लागते. सरपण गोळा करताना स्त्रियांना शारीरिक श्रम व वेळ हे दोन्ही द्यावे लागतात. सरपण गोळा करण्याचे काम दलित कुटुंबातील कोणत्या व्यक्ती करतात? सरपण गोळा करण्याच्या पाठीमागे कुटुंबात लिंगभेदाची, स्त्री-पुरुष कामाची विभागणीची भावना असते का? उत्तरदात्या मातंग स्त्रियांच्या कुटुंबात सरपण गोळा करण्याचे काम प्रामुख्याने कोणती व्यक्ती करते, हे जाणून घेण्याच्या दृष्टीने संबंधित तथ्ये संकलित करण्यात आली आहेत, त्यांची मांडणी तक्ता २.१६ मध्ये केली आहे.

तक्ता २.१६ मातंग स्त्रियांच्या कुटुंबातील सरपण गोळा करणारी व्यक्ती

अ.क्र.	सरपण गोळा करणारी व्यक्ती	वारंवारिता	टक्केवारी
१)	लागू नाही	०८	०३.५६
२)	स्वतः सरपण आणते	२००	८८.८९
३)	मुलगी	३३	१४.६७
४)	सासू	२६	११.५६
५)	मुलगा	०६	०२.६७
६)	पती	१३	०५.७८

उपरोक्त तक्ता २.१६ च्या आकडेवारीनुसार उत्तरदात्या ग्रामीण मातंग स्त्रियांच्या कुटुंबात सरपण आणण्याची प्रमुख भूमिका ही स्त्रियांना पार पाडावी लागत असल्याचे दिसून येते; कारण स्वतः उत्तरदात्या स्त्रिया सर्वाधिक प्रमाणात ८८.८९ टक्के सरपण गोळा करण्याचे काम करतात; तर कुटुंबातील उत्तरदात्यांची मुलगी आईसोबत जाऊन सरपण गोळा करते त्याचे प्रमाण १४.६७ टक्के आहे. उत्तरदात्या स्त्रियांत सुनांसोबत सरपण गोळा करण्याचे काम सासू करते असे ११.५६ उत्तरदात्या स्त्रियांनी सांगितले आहे. परंतु बहुतेक मातंग कुटुंबातील पुरुष सरपण आणण्याचे काम करीत नाहीत. ते काम स्त्रियांनाच करावे लागते; कारण फक्त ५.७८ टक्के उत्तरदात्या स्त्रियांनी असे सांगितले आहे की, त्यांचे पती सरपण आणण्याचे काम करतात; तर केवळ २.६७ टक्के उत्तरदात्या मातंग स्त्रियांची मुले ही सरपण आणण्याच्या कामात मदत करतात.

ग्रामीण मातंग कुटुंबात सरपण आणण्याचे काम कुटुंबातील पुरुषाच्या तुलनेत स्त्रियांना अधिक प्रमाणात करावे लागते. सरपण गोळा करण्याच्या कामाच्या विभागणीत लिंगभेदाची भावना असलेली दिसून येते. त्यामुळे हे अतिरिक्त परंतु अनिवार्य काम विनामोबदला मातंग स्त्रियांना करावे लागते.

दैनंदिन कामासोबतच चुलीसाठी लागणारे सरपण आणण्याचे कामदेखील दलित स्त्रियांना करावे लागते. सरपण जमा करण्याच्या कामासाठी त्यांना आपल्या दररोजच्या कामासोबतच यासाठी वेळ द्यावा लागतो. दलित स्त्रियांचा अतिरिक्त वेळ हा सरपण जमा करण्यात जातो. उत्तरदात्या ग्रामीण मातंग स्त्रियांना सरपण जमा करण्यासाठी किती वेळ द्यावा लागतो त्यासंबंधीची माहिती जमा करून तिची मांडणी तक्ता २.१७ मधून केलेली आहे.

तक्ता २.१७ : ग्रामीण मातंग स्त्रियांना सरपण गोळा करण्यासाठी द्यावा लागणारा वेळ

अ.क्र.	लागणारा वेळ	वारंवारिता	टक्केवारी
१)	लागू नाही	८	३.५६
२)	१ तास	४५	२०.००
३)	२ तास	७३	३२.४४
४)	३ तास	७६	३३.७८
५)	३ पेक्षा जास्त	२३	१०.२२
	एकूण	२२५	१००.००

उपरोक्त तक्ता २.१७ च्या आकडेवारीनुसार उत्तरदात्या ग्रामीण मातंग स्त्रियांना सरपण आणण्यासाठी सर्वाधिक तीन तास वेळ द्यावा लागतो असे ३३.७८ टक्के स्त्रियांनी सांगितले. दोन तास सरपणासाठी वेळ देणाऱ्या ३२.४४ टक्के स्त्रिया आढळून आल्या आहेत; तर एक तास वेळ द्यावा लागणाऱ्या २० टक्के स्त्रिया आहेत. सरपण गोळा करण्यासाठी तीन तासांपेक्षा जास्त वेळ द्यावा लागतो अशा १०.२२ टक्के आहेत. सरपण विकत घेतल्यामुळे व गॅस वापरत असल्यामुळे ३.५६ टक्के स्त्रियांना सरपण गोळा करण्यासाठी इतरत्र भटकंती करावी लागत नाही.

मातंग कुटुंबातील बहुसंख्य स्त्रियांना सरपण जमा करण्यासाठी अतिरिक्त वेळ हा आपल्या नियमित कामाव्यतिरिक्त द्यावा लागतो. ज्या कुटुंबात गॅससारखे इंधन उपलब्ध आहे, तेथे मात्र हा वेळ खर्च करावा लागत नाही. त्यामुळे वेळ व श्रम यांची बचत होते.

ग्रामीण मातंग स्त्रिया ह्या स्वयंपाकासाठी सर्वाधिक प्रमाणात चुलीचा वापर करतात. त्यासाठी लागणारे सरपण गावातील शेतकऱ्यांच्या शेतातून, शिवारातील पडीक जमिनीतून जमा करून आणावे लागते. सरपण आणण्यासाठी ग्रामीण मातंग स्त्रियांना किती अंतरावर चालत जावे लागते हे जाणून घेण्याच्या हेतूने माहिती गोळा केली असून ती तक्ता २.१८ मध्ये मांडली आहे.

तक्ता २.१८ : मातंग स्त्रियांना सरपण आणण्यासाठी पायी चालावे लागणारे अंतर

अ.क्र.	अंतर	वारंवारिता	टक्केवारी
१)	गॅस वापरत असल्यामुळे लागू नाही	०२	०.८९
२)	सरपण विकत घेतात त्यामुळे लागू नाही	०६	२.६७
३)	एक कि.मी. चालावे लागते	७५	३३.३३
४)	दोन कि.मी.किंवा त्यापेक्षा जास्त अंतर	१४२	६३.११
	एकूण	२२५	१००.००

उपरोक्त तक्ता २.१८ मधील आकडेवारीनुसार उत्तरदात्या ग्रामीण मातंग स्त्रियांना सरपण जमा करण्यासाठी त्यांना सर्वाधिक प्रमाणात दोन कि.मी. पेक्षा जास्त अंतर चालावे लागते, असे ६३.११ टक्के स्त्रियांनी सांगितले आहे; तर एक कि.मी. अंतरावर चालावे लागते, असे ३३.३३ टक्के स्त्रियांनी सांगितले आहे. सरपण विकत घेत असल्यामुळे २.६७ टक्के स्त्रियांना सरपणासाठी जावे लागत नाही. गॅसचा वापर करणाऱ्या ०.८९ टक्के स्त्रिया आहेत त्यामुळे त्यांना सरपण आणण्यासाठी भटकंती करावी लागत नाही.

ग्रामीण मातंग स्त्रियांना सरपण आणण्यासाठी १ ते ३ किलोमीटर अंतरापर्यंत चालत जावे लागते. सरपण जमा करण्यासाठी शारीरिक श्रम करावे लागतात. स्वतःची शेतजमीन नसल्यामुळे इतरांच्या शेतातून सरपण जमा करावे लागते. तसेच पावसाळ्याच्या दिवसात सरपणाचा प्रश्न गंभीर बनतो असे या उत्तरदात्या स्त्रियांनी सांगितले.

ग्रामीण मातंग स्त्रियांच्या जीवनावर त्याच्या वस्तीमध्ये उपलब्ध असलेल्या सेवा सुविधांचा परिणाम होतो. तसाच त्यांच्या कुटुंबाकडे वापरात असलेल्या वेगवेगळ्या वस्तूंचादेखील परिणाम स्त्रियांच्या स्थानमानावर होतो. कुटुंबामध्ये वापरत असलेल्या वस्तूंच्या आधारे त्यांच्या जीवनमानाच्या दर्जाविषयी अंदाज येतो. त्यासाठी उत्तरदात्या मातंग स्त्रियांच्या कुटुंबाकडे वापरत असलेल्या वस्तू कोणत्या आहेत, यासंबंधी माहिती संकलित करून तक्ता २.१९ मध्ये मांडली आहे.

तक्ता २.१९ : मातंग स्त्रियांच्या कुटुंबाकडे वापरात असलेल्या वस्तू

अ.क्र.	घरामध्ये वापरात असलेल्या वस्तू	वारंवारिता	टक्केवारी
१)	रेडिओ	३६	१६.००
२)	सायकल	२०	८.८९
३)	दुचाकी वाहन	३	१.३३
४)	मोबाईल	२९	१२.८९
५)	टेलिफोन	५	२.२२
६)	टी.व्ही.	३१	१३.७८
७)	डी.टी.एच.	६	२.६७
८)	व्ही.सी.डी.	१	०.४४
९)	टेप रेकॉर्डर	४	१.७८
१०)	पलंग	३०	१३.३३
११)	कपाट	१५	६.६७
१२)	शिवणयंत्र	६	२.६७
१३)	घड्याळ	३५	१५.५६
१४)	पंखा	२०	८.८९
१५)	ऑटो-रिक्षा / रिक्षा	३	१.३३
१६)	वरीलपैकी एकही वस्तू नाही	१४१	६२.६७

उपरोक्त तक्ता २.१९ च्या आकडेवारीनुसार उत्तरदात्या ग्रामीण मातंग स्त्रियांच्या कुटुंबामध्ये प्रसार माध्यमाचे व मनोरंजनाचे साधन म्हणून रेडीओचा वापर केला जातो असे सर्वाधिक, १६ टक्के स्त्रियांनी सांगितले आहे. भिंतीवरील घड्याळ वापरणारी १५.५६ टक्के मातंग स्त्रियांची कुटुंबे आढळून आली. मनोरंजनाचे साधन म्हणून टी.व्ही.चा वापर करणारी कुटुंबे १३.७८ आहेत. संपर्काचे साधन म्हणून मोबाईलची सुविधा वापरणाऱ्या १२.७८ टक्के मातंग स्त्रियांच्या कुटुंबातील व्यक्ती आढळून आल्या आहेत. तसेच पंखा वापरला जातो असे ८. ८९ टक्के स्त्रियांनी सांगितले आहे. कुटुंबात दळणवळणाचे प्रमुख साधन म्हणून सायकल वापरणारे ८.८९ टक्के आहेत. कुटुंबात कपाटाचा वापर करणारे ६.६७ टक्के आहेत. डी.टी.एच. चा वापर करणारी

कुटुंबे २.६७ टक्के आहेत. टेपरेकॉर्डरचा वापर करत असलेली कुटुंबे २.२२ टक्के आहेत. ऑटो रिक्षा असलेली कुटुंबे १.३३ टक्के आहेत. व्ही.सी.डी. वापर करीत असलेली कुटुंबे ०.४४ टक्के आहेत. वरीलपैकी एक किंवा एकापेक्षा अधिक वस्तूंचा वापर एकाच कुटुंबाकडून होताना दिसून आला आहे. वरील कोणतीही वस्तू कुटुंबाकडे वापरली जात नाही अशा कुटुंबांची संख्या ६२.६७ टक्के आहे. या स्त्रिया आपल्या कुटुंबातील दारिद्र्यामुळे या वस्तू वापरत नाहीत.

ग्रामीण मातंग स्त्रियांच्या कुटुंबामध्ये दारिद्र्याचे प्रमाण अधिक असल्यामुळे या स्त्रियांकडे या वस्तूंचा अभाव असलेला दिसून येतो. या वस्तूंच्या वापराचा परिणाम त्या कुटुंबातील स्त्रियांच्या राहणीमानावर व दर्जावर होत असतो. त्यामुळे असे लक्षात येते की, या स्त्रियांना निकृष्ट दर्जाचे राहणीमान व निम्न पातळीवरील जीवन जगावे लागते. बहुसंख्य वस्तूंचा अभाव बहुतेक कुटुंबातून असलेला दिसून येतो.

ग्रामीण मातंग स्त्रिया जेथे वस्ती करून राहतात, तेथे त्यांची जी निवासस्थाने आहेत, त्या निवासस्थानाबाबत त्यांच्या कोणत्या अडचणी व समस्या आहेत, हे जाणून घेण्याच्या दृष्टीने तथ्ये संकलित केली आहेत. त्यांची मांडणी तक्ता २.२० मध्ये केली आहे.

तक्ता २.२० : मातंग स्त्रियांच्या निवासस्थानाबाबत अडचणी

अ.क्र.	अडचणी	वारंवारिता	टक्केवारी
१)	शासकीय योजनेतून घरकुल मिळत नाही.	१७५	७७.७७
२)	घरकुलाचे अनुदान अपुरे आहे.	१००	४४.५५
३)	शौचालय बांधण्यास शासकीय अनुदान मिळावे.	१७९	७९.११
४)	शासकीय घरकुलासाठी लाच द्यावी लागते.	१२२	५४.२२
५)	गावाच्या मुख्य वस्तीत घर बांधता येत नाही.	१५०	६६.६६
६)	पावसाळ्यात घर गळते.	११०	४८.८९
७)	घर बांधण्यासाठी जागा नाही.	८५	३७.७८
८)	घराची जागा अपुरी आहे.	१४५	६४.४४

उपरोक्त तक्ता २.२० मध्ये दिलेल्या सामग्रीच्या आधारे हे स्पष्ट होते की, उत्तरदात्या ग्रामीण मातंग स्त्रियांच्या निवासस्थानासंबंधीच्या अडचणीबाबतची आकडेवारी पाहिल्यास निवास व्यवस्थेबाबत त्यांच्या अनेक अडचणी व समस्या आहेत, असे दिसून येते. प्रामुख्याने सर्वाधिक स्त्रियांनी शौचालयाची अडचण सांगितली. आमची आर्थिक परिस्थिती चांगली नसल्यामुळे शौचालय बांधता येत नाही. त्यामुळे शौचालयाची

अडचण दूर करण्यासाठी शासनाकडून शौचालयासाठी अनुदान प्राप्त व्हावे असे ७९.५५ टक्के स्त्रियांनी सांगितले आहे. निवास व्यवस्थेच्या संदर्भात विचार केला, तर पक्क्या स्वरूपाची घरे मातंग कुटुंबांकडे आढळून आली नाहीत. त्यांना कच्च्या स्वरूपाच्या घरामध्ये राहावे लागते. पक्के घर बांधण्याची आर्थिक कुवत त्यांच्याकडे नाही. त्यामुळे पक्के घर शासनाच्या घरकुल योजनेतून मिळावे अशी अपेक्षा ७७.७७ टक्के स्त्रियांनी व्यक्त केली आहे. गावाच्या रचनेत मातंग जातीच्या लोकांना आजही सवर्ण वस्तीमध्ये घर बांधता येत नाही, असे ६६.६६ टक्के स्त्रियांनी सांगितले आहे. ज्या घरामध्ये सध्या स्त्रिया राहतात, त्या घराची जागा अपुरी आहे असे ६४.४४ टक्के स्त्रियांनी सांगितले आहे. शासनाच्या विविध घरकुल योजनांमधून घरकुल मिळविण्यासाठी गावपातळीवरील संबंधित यंत्रणा लाच म्हणून पैसे मागते असे ५४.२२ टक्के स्त्रियांनी सांगितले आहे. सध्या राहत असलेले घर पावसाळ्यात गळते असे ४८.८९ टक्के स्त्रियांनी सांगितले आहे. घर बांधण्यासाठी त्यांच्याकडे जागा नाही असे ३७.८९ टक्के स्त्रियांनी सांगितले आहे.

बहुसंख्य ग्रामीण मातंग स्त्रियांना निवासस्थानाविषयीच्या अडचणी असलेल्या दिसून येतात. यामध्ये प्रामुख्याने मातंग समाजातील स्त्रियांच्या कुटुंबाची आर्थिक स्थिती वाईट असल्यामुळे ते स्वतःचे पक्के घर बांधू शकत नाहीत. घरातील स्नानगृह, शौचालय यांसारख्या सुविधादेखील त्यांना उपलब्ध होऊ शकत नाहीत. त्यामुळे शासनाने त्यांच्या निवास व्यवस्थेच्या अडचणी सोडवाव्यात अशी अपेक्षा बहुतेक सर्वच उत्तरदात्या मातंग स्त्रियांनी व्यक्त केलेली आहे.

ग्रामीण मातंग स्त्रिया ज्या स्वतंत्र वस्तीत राहतात, ती वस्ती 'मांगवाडा' या नावाने ओळखली जाते. या स्वतंत्र वस्तीमध्ये कोणत्या प्रकारच्या सुविधा उपलब्ध आहेत याबाबत माहिती मिळविली आहे. त्याचप्रमाणे या स्वतंत्र मातंग वस्तीच्या कोणत्या अडचणी व समस्या आहेत हे जाणून घेण्याच्या दृष्टीने माहिती संकलित केली आहे. त्यासंबंधीची मांडणी तक्ता २.२१ मधून केली आहे.

तक्ता २.२१ : मातंग स्त्रियांच्या मतानुसार त्यांच्या वस्तीतील इतर अडचणी व समस्या

अ.क्र.	अडचणी व समस्या	वारंवारिता	टक्केवारी
१)	गाव व वस्तीस जोडणारा पक्का रस्ता नाही.	१००	४४.४४
२)	सांस्कृतिक सभागृह नाही.	१३०	५७.७७
३)	मातंग वस्तीत बालवाडी व प्राथमिक शाळा नाही.	२००	८८.८८
४)	उन्हाळ्यात पाणीटंचाई भासते.	१६०	७१.१
५)	स्मशानभूमीसंबंधी वाद आहे.	५०	२२.२२

उपरोक्त तक्ता २.२१ च्या आकडेवारीच्या आधारे असे लक्षात येते की, उत्तरदात्या मातंग स्त्रिया ह्या ज्या स्वंतत्र मातंग वस्तीमध्ये राहतात, तेथे ज्या अडचणी व समस्या आहेत, त्या पुढीलप्रमाणे स्पष्ट मांडता येतात. वस्तीमध्ये मुलांच्या शिक्षणासंबंधीची अडचण असलेली दिसून येते; कारण वस्तीमध्ये बालवाडी व प्राथमिक शाळांचा अभाव असलेला दिसून येतो असे ८८.८८ टक्के स्त्रियांनी सांगितले आहे. तसेच उन्हाळ्यात बहुसंख्य वस्तींना तीव्र पाणीटंचाईला सामोरे जावे लागते असे ७१.११ टक्के स्त्रियांनी सांगितले आहे. वस्तीमध्ये सांस्कृतिक सभागृहच नाही असे ५७.७७ टक्के स्त्रियांनी सांगितले आहे. मातंग वस्ती व गाव यांना जोडणारा पक्का रस्ता नाही अशी अडचण सांगणाऱ्या ४४.४४ टक्के स्त्रिया आहेत. स्मशानभूमीबद्दल वाद असलेले दिसून येतात ही अडचण सांगितली, अशा २२.२२ टक्के स्त्रिया आहेत. ग्रामीण मातंग वस्तीमध्ये मूलभूत सुविधांचा अभाव आहे. त्यामध्ये शिक्षण, आरोग्य, सार्वजनिक कार्यक्रमांसाठी समाजमंदिर नाही, गावातून वस्तीकडे जाणारा रस्ता नाही; तसेच जातीसाठी असलेल्या स्मशानभूमीचा वाद असलेला दिसून येतो, अशा प्रकारच्या विविध स्वरूपाच्या अडचणी वस्तीच्या संदर्भाने असलेल्या दिसून येतात.

सारांश

अनुसूचित जातीमधील दलित व अस्पृश्य जात म्हणून मातंग जातीची ओळख भारतीय समाजात, विशेषतः ग्रामीण समुदायात आहे. मातंग जातीतील कुटुंबांची महाराष्ट्रातील खेड्यांत स्वतंत्र वस्ती आढळून येते. मातंग जातीच्या स्वतंत्र वस्तीसाठी कोणत्या सामान्य सुविधा उपलब्ध आहेत, मातंगांची ही वस्ती कोणत्या सामान्य

सुविधापासून वंचित आहेत, यासंबंधीचा अभ्यास करण्याच्या उद्देशाने संकलित केलेल्या माहितीच्या आधारे प्रस्तुत प्रकरणाची मांडणी केलेली आहे. त्यांचा सारांश पुढीलप्रमाणे आहे.

बहुतेक मातंग स्त्रियांची कुटुंबे ७९.११ टक्के ही गावची मूळ रहिवासी आहेत; तर २०.८९ टक्के स्त्रियांची कुटुंबे ही स्थलांतर करून आलेली आहेत. सर्वाधिक ६५.३३ टक्के निवासस्थाने ही गावाच्या पूर्व दिशेला आढळून आली. ग्रामीण मातंग स्त्रिया ज्या वस्तीमध्ये राहतात, ती वस्ती ८४.४४ टक्के आजही 'मांगवाडा' या नावानेच ओळखली जाते. पिण्याचे पाणी पुरवठा करणारी सुविधा ८४.४४ टक्के वस्तीला उपलब्ध झाली आहे. पाण्याची सुविधा उपलब्ध नाही अशा १५.५६ टक्के स्त्रिया आहेत. नियमित पाणी पुरवठा करणाऱ्या मुख्य जलस्रोतांबाबत बहुसंख्य ठिकाणी ६६.६७ टक्के स्त्रियांनी सांगितले की, तेथील वस्तीला हातपंपाद्वारे पाणी पुरवठा होतो. बहुसंख्य मातंग स्त्रिया ह्या कुडाची भिंत व पत्र्याचे छत अशा प्रकारच्या कच्च्या स्वरूपाच्या घरात राहतात. पत्र्याचे छत, पक्के स्लॅब अथवा माळवदाचे एकही घर आढळून आले नाही. मातंग स्त्रियांच्या राहत्या घरातील खोल्यांची संख्या तीन असलेली सर्वाधिक ५३.७८ टक्के घरे आहेत. निवासस्थानामध्ये स्वतंत्र स्वयंपाक खोली, स्नानगृह, शौचालय, विद्युत पुरवठा इ. सुविधांचा अभाव असलेला दिसून येतो.

मातंग स्त्रियांच्या राहत्या घरामध्ये रॉकेलपासून चालणारे दिवे सर्वाधिक ६८.८९ टक्के वापरले जातात. इंदिरा आवास घरकुल योजनेचा लाभ झाला नाही अशा ७९.११ टक्के स्त्रिया आहेत. घरकुल योजनेचा लाभ झाला अशा २०.८९ टक्के स्त्रिया आहेत.

३ ग्रामीण मातंग स्त्री: वैवाहिक व कौटुंबिक दर्जा

मानवी समूहाच्या वारंवार निर्माण होणाऱ्या गरजा पूर्ण करून व्यक्तीने समाजाचे अस्तित्व टिकविण्यासाठी ज्या वेगवेगळ्या कायमस्वरूपी यंत्रणा निर्माण केलेल्या आहेत. त्यांना सामाजिक संस्था म्हणतात. मानवी समूहाच्या गरजा विविध प्रकारच्या असल्यामुळे समाजात विविध सामाजिक संस्था अस्तित्वात आहेत. त्यामध्ये मूलभूत सामाजिक संस्था म्हणून विवाह संस्था, कुटुंब संस्था यांचा उल्लेख करता येतो. सामाजिक संस्थांचे अस्तित्व टिकवण्यासाठी प्रत्येक व्यक्तीला विशिष्ट दर्जा व भूमिका दिलेली आहे. दर्जानुसार भूमिका पार पाडत असताना संस्थात्मक संबंधानी व्यक्ती जोडल्या जातात. सामाजिक संस्थांमधून गरजा पूर्ण केल्या जातात. त्यामुळेच व्यक्तीचे अस्तित्व टिकते. त्याचप्रमाणे समाजाचे अस्तित्वही टिकून राहते. संस्थात्मक सामाजिक संबंध वेगवेगळ्या भूमिकेतून सामाजिक दर्जानुसार निर्माण झालेले असतात. परस्परांशी संबंधित असणाऱ्या दर्जानुसार व्यक्तींना परस्परांबाबत काही ठरावीक कर्तव्ये पार पाडावयाची असतात व त्या मार्गाने त्या व्यक्ती परस्परांच्या आणि समाजाच्या गरजा पूर्ण करतात.[१] मानवी गरजांच्या पूर्ततेसाठीच प्रामुख्याने सामाजिक संस्था ह्या कार्य करताना दिसून येतात.

अन्न, वस्त्र, निवारा या मानवाच्या मूलभूत गरजांबरोबरच लैंगिकतेची गरज पूर्ण करण्यासाठी विवाहासारखी संस्था अस्तित्वात आली. विवाह संस्थेमधूनच कुटुंब संस्थेची निर्मिती झालेली आहे. विवाह व कुटुंब या दोन्ही संस्थांच्या माध्यमातून व्यक्तीच्या गरजा पूर्ण केल्या जातात. विवाहसंस्था ही कुटुंबसंस्थेवर आपला प्रभाव टाकते. विवाहसंस्थेतूनच कुटुंबसंस्था अस्तित्वात येते. हर्बर्ट स्पेन्सर म्हणतात, "समाजात सुरुवातीला कुटुंबे अस्तित्वात नव्हती. स्त्री-पुरुष लैगिंक संबंधांचे स्वरूप निश्चित झाले नव्हते, लैंगिक संबंधांबाबत स्वैराचार होता. समाजाच्या विकासाबरोबरच समाजात एक प्रकारची नियंत्रित व्यवस्था म्हणून कुटुंब संस्था निर्माण झाली आहे."[२] विवाहामुळे

स्त्री–पुरुष दोघांनाही विशिष्ट दर्जा प्राप्त होतो. विवाहित स्त्री–पुरुषांना प्राप्त होणारा दर्जा व त्यांची भूमिका वेगळी असते. रॉबर्ट लोवीस म्हणतात, ''विवाह म्हणजे सुस्पष्ट सामाजिक अभिमत असलेले स्त्री–पुरुषातील असे संबंध जे केवळ कामपूर्तीशी मर्यादित न राहता कौटुंबिक जीवनाचे आधार बनतात.''[३] विवाहानंतर स्त्रीला विशिष्ट जीवन जगावे लागते, स्त्रियांना विशिष्ट भूमिका व कर्तव्ये पार पाडावी लागतात, विवाहानंतरच तिच्यावर कौटुंबिक जबाबदारी पडलेली दिसून येते.

विवाह व कुटुंब ह्या दोन्ही सामाजिक संस्था परस्पर संबंधित असल्यामुळे त्यांचा संबंध स्त्री–पुरुषांच्या भूमिकेशी व दर्जाशी येतो. तसेच या दोन्ही संस्थांवर जातीसंस्थेचा प्रभाव पडतो. या तिन्ही सामाजिक संस्था ह्या परस्पर संबंधित असतात. जातीसंस्थांचा प्रभाव विवाहसंस्थेवर, कुटुंबसंस्थेवर असतो. त्यामुळे स्त्रियांची भूमिका निश्चित करण्यासाठी ती महत्त्वपूर्ण ठरते. जातीसंस्थेचा प्रभाव स्त्रियांच्या वैवाहिक व कौटुंबिक जीवनावर कसा पडतो याची मांडणी प्रस्तुत प्रकरणातून केली आहे.

ग्रामीण मातंग स्त्रियांचा वैवाहिक दर्जा

भारतीय समाजात जातीसंस्थेचे अस्तित्व टिकविणारी सामाजिक संस्था म्हणून विवाहसंस्थेचा उल्लेख केला जातो. जातीसंस्थेने विवाहसंस्थेच्या माध्यमातून आपले अस्तित्व टिकविण्यासाठी परस्परपूरक नियम तयार करून कार्य करताना दिसून येते. उत्तर वैदिक कालखंडाच्या अखेरपर्यंत वर्ग हे आनुवंशिक सजातीय विवाहातून आणि जन्माधिष्ठित होऊन जाती निर्माण झाल्या आहेत.[४] जात व विवाह यांच्यातील अंतर्गत संबंधांमधूनच जातीची निर्मिती झाली असून जातीसंस्था टिकून आहे. डॉ. बाबासाहेब आंबेडकर म्हणतात, ''गटांतर्गत विवाह करणाऱ्या रूढीने स्वगटाबाहेर लग्न करण्याच्या रूढींवर मिळविलेला विजय म्हणजे जातीची निर्मिती होय.''[५] जातनिर्मितीसाठी जशी विवाह संस्था महत्त्वाची आहे, त्याप्रमाणेच जातीव्यवस्था टिकविण्यासाठीदेखील विवाह संस्था महत्त्वाची असलेली दिसून येते. डॉ. केतकर त्याविषयी असे म्हणतात, ''जात ही केवळ त्याच समूहात जन्माला आलेल्यांची मिळून बनत असते. कठोर सामाजिक नियमांनी व्यक्तीला जातीबाहेर विवाह करण्यास सक्त मनाई असते.''[६] जातीतील या नियमांमुळेच जातीतील व्यक्तींचा त्यांच्याच जातीतील व्यक्तीशी विवाह करतात. त्यामधून रक्तसंकर रोखला जातो, रक्ताची शुद्धता राखली जाते.[७] धर्मसंस्थेचा आधार घेऊन विवाह संस्थेसंबंधी कठोर नियम तयार केलेले आहेत. अनुलोम, प्रतिलोम विवाह असे मिश्र विवाह समाजात जर सररासपणे होऊ लागले, तर जातीव्यवस्था खिळखिळी होण्यास मदत होते. याच भीतीमुळे मिश्रविवाह ब्राह्मणी परंपरेने निषिद्ध मानला. म्हणजेच पुन्हा जातीची शुद्धता ठेवण्यासाठी, जात मजबूत करण्यासाठीच स्त्रियांनी जातीबाहेर लग्न करू नये असे धर्मशास्त्र सांगते.[८] धर्मशास्त्राचा आधार घेत

विवाहसंस्थेच्या माध्यमातून जातीव्यवस्था टिकून असलेली दिसून येते.

विवाहसंस्थांचे व जातीसंस्थांचे नियम हे स्त्री–पुरुषांसाठी तयार झालेले आहेत. ह्या नियमांचे पालन समाजातील स्त्री–पुरुषांकडून होते. ज्यांनी हे नियम मोडून आपले वर्तन केले, त्यांस बहिष्कृत केले जात होते. त्यामुळेच भारतात आजही गटांतर्गत विवाहांचे नियम सक्तीने पाळण्यात येतात.[९] विवाहसंबंधी पुरुष व स्त्री यांच्यावर जातीकडून नियम व बंधने टाकलेली दिसून येतात. पुरुषांच्या तुलनेत स्त्रियांवर असलेली बंधने अधिक कडक आहेत. विवाह संबंधित स्त्रीबंधनांविषयी पेरियार म्हणतात, ''स्त्रियांना विवाहाच्या नावावर बंदीखान्यात बंदिस्त केले आहे.''[१०] अशा प्रकारे विवाह बंधनात स्त्रिया अडकलेल्या होत्या. विवाहानंतर स्त्रियांच्या नवीन जीवनाला प्रारंभ होतो.[११] समाजाचा स्त्रियांच्या विवाहाकडे पाहण्याचा दृष्टिकोन स्पष्ट करताना मीना केळकर म्हणतात, ''स्त्रियांचा विवाह म्हणजे यज्ञसंस्कार होय.''[१२] स्त्रियांवर विवाह हा संस्कार म्हणूनच कुटुंबातून त्यांचे सामाजीकरण होत असते. दादा धर्माधिकारी म्हणतात, ''घरामध्ये मुलीला सतत सांगितले जाते, तिला शिकवले जाते की, असे वर्तन करू नकोस, तुला दुसऱ्यांच्या घरी जायचे आहे. तसेच असेच वर्तन कर, तुला दुसऱ्यांच्या घरी जायचे आहे. अगदी लहानपणापासून तिच्यावर विवाहसंस्कार ठसवला जात असतो.''[१३] स्त्रीला या बंधनांमधूनच विवाहाच्या संदर्भाने बंदिस्त केलेले आहे.

ग्रामीण भागात स्त्रियांचे विवाह हे कायद्यापेक्षाही जातीसंस्थेने ठरविलेल्या नियमांप्रमाणे व रूढी–परंपरेनुसार व प्रथेनुसार होताना दिसून येतात. ग्रामीण भागात मुलीचा विवाह हा ती १७–१८ वर्षांची होण्याच्या आतच होतो.[१४] ग्रामीण भागात जातीची प्रथा म्हणूनच स्त्रियांच्या बालविवाहाची प्रथा प्राचीन कालखंडापासून अस्तित्वात आहे. स्त्रियांनी आपले चारित्र्य सांभाळण्यासाठी लग्नाचे वय कमी झाले. मनुस्मृती पुराणाच्या काळात मुलगी शहाणी होण्यापूर्वीच लग्न लावू लागले. त्यामुळे बालविवाह व बहुपत्नित्व या सामाजिक प्रथा प्रचलित झाल्या आहेत.[१५] या बालविवाह प्रथेविषयी डॉ. बाबासाहेब आंबेडकर म्हणतात, ''मुलीचे लग्न कमी वयात करून त्यांच्यावर वैवाहिक जीवन लादू नका.''[१६] बालविवाहासारखी प्रथा समाजात स्त्रियांवर लादली गेली आहे. बालविवाह प्रथा ही सर्वच जातींसोबत अनुसूचित जातीमध्ये असणाऱ्या महार, मांग, चांभार इत्यादी जातींनी स्वीकारलेली आहे. अनुसूचित जातींमधील मुलींचे विवाहदेखील बालवयातच केले जाऊ लागले. हरिजन मुलींचे विवाह हे १३ ते १६ वर्षे या वयोगटात होतात.[१७] अनुसूचित जातींमध्ये असणाऱ्या महार, मांग, चांभार या जातींमधून सद्यःस्थितीमध्ये मुलींचे बालविवाह होताना दिसून येतात. प्रा. दिलीप चव्हाण यांनी येवला तालुक्यातील अभ्यासातून असे स्पष्ट केले की, ''अनुसूचित

जातींमधील महार, मांग, चांभार यांच्या मुलींच्या १०० विवाहांपैकी ३४ विवाह हे १० ते १४ या वयोगटात पार पडतात.''[१८] यावरून असेच लक्षात येते की, अनुसूचित जातींमधील मुलींना बालविवाहाच्या प्रथेत अडकविलेले दिसून येते.[१९] तसेच बालविवाह प्रथेचा परिणाम अनुसूचित जातीतील स्त्रियांच्या जीवनावर होतो. डॉ. साधना सोमण म्हणतात, ''अनुसूचित जातींमधील बालविवाह प्रथेमुळेच अनेक मुलींना शिक्षणापासून वंचित राहावे लागते.''[२०] बालविवाहाची प्रथा अनुसूचित जातींमध्ये कायम असलेली दिसून येते.

भारतीय समाजात बालविवाह प्रथेबरोबर विवाह समारंभातून हुंडाप्रथाही प्राचीन काळापासून अस्तित्वात असलेली दिसून येते. भारतीय समाजातील अनुसूचित जातींमध्ये प्राचीन काळीही हुंडाप्रथा अस्तित्वात नव्हती, परंतु अनुसूचित जातींमध्ये मात्र पुढे 'वधुमूल्य' देण्याची प्रथा रूढ झालेली दिसून येते. दलित समाजात पूर्वी वधुमूल्य देण्याची प्रथा होती.[२१] समाजातील 'वधुमूल्य' देण्याची स्थिती बदलून समाजातील स्त्रियांच्या दर्जात परिवर्तन झाले. स्त्रियांना मिळणारा दर्जा कनिष्ठ झाला. समाजात विवाहातून 'वरमूल्य' देण्याची प्रथा समाजात रूढ झाली आहे. विवाह संस्थेचे नियम हे पुरुषप्रधान संस्कृतीतून तयार करण्यात आले आहेत. त्यामुळे पुरुषांनी तयार केलेल्या नियमांतून विवाहासंबंधीचे अधिकार पुरुषाकडेच ठेवलेले आहेत. 'वरमूल्य' प्रथेचे अनुकरण म्हणून हुंडाप्रथा सर्वच स्तरातील जातीसमूहांतून अस्तित्वात आली. हुंडाप्रथेकडे ब्राह्मणी व्यवस्था व त्यांच्या विवाह पद्धतीच्या संदर्भाने पाहावे लागते. ब्राह्मणी विवाह पद्धतीनेच हुंडाप्रथेला विवाहातून प्राथमिकता दिली असल्याचे पुरावे आहेत. ब्राह्मणी विवाह पद्धतीने त्याला वैधानिक रूप दिले. हुंडा पद्धत संस्थात्मक पद्धत म्हणून समाजात सगळीकडे पसरलेली दिसून येते.[२२] समाजात विवाह समारंभात हुंडा देणे-घेणे एक प्रतिष्ठेचे लक्षण मानून विवाहाचे एक महत्त्वाचे वैशिष्ट्य म्हणून हुंडाप्रथा प्रचलित झाली आहे.[२३] विवाहामध्ये हुंडाप्रथा ही रूढ झाली आहे. अनुसूचित जातीत पुरुष हे आपल्या मुलाला हुंडा घेणे हा आपला हक्क समजू लागले. मुलीचे वडील हुंडा देणे हे आपले कर्तव्य समजू लागले आहेत. त्यामुळे हुंडाप्रथा समाजात कायम झालेली आहे.

हुंडाप्रथा समाजात रूढ झाल्यामुळे स्त्रियांची स्थिती अतिशय वाईट झालेली आहे. स्त्रियांना कनिष्ठ दर्जा मिळून स्त्रियांवरील होणारे अन्याय, अत्याचारदेखील या हुंडा प्रथेमुळे वाढलेले दिसून येतात. हुंडाबळीचे प्रमाण सातत्याने वाढताना दिसून येते. दर वर्षी भारतात १,४२,०३५ एवढे हुंडाबळी जातात;[२४] तर महाराष्ट्रात दर वर्षी १८,००० हुंडा बळी जातात.[२५] विवाहसंस्थेतून हुंडा रूढ झाल्यामुळे स्त्रियांवरील अत्याचार वाढलेले आहेत. स्त्रियांचा दर्जा अधिकच दुय्यम झालेला आहे. सर्वच

जातींतून हुंडा प्रथाही प्रचलित झाली आहे.

विवाह ठरवित असताना लिंगभेदाच्या आधारे जोडीदार निवडण्याचा अधिकार स्त्री–पुरुष यांच्यापैकी कोणाकडे होता हे पाहिले असता असे लक्षात येते की, स्त्रियांकडे वर निवडीचा अधिकार हा फक्त बौद्ध कालखंडात असलेला दिसून येतो. बौद्ध काळात आठ विवाह प्रकार होते. गांधर्व व पिशाच्च विवाह वैश्य, शूद्र यांच्यात प्रचलित होते. या विवाह प्रकारांत मुलीच्या पसंतीच्या विचार केला जात होता.[२६] बौद्ध कालखंड सोडला, तर इतर कालखंडांमधून मात्र विवाहप्रक्रियेतून जोडीदार निवडण्याचा अधिकार स्त्रियांकडून काढून घेतलेलाच आहे. त्यामुळेच 'वर' मुलाची निवड करण्याचा अधिकार हा अनुसूचित जातींमधूनदेखील विचारात घेतला जात नव्हता. त्यामुळेच डॉ. बाबासाहेब आंबेडकर म्हणतात, ''विवाह ठरवताना आपल्याला जोडीदार निवडण्याबाबतचा अधिकार मुलींना असावा.''[२७] जोडीदार निवडण्याचे स्वातंत्र्य स्त्रियांना असावे अशी भूमिका त्यांनी घेतलेली असली, तरी अनुसूचित जातीतील या प्रकारच्या मुलीच्या स्वातंत्र्यावर बंदी होती. त्यांना विवाहाच्या वेळी जोडीदार निवडण्याचा अधिकार नव्हता.

विवाह ठरविताना स्वजातीच्या बंधनाचा नियम प्रामुख्याने पाळण्यात येतात. जातीअंतर्गतच मुला–मुलींचे विवाह केले पाहिजेत अशी बंधने होती. जातीबाहेर विवाह करू नये असे निर्बंध टाकलेले होते. जातीचा नव्हे; तर त्यात उपजातीचादेखील विचार केला जाते. या संदर्भाने प्रा. पावडे कुमुद असे म्हणतात, ''जातीतल्या जातीतच उपजातीचा विचार करून विवाह केले जातात. आंतरजातीय विवाहास अनुमती नाही.''[२८] जातीसंस्थेने आपले अस्तित्व टिकून राहावे यासाठी विवाहसंस्थेवरील आपले निर्बंध अधिक कडक केलेले दिसून येतात. त्यासाठी त्यांनी धर्मशास्त्रांचा आधार घेऊन ते नियम अधिक प्रभावी केले आहेत. प्रतिमा परदेशी सांगतात की ''जातीव्यवस्थेने मिश्रविवाहास विरोध केला आहे. मिश्रविवाह रूढी व धर्मकायद्याने निषिद्ध ठरवण्यात आला आहे.''[२९] जातीसंस्था टिकविण्याचा प्रयत्न विवाह संस्थेच्या बंधनातून सातत्याने झालेला दिसून येतो.

डॉ. बाबासाहेब आंबेडकर विवाह संस्थांसंबंधी व जातीसंस्थांसंबंधी आपले मत व्यक्त करताना म्हणतात, ''आंतरजातीय विवाहाचा अभाव आणि सजातीय विवाहाचे नियम हेच जातीचे मूळ आहे.''[३०] जाती टिकून राहाव्या म्हणून विवाह संस्था अत्यंत महत्त्वाची भूमिका पार पाडते.

काही जातीसमूहांमधून विवाहाचे असलेले वेगवेगळे प्रकार मान्य करून त्या प्रकारच्या विवाहप्रकारास समाजातून मान्यता मिळालेली दिसून येते. अशा विवाह प्रकारांचे विवाह प्रतिष्ठेचे मानले जाऊ लागले. अनुसूचित जातीतील दलित जाती

समूहांमधून बहुपती व बहुपत्नी विवाह प्रथा प्रचलित असलेली दिसून येते.[३१] अनुसूचित जातींनी या प्रकारच्या विवाहप्रकारास मान्यता व प्रतिष्ठा प्राप्त करून दिलेली आहे.

विवाहांतर्गतच विधवाविवाहासाठीदेखील जातीसंस्था व विवाहसंस्थेने काही नियम तयार केले आहेत. विधवा पुनर्विवाहास असलेल्या बंदीवरून त्यास विरोध झालेला दिसून येतो. ताराबाई शिंदे म्हणतात, ‘‘विधवांचे पुनर्विवाह न करण्याची प्रथा ही महारोगाप्रमाणे आहे. ती अनेक जातीसमूहांत, अनेक ठिकाणी पसरलेली दिसून येते. त्यामुळे कोट्यवधी स्त्रियांना वैधव्याचे असह्य दुःख भोगावे लागते.’’[३२] विधवांना त्यांचा पुनर्विवाह करण्यास बंदी होती. दलित जातीसमूहामध्येदेखील विधवा पुनर्विवाहास परवानगी नव्हती; कारण असे विधवांचे झालेले विवाह त्यांना आवडत नव्हते.[३३] यावरून समाजातील सर्वच जातीसमूहांमधून व धर्मांमधून विधवा पुनर्विवाहास बंदी असलेली दिसून येते.

विवाहसंस्था आणि जातीसंस्था यांनी स्त्रियांच्या वैवाहिक जीवनासंबंधी अनेक निर्बंध लादलेले आहेत हेच यावरून स्पष्ट होते. विवाहसंस्थांमधून स्त्रियांना दिलेला दर्जा दुय्यम स्वरूपाचा आहे. स्त्रियांवर विवाह संस्थेच्या माध्यमातून जी बंधने आहेत, त्याविषयी सुनंदा पटवर्धन असे म्हणतात की ‘‘स्त्रियांचा विवाह अल्पवयात करणे, आपल्या जातीत विवाह करणे, विवाहास पवित्र बंधन समजणे, विवाह एक संस्कार आहे, दैव व नशिबाचा संबंध विवाहाशी जोडणे, स्त्रियांनी विवाहाच्या या बंधनांचे उल्लंघन करू नये,’’[३४] अशी बंधने टाकल्यामुळे विवाह संस्था आणि जातीसंस्थेने दिलेला वैवाहिक दर्जा, त्याआधारे असलेली भूमिका समाजातील स्त्रियांना पार पाडावी लागते. प्रत्येक जातीसमूहानुसार स्त्रियांचे वैवाहिक जीवन निश्चित होते.’’

ग्रामीण मातंग स्त्रियांच्या वैवाहिक जीवनाची माहिती मिळवून त्याची मांडणी पुढील घटकांच्या साहाय्याने केलेली आहे. त्यामध्ये वैवाहिक दर्जा, विवाहाच्या वेळीचे वय, विवाहाचा प्रकार, विवाह ठरविण्याचा अधिकार, हुंडाप्रथा, बहुपती विवाह प्रथा, विवाह कायद्याविषयीचे ज्ञान, जोडीदार निवडताना मुलीचे मत, वैवाहिक जीवनातील समाधान, सामूहिक विवाह सोहळ्यातील सहभाग, आंतरजातीय विवाहाची स्थिती, विधवा स्त्रियांच्या पुनर्विवाहाबद्दलच्या असलेल्या अडचणी व समस्या, उपरोक्त सर्वच घटकांचे विश्लेषण प्रस्तुत प्रकरणातून संकलित माहितीच्या आधारे केलेले आहे.

विवाह ही एक सार्वत्रिक बाब आहे. त्यामुळे विवाहाचा विचार समाजातील प्रत्येक व्यक्तीला करावा लागतो; कारण विवाहानंतर प्रत्येकाला एक विशिष्ट दर्जा प्राप्त होतो. स्त्रियांच्या संदर्भाने विचार केल्यास अविवाहित, विवाहित, विधवा, घटस्फोटित, परित्यक्ता या प्रत्येक स्थितीमधून स्त्रियांना प्राप्त होणारा दर्जा हा भिन्न-

भिन्न स्वरूपाचा आहे.

उत्तरदात्या ग्रामीण मातंग स्त्रिया कोणत्या प्रकारच्या वैवाहिक स्थितीमध्ये जीवन जगतात? त्याचा वैवाहिक दर्जा कोणता आहे? याविषयीची माहिती संकलित करून, उत्तरदात्या मातंग स्त्रियांचा वैवाहिक दर्जा स्पष्ट करणे हा मुख्य उद्देश असल्यामुळे त्यांची मांडणी तक्ता ३.१ मधून केली आहे.

तक्ता ३.१ : ग्रामीण मातंग स्त्रियांची वैवाहिक स्थिती

अ.क्र.	वैवाहिक स्थिती	वारंवारिता	टक्केवारी
१)	अविवाहित	०२	०.८९
२)	विवाहित	१९६	८७.११
३)	विधवा	२५	११.११
४)	घटस्फोटित	०२	०.८९
	एकूण	२२५	१००

उपरोक्त तक्ता ३.१ मधून असे निदर्शनास येते की, वैवाहिक स्थितीमध्ये अविवाहित, विवाहित, विधवा, घटस्फोटित असे जीवन जगणाऱ्या उत्तरदात्या ग्रामीण मातंग स्त्रिया आढळून आलेल्या आहेत. त्यामध्ये विवाहित स्त्रियांचे प्रमाण सर्वाधिक म्हणजेच ८७.११ टक्के आहे; तर विधवा म्हणून जीवन जगणाऱ्या स्त्रियांचे प्रमाण ११.११ टक्के आहे. तसेच घटस्फोटित स्त्रियांचे प्रमाण ०.८९ टक्के आहे. एकही परित्यक्ता स्त्री उत्तरदात्या मातंग स्त्रियांमध्ये आढळून आलेली नाही.

भारतीय समाजातील स्त्री-पुरुष यांच्यामध्ये जे विवाह होतात, ते प्रामुख्याने कोणत्या वयोगटात हे पाहिले असता रसेल व हिरालाल यांनी नमूद केल्याप्रमाणे "मुलांचे विवाह त्यांच्या जन्मापूर्वीसुद्धा ठरत. दोन गर्भवती स्त्रियांना मुलगा व मुलगी होईल असे गृहीत धरून त्यांचा विवाह दोघींच्या पोटास कुंकू लावून ठरविण्यात येत असे."[३५] भारतीय समुदायातील जातीसमूहामधून विवाह ठरविण्याचा व विवाह लावण्याचा विधी हा बालवयात केला जात होता. बहुसंख्य विवाह असे होत असत. मुलीचे वय अठरा वर्षांच्या आत; तर मुलाचे एकवीसच्या आत, अशाच विवाहांचे प्रमाण अधिक होते. ही बालविवाहाची प्रथा कमी व्हावी यासाठी ब्रिटीश शासनाने १९२९ ला मुलीचे वय अठरा वर्षांपेक्षा अधिक; तर मुलाचे वय एकवीस वा अधिक अशा प्रकारच्या विवाहास कायद्याला मान्यता देण्यात आलेली आहे. असे असले, तरी ग्रामीण मातंग समाजातून ह्या कायद्याचा आधार घेऊन विवाह होतात का? तसेच अनुसूचित जातीमधील उत्तरदात्या मातंग स्त्रियांचे विवाहदेखील कोणत्या वयोगटात झाले आहेत?

हे जाणून घेण्याच्या उद्देशाने संबंधित माहिती संकलित करून तक्ता ३.२ मधून ती स्पष्ट केली आहे.

तक्ता ३.२ : ग्रामीण मातंग स्त्रियांचे विवाहाच्या वेळचे वय

अ.क्र.	वयोगट	वारंवारिता	टक्केवारी
१)	अविवाहित	०२	०.८९
२)	अठरा वर्षांपेक्षा कमी	२०८	९२.४४
३)	अठरा वर्षांपेक्षा जास्त	१५	६.६
	एकूण	२२५	१००

उपरोक्त तक्ता ३.२ चे अवलोकन केल्यास असे लक्षात येते की, बालविवाह प्रतिबंधक कायदा १९२९ पासून अंमलात आणला असला, तरी ह्या कायद्याची प्रभावी अमंलबजावणी, तसेच कायद्याचे पालन हे अनुसूचित जातीमधील उत्तरदात्या मातंग स्त्रियांच्या विवाहाच्या वेळी झालेले दिसून येत नाही; कारण बहुसंख्य मातंग स्त्रियांचे विवाह हे अठरा वर्षांपेक्षा कमी वय असताना झालेले आहेत. अशा बहुसंख्य उत्तरदात्या स्त्रियांच्या बालविवाहांचे प्रमाण ९२.४४ टक्के आहे. ज्या उत्तरदात्या स्त्रियांचे अठरा वर्षांपेक्षा जास्त वय असताना विवाह झाले, ज्यांनी बालविवाह प्रतिबंधक कायद्याचे पालन केले, अशा उत्तरदात्या स्त्रियांचे प्रमाण ६.६७ टक्के एवढेच आढळून आले आहे; तर उत्तरदात्या स्त्रियांमधून अविवाहित स्त्रियांचे प्रमाण हे ०.८९ टक्के एवढे आहे.

ग्रामीण समुदायातील मातंग जातीतील स्त्रियांचे विवाह ठरविताना जोडीदार कसे निवडले जातात, जोडीदार निवडण्याचा अधिकार कुटुंबातील कोणत्या प्रमुख सदस्यांना आहे, कुटुंबातील सदस्यांना विवाह ठरविण्याच्या प्रक्रियेत सहभाग किती व कसा आहे, हे जाणून घेण्यासाठी कुटुंबातील विवाह ठरविणाऱ्या प्रमुख व्यक्तींबाबत माहिती संकलित केलेली असून ती पुढील तक्ता ३.३ मध्ये मांडलेली आहे.

तक्ता ३.३ : ग्रामीण मातंग स्त्रियांचा विवाह ठरवणारी प्रमुख व्यक्ती

अ.क्र.	कुटुंबातील सदस्य	वारंवारिता	टक्केवारी
१)	अविवाहित	०२	०.८९
२)	स्वतः	०१	०.४५
३)	वडील	१२२	५४.२२
४)	भाऊ	०२	०.८९

५)	काका	१०	४.४४
६)	काका व वडील	१३	०५.७८
७)	मामा	१०	०४.४४
८)	आई व वडील	६५	२८.८९
	एकूण	२२५	१००

उपरोक्त तक्ता ३.३ च्या निरीक्षणावरून असे लक्षात येते की, उत्तरदात्या स्त्रियांच्या कुटुंबात जोडीदार निवडण्याचा व विवाह ठरविण्याचा अधिकार हा लिंगभेदाच्या आधारे कुटुंबातील पुरुषाकडेच असलेला दिसून येतो. तसेच कुटुंबातील स्त्रियांना, ज्यांचा विवाह होणार आहे, त्यांना जोडीदार निवडण्याचे स्वातंत्र्यदेखील नव्हते. त्यामुळे कुटुंबातील पुरुष असलेल्या वडिलांनी विवाह ठरविल्याचे ५४.२२ टक्के स्त्रियांनी सांगितले आहे. वडील व आई यांनी दोघांनी विवाह ठरविला असे सांगणाऱ्या स्त्रियांचे प्रमाण २८.८९ टक्के आहे. काकांनी व वडिलांनी विवाह ठरविला आहे असे सांगणाऱ्या ५.७८ टक्के स्त्रिया आहेत. काका व मामांनी विवाह ठरविला अशांचे प्रमाण सारखेच म्हणजे ४.४४ टक्के आहे. भावांनी विवाह ठरविलेल्या स्त्रियांचे प्रमाण ०.८९ टक्के आहे. तसेच स्वतः विवाह ठरविलेली फक्त एकच स्त्री आढळून आली; तर अविवाहित स्त्रियांचे प्रमाण फक्त ०.८९ टक्के एवढे आहे.

भारतीय समाजात विवाह समारंभात हुंडाप्रथा अस्तित्वात आलेली दिसून येते. हुंडाप्रथा रूढ झाल्यामुळे स्त्रियांवरील अत्याचार वाढले आणि हुंडाबळींची संख्या सातत्याने वाढताना दिसून येते. समाजातील हुंडाप्रथा नष्ट व्हावी यासाठी इ.स. १९६१ मध्ये भारतात हुंडाविरोधी कायदा मंजूर करण्यात आला आहे, परंतु कायद्यामधील काही तुटींमुळे या हुंड्याच्या समस्यांची तीव्रता वाढत गेली. त्यामुळे १९४८ ला या कायद्यात दुरुस्ती करण्यात आली. असे असले, तरी हुंडा प्रतिबंधक कायद्याच्या सद्य:स्थितीबद्दल डॉ. एस.के. खोत सांगतात की

"आजही हुंडा प्रतिबंधक, हुंडाबळीचा कायदा असला, तरी त्याची प्रभावी अमंलबजावणी होत नाही."[३६] अशा परिस्थितीमध्ये अनुसूचित जातीमधील मातंग समाजात विवाह समारंभातून हुंडाप्रथा अस्तित्वात आहे का? उत्तरदात्या स्त्रियांचे विवाह ज्या कालखंडातून झाले, तेव्हा त्यांना त्यांच्या विवाहाच्या वेळी हुंडा द्यावा लागला होता का? हुंडाप्रथा अस्तित्वात होती का? हे जाणून घेण्याच्या उद्देशाने हुंडाप्रथेविषयी माहिती उत्तरदात्यांकडून संकलित करून तिची मांडणी तक्ता ३.४ मधून केली आहे.

तक्ता ३.४ : मातंग स्त्रियांच्या विवाहात हुंड्याच्या देवाण–घेवाणीविषयी माहिती

अ.क्र.	हुंडाविषयक माहिती	वारंवारिता	टक्केवारी
१)	हुंडा द्यावा लागला नाही	१६७	७४.२२
२)	हुंडा द्यावा लागला	५६	२४.८९
३)	अविवाहित	०२	०.८९
	एकूण	२२५	१००

उपरोक्त तक्ता ३.४ चे अवलोकन केल्यास त्यामधील आकडेवारीच्या आधारे असे लक्षात येते की, उत्तरदात्या ग्रामीण मातंग स्त्रियांमध्ये १५ ते २० वर्षांपूर्वी विवाह झालेले आहेत, अशा स्त्रियांच्या वडिलांना हुंडा द्यावा लागला नाही. जातीमध्ये हुंडाप्रथा त्या वेळी नव्हती त्यामुळे हुंडा दिला नाही, असे ७४.२२ टक्के स्त्रियांनी सांगितले आहे. तसेच ५ ते १० वर्षांपूर्वी विवाह झाले आहेत अशा उत्तरदात्या स्त्रियांच्या वडिलांनी हुंडा दिला आहे, असे २४.८९ टक्के स्त्रियांनी सांगितले आहे. विवाह झाला नसल्यामुळे हुंडा द्यावा लागला नाही, अशा उत्तरदात्यांचे प्रमाण ०.८९ टक्के एवढे आहे. ज्या स्त्रियांच्या वडिलांनी हुंडा दिला आहे, त्यांनी अनौपचारिक चर्चेतून रु.२,००० ते रु. ५०,००० पर्यंत हुंडा दिल्याचे सांगितले आहे. मातंग जातीमध्येदेखील हुंडाप्रथा अस्तित्वात आली असली, तरी हुंड्यासाठी छळ मात्र होत नाही असे त्यांनी सांगितले.

भारतीय समाजातील विवाह समारंभातील हुंडा पद्धती ही अतिप्राचीन प्रथा असलेली दिसून येते, परंतु काही जातीसमूहांमधून 'वधुमूल्य' देण्याची प्रथा होती. ही प्रथा फार काळ सुरू नव्हती. 'वधुमूल्य' प्रथा नष्ट होऊन हुंडाप्रथा समाजातून रूढ झालेली दिसून येते.

मातंग जातीच्या कुटुंबांमधून 'एक विवाह' प्रमाणेच 'बहुपत्नी विवाह' प्रथा सर्वत्र आढळून येते.[३७] त्यामुळे या विवाहप्रथेविषयी समाजशास्त्रज्ञ डॉ. भा.की. खडसे यांना असे आढळून आले की

''मातंग जातीच्या कुटुंबामधून 'बहुपत्नी प्रथा' त्याज्य मानून एक विवाहाचा सार्वत्रिक स्वीकार करण्याची अभिवृत्ती लोकांमध्ये दिसून येते.''[३८]

असे असले, तरी जी पारंपरिक बहुपत्नी विवाह प्रथा आहे, ती बहुपत्नी प्रथा सद्य:स्थितीमध्ये परभणी जिल्ह्यातील मातंग जातीमधून सुरू आहे का? मातंग जातीतील

कुटुंबानेदेखील 'एक विवाह' प्रथेचा स्वीकार केलेला आहे का? हे जाणून घेण्याच्या हेतूने संबंधित माहिती संकलित करून तक्ता ३.५ मधून मांडलेली आहे.

तक्ता ३.५ : मातंग स्त्रियांच्या कुटुंबातील 'बहुपत्नी' प्रथेची माहिती

अ.क्र.	प्रथा	वारंवारिता	टक्केवारी
१)	होय	०४	१.७८
२)	नाही	२१९	९७.३३
३)	अविवाहित	०२	०.८९
	एकूण	२२५	१००

उपरोक्त तक्ता ३.५ च्या निरीक्षणावरून असे दिसून येते की, उत्तरदात्या मातंग स्त्रियांच्या कुटुंबातून त्यांच्या पतीने 'बहुपत्नी' विवाह न करता 'एक विवाह' केलेला आहे, अशीच बहुसंख्य स्त्रियांची कुटुंबे आढळून आली आहेत. एक विवाह झालेले आहेत, असे ९७.३३ टक्के एवढ्या स्त्रियांनी सांगितले आहे. बहुपत्नी प्रथेचा स्वीकार केल्याचे १.७८ टक्के स्त्रियांनी सांगितले आहे; तर अविवाहित असल्यामुळे लागू नाही, असे ०.८९ टक्के आहेत. ज्या स्त्रियांच्या पतीने बहुपत्नी विवाह केलेले आहेत ते प्रथा म्हणून नाही; तर पहिल्या विवाहातून असलेल्या पत्नीस अपत्य न होणे हे कारण बहुपत्नी विवाहाचे आहे, असे अनौपचारिक चर्चेतून त्यांनी सांगितलेले आहे. बहुपत्नी विवाहास त्यांच्या पहिल्या पत्नीची पसंतीदेखील त्यांनी घेतली होती. मातंग जातीच्या कुटुंबातून असणारी बहुपत्नी विवाहप्रथा नष्ट होऊन तेथे एकविवाहप्रथा रूढ झालेली आहे. डॉ. लीला पाटील असे स्पष्ट करतात की

"हिंदू विवाह, हिंदू वारसा हक्काचा दत्तक कायदा, घटस्फोट, पोटगी, द्विभार्या प्रतिबंधक कायदा, हुंडाबंदी कायदा, बालविवाह प्रतिबंधक कायदा इत्यादी कायद्याच्या माहितीचा अभाव स्त्रियांमध्ये असलेला दिसून येतो."[३९]

तसेच मुला-मुलीच्या विवाहाच्या वयाविषयी असलेल्या १९७८ च्या कायद्यातील तरतूद कलम क्र. २ प्रमाणे मुलांचे विवाहाचे वय एकवीस वर्षे पूर्ण; तर मुलीचे अठरा वर्षे पूर्ण असावे.[४०] मुला-मुलीच्या विवाहाच्या वयाचा कायदा, तसेच विवाहासंबंधी असलेले इतर कायदे याविषयीचे ज्ञान व माहिती ग्रामीण मातंग स्त्रियांना आहे का? यासंबंधी माहिती संकलित करून त्याची मांडणी तक्ता ३.६ मध्ये केलेली आहे.

तक्ता ३.६ : मातंग स्त्रियांच्या विवाह कायद्यासंबंधी असणारी माहिती

अ.क्र.	कायद्याची माहिती	वारंवारिता	टक्केवारी
१)	आहे	१६३	७२.४४
२)	नाही	६२	२७.५६
	एकूण	२२५	१००

उपरोक्त तक्ता ३.६ मधील आकडेवारीच्या आधारे असे स्पष्ट करता येते की, उत्तरदात्या ग्रामीण मातंग स्त्रियांना विवाहविषयक असलेल्या कायद्याचे ज्ञान व माहिती आहे, असे बहुतांशी स्त्रियांनी सांगितले आहे. कायद्याची माहिती असणाऱ्या स्त्रियांची टक्केवारी ७२.४४ एवढी आहे; तर विवाहविषयक कोणत्याही कायद्याची माहिती नाही असे २७.५६ टक्के स्त्रियांनी सांगितले आहे. विवाहविषयक कायद्याची माहिती आहे असे ज्या स्त्रियांनी सांगितले आहे, त्यांना त्या कायद्याची कोणती माहिती आहे, असे विचारले असता त्यांना मुला-मुलीचे विवाहाचे वय यापुरतीच मर्यादित माहिती आढळून आली. त्यांना कायद्याचे पालन न केल्यास शिक्षेची तरतूद अशी कोणतीही सविस्तर माहिती विवाह कायद्याबद्दल आढळून आली नाही, हे अनौपचारिक चर्चेतून त्यांनी स्पष्ट केलेले आहे.

ग्रामीण मातंग स्त्रियांना विवाहाच्या वयाचा असलेला कायदा त्यांना माहीत आहे. मुलीचा विवाह ठरविताना उत्तरदात्या मातंग स्त्रियांच्या कुटुंबाकडून या कायद्याचे पालन केले जाते का? हे जाणून घेण्याच्या उद्देशाने संबंधित माहिती संकलित करून त्यासंबंधी मांडणी तक्ता ३.७ मध्ये केलेली आहे.

तक्ता ३.७ : मातंग स्त्रियांच्या कुटुंबातून मुलीचा विवाह करताना केल्या जाणाऱ्या कायद्यांच्या पालनाची माहिती

अ.क्र.	कायद्याचे पालन	वारंवारिता	टक्केवारी
१)	होय	१२१	५३.७८
२)	नाही	१०४	४६.२२
	एकूण	२२५	१००

उपरोक्त तक्ता ३.७ मधील आकडेवारीच्या अध्ययनावरून असे लक्षात येते की, उत्तरदात्या ग्रामीण मातंग स्त्रियांना विवाहविषयक कायदे माहिती आहेत, त्यामध्ये

त्यांना मुला-मुलींच्या वयाबद्दल असलेला कायदा, ज्यामध्ये मुलीचे वय १८ वर्षे पूर्ण; तर मुलाचे २१ वर्षे पूर्ण अशी तरतूद आहे, परंतु कुटुंबातील मुलीचा विवाह करताना या कायद्याचे पालन त्या करतात असे ५३.७८ टक्के स्त्रियांनी सांगितले आहे; तर कायद्याचे पालन न करता मुलीचा विवाह हा अठरा वर्षांच्या आतच केला जातो, त्यामुळे बालविवाह केले जातात आणि कायद्याचे पालन केले जात नाही, असे ४६.२२ टक्के स्त्रियांनी सांगितले आहे. आजही उत्तरदात्या स्त्रियांच्या कुटुंबातून बालविवाह प्रथा काही प्रमाणात सुरू असलेली दिसून येते.

प्रत्येक समाजात विवाह होताना जोडीदार निवडीबाबत निश्चित नियम असतात. त्यांना वधू-वर निवडीचे निर्बंध किंवा नियम म्हणतात. व्यक्तीला आपला विवाहित जोडीदार कोणत्या जातीसमूहातून निवडला पाहिजे यांचे नियम होते. बहुसंख्य हिंदू विवाहात जोडीदार निवडीचा निर्णय हा कुटुंबातील वडिलधाऱ्या पुरुष मंडळींकडून घेतला जात होता. विवाह संस्थेतील बदलत्या स्वरूपावरून आज 'संमती विवाह' ही पद्धती प्रचलनात आली आहे. त्यामुळे विवाह करू इच्छिणाऱ्या मुला-मुलींना जोडीदार निवडण्याचा अधिकार देण्यात आला आहे. जोडीदार निवडताना परस्परांची संमती महत्त्वाची मानली जात आहे. अशा परिस्थितीमध्ये मातंग जातीसमूहातून त्यांच्या कुटुंबातील मुलींना विवाह जुळवत असताना जोडीदार निवडण्याचा अधिकार दिला जातो किंवा नाही? आजही पूर्वीचीच जोडीदार निवडीची पद्धती कायम आहे का?, जोडीदार निवडीचा कुटुंबातील अधिकार व जोडीदार निवडीचे अधिकार कुटुंबातील पुरुषाकडे आहेत का? यासंबंधी जाणून घेण्याच्या हेतूने संबंधित तथ्ये संकलित करून तक्ता ३.८ मधून मांडलेली आहे.

तक्ता ३.८ : मातंग स्त्रियांच्या मुलींचा विवाह ठरविताना जोडीदार निवडण्याचा अधिकार

अ.क्र.	अधिकार	वारंवारिता	टक्केवारी
१)	अविवाहित	०२	०.८९
२)	मुलगी नाही त्यामुळे लागू नाही.	३५	१५.५६
३)	जोडीदार निवडण्याचे स्वातंत्र्य आहे.	८८	३९.११
४)	जोडीदार स्वातंत्र्य नाही.	१००	४४.४४
	एकूण	२२५	१००

उपरोक्त तक्ता ३.८ मधील आकडेवारीवरून असे निदर्शनास येते की, उत्तरदात्या

ग्रामीण मातंग स्त्रियांच्या मुलींना विवाह जुळवित असताना जोडीदार निवडण्याचे स्वातंत्र्य व अधिकार आजही बहुसंख्य कुटुंबांतून मिळत नाही. त्यामुळे कुटुंबातील पुरुष मंडळीच आपल्या मुलींसाठी जोडीदाराची निवड करतात. त्यामुळे मुलींना जोडीदार निवडीचा अधिकार नाही असे ४४.४४ टक्के स्त्रियांनी सांगितले आहे; तर ३९.११ टक्के उत्तरदात्या स्त्रियांनी त्यांच्या मुलींना जोडीदार निवडण्याचे स्वातंत्र्य असून मुलीचा 'संमती विवाह' केला जातो असे त्यांनी सांगितले आहे. तसेच १५.५६ टक्के स्त्रियांनी मुलगी नाही असे सांगितल्यामुळे त्यांना लागू नाही; तर अविवाहित असल्यामुळे लागू नाही असे ०.८९ टक्के स्त्रियांनी सांगितले आहे.

ग्रामीण मातंग स्त्रिया जे वैवाहिक जीवन जगताना आढळून येतात, त्यामध्ये उत्तरदात्या मातंग स्त्रिया ह्या पूर्णतः वैवाहिक जीवनात आहेत का? तसेच समाधानी नसतील, तर असमाधानाची त्यांची कारणे कोणती आहेत, हे जाणून घेऊन त्यांची मांडणी तक्ता ३.९ मधून केलेली आहे.

तक्ता ३.९ : मातंग स्त्रिया वैवाहिक जीवनात असमाधानी असल्याची कारणे

अ.क्र.	कारणे	वारंवारिता	टक्केवारी
१)	वैवाहिक जीवनात समाधानी	१८५	८२.२२
२)	पतीचा स्वभाव वाईट	१०	४.४४
३)	सासू-सासरे त्रास देतात	०१	०.४४
४)	पतीचे निधन	२५	११.११
५)	घटस्फोट	०२	०.८९
६)	अविवाहित, लागू नाही	०२	०.८९
	एकूण	२२५	१००

उपरोक्त तक्ता ३.९ च्या निरीक्षणावरून असे स्पष्ट होते की, उत्तरदात्या स्त्रिया ह्या आपल्या वैवाहिक जीवनात समाधानी जीवन जगत आहेत असे ८२.२२ टक्के स्त्रियांनी सांगितले आहे; तर वैवाहिक जीवनात असमाधानी आहोत त्याचे मुख्य कारण हे पतीचे झालेले अकाली निधन होय, असे ११.११ टक्के स्त्रियांनी सांगितले आहे. पतीच्या वाईट स्वभावामुळे ४.४४ टक्के स्त्रिया वैवाहिक जीवनात असमाधानी आहेत; तर पती वैवाहिक सुख देत नाही त्यामुळे असमाधानी असल्याचे ०.८९ टक्के स्त्रियांनी सांगितले आहे. पतीपासून घटस्फोट घेतल्यामुळे असमाधानी आहोत असे

०.८९ टक्के स्त्रियांनी सांगितले आहे. पतीचा वाईट स्वभाव व सासू-सासरे यांच्या त्रासामुळे प्रत्येकी एक स्त्री वैवाहिक जीवनात असमाधानी आहे; तर त्याचे प्रमाण ०.८९ टक्के आहे. अविवाहित असल्यामुळे लागू नाही अशा स्त्रियांचे प्रमाण ०.८९ टक्के आहे.

ग्रामीण भागात व्यसनाधीनतेची समस्या अधिक तीव्र स्वरूपात जाणवते. ग्रामीण भागातील व्यसनाधीनतेचा त्रास सर्वाधिक प्रमाणात स्त्रियांना होतो. त्यामुळे व्यसनाधीनतेसंबंधी डॉ. लीला पाटील म्हणतात, ''ग्रामीण भागात नवऱ्याच्या व्यसनामुळे अनेक स्त्रियांना नरकवास सहन करावा लागत आहे.''[४१] पतीचे व्यसन करण्याचे प्रमाण ग्रामीण भागात अधिक आहे. पतीच्या व्यसनांचा परिणाम पत्नीच्या जीवनावर होतो. व्यसनाधीनतेमुळे पती हा पत्नीवर अत्याचार, अन्याय करताना आणि तिचे आर्थिक शोषण करताना आढळून येतो. त्यामुळे ग्रामीण मातंग स्त्रियांचे पती व्यसन करतात का? व्यसन करीत असतील, तर ते कोणत्या प्रकारचे व्यसन करतात? यासंबंधी तथ्ये संकलित करून त्याची मांडणी तक्ता ३.१० मधून केलेली आहे.

तक्ता ३.१० : ग्रामीण मातंग स्त्रियांच्या पतीच्या व्यसनाधीनतेची माहिती

अ. क्र.	व्यसन	वारंवारिता	टक्केवारी
१)	दारू	४०	१७.७७
२)	तंबाखू	६५	२८.८९
३)	बिडी-सिगारेट	१५	०६.६
४)	दारू, बिडी-सिगारेट, तंबाखू	४०	१७.७
५)	पतीस कोणतेच व्यसन नाही	३६	१६
६)	अविवाहित असल्यामुळे लागू नाही	०२	०.८९
७)	विधवा असल्यामुळे लागू नाही	२५	११
८)	घटस्फोटित असल्यामुळे लागू नाही	०२	०.८९
	एकूण	२२५	१००

उपरोक्त तक्ता ३.१० च्या अध्ययनातून असे लक्षात येते की, उत्तरदात्या ग्रामीण मातंग स्त्रियांच्या पतींमध्ये दारू, तंबाखू, बिडी-सिगारेट या प्रकारचे व्यसन करणाऱ्यांचे प्रमाण हे एकूण ७१.७७ टक्के स्त्रियांनी सांगितले की, त्यांच्या पतीस दारूचे व्यसन आहे आणि बिडी-सिगारेट, दारू या तिन्ही प्रकारचे व्यसन केले जाते असे १७.७७ टक्के स्त्रियांनी सांगितले आहे. तसेच बिडी-सिगारेटचे व्यसन करतात

असे ६.६७ टक्के स्त्रियांनी सांगितले आहे. ज्या स्त्रियांच्या पतीला कोणत्याही प्रकारचे व्यसन नाही असे १६ टक्के स्त्रियांनी सांगितले आहे; तर उत्तरदात्या स्त्रियांमध्ये विधवा स्त्रियांचे प्रमाण ११.११ टक्के, घटस्फोटितांचे प्रमाण ०.८९ टक्के; तर अविवाहितांचे प्रमाण ०.८९ टक्के असल्यामुळे त्यांना लागू नाही.

उत्तरदात्या मातंग स्त्रियांनी सांगितले की, जे पती व्यसन करतात, त्यांमध्ये त्यांच्या व्यसनासाठी त्यांना पैसा द्यावा लागतो, त्यामुळे मातंग स्त्रियांचे आर्थिक शोषण होते असे ५०.६७ टक्के स्त्रियांनी सांगितले आहे. तसेच व्यसनासाठी पैसे देत नाहीत, कोणताच त्रास नाही असे २०.४४ टक्के स्त्रियांनी सांगितले आहे.

सामूहिक विवाह सोहळा म्हणजे एकाच वेळी, एकाच ठिकाणी, अनेक जोडप्यांची लग्ने लावणे.[४२] अशा सामूहिक विवाह सोहळ्यांचे आयोजन गाव, तालुका, जिल्हा पातळीवरून स्वयंसेवी संस्थांकडून केले जाते. त्यामधून सहभागी झालेल्या मागासवर्गीय जोडप्यांना दहा हजार रुपये अनुदान मिळते. विवाह सोहळ्यावरील होणाऱ्या खर्चाची बचत व्हावी हा या सामूहिक विवाह सोहळ्याच्या आयोजनामागील उद्देश असतो. त्यामुळे ग्रामीण मातंग स्त्रियांच्या कुटुंबातील मुला-मुलींचे विवाह सामूहिक विवाह सोहळ्यात केल्या जातात का? विवाह सोहळ्यात त्या सहभागी होतात का? हे जाणून घेऊन त्यासंबंधीची माहिती तक्ता ३.११ मधून मांडलेली आहे.

तक्ता ३.११ : मातंग स्त्रियांचा सामूहिक विवाह सोहळ्यातील सहभाग

अ.क्र.	सहभाग	वारंवारिता	टक्केवारी
१)	होय	१६३	७२.४४
२)	नाही	६२	२७.५६
	एकूण	२२५	१००

उपरोक्त तक्ता ३.११ च्या निरीक्षणावरून असे लक्षात येते की, उत्तरदात्या ग्रामीण मातंग स्त्रियांच्या कुटुंबातील मुला-मुलींचे विवाह हे गाव, तालुका, जिल्हा पातळीवरून जे स्वयंसेवी संस्थांकडून सामूहिक विवाह सोहळे आयोजित केले जातात, त्यामध्ये सहभागी होऊन मुला-मुलींचे विवाह केले जातात असे बहुसंख्य म्हणजे ७२.४४ टक्के स्त्रियांनी सांगितले आहे. सामूहिक विवाह सोहळ्यात सहभागी होत नाहीत, असे २७.५६ टक्के स्त्रियांनी सांगितले आहे. विवाह सोहळ्यावर होणाऱ्या खर्चाची बचत करण्याची मानसिकता मातंग स्त्रियांमधून असलेली दिसून येते.

सामूहिक विवाह सोहळे जे आयोजित केले जातात, ते जिल्हा, तालुका, गाव या सर्वच पातळीवर स्वयंसेवी संस्थांकडून आयोजित केले जातात. विवाह सोहळ्यात

सहभागी होणाऱ्या जोडप्यांच्या आई-वडिलांच्या लग्नविधीवरच्या व इतर खर्चाची बचत होत असते. अशा प्रकारचे सामूहिक विवाह सोहळे आयोजित करणे आवश्यक व गरजेचे वाटतात काय? याबद्दलचे ग्रामीण मातंग स्त्रियांचे मत लक्षात घेण्यासाठी माहिती गोळा केली, त्याची मांडणी तक्ता ३.१२ मधून केलेली आहे.

तक्ता ३.१२ : स्त्रियांचे सामूहिक विवाह सोहळ्याबाबत मत

अ. क्र.	मत	वारंवारिता	टक्केवारी
१)	योग्य	१४८	६५.७८
२)	अयोग्य	२४	१०.६७
३)	निश्चित मत सांगता येत नाही	५३	२३.५५
	एकूण	२२५	१००

उपरोक्त तक्ता ३.१२ मधील आकडेवारीच्या आधारे असे स्पष्ट करतात येते की, उत्तरदात्या ग्रामीण मातंग स्त्रियांनी असे सांगितले की, आमच्याकडे मुलीचे लग्न करण्यासाठी पैसा नरातो. या सोहळ्यांमधून आम्ही त्यांचे लग्न लावतो. त्यामुळे सामूहिक विवाह सोहळा आयोजित करणे अत्यंत योग्य आहे असे ६५.७८ टक्के स्त्रियांनी सांगितले आहे; तर सामूहिक विवाह सोहळ्यात अनेक वेळा नियोजनामुळे गोंधळ होतो. त्यामुळे सामूहिक विवाह सोहळे आयोजित करणे अयोग्य आहे, असे १०.६७ टक्के स्त्रियांनी सांगितले आहे. सामूहिक विवाह सोहळ्याबद्दल पुरेशी माहिती नसलेले, त्यामुळे त्यांना याविषयी निश्चित मत सांगता आले नाही असे २३.५५ टक्के स्त्रिया आहेत.

विवाह जुळवित असताना प्रामुख्याने जातीच्या निर्बंधांमुळे जातीअंतर्गत विवाह होताना दिसून येतात. सुनंदा पटवर्धन या संदर्भाने असे मत व्यक्त करतात की "लोकांमध्ये आंतरजातीय विवाह करण्याची आकांक्षा असते."[४३] परंतु त्यांनी सांगितले असले, तरी आंतरजातीय विवाह होत नाहीत. त्याचे मुख्य कारण म्हणजे आंतरजातीय विवाह झाले की जातीव्यवस्थेला हादरा लागतो.[४४] त्यामुळे प्रामुख्याने आंतरजातीय विवाहासंबंधी जातीचे नियम अधिक कडक आहेत.

ग्रामीण भागात राहणाऱ्या जाती समूहात आंतरजातीय विवाह केलेल्याचे प्रमाण कसे आहे? आंतरजातीय विवाह किती झाले आहेत? आंतरजातीय बिवाह किती प्रमाणात केले आहेत याविषयी माहिती संकलित केली असून ती तक्ता ३.१३ मधून स्पष्ट केली आहे.

तक्ता ३.१३ : ग्रामीण मातंग समुदायात आंतरजातीय विवाहांचे प्रमाण

अ.क्र.	आंतरजातीय विवाह	वारंवारिता	टक्केवारी
१)	होय	०६	२.६७
२)	नाही	२१९	९७.३३
	एकूण	२२५	१००

उपरोक्त तक्ता ३.१३ च्या निरीक्षणावरून असे लक्षात येते की, उत्तरदात्या ग्रामीण मातंग स्त्रियांच्या जातीसमूहामधून विवाहाच्या संदर्भाने आजही जातीची बंधने ही कडक असलेली दिसून येतात; कारण मातंग जातीमधून आंतरजातीय विवाह होत नाहीत असेच ९७.३३ टक्के स्त्रियांनी सांगितले आहे. आंतरजातीय विवाह होतात असे २.६७ टक्के स्त्रियांनी सांगितले आहे.

ग्रामीण समुदायात आजही विवाह ठरवताना जात हा घटकच महत्त्वाचा मानला जातो. त्यामुळे ग्रामीण मातंग जातीमध्ये आंतरजातीय विवाह केलेल्यांचे प्रमाण अत्यल्प आहे. असे असले, तरी ग्रामीण मातंग स्त्रियांना आंतरजातीय विवाहबद्दल त्यांचे मत काय आहे, हे जाणून घेण्याच्या उद्देशानेच ही माहिती संकलित करण्यात आली. त्याची मांडणी तक्ता ३.१४ मधून केलेली आहे.

तक्ता ३.१४ : मातंग स्त्रियांचे आंतरजातीय विवाहाबद्दलचे मत

अ.क्र.	विवाहाबद्दलचे मत	वारंवारिता	टक्केवारी
१)	आंतरजातीय विवाह योग्य आहे	१६	७.११
२)	आंतरजातीय विवाह योग्य नाही	२०९	९२.८९
	एकूण	२२५	१००

उपरोक्त तक्ता ३.१४ च्या निरीक्षणावरून असे स्पष्ट होते की, विवाह संस्थेच्या दृष्टीने जातीचा प्रभाव अधिक आहे; कारण बहुसंख्य स्त्रियांनी आंतरजातीय विवाहास विरोध केला आणि मुला-मुलींनी असे आंतरजातीय विवाह करू नयेत असे मत मांडले, त्याचे प्रमाण हे ९२.८९ टक्के एवढे आहे; तर आंतरजातीय विवाह करावा असे मत ७.११ टक्के स्त्रियांनी व्यक्त केले आहे.

भारतीय समाजात ज्या विधवा स्त्रिया आहेत, त्या स्त्रियांवर अनेक बंधने टाकलेली होती. विधवांनी पुनर्विवाह न करण्याची सक्ती दिसून येते.[४५] विधवांवरील

बंधने मनुस्मृतीने अधिकच घट्ट केलेली दिसून येतात. मनु म्हणतो, ''पतीच्या निधनानंतर विधवेने आपले शरीर क्षीण करावे, कंदमुळाचा आहार घ्यावा व दुसऱ्या पुरुषाचे नावदेखील घेऊ नये.''[४६] विधवा स्त्रियांवर अशी बंधने असल्यामुळे समाजात विधवा पुनर्विवाहासदेखील प्रचंड विरोध होता. समाजातून सुधारणा व्हावी आणि विधवांना पुनर्विवाहास मान्यता द्यावी यासाठी महर्षी धोंडो केशव कर्वे, महात्मा फुले यांनी प्रयत्न केले. इ.स. १८५६साली विधवा पुनर्विवाहाचा कायदा मंजूर केला.[४७] स्वातंत्र्यप्राप्तीनंतर हिंदू विवाह कायदा हा इ.स. १९५५ला मंजूर करण्यात आला. त्यामधून विधवा पुनर्विवाहास मान्यता मिळाली.४८ या कायद्यामुळे समाजात सर्वच विधवा किंवा विधुर आणि घटस्फोटित यांना पुनर्विवाहास अधिकार असतो.[४९] असे असले, तरी सद्य:स्थितीमध्ये विधवा पुनर्विवाहाची स्थिती मातंग स्त्रियांमध्ये कशी आहे? हे जाणून घेण्याच्या उद्देशाने उत्तरदात्या ग्रामीण मातंग स्त्रियांकडून समाजातील विधवा पुनर्विवाहासंबंधी माहिती संकलित करून तक्ता ३.१५ मधून मांडलेली आहे.

तक्ता ३.१५ : मातंग जातीमधील विधवा स्त्रियांच्या पुनर्विवाहाची स्थिती

अ.क्र.	पुनर्विवाह	वारंवारिता	टक्केवारी
१)	विधवा पुनर्विवाह होतात	१४	७.११
२)	विधवा पुनर्विवाह होत नाही	२११	९३.७८
	एकूण	२२५	१००

उपरोक्त तक्ता ३.१५ मधील आकडेवारीच्या आधारे असे स्पष्ट लक्षात येते की, उत्तरदात्या ग्रामीण मातंग समुदायात विवाहाच्या संदर्भाने मनुने स्त्रियांवर लादलेली बंधने आजही प्रभावीपणे काम करतात. विवाहाच्या कोणत्याही कायद्याचे स्त्रियांनी उल्लंघन केले नाही; कारण विधवा पुनर्विवाहाचा कायदा असला, तरी आजही ग्रामीण मातंग स्त्रियांना असे वाटते की, विधवांनी पुनर्विवाह करू नये. त्यांचे प्रमाण ९३.७८ टक्के एवढे आहे; तर विधवा पुनर्विवाह कायद्याच्या आधारे करावा असे मत ६.२२ टक्के स्त्रियांनी मांडलेले आहे.

ग्रामीण समुदायामध्ये जातीवर आधारित समाजरचना आढळून येते. प्रत्येक जाती समूहाने आपल्या वर्तनासंबंधीचे नियम होते. अनुसूचित जातींना अस्पृश्य समजले जाते. अनुसूचित जातीमधील मातंग जातीकडून हिंदू धर्माचे पालन केले जात असले, तरीदेखील हा जातीसमूह अस्पृश्य समजला जातो. अस्पृश्यतासंबंधी कायदा झाल्यामुळे अस्पृश्यता पालनाची तीव्रता कमी झालेली दिसून येते. त्यामुळे मातंग समाजातील जे विवाह समारंभ आयोजित केले जातात, त्या विवाह समारंभात गावातील

सवर्ण व प्रतिष्ठित व्यक्ती सहभागी होतात का? विवाह समारंभात येण्यासाठी आज अस्पृश्यता पाळले जाते की त्याची तीव्रता कमी झाली, त्यासाठी उत्तरदात्या ग्रामीण मातंग स्त्रियांकडून संबंधित माहिती संकलित केली. त्यांची मांडणी तक्ता ३.१६ मधून केलेली आहे.

तक्ता ३.१६ : ग्रामीण मातंग स्त्रियांच्या विवाह सोहळ्यातून सवर्णांचा सहभाग

अ.क्र.	विवाह सोहळ्यात सहभाग	वारंवारिता	टक्केवारी
१)	होय	१८०	८०.००
२)	नाही	४५	२०.००
	एकूण	२२५	१००

उपरोक्त तक्ता ३.१६ मधील आकडेवारीवरून असे लक्षात येते की, उत्तरदात्या मातंग स्त्रियांच्या जातीसमूहात होणाऱ्या विवाह समारंभात गावातील सवर्ण व प्रतिष्ठित व्यक्ती उपस्थित राहतात. याचे प्रमाण बहुसंख्य असल्यामुळे पूर्वी समारंभात येण्यासाठी जी अस्पृश्यता पाळण्यात येत होती त्याची, तीव्रता कमी झाली आहे. त्यामुळेच ८० टक्के स्त्रियांनी सांगितले की, गावातील सवर्ण व प्रतिष्ठित आमच्या मुला-मुलींच्या विवाह समारंभात सहभागी होतात; तर सहभागी होत नाहीत, त्यांच्याकडून आजही अस्पृश्यता पाळण्यात येते, कनिष्ठ जातीची स्त्री असल्यामुळे भेदभावपूर्ण वागणूक मिळते, असे २० टक्के स्त्रियांनी सांगितले.

भारतीय राज्यघटनेतील कलम १७ अन्वये अस्पृश्यता निर्मूलनासाठी कायदेशीर तरतूद करण्यात आली आहे.[५०] या तरतुदीमुळे विवाहात सहभागी होण्याचे प्रमाण वाढलेले आहे; तर काही प्रमाणात अस्पृश्य जातींसोबत सवर्ण व इतर जातीचे लोक जेवणही घेत आहेत.[५१] मातंग स्त्रियांच्या विवाह समारंभात उपस्थित राहिलेले सवर्ण व प्रतिष्ठित त्यांच्यासोबत विवाह समारंभाच्या ठिकाणी एकत्र जेवण घेतात का? जेवणासंबंधी अस्पृश्यता पाळली जाते का? हे जाणून घेण्याच्या उद्देशाने माहिती संकलित केली आहे. संकलित माहिती तक्ता ३.१७ मधून दिलेली आहे.

तक्ता ३.१७ : ग्रामीण मातंग स्त्रियांच्या विवाह सोहळ्यातून सवर्ण सहभोजनातून पाळत असलेली अस्पृश्यता

अ.क्र.	विवाह सोहळ्यात सहभोजन	वारंवारिता	टक्केवारी
१)	होय	४३	१९.११
२)	नाही	१३७	६०.८९
३)	विवाह सोहळ्यात सहभाग नाही त्यामुळे लागू नाही	४५	२०.००
	एकूण	२२५	१००

उपरोक्त तक्ता ३.१७ च्या निरीक्षणावरून असे लक्षात येते की, उत्तरदात्या ग्रामीण मातंग समुदायाने आयोजित केलेल्या विवाह सोहळ्यात उपस्थित राहणारे सवर्ण व प्रतिष्ठित सहभागी होतात ते अस्पृश्य समजल्या जाणाऱ्या मातंग जातीतील लोकांसोबत जेवण घेत नाहीत, असे ६०.८९ टक्के स्त्रियांनी सांगितले आहे. तसेच विवाह सोहळ्यात सहभागी होतात परंतु तेथे जेवण घेतात असे १९.११ टक्के स्त्रियांनी सांगितले आहे. विवाह सोहळ्यात सहभागी होत नाहीत, त्यामुळे लागू नाही असे २० टक्के स्त्रियांनी सांगितले आहे.

ग्रामीण मातंग स्त्रिया ह्या वैवाहिक जीवन जगत असताना त्यांना कोणत्या प्रकारच्या अडचणींना व समस्यांना सामोरे जावे लागते, हे जाणून घेण्याच्या उद्देशानेच संबंधित माहिती संकलित करून त्याची मांडणी तक्ता ३.१८ मधून केलेली आहे.

तक्ता ३.१८ : ग्रामीण मातंग स्त्रियांच्या वैवाहिक जीवनातील अडचणी व समस्या

अ.क्र.	अडचणी व समस्या	वारंवारिता	टक्केवारी
१)	पतीचे अपघाती निधन त्यामुळे मुलांच्या संगोपनात अडचण.	२०	०८.८८
२)	पती निधनामुळे समाजात मान-प्रतिष्ठा नाही.	२५	११.११
३)	कुटुंबातील मुलींच्या विवाहासाठी पैसा नाही	२००	८८.८८
४)	मुलगी, नात यांचा विवाहात हुंड्यासाठी पैसा नाही.	१८०	८०.००

५)	पती व्यसनी असल्यामुळे मुलाच्या शिक्षणात अडचण.	१४०	४६.२२

उपरोक्त तक्ता ३.१८ मधून असे निदर्शनास येते की, उत्तरदात्या ग्रामीण मातंग स्त्रियांना वैवाहिक जीवन जगत असताना अनेक अडचणींना व समस्यांना सामोरे जावे लागते. मातंग स्त्रियांच्या कुटुंबाची आर्थिक परिस्थिती चांगली नसल्यामुळे त्यांना मुलींच्या लग्नांसाठी लागणारा पैसा कसा उभा करावा ही अडचण बहुसंख्य ८८.८८ टक्के स्त्रियांनी सांगितलेली आहे. तसेच उत्तरदात्या स्त्रियांच्या मुलीसाठी व नातीसाठी हुंडा मोठ्या प्रमाणावर द्यावा लागणार असल्यामुळे त्यासाठी पैसा नाही, त्यामुळे आम्ही चांगला वर शोधू शकणार नाहीत असे ८० टक्के स्त्रियांनी सांगितले आहे. पती व्यसनी असल्यामुळे पूर्ण कुटुंबाचा भार उत्तरदात्या स्त्रियांवर पडतो. व्यसनी पतीमुळे मुलांना पाहिजे तसे शिक्षण आम्हाला देता येत नाही, असे ४६.२२ टक्के स्त्रियांनी सांगितले आहे. पतीच्या निधनामुळे समाजातून मान व प्रतिष्ठा मिळत नाही अशी अडचण ११.११ टक्के स्त्रियांनी सांगितली आहे. पतीचे अपघाती निधन झाल्यामुळे मुलांच्या पालनपोषणात अनेक अडचणींना त्यांना सामोरे जावे लागते, असे ८.८८ टक्के स्त्रियांनी सांगितले आहे. विवाह झाल्यानंतर अपत्य म्हणून मुलगा नाही त्यामुळे पतीकडून छळ केला जातो, अशी अडचण ४.४४ टक्के स्त्रियांनी सांगितली आहे.

ग्रामीण मातंग स्त्रियांचा कौटुंबिक दर्जा

मानवी समाजात आढळून येणारी कुटुंब ही एक विश्वव्यापी स्वरूपाची सामाजिक संस्था आहे. कुटुंबसंस्था ही सर्व समूहाचा एक मूलभूत आणि प्राथमिक स्वरूपाचा सामाजिक समूह आहे. त्यामुळेच चार्लस कुले यांनी कुटुंबाला 'प्राथमिक समूह' असे म्हटले आहे,[५२] तर बर्जेस यांनी ''परस्परांशी आंतरक्रिया करणाऱ्या संघटित व्यक्तींचा गट असा कुटुंबाचा निर्देश केला आहे.''[५३] तसेच पारसनच्या मते, ''कुटुंब मानवी समाजातील अतिशय महत्त्वाचा असा लहान समूह आहे.''[५४] कुटुंब संस्थेच्या माध्यमातून मुलांचे सामाजीकरण घडवून आणून सामूहिक जीवन जगण्याची क्षमता असलेल्या व्यक्ती समाजासाठी तयार केल्या जातात. त्यामुळे समाजाचे सातत्य टिकून राहते. व्यक्तीचे सामाजीकरण करणारी सामाजिक संस्था म्हणून कुटुंबाचे कार्य महत्त्वाचे असलेले दिसून येते. माता-पिता हे मुलांचे केवळ जवळचे नातेवाईक नाहीत; तर शारीरिक दृष्टीनेसुद्धा इतरांच्या तुलनेत ते मुलास खूपच जवळचे असतात. माता-पित्याकडून मूल बोलायला शिकते व भाषा आत्मसात करते. पालकाकडून मुलाला सामाजिक नीतितत्त्वे शिकविली जातात.[५५] यावरून असे लक्षात येते की, प्रत्येक

व्यक्तीला विशिष्ट दर्जा व तिची भूमिका ह्या कुटुंब संस्थेद्वारे निश्चित झालेल्या दिसून येतात. दर्जा व भूमिका निश्चित झाल्यामुळेच कुटुंबामध्ये पती-पत्नी आणि त्यांची मुले आपली कर्तव्ये पार पाडताना दिसून येतात. कुटुंबातील सर्व सदस्य एकत्र राहतात. कुटुंबाद्वारे महत्त्वाचे कार्य म्हणून प्रजनन आणि अपत्यांचे संगोपन केले जाते.

कुटुंबात प्राप्त होणारा दर्जा व कार्याची विभागणी लिंगभेदावरच असलेली दिसून येते. कुटुंबात कार्याच्या विभागणीवरच त्या व्यक्तीचा दर्जा व तिची भूमिका निश्चित झालेले असतात. लिंगभेदावर आधारितच कुटुंबाचे प्रकार पाडले आहेत. कुटुंबाचे पितृसत्ताक कुटुंब पद्धती आणि मातृसत्ताक कुटुंब पद्धती हे दोन्ही प्रकार लिंगभेदाच्या आधारे समाजशास्त्रज्ञांनी सांगितले आहे.

पितृसत्ताक कुटुंबात पिता किंवा पुरुष कुटुंबाचा सर्वशक्तिमान असा प्रमुख असतो. तोच कुटुंबातील मालमत्तेचा आणि अधिकाराचा मालक व प्रशासकही असतो. त्याच्या तुलनेत कुटुंबातील इतर सदस्य कनिष्ठ दर्जाचे असतात. पितृसत्ताक कुटुंबातील पिता सर्व धार्मिक कार्यांमध्ये व विधींमध्ये प्रमुख भूमिका बजावतो.[५६] कुटुंबाचा पिता किंवा कुटुंबातील जेष्ठ पुरुष वारसदार हा त्या कुटुंबाचा संरक्षक आणि सत्ताधीश असतो. सर्व अधिकार पुरुष गाजवितो. पितृसत्ताक कुटुंबातून स्त्रीला दुय्यम स्थान मिळते. पितृसत्ताक कुटुंबपद्धतीमधून स्त्रियांवर अनेक बंधने लादलेली आहेत. स्त्रियांना मिळणारा दर्जा हा कनिष्ठ स्वरूपाचा आहे. पितृसत्ताक कुटुंबातही काही स्त्रियांनी वैयक्तिक कर्तृत्वाने प्रसिद्धी किंवा नावलौकिक प्राप्त केला होता, पण अशा स्त्रिया नियम नसून अपवाद आहेत. भारतातील पितृसत्ताक कुटुंबात घराबाहेर पडण्यास व सार्वजनिक कार्यक्रमांत सहभागी होण्यास परवानगी नव्हती. अथेन्समध्ये स्त्रियांना पायांना साखळीने बांधून जखडले जाई. त्यामुळे त्यांना घराबाहेर पडावयाचे स्वातंत्र्य नव्हते.[५७] पितृप्रधान व्यवस्थेवर भर देऊन स्त्रीला कोणत्याही प्रकारचे स्वातंत्र्य नाकारलेले आहे. जीवनाच्या वाटेवर प्रत्येक मुक्कामात तिला कोणाचा तरी आश्रय घ्यायला लावून, स्वनिर्णय घेण्याबद्दलचा तिचा आत्मविश्वास घालवून तीला जास्तीतजास्त परावलंबी कशी राहील याचा प्रयत्न केला आहे.[५८] पितृसत्ताक कुटुंबपद्धतीमध्ये स्त्री ही परावलंबी झालेली दिसून येते. तसेच स्त्री म्हणून तिचा कुटुंबातील दर्जा हा दुय्यमत्वाचा दिला आहे.

मॅक आयव्हर यांनी या कुटुंबाला मातृसत्ताक कुटुंबाऐवजी मातृत्व कुटुंब म्हणजेच्च 'मायाचे कुटुंब' या संज्ञेने संबोधले आहे. मातृसत्ताक कुटुंबाची सर्व सत्ता कुटुंबातील प्रमुख स्त्रीकडे सुपूर्द केली जाते. कुटुंबातील सर्व पुरुष तिच्यापेक्षा कनिष्ठ असतात. ही प्रमुख स्त्री कुटुंबाच्या मालमत्तेची मालक असते व ती कुटुंबावर राज्य करते.[५९] मातृसत्ताक पद्धतीमध्ये स्त्रियांच्या हाती सत्ता होती.

पितृसत्ताक कुटुंबपद्धती व मातृसत्ताक कुटुंबपद्धती या दोन प्रकारच्या कुटुंब पद्धतींमधून स्त्रियांना प्राप्त होणारा दर्जा व त्यांची भूमिका, तिच्यावरील बंधने आपणास येथे स्पष्ट करता येतात.

भारतीय समाजात सद्य:स्थितीमध्ये पितृसत्ताक कुटुंबपद्धती अस्तित्वात आहे. यामधून स्त्रियांना दुय्यम व कनिष्ठ स्थान असलेले दिसून येते. भारतीय समाजामध्ये पती आणि पत्नी ह्यांचे नाते समानतेचे नाही. ग्रामीण व नागरी भागातील कुटुंब असो, स्त्री सुशिक्षित असो, अशिक्षित असो, पत्नीचे स्थान गौण असलेले दिसून येते.[६०] अशीच व्यवस्था पितृसत्ताक कुटुंबपद्धतीमधून होती. स्त्रियांना विशिष्ट भूमिकेत बंदिस्त केले. घर हेच तिचे कार्यक्षेत्र बनले, 'गृहिणी', 'सुगरण' म्हणूनच तिच्या भूमिकेचे उदात्तीकरण केलेले आहे.[६१] या पितृसत्ताक कुटुंबपद्धतीमुळे स्त्री विशिष्ट भूमिकेत व दर्जातच बंदिस्त असलेली दिसून येते.

कुटुंबसंस्थेतूनच स्त्रियांमध्ये सामाजीकरणातून लिंगभेदाची भावना रुजवली जाते. हिंदू समाजव्यवस्थेमधून संयुक्त कुटुंबपद्धतीमुळे स्त्री-पुरुष असा भेदभाव केला जातो.[६२] स्त्री-पुरुष भेदभावाची भावना सामाजीकरणातून कुटुंबपद्धतीतून रुजवली जाते. त्यामधून लिंगभेदावर आधारित सामाजिक विषमता निर्माण होते. जातीव्यवस्था व संयुक्त कुटुंबपद्धती यामुळे सामाजिक विषमतेचे स्तरीकरण झाले आहे. जन्म व लिंग यांच्यावर आधारित विषमतेने मूळ धरले आहे.[६३] याचा परिणाम म्हणून कुटुंबातील स्त्रियांना पुरुषापेक्षा कमी दर्जा मिळतो. सर्व घरगुती कामे महिलांना करावी लागतात. मुलांना सांभाळून त्या इतर पारंपरिक कामे करतात. सरपण आणणे, पाणी भरणे ही कामे त्यांना करावी लागतात.[६४] लिंगभेदाच्या आधारेच कामाची विभागणी झाली, तरीही पुरुष स्त्रीच्या घरकामात मदत करीत नाहीत; कारण तसे करणे म्हणजे कमीपणाचे समजले जाते.[६५] घरकाम करणे म्हणजे कनिष्ठपणाचे असे समजले जाते. घरातील कामे स्त्रियांची व घराबाहेरची कामे पुरुषाची असा समज लिंगभेदाच्या श्रमविभागणीवर समाजात रूढ झालेला दिसून येतो.

कुटुंबामधून निर्णयाचा अधिकार कुटुंबातील पुरुषांकडे असतो. तसेच पुरुषप्रधानतेमुळे कुटुंबामधून स्त्रियांना निर्णय घेण्याच्या वेळी कुटुंबातील पुरुषांकडे पाहावे लागते. मग तो भाऊ, बाप, नवरा, मित्र कोणीही असू द्या.[६६] स्त्रियांना निर्णय प्रक्रियेपासून दूरच ठेवले जाते. कुटुंबातील पुरुषाकडे निर्णयाचा अधिकार असतो. पुरुषप्रधानतेमुळे स्त्रियांना कौटुंबिक हिंसेलासुद्धा सामोरे जावे लागते. आय.सी.आर.डब्लू (ICRW 2000)नुसार, "भारतातील ४२ टक्के स्त्रियांना आपल्या जीवनात मानसिक व शारीरिक हिंसेला सामोर जावे लागते."[६७] तसेच एन.सी.आर.बी (NCRB) नुसार 'दरवर्षी १.५ लाख महिलांवर अत्याचार व अपराध होतात. त्यामध्ये कौटुंबिक

हिंसाचाराच्या शिकार ५०,००० स्त्रिया आहेत.[६८] स्त्रियांना आपल्या कौटुंबिक जीवनात हिंसा व अत्याचार यांना सामोरे जावे लागते आहे. स्त्रियांना कौटुंबिक हिंसा यामध्ये सांगितल्याप्रमाणे मानसिक, शाररीक, आर्थिक, लैंगिक अशा प्रकारच्या हिंसेला अनेक पातळींवर सामोरे जावे लागते.[६९] कौटुंबिक हिंसा का घडते हे पाहिले, तर या ठिकाणी लिंगभेदाची भावना महत्त्वाची असलेली दिसून येते. हिंसेच्या माध्यमातून पुरुषांना मिळणारे विशेष अधिकार टिकविले जातात.[७०] कुटुंबव्यवस्था ही पुरुषप्रधान असल्यामुळे स्त्रियांना या हिंसेला सामोरे जावे लागते.

भारतीय समाजातील स्त्री ही कौटुंबिक जीवन जगत असताना तिला कुटुंबात व समाजात प्राप्त होणारा दर्जा हा कनिष्ठ स्वरूपाचा असतो. तसेच त्यांना कनिष्ठ समजल्या जाणाऱ्या दुय्यम दर्जाच्या कुटुंबातील अनेक भूमिका पार पाडाव्या लागतात. अनुसूचित जातीमधील स्त्रियांनादेखील कौटुंबिक जीवनापासून मिळणारा दर्जा व मिळणारी भूमिका ही कनिष्ठ स्वरूपाची असलेली दिसून येते. पारंपरिक भारतीय समाजात जातीव्यवस्था आणि पुरुषप्रधानता अशा संयुक्त कुटुंब व्यवस्थेमुळे अनुसूचित जातीच्या लोकांना घृणास्पद असे स्थान-मान दिले आहे.[७१] स्त्री म्हणून व कनिष्ठ जातीतील स्त्री म्हणून तिला कौटुंबिक जीवनात मिळणाऱ्या दर्जावर व भूमिकेवर इतर स्त्रियांच्या तुलनेत निश्चितपणे त्यांना वेगळे कौटुंबिक जीवन जगावे लागते. दलित महिला आपल्या मुलांची काळजी घेऊ शकत नाहीत. स्वतःची अवस्था बघूनदेखील मुलींना शिक्षित करू शकत नाही.[७२] तसेच भारतात केरळ व आसाम सोडून बहुतेक कुटुंबात पितृप्रधान कुटुंबव्यवस्थेत स्वत:ला गौण ठरवून जे आहे ते स्वीकारणारी व काहीही उत्तर देता निमूटपणे जगणारी स्त्री आपल्याला दिसून येते. तिचे कुटुंबात होणारे शोषण रक्तसंबंधित, भावनिक असल्यामुळे तिला खचविणारे व दुबळे करणारे आहे.[७३] दलित स्त्रियांना कौटुंबिक शोषणास सामोरे जावे लागते. 'दलित, आदिवासी स्त्रियांना आपल्या कौटुंबिक जीवनात आर्थिक, सामाजिक, लैंगिक शोषणाचे शिकार व्हावे लागते.[७४] दलितेतर महिलांपेक्षा दलित स्त्रिया ह्या जास्त प्रमाणात लैंगिक शोषणाच्या बळी आहेत.[७५] समाजातील दलित स्त्रियांवर उच्चवर्णीय लैंगिक अत्याचार करताना आढळून येतात. उच्चवर्णीय पुरुषाने शूद्र, आदिवासी, दलित स्त्रियांवर केलेले बलात्कार हे शूद्र स्त्रीच्यावर केवळ हीन दर्जामुळेच होताना दिसून येतात.[७६] दलित स्त्री कौटुंबिक जीवनात कुटुंबात व कुटुंबाबाहेर दोन्ही ठिकाणी अनेक प्रकारच्या शोषणास बळी पडलेली दिसून येते. कुटुंबाने ठरवून दिलेल्या नियमांतच ती आपला दर्जा व आपली भूमिका व्यवस्थित ठेवण्याचा प्रयत्न करते. कुटुंबात पुरुषप्रधानतेमुळे स्त्री ही कायम दुय्यमच राहिली आहे. भारतीय समाजव्यवस्थेत अनेक क्षेत्रांत सामाजिक संरचनेत बदल घडून येत आहे. स्त्रियांचा दर्जा परंपरेनेच निश्चित केला होता. त्यामध्ये स्त्रिया

ह्या घराबाहेर पडत नसत, पण आता बदल झाला असला, तरी त्या बदलाचा परिणाम अनुसूचित जातीच्या स्त्रियांवर फारसा झाला नाही.[७७] त्यांना परंपरेनुसार कुटुंबातील पुरुषप्रधानतेमुळे जो कनिष्ठ दर्जा दलित स्त्रीला होता, तोच कायमही आहे.

अनुसूचित जातींमधील दलित म्हणून ओळखल्या जाणारी मातंग जातीतील स्त्रीचा कुटुंबातील दर्जा व तिची भूमिका कशी आहे? ग्रामीण मातंग स्त्रियांचा कुटुंबातील निर्णय प्रक्रियेतील सहभाग, स्त्री म्हणून पुरुषप्रधान व्यवस्थेने अधिकाराच्या संदर्भात केलेले दुर्लक्ष, स्त्री म्हणून असलेला कुटुंबातील कनिष्ठ दर्जा, घरकाम, घरकामास मदत करणाऱ्या व्यक्ती, नातेवाईकांशी असलेले संबंध, कौटुंबिक हिंसा, कुटुंबातील व्यक्तीचे लिंगभेदाच्या आधारे केलेले जाणारे सामाजिकरण इत्यादी माहिती त्यांच्याकडून संकलित करून त्याच्या आधारे ग्रामीण मातंग स्त्रियांचा कौटुंबिक दर्जा व त्यांच्या भूमिकेचे विश्लेषण पुढील तक्त्याच्या आधारे स्पष्ट केलेले आहे.

व्यक्तीचे वय आणि त्यांच्या असणाऱ्या आवडी-निवडी यांचा जवळचा संबंध असतो. कुटुंबातून प्रौढ व्यक्ती, वयोवृद्ध व्यक्ती ह्यांना प्राप्त होणारा दर्जा व त्यांच्या भूमिकेत भिन्नता दिसून येते. कुटुंबात भूमिका पार पाडण्यासाठी व कौटुंबिक दर्जाची जाणीव निर्माण करून देण्यासाठी त्यांचा असणारा वयोगट खूप महत्त्वाचा असतो. त्यासाठी उत्तरदात्या मातंग स्त्रियांनी दिलेल्या माहितीच्या आधारे त्यांचा वयोगटाच्या मांडणी तक्ता ३.१९ मधून केलेली आहे.

तक्ता ३.१९ : मातंग स्त्रियांच्या वयोगटाचे वर्गीकरण

अ.क्र.	वयोगट	वारंवारिता	टक्केवारी
१)	०-२० वर्षे	०५	२.२२
२)	२१-३० वर्षे	५३	२३.५६
३)	३१-४० वर्षे	८१	३६.००
४)	४१-५० वर्षे	३३	१४.६७
५)	५१-६० वर्षे	२७	१२.००
६)	६० वर्षापेक्षा जास्त	२६	११.५६
	एकूण	२२५	१००

उपरोक्त तक्ता ३.१९ मधील आकडेवारीवरून असे स्पष्ट करता येते की, एकूण २२५ उत्तरदात्या ग्रामीण स्त्रियांमध्ये कुटुंबामधील वयाने मोठ्या आणि कुटुंबातील प्रमुख स्त्रियांमध्ये सर्वाधिक स्त्रिया ह्या ३१ ते ४० वर्षे या वयोगटातील असल्याचे

आढळून आले आहे. उत्तरदात्या ३६ टक्के स्त्रिया ह्या वयोगटातील आहेत. तसेच उत्तरदात्यांमध्ये २१ ते ३० वर्षे या वयोगटातील २३.४६ टक्के स्त्रिया आढळून आल्या आहेत; तर ४१ ते ५० वर्षे या वयोगटातील स्त्रियांचे प्रमाण १४.६७ टक्के आहे. तसेच ५१ ते ६० वर्षे या वयोगटातील १२ टक्के स्त्रिया आढळून आल्या आहेत; तर ६० वर्षांपेक्षा जास्त वय असलेल्या ११.५६ टक्के स्त्रिया आढळून आल्या आहेत.० ते २० वर्षे या वयोगटातील सर्वांत कमी स्त्रिया आढळून आल्या आहेत, त्यांचे प्रमाण २.२२ टक्के आहे.

ग्रामीण भागामध्ये कुटुंबाचे प्रामुख्याने दोन प्रकार आढळून येतात. त्यामध्ये संयुक्त कुटुंबपद्धती आणि विभक्त कुटुंब यांचा उल्लेख करावा लागतो. ग्रामीण भागातील मातंग जातीमध्ये कोणता कुटुंब प्रकार आढळून येतो हे पाहिल्यास त्यासंबंधी डॉ. इरावती कर्वे म्हणतात, ''मांग जातीत पितृसत्ताक कुटुंब प्रचलित असून एकविवाह आणि बहुपत्नी कुटुंबपद्धती आढळते.''[७८] असे असले, तरी सद्य:स्थितीमध्ये ग्रामीण भागातील मातंग समुदायात कुटुंबात कोणता प्रकार आढळून येतो, हे जाणून घेण्याच्या उद्देशाने मातंग स्त्रियांकडून या विषयाची संबंधित माहिती संकलित केली आहे. संकलित केलेल्या माहितीची तक्ता ३.२० मधून मांडणी केलेली आहे.

तक्ता ३.२० : मातंग स्त्रियांच्या कुटुंबाचा प्रकार

अ.क्र.	प्रकार	वारंवारिता	टक्केवारी
१)	संयुक्त कुटुंब	८४	३७.३३
२)	विभक्त कुटुंब	१४१	६२.६७
	एकूण	२२५	१००

उपरोक्त तक्ता ३.२० चे अध्ययन करता उत्तरदात्या ग्रामीण मातंग स्त्रियांच्या कुटुंबाचा प्रकार स्पष्ट होतो. परंपरेनुसार चालत आलेल्या संयुक्त कुटुंबाच्या प्रकारात परिवर्तन होऊन आज विभक्त कुटुंब प्रकाराचा स्वीकार केलेला दिसून येतो. त्यामुळेच आज ६२.६७ टक्के मातंग स्त्रियांनी त्यांचे कुटुंब विभक्त असल्याचे सांगितले आहे. तसेच संयुक्त कुटुंब हे ग्रामीण समुदायाचे वैशिष्ट्ये मानले जात असले, तरी ह्या कुटुंबाच्या प्रकारात परिवर्तन होऊन विभक्त कुटुंब अस्तित्वात आल्यामुळे फक्त ३७.३३ टक्के स्त्रियांचे कुटुंब संयुक्त होते.

ग्रामीण मातंग समुदायामध्ये संयुक्त कुटुंब पद्धतीमध्ये परिवर्तन होऊन नवीन विभक्त कुटुंबपद्धती अस्तित्वात आली. विभक्त कुटुंबाचा आकार कसा आहे? विभक्त कुटुंबात किती सभासद आहेत? कुटुंबातील सभासद संख्येवर त्या कुटुंबाच्या

उत्पन्नाची विभागणी होते, सभासद संख्येवरच त्या कुटुंबाचे उत्पादन वाढते, त्यामुळे उत्तरदात्या ग्रामीण मातंग स्त्रियांच्या कुटुंबाचे किती सभासद आहेत? त्याची संख्या आणि आकार लक्षात घेण्यासाठीच तथ्ये संकलित करून त्याची मांडणी तक्ता ३.२१ मधून केलेली आहे.

तक्ता ३.२१ : ग्रामीण मातंग स्त्रियांच्या कुटुंबातील सदस्य संख्या

अ.क्र.	सदस्य संख्या	वारंवारिता	टक्केवारी
१)	दोन	१०	४.४४
२)	तीन	१७	७.५६
३)	चार	३३	१४.६७
४)	पाच	५४	२४.००
५)	पाचपेक्षा जास्त	१११	४९.२३
	एकूण	२२५	१००

उपरोक्त तक्ता ३.२१ चे अवलोकन केल्यास असे लक्षात येते की, उत्तरदात्या ग्रामीण मातंग स्त्रियांच्या कुटुंबाचा आकार स्पष्ट करण्यासाठी सभासद संख्येवरून पाच प्रकार पाडले आहेत. विभक्त कुटुंब असले, तरी कुटुंबातील सभासद संख्या सर्वाधिक प्रमाणात पाचपेक्षा जास्त सभासद असलेली ४९.३३ टक्के कुटुंब आढळून आली आहेत. पाच सभासद असलेली कुटुंबे २४ टक्के आहेत, तर चार सभासद असलेली कुटुंबे १४.६७ टक्के आहेत. तीन सभासद असलेल्यांचे प्रमाण ७.५६ टक्के आहे. दोनच सभासद असलेली कुटुंबे ४.४४ टक्के आहेत.

विभक्त कुटुंब असले, तरी सभासद संख्या पाचपेक्षा जास्त व पाच सभासद असल्याचे प्रमाण अधिक आहे. तेव्हा त्यांनी सांगितले की, अपत्य संख्या अधिक आहे. आई-वडील व मुले-मुलीच या कुटुंबात आढळून येतात हे कुटुंबाच्या केलेल्या निरीक्षणावरून स्पष्ट होते.

भारतीय जनगणना २००१ नुसार स्त्री-पुरुषांची समाजातील संख्या ही प्रति हजारी पुरुषांमागे नऊशे सत्तावीस स्त्रिया अशी आहे. प्रति हजारी पुरुषांमागे ७३ स्त्रिया कमी आहेत. त्यामुळे ग्रामीण स्त्रियांच्या कुटुंबात स्त्री-पुरुष सभासद संख्या जाणून घेण्यासाठी ही माहिती संकलित केली आहे. जमा केलेल्या माहितीची विभागणी सात गटांमधून केलेली आहे. त्या आधारे उत्तरदात्या ग्रामीण मातंग स्त्रियांच्या कुटुंबांतून हे स्त्री-पुरुषांचे प्रमाण कसे आहे याची मांडणी तक्ता ३.२२ मधून केलेली आहे.

तक्ता ३.२२ : मातंग स्त्रियांच्या कुटुंबातील स्त्री–पुरुष सभासद संख्या

अ.क्र.	सभासद संख्या	वारंवारिता	टक्केवारी	वारंवारिता	टक्केवारी
१)	एक	४२	१८.६७	२५	११.११
२)	दोन	७४	३२.८९	५३	२३.५६
३)	तीन	५२	२३.११	६८	३०.२२
४)	चार	२६	११.५६	४२	१८.६७
५)	पाच	२१	९.३९	२६	११.५६
६)	पाचपेक्षा जास्त	१०	४.४४	१०	४.४४
७)	एकही पुरुष सभासद नाही	निरंक	निरंक	०१	०.४४
	एकूण	२२५	१००	२२५	१००

उपरोक्त तक्ता ३.२२ वरून असे निदर्शनास येते की, उत्तरदात्या ग्रामीण मातंग स्त्रियांच्या कुटुंबामधून स्त्री–पुरुषांचे प्रमाण पाहिले, तर पुरुषांचे प्रमाण स्त्रियांच्या संख्येच्या तुलनेत अधिक असल्याचे आढळून आले आहे. कुटुंबातील सभासद संख्येचे वर्गीकरण लिंगभेदाच्या आधारे केले आहे. सभासदांची विभागणी संख्येच्या आधारे सात गटांत केली आहे. त्यामध्ये कुटुंबात एक स्त्री सभासद आहे अशी १८.६७ टक्के कुटुंबे आढळून आली; तर एक पुरुष सभासद आहे अशी ११.११ टक्के कुटुंबे आढळून आली आहेत. दोन स्त्रिया सभासद आहेत अशी ३२.८९ टक्के कुटुंबे आहेत; तर दोन पुरुष सभासद असलेली २३.५६ टक्के कुटुंबे आहेत. तसेच तीन स्त्री सभासद असलेली २३.११ टक्के कुटुंबे आहेत. तसेच तीन पुरुष असलेली ३०.२२ टक्के कुटुंबे आढळून आली आहेत. चार स्त्री सभासद असलेली ११०.५६ टक्के कुटुंबे आहेत; तर चार पुरुष सभासद असलेली १८.६७ टक्के कुटुंबे आहेत. पाच स्त्री सभासद असलेली ९.३३ टक्के कुटुंबे आहेत. तसेच पाच पुरुष सभासद असलेली ११.५६ टक्के कुटुंबे आढळून आली आहेत. पाचपेक्षा जास्त स्त्री सभासद असलेली ४.४४ टक्के कुटुंबे आढळून आली आहेत. तर एकही पुरुष सभासद नाही असे एक कुटुंब आढळून आले आहे, त्याचे प्रमाण ०.४४ आहे.

भारतीय समाजव्यवस्थेत जी कुटुंबाची रचना आहे, ती 'पितृसत्ताक' व 'मातृसत्ताक' कुटुंब अशी दोन प्रकारची आहे. मातृसत्ताक कुटुंबपद्धतीमध्ये स्त्रियांना जास्त अधिकार असत. कुटुंबाची प्रमुखदेखील स्त्री असते; तर पितृसत्ताक कुटुंब पद्धतीत स्त्रियांचे अधिकार क्षीण होतात. डॉ. शुभांगी गोटे म्हणतात, "पितृसत्ताक

व्यवस्थेमध्ये स्त्रियांना अतिशय दुय्यम स्वरूपाचा दर्जा मिळतो. स्त्रियांना अत्यंत कमी अधिकार मिळतात.''[७९] अशा प्रकारची सत्तेची व अधिकाराची विभागणी लिंगभेदाच्या आधारे झालेली दिसून येते.

ग्रामीण मातंग स्त्रियांच्या कुटुंबातून लिंगभेदाच्या आधारे कुटुंबाचा प्रमुख कोण आहे, कुटुंबाची सत्ता स्त्री-पुरुष दोघांपैकी कोणाकडे आहे हे जाणून घेण्याच्या उद्देशाने संबंधित तथ्ये संकलित केली असून त्याची मांडणी तक्ता ३.२३ मधून केलेली आहे.

तक्ता ३.२३ : मातंग स्त्रियांच्या कुटुंबाचा कुटुंबप्रमुख

अ.क्र.	कुटुंब प्रमुख	वारंवारिता	टक्केवारी
१.	पती	१७४	७७.३३
२.	मुलगा	३३	१४.६७
३.	सासरा	०४	१.७८
४.	वडील (अविवाहित, घटस्फोटित)	०४	१.७८
५.	स्वतः (विधवा)	१०	४.४४
	एकूण	२२५	१००

उपरोक्त तक्ता ३.२३ मधून दिलेल्या आकडेवारीचे निरीक्षण केल्यास असे दिसून येते की, उत्तरदात्या ग्रामीण मातंग स्त्रियांचे कुटुंब हे पितृसत्ताक असल्याचे आढळून आले आहे. बहुसंख्य कुटुंबांचे प्रमुख हे उत्तरदात्या स्त्रियांच्या कुटुंबातील पुरुष असल्याचे आढळून आले. लिंगभेदाच्या आधारे कुटुंबाचा प्रमुख हा बहुसंख्य कुटुंबात पुरुषच आहे. उत्तरदात्या स्त्रियांचे पती कुटुंबप्रमुख आहेत असे ७७.३३ टक्के स्त्रियांनी सांगितले आहे; तर उत्तरदात्या मातंग स्त्रियांना कुटुंबाचा प्रमुख हा त्यांचा मुलगा असल्याचे सांगितले आहे अशा स्त्रिया प्रामुख्याने ५१ ते ६० वर्षे वयोगटातील होत्या. असे सांगणाऱ्या स्त्रियांचे प्रमाण हे १४.६७ टक्के आहे; तर उत्तरदात्या मातंग स्त्रियांचे सासरे कुटुंबप्रमुख आहेत असे १.७८ टक्के स्त्रियांनी सांगितले आहे. वडील कुटुंबाचे प्रमुख आहेत, असे सांगणाऱ्या १.७८ टक्के स्त्रिया आहेत, परंतु या स्त्रिया ह्या अविवाहित, घटस्फोटित असल्याचे प्रमाण अधिकच आढळून आले आहे; तर ज्या स्त्रिया स्वतःच कुटुंबाच्या प्रमुख होत्या, त्यादेखील विधवा स्त्रिया आहेत.

ग्रामीण मातंग समुदायातून कुटुंबाची रचना स्पष्ट करताना डॉ. शर्मिला रेंगे म्हणतात, ''कुटुंबाची रचना ही पुरुषसत्ताक असते, त्यात कर्ता हा पुरुष असतो.

यामुळे स्त्री सर्वार्थाने दुय्यम मानली जाते.''[८०] स्त्रियांना कुटुंबातून दुय्यम स्थान होते. त्यामुळे कुटुंबातील काही निर्णय, अधिकार कोणाकडे असतात, त्यामध्ये दैनंदिन खरेदी व खर्च, मुलांचे शिक्षण, मालमत्ता खरेदी-विक्री, कौटुंबिक वाद-विवाद, सण-समारंभाचे आयोजन या संदर्भातील अधिकार कुटुंबातील कोणत्या सभासदाकडे आहेत, हे जाणून घेण्यासाठीच उत्तरदात्या ग्रामीण मातंग स्त्रियांकडून माहिती गोळा केली. त्याच्या आधारे तक्ता ३.२४ मधून मांडलेली आहे.

तक्ता ३.२४
ग्रामीण मातंग स्त्रियांच्या कुटुंबात निर्णय घेण्याचा अधिकार

	कुटुंबातील सदस्य	दैनंदिन खरेदी व खर्च		मुलांचे भवितव्य व शिक्षणासंबंधीचा निर्णय		मालमत्ता व महत्त्वाची खरेदी-विक्री		कौटुंबिक वाद-विवाद विषयक निर्णय		सण-समारंभ, कार्यक्रम आयोजन	
अ.क्र.		वारंवारिता	टक्केवारी	वारंवारिता	टक्केवारी	वारंवारिता	टक्केवारी	वारंवारिता	टक्केवारी	वारंवाति	टक्केवारी
१.	स्वत:	५४	२४.००	४९	२१.७८	३८	१६.८९	३७	१६.४४	५१	२२.६७
२.	पती	१७७	७८.६७	१७९	७९.५६	१७३	७६.८९	१७३	७६.८९	१६६	७३.७८
३.	सासरे	५	२.२२	४	१.७८	६	२.६७	६	२.६७	६	२.६७
४.	सासू	१	०.४४	०	०.००	२	०.८९	२	०.८९	२	०.८९
५.	आई	१	०.४४	१	०.४४	१	०.४४	१	०.४४	१	०.४४
६.	वडील	३	१.३३	३	१.३३	३	१.३३	३	१.३३	३	१.३३
७.	सर्वसंमतीने	४	१.७८	२	०.८९	५	२.२२	५	२.२२	१४	६.२२
८.	मुलगा	३२	१४.२२	३२	१४.२२	३३	१४.६७	३२	१४.२२	३२	१४.२२

उपरोक्त तक्ता ३.२४ च्या आकडेवारीच्या प्रत्यक्ष पाहणीतून असे स्पष्ट करता येते की, उत्तरदात्या ग्रामीण मातंग स्त्रियांच्या कुटुंबातील पुढील निर्णयात तिचा सहभाग किती प्रमाणात असतो यासंबंधीचे विश्लेषण पुढीलप्रमाणे स्पष्ट करता येते.

- **दैनंदिन खरेदी व खर्चासंबंधी निर्णयाचा अधिकार**

कुटुंबासाठी लागणाऱ्या वस्तूंची दैनंदिन खरेदी, त्यासाठी लागणारा पैसा खर्च करण्याचा अधिकार कुटुंबातील सदस्यांमध्ये विभागलेला दिसून येतो. दैनंदिन खरेदीचा अधिकार कुटुंबात प्रमुख म्हणून उत्तरदात्या स्त्रियांच्या पतीकडे असतो, असे ७८.६७ टक्के स्त्रियांनी सांगितले आहे; तर स्वतः उत्तरदात्या स्त्रियांनी ह्या वस्तू खरेदीचा अधिकार त्यांच्याकडे असल्याचे सांगितले आहे, अशांचे प्रमाण २८ टक्के आहे. कुटुंबातील मुलाकडे काही कुटुंबातून हा अधिकार असल्याचे सांगितले, अशी १४.४२ टक्के कुटुंबे आहेत. हा अधिकार असल्याचे आहे, असे २.२२ टक्के स्त्रियांनी सांगितले आहे. सर्वसंमतीने निर्णय घेतले जातात, असे फक्त १.७८ टक्के स्त्रियांनी सांगितले. वडिलांकडे हा अधिकार आहे, असे १.३३ टक्के स्त्रियांनी सांगितले आहे. सासूकडे हा अधिकार आहे, असे ०.४४ स्त्रियांनी सांगितले आहे.

दैनंदिन वस्तू खरेदी अधिकार व पैसा खर्च करण्याचा अधिकार लिंगभेदाच्या आधारे कुटुंबातील पुरुषांकडेच आहे.

- **मुलांचे भवितव्य व शिक्षणासंबंधी निर्णयाचा अधिकार**

ग्रामीण मातंग स्त्रियांच्या कुटुंबात असलेली लहान मुले-मुली यांच्या शैक्षणिक जीवनासंबंधी निर्णय घेण्याचा अधिकार लिंगभेदाच्या आधारे पुन्हा पुरुषाकडेच असतो. त्यामध्ये उत्तरदात्या स्त्रियांचे पतीच मुलाच्या शिक्षणासंबंधी व भविष्यासंबंधी निर्णय घेतात, असे ७९.५६ टक्के स्त्रियांनी सांगितले आहे. यासंबंधी स्वतः निर्णय घेतात असे २१.७८ टक्के स्त्रियांनी सांगितले आहे. मुलगे ह्यासंबंधीचे निर्णय घेतात, असे १.७८ टक्के स्त्रियांनी सांगितले आहे; तर १.३३ टक्के स्त्रियांनी सांगितले, की वडील यासंबंधीचे निर्णय घेतात. आई यासंबंधीचे निर्णय येते असे केवळ ०.४४ टक्के स्त्रियांनी सांगितले आहे.

- **मालमत्तेच्या व महत्त्वाच्या खरेदी-विक्रीच्या निर्णयाचा अधिकार असलेले सदस्य**

ग्रामीण मातंग स्त्रियांच्या कुटुंबामध्ये एखादी मालमत्ता खरेदी व विक्रीचा अधिकार कुटुंबातील पुरुषाकडेच असतो असेच दिसून येते. उत्तरदात्या स्त्रियांच्या पतीकडे मालमत्ता व महत्त्वाची खरेदी करण्याचा अधिकार आहे, असे ७६.८९ टक्के स्त्रियांनी सांगितले आहे; तर १६.८९ टक्के स्त्रियांकडे स्वतः अधिकार आहे असे त्यांनी सांगितले आहे आहे. कुटुंबातील सर्व सदस्य विचार करून सर्वसंमतीने निर्णय घेतात असे २.२२ टक्के स्त्रियांनी सांगितले आहे. सासूकडे मालमत्तासंबंधीचा अधिकार असलेल्या ०.८९ टक्के स्त्रिया आहेत.

• कौटुंबिक वाद-विवादविषयक निर्णय अधिकार

ग्रामीण मातंग स्त्रियांच्या कुटुंबामध्ये उद्‌भवणारे कौटुंबिक वाद आहेत. त्या कौटुंबिक वादाबद्दल कुटुंबात निर्णय घेण्याचा अधिकार पुरुषांकडे आहे असे दिसून येते. उत्तरदात्या स्त्रियांच्या पतीकडे हा अधिकार आहे असे ७६.८९ टक्के स्त्रियांनी सांगितले आहे; तर १६.४४ टक्के उत्तरदात्या स्त्रिया स्वतः निर्णय घेतात असे आढळून आले आहे. मुलगा यासंबंधी निर्णय घेतो, असे १४.२२ टक्के स्त्रियांनी सांगितले आहे. सासऱ्याकडे हा निर्णयाचा अधिकार आहे, असे २.२२ टक्के स्त्रियांनी सांगितले आहे. वडील निर्णय घेतात, असे १.३३ टक्के स्त्रियांनी सांगितले आहे. आई व भाऊ दोघे निर्णय घेतात, त्याचे प्रमाण सारखेच ०.४४ टक्के एवढेच आहे.

• सण-समारंभ आयोजन निर्णय

ग्रामीण मातंग स्त्रियांच्या कुटुंबात कोणते सण-समारंभ आयोजित करावे हे ठरविण्याचा अधिकार कुटुंबातील पुरुष सभासदाकडे असलेला दिसून येतो. उत्तरदात्या स्त्रियांच्या पतीकडे हा अधिकार आहे, असे ७३.७८ टक्के स्त्रियांनी सांगितले आहे. तसेच २२.६७ टक्के स्त्रिया स्वतः हा निर्णय घेतात. तसेच मुलगा हा निर्णय घेतो असे १४.२२ टक्के स्त्रियांनी सांगितले आहे. कुटुंबातील सर्वसंमतीने निर्णय घेतात असे ६.२२ टक्के स्त्रियांनी सांगितले आहे. सासरे निर्णय घेतात, असे २.६७ टक्के स्त्रियांनी सांगितले आहे. वडील यासंबंधी निर्णय घेतात, असे १.३३ टक्के स्त्रियांनी सांगितले आहे. सासू निर्णय घेते, असे ०.८९ टक्के स्त्रियांनी सांगितले आहे. आई निर्णय घेते असे ०.४४ टक्के स्त्रियांनी सांगितले आहे.

ग्रामीण मातंग जातीतील स्त्रियांना निर्णयप्रक्रियेपासून, तसेच त्यांच्या अधिकारापासून वंचित ठेवल्याचे दिसते; कारण यामागे कुटुंबातून असणारी लिंगभेदाची भावना महत्त्वाची असल्याचे दिसून येते. त्यामुळे दैनंदिन खरेदी व खर्च करण्याचा अधिकार, मुलांच्या शिक्षणासंबंधी निर्णयाचा अधिकार, मालमत्ता खरेदी-विक्रीचा निर्णय, कौटुंबिक वाद-विवादाचा निर्णय, सण-समारंभासाठीचे निर्णय लिंगभेदाच्या आधारे घेतले जातात.

कुटुंबात मुले, आजोबा, आजी, आत्या, काका, काकू, मावशी असे अन्य नातेवाईक राहत असतात. कुटुंबात या व्यक्तींचा परस्पर संबंध येत असतो. कुटुंबातून प्रत्येक व्यक्तीला विशिष्ट अशी भूमिका पार पाडावी लागत असे. म्हणून बाऊन म्हणतात, "परस्परांच्या संबंधातून परस्पराच्या प्रतिक्रिया घडविण्याचा व्यक्तींचा समूह म्हणजे कुटुंब होय."

कुटुंबात असलेल्या नातेसंबंधात उत्तरदात्या मातंग स्त्रियांचे कुटुंबातील नातेवाईकांशी असलेल्या संबंधांचा आढावा घेण्यासाठीची माहिती संकलित करून त्याची मांडणी तक्ता ३.२५ मधून केलेली आहे.

तक्ता ३.२५
मातंग स्त्रियांच्या कुटुंबातल सदस्यांशी असलेले संबंध

	कुटुंबातील सदस्य	दैनंदिन खरेदी व खर्च		मुलांचे भवितव्य व शिक्षणासंबंधीचा निर्णय		मालमत्ता व महत्त्वाची खरेदी-विक्री		कौटुंबिक वाद-विवाद विषयक निर्णय		सण-समारंभ, कार्यक्रम आयोजन	
अ.क्र.		वारंवारिता	टक्केवारी	वारंवारिता	टक्केवारी	वारंवारिता	टक्केवारी	वारंवारिता	टक्केवारी		टक्केवारी
१.	स्वत:	५४	२४.००	४९	२१.७८	३८	१६.८९	३७	१६.४४	५१	२२.६७
२.	पती	१७७	७८.६७	१७९	७९.५६	१७३	७६.८९	१७३	७६.८९	१६६	७३.७८
३.	सासरे	५	२.२२	४	१.७८	६	२.६७	६	२.६७	६	२.६७
४.	सासू	१	०.४४	०	०.००	२	०.८९	२	०.८९	२	०.८९
५.	आई	१	०.४४	१	०.४४	१	०.४४	१	०.४४	१	०.४४
६.	वडील	३	१.३३	३	१.३३	३	१.३३	३	१.३३	३	१.३३
७.	सर्व संमतीने	४	१.७८	२	०.८९	५	२.२२	५	२.२२	१४	६.२२
८.	मुलगा	३२	१४.२२	३२	१४.२२	३३	१४.६७	३२	१४.२२	३२	१४.२२

उपरोक्त तक्ता ३.२५ च्या निदर्शनानुसार असे दिसून येते की, उत्तरदात्या ग्रामीण मातंग स्त्रियांशी असणारे नातेसंबंध आणि नातेवाईक यांच्यातील परस्पर संबंध कशा स्वरूपाचे आहेत. या संबंधाचा अभ्यास करताना प्रामुख्याने या नातेसंबंधांची दोन प्रकारच्या गटात विभागणी होते. जन्मावर आधारित निर्माण होणारे नातेसंबंध व विवाहानंतर निर्माण होणारे नातेसंबंध यांचे उत्तरदात्या स्त्रियांशी कशा स्वरूपाचे संबंध आहेत.

प्राथमिक नातेसंबंध

नातेसमूहाची सुरुवातच बीज कुटुंबापासून होते. व्यक्तीचे प्राथमिक नातेसंबंध ज्यामध्ये माता, पिता, पत्नी, कन्या, ज्येष्ठ व कनिष्ठ बंधू, भगिनी या सर्वांचे परस्पर संबंध हे प्राथमिक नातेसंबंध आहेत. उत्तरदात्या मातंग स्त्रियांचे त्यांच्या प्राथमिक नातेसंबंधात म्हणजेच आई, वडील, भाऊ, बहीण, भावजयी यांच्यातील सर्वांमध्ये अतिशय चांगले संबंध असल्याचे आढळून आले आहेत. सर्वांमध्ये अतिशय चांगले संबंध असल्याचे प्रमाण हे ६१ टक्के ते ८४ टक्के दरम्यान आहे; तसेच प्राथमिक नातेसंबंधात तणावपूर्ण संबंध आहेत, असे एकाही उत्तरदात्या स्त्रीने सांगितले नाही.

आप्त संबंधी

विवाह झाल्यामुळे व्यक्तीचे जनक कुटुंब निर्माण होते. त्यातील पती-पत्नीचे संबंध प्राथमिक असले, तरी ते विवाहामुळे निर्माण झालेले असतात. जनन व जनक कुटुंबामुळे जे नातेसंबंध प्रस्थापित होतात, त्यामध्ये आजी-आजोबा, सासू-सासरे, मेव्हणे, जावई, दीर-भावजय, नणंद इत्यादींचा समावेश होतो. उत्तरदात्या मातंग स्त्रियांचे त्यांच्या विवाहामुळे जे नातेसंबंध निर्माण झाले आहेत, त्यात त्यांचे उत्तरदात्या स्त्रियांसोबत असलेले संबंध कसे आहेत, हे पाहिल्यास नाते संबंधात मुलगा, मुलगी यांचे संबंध हे ७० ते ८० टक्के चांगले आहेत; तर सासू, सून, सासरे, दीर, जाऊ, नणंद यांचे चांगले संबंध हे ४३ ते ६७ टक्के यांच्याच दरम्यान आहेत.

मुलगा, सासू, सून, सासरे, दीर, जाऊ, नणंद यांच्यातील नातेसंबंधांमध्ये तणावपूर्ण संबंध असल्याचे आढळून आले आहे. त्याचे प्रमाण कमी ०.४४ टक्के ते ०.८८ टक्के एवढे आढळून आले आहे. तणावाचे प्रमाण या नातेसंबंधात अधिकही असू शकते असे अनौपचारिक चर्चेच्या वेळी त्यांनी सांगितले की, तणावाचे संबंध सांगण्यास आम्हाला काही मर्यादा येतात.

प्राथमिक नातेसंबंध आणि आप्तसंबंधी नातेसंबंध या दोन्हींचा अभ्यास केल्यास असेच लक्षात आले की, उत्तरदात्या मातंग स्त्रियांच्या कुटुंबातून प्राथमिक नातेसंबंधात चांगले संबंध असून त्यांच्यात एक प्रकारची दृढता आहे. प्राथमिक नातेसंबंधांच्या

तुलनेत आप्त संबंधीयांमध्ये चांगल्या नातेसंबंधांचे प्रमाण कमी आहे.

प्राथमिक नातेसंबंधांत तणावपूर्ण संबंध हे आढळून आले नाहीत, तर आप्तसंबंधीयांमध्ये मात्र तणावपूर्ण संबंधांचे प्रमाण आढळून आले आहेत.

ग्रामीण मातंग स्त्रियांना वेगवेगळ्या प्रकारची घरकामे करावी लागतात. स्त्रियांना घरकाम करण्याच्या प्रमुख भूमिकेत बंदिस्त केलेले आहे. निलावती म्हणतात, ''महिलांसाठी व शूद्रांसाठी घरगुती काम करणे, मूल जन्माला घालणे यापुरतेच तिला मर्यादित केले आहे.''[८१] त्यामुळेच स्त्रियांनी सगळा वेळ कामात घालवायचा आणि कामाच्या रगाड्यासाठीच त्यांचा जन्म झाला आहे, अशी केवळ पुरुषांचीच नाही तर स्त्रियांचीही धारणा झालेली आहे.[८२] स्त्रियांवर घरकामासारखी प्रमुख भूमिका लादली आहे. धर्माने, रूढीने, समाजाने स्त्री म्हणून नेमलेले घरकामाचे कार्य मध्यमवर्गीय स्त्रियांनी अंशतः कष्टकरी व कनिष्ठ स्त्रियांवर लादले आहे.[८३] ग्रामीण मातंग स्त्रियांना कोणत्या प्रकारची घरकामे करावी लागतात त्या घरकामासंबंधी माहिती संकलित करून त्याची मांडणी तक्ता ३.२६ मधून केलेली आहे.

तक्ता ३.२६
ग्रामीण मातंग स्त्रियांना करावी लागणारी घरकामे

	घरकामाचे स्वरूप	स्वयंपाक		भांडी घासणे		कपडे धुणे		घरातील साफसफाई		लहान मुलांची देखभाल		पाणी भरणे		पाळीव प्राण्यांची देखभाल		वृद्ध व अपंग	
अ.क्र		वारंवारिता	टक्केवारी	वारंवारिता	टक्केवारी	वारंवारिता	टक्केवारी	वारंवारिता	टक्केवारी	वारंवारिता	टक्केवारी	वारंवारिता	टक्केवारी	वारंवारिता	टक्केवारी	वारंवारिता	टक्केवारी
१.	लागू नाही	०	०.००	०	०.००	०	०.००	१	०.४४	६४	२८.४४	५६	२४.८९	१९३	८५.७८	१८५	८२.२२
२.	दररोज	१८१	८०.४४	१८०	८०.००	१८०	८०.००	१७८	७९.१२	१२७	५६.४५	१४४	६४.००	२७	१२.००	३५	१५.५६
३.	कधी कधी	४३	१९.१२	४४	१९.५६	४४	१९.५६	४५	२०.००	३३	१४.६७	२५	११.११	४	१.७८	४	१.७८
४.	कधीच नाही	१	०.४४	१	०.४४	१	०.४४	१	०.४४	१	०.४४	–	–	१	०.४४	१	०.४४
	एकूण	२२५	१००	२५५	१००	२२५	१००	२२५	१००	२२५	१००	२२५	१००	२२५	२००	२२५	१००

उपरोक्त तक्ता ४.२६ च्या निदर्शनानुसार असे लक्षात येते की, उत्तरदात्या ग्रामीण मातंग स्त्रियांना कोणत्या प्रकारची घरकामे करावी लागतात. त्यामध्ये दररोज स्वयंपाक, भांडी घासणे, कपडे धुणे, घरातील सफाई करणे ही कामे घरकाम म्हणून करणाऱ्या ८० टक्के स्त्रिया आहेत. कुटुंबातील लहान मुलांचे संगोपनाचे काम नियमित करणाऱ्या ५६.४५ टक्के स्त्रिया आहेत. पाळीव प्राण्यांची देखभाल करण्याचे काम फक्त १२ टक्केच स्त्रियांना करावे लागते; कारण तेवढ्याच कुटुंबातून पाळीव प्राणी पाळतात. वृद्धांची व अपंगांची देखभाल करावी लागते अशा १६ टक्केच स्त्रिया आहेत; कारण बहुसंख्य कुटुंबे विभक्त असल्यामुळे कुटुंबातून वृद्ध व अपंग व्यक्ती जास्त प्रमाणात आढळून येत नाहीत.

ग्रामीण समुदायातील स्त्रियांच्या कामाबद्दल अनेक प्रतिमा रूढ झालेल्या आहेत. चुलीवर स्वयंपाक करणारी स्त्री, शेतात रोपणी करणारी स्त्री, घरकामाच्या ओझ्याखाली दबलेली स्त्री दिसून येते.[८४] अशी विविध कामे स्त्रिया करताना दिसून येत आहेत. लिंगभेदाच्या आधार झालेल्या श्रमविभागणीनुसार घरकाम करणे ही स्त्रियांचीच प्रमुख भूमिका आहे. घरकाम व स्त्री यांना एकत्रित करून त्यांना निश्चित बंदिस्त केले जाते. दे.र. भागवत म्हणतात, ''घरात पसारा आवरण्याचे काम स्त्रियांचे आहे, असेच गृहीत धरलेले असते. आपणास त्रास झाला तरी चालेल पण कुटुंबातील पुरुषांनी घरकाम करू नये, ते स्त्रियांना आवडतदेखील नाही.''[८५] लिंगभेदातून होणाऱ्या सामाजीकरणातून स्त्रियांनीच फक्त घरकाम करावे, असे सांगितले आहे.

लिंगभेदाची भावना कुटुंबातील घरकामाच्या संदर्भाने प्रबळ असते. ग्रामीण मातंग स्त्रियांच्या कुटुंबातून त्यांना घरकामास मदत कोण करते हे जाणून घेण्याच्या दृष्टीने संबंधित तथ्ये संकलित करून त्यांची मांडणी तक्ता ३.२७ मधून केलेली आहे.

तक्ता ३.२७ : ग्रामीण मातंग स्त्रियांना घरकामात मदत करणाऱ्या व्यक्ती

अ.क्र.	व्यक्ती	वारंवारिता	टक्केवारी
१.	पती	१०	४.४४
२.	सासरा	०१	०.४४
३.	मुलगा	०८	३.५६
४	सासू	३२	१४.२२
५.	सून	६९	३०.६८
६.	नणंद	०१	०.४४
७.	जाऊ	०२	०.८९
८.	मुलगी	७१	३१.५६
९.	कोणीच मदत करत नाही	३१	१३.७७
	एकूण	२२५	१००

उपरोक्त तक्ता ३.२७ चे निरीक्षण केले असता असे स्पष्ट होते की, उत्तरदात्या ग्रामीण मातंग स्त्रियांना घरकामासाठी लिंगभेदाच्या आधारे पुरुषांच्या तुलनेत स्त्रिया ह्या अधिक प्रमाणत मदत करताना आढळून येतात. उत्तरदात्या स्त्रियांची मुलगी मदत करते असे ३१.५६ टक्के स्त्रियांनी सांगितले आहे. सून मदत करते असे ३०.६८ टक्के स्त्रियांनी सांगितले आहे. तसेच १४.२२ टक्के स्त्रियांनी घरकामात सासू मदत करते म्हणून सांगितले आहे. जाऊ मदत करते असे ०.८९ टक्के स्त्रियांनी सांगितले आहे, तर नणंद मदत करते असे ०.४४ टक्के स्त्रियांनी सांगितले. कुटुंबातील पुरुषाची घरकामात फारच कमी मदत मिळते. पती मदत करतो असे ४.४४ टक्के स्त्रियांनी सांगितले आहे. मुलगा मदत करतो असे ३.५६ टक्के स्त्रियांनी सांगितले आहे.

भारतीय समाजव्यवस्थेमधून कुटुंबातून स्त्रियांना मिळणारा दर्जा हा दुय्यम आहे. पुरुषप्रधान सत्ता असल्यामुळे अनेक प्रकारच्या कौटुंबिक छळास व अत्याचारास स्त्रियांना बळी पडावे लागते. भारतात कौटुंबिक छळास बळी पडणाऱ्या स्त्रियांचे प्रमाण हे २० ते ५० टक्के पर्यंत आहे. प्रत्यक्षात याहीपेक्षा हे प्रमाण अधिक असण्याची शक्यता आहे; कारण अनेक तक्रारी सामाजिक दडपणामुळे दाखलच होत नाहीत.[८६] कौटुंबिक छळाचे प्रमाण सातत्याने वाढल्यामुळे ही समस्या तीव्र प्रमाणात आढळून येत आहे.

ग्रामीण मातंग स्त्रियांच्या कुटुंबातून कौटुंबिक छळाची समस्या कशी आहे?

मातंग स्त्रिया कौटुंबिक छळास बळी पडतात का? ही माहिती जाणून घेण्याच्या उद्देशाने संबंधित तथ्ये संकलित करून तक्ता ३.२८ मधून मांडलेली आहे.

तक्ता ३.२८ : ग्रामीण मातंग स्त्रियांच्या होणाऱ्या कौटुंबिक छळाचे प्रमाण

अ.क्र.	कौटुंबिक छळ	वारंवारिता	टक्केवारी
१.	कौटुंबिक छळ होत नाही.	१४२	६३.११
२.	कौटुंबिक छळास कधी-कधी सामोरे जाते.	७६	३३.७८
३.	वारंवार	०७	३.११
	एकूण	२२५	१००

उपरोक्त तक्ता ३.२८ च्या आकडेवारीचे अवलोकन केले असता असेच दिसून येते की, उत्तरदात्या ग्रामीण मातंग स्त्रियांमध्ये कौटुंबिक छळाचे प्रमाण कमी आहे; कारण उत्तरदात्या मातंग स्त्रियांमध्ये ६३.११ टक्के स्त्रिया या कौटुंबिक छळास बळी पडलेल्या नाहीत, तर कौटुंबिक छळास कधी-कधी बळी पडावे लागते अशा ३३.७८ टक्के आहेत; तर नेहमीच कौटुंबिक छळास सामोरे जावे लागते अशांचे प्रमाण ३.११ टक्के आहे.

ग्रामीण मातंग स्त्रियांच्या कुटुंबामध्ये कौटुंबिक छळ, अत्याचार होताना दिसून येतात. अंजली पोरे म्हणतात, ‘‘स्त्रियांवर होणारे अत्याचार, अन्याय, पिळवणूक, बलात्कार, पळून नेणे हे तेव्हाही होते आणि आताही आहे.’’[८७] अशा प्रकारे स्त्रियांचा जो कौटुंबिक छळ होताना दिसून येतो, त्यामुळे कौटुंबिक छळाची माहिती गोळा करून त्यावर आधारित छळाची कारणे तक्ता ३.२९ मधून मांडलेली आहेत.

तक्ता ३.२९ : मातंग स्त्रियांच्या कौटुंबिक छळाची कारणे

अ.क्र.	कारणे	वारंवारिता	टक्केवारी
१.	कौटुंबिक छळ होत नाही.	१४२	६३.११
२.	मालमत्ता हडप करण्यासाठी.	०१	०.४४
३.	लैंगिक शोषण करण्यासाठी.	०१	०.४४
४	मानसिक शोषण करण्यासाठी.	३५	१६.४५
५.	घरातून हाकलून देण्यासाठी.	०२	०.८९
६.	कौटुंबिक वादामुळे.	४२	१८.६७
	एकूण	२२५	१००

उपरोक्त तक्ता ३.२९ मध्ये दिलेल्या सामग्रीच्या आधारे हे स्पष्ट होते की, उत्तरदात्या ग्रामीण मातंग स्त्रियांचा जो कौटुंबिक छळ होतो, त्यामागची कारणे पाहिली तर स्त्रियांकडील मालमत्ता हडप करणे, लैंगिक शोषण करणे, मानसिक शोषण करणे, घरातून हाकलून देणे, कौटुंबिक वाद यामुळे छळ करतात ही प्रमुख कारणे आढळून आली आहेत. त्यामध्ये बहुसंख्य कुटुंबात सदस्यांमध्ये असलेले कौटुंबिक वाद यामुळे १८.६७ टक्के स्त्रियांचा कौटुंबिक छळ होतो; तर स्त्रियांना मानसिक त्रास देण्यासाठी, तिला कुटुंबात कायम दुय्यमत्व देण्यासाठी पुरुषप्रधानतेमुळे हा कौटुंबिक छळ केला जातो, असे १६.४५ टक्के स्त्रियांनी सांगितले आहे. घरातून हाकलून देण्याच्या कारणामुळे कौटुंबिक छळ होतो, असे सांगणाऱ्या ०.८९ टक्के स्त्रिया आहेत. लैंगिक शोषण करण्याच्या दृष्टीनेच छळ केला जातो असे ०.४४ टक्के स्त्रियांनी सांगितले. मालमत्ता जी स्त्रियांच्या नावावर आहे, ती मिळविण्यासाठी पतीकडून छळ होतो, असे ०.४४ टक्के स्त्रियांनी सांगितले. कौटुंबिक छळ होत नाही, असे ६३.११ टक्के स्त्रियांनी सांगितले आहे.

ग्रामीण भागातील स्त्रिया ह्या कौटुंबिक छळास बळी पडतात. त्या छळाचे प्रकार पाहिले तर असे लक्षात येते की, शारीरिक, मानसिक, आर्थिक, लैंगिक इत्यादी प्रकारच्या कौटुंबिक छळास त्या बळी पडतात. त्यांचा होणारा छळ कशा स्वरूपाचा आहे, हे जाणून घेण्याच्या हेतूने संबंधित माहिती गोळा करून त्याची मांडणी तक्ता ३.३० मधून केलेली आहे.

तक्ता ३.३०
ग्रामीण मातंग स्त्रियांच्या कौटुंबिक छळाचा प्रकार

अ. क्र.	कौटुंबिक अत्याचाराचे प्रकार	मानसिक छळ																शारीरिक छळ							
		टाकून बोलणे टोमणे मारणे		माहेराबद्दल अपशब्द वापरणे		शिव्या देणे व धमक्या देणे		चारित्र्याबद्दल शंका घेऊन वाईट बोलणे		मुलांपासून तोडण्याचा प्रयत्न करणे		दुसऱ्यासमोर जाणीवपूर्वक अपमान करणे		माझ्याकडे दुर्लक्ष करणे व मागण्या पूर्ण न करणे		जास्तीत जास्त काम लावणे		उपाशी ठेवणे किंवा शिळे अन्न खायला देणे		शारीरिक इजा करणे		घरातून हाकलून देणे		वेळेवर औषधोपचार न करणे	
		वारंवारिता	टक्केवारी	वारंवारित	टक्केवारी	वारंवारिता	टक्केवारी	वारंवारिता	टक्केवारी	वारंवारित	टक्केवारी	वारंवारिता	टक्केवारी	वारंवारिता	टक्केवारी	वारंवारिता	टक्केवारी	वारंवारिता	टक्केवारी	वारंवारिता	टक्केवारी	वारंवारिता	टक्केवारी	वारंवारिता	टक्केवारी
१	कधीच नाही	१४५	६४.४५	२०४	९०.६७	१५८	७०.२२	२२०	९७.७८	२२३	९९.११	१९९	८८.४५	२१७	९६.११	२०५	९१.११	२२४	९९.५६	१६५	७३.३३	२२३	९९.११	२१५	९५.५६
२	कधीकधी	७५	३३.३३	२१	९.३३	६२	२७.५६	५	२.२२	२	०.८९	२३	१०.२२	७	७.५६	१७	७.५६	१	०.४४	५८	२५.७८	२	०.८९	१०	४.४४
३	वारंवार	४	२.२२	०	०.००	५	२.२२	०	०.००	०	०.००	३	१.३३	१	१.३३	३	१.३३	०	०.००	२	०.८९	०	०.००	०	०.००
		२२५	१००	२२५	१००	२२५	१००	२२५	१००	२२५	१००	२२५	१००	२२५	१००	२२५	१००	२२५	१००	२२५	१००	२२५	१००	२२५	१००

उपरोक्त तक्ता ४.३० मधून असे दिसून येते की, उत्तरदात्या ग्रामीण मातंग स्त्रियाचा जो कौटुंबिक छळ होतो तो मानसिक, शारीरिक अशा दोन प्रकारचा आहे. ग्रामीण मातंग स्त्रियांना त्यांच्या कुटुंबातील सदस्यांकडून दैनंदिन वर्तन करताना जी वागणूक मिळते, त्यामधून त्यांचा होणारा कौटुंबिक छळ येथे स्पष्ट होतो.

• **मानसिक छळ :**

ग्रामीण मातंग स्त्रियांना कुटुंबामधून टाकून बोलणे, टोमणे मारणे असे वर्तन त्यांच्या सोबत कधी-कधी केले जाते, असे ३३.३३ टक्के स्त्रियांनी सांगितले आहे. वारंवार अशा प्रकारचे वर्तन केले जाते असे २.२२ टक्के स्त्रियांनी सांगितले. माहेराबद्दल अपशब्द वापरले जातात असे वर्तन कधी-कधी होते, असे ९.३३ टक्के स्त्रियांनी सांगितले. तसेच शिव्या देणे, धमकी देणे असे वर्तन कधी-कधी केले जाते असे २७.५६ टक्के स्त्रियांनी सांगितले, वारंवार अशा स्वरूपाच्या वर्तनास बळी पडतात अशा २.२२ टक्के स्त्रिया आहेत. चारित्र्याबद्दल शंका घेणे, चारित्र्याबद्दल वाईट बोलणे असे वर्तन कधी-कधी केले जाते, असे २.२२ टक्के स्त्रियांनी सांगितले आहे. कुटुंबातील मुलांना त्यांच्यापासून तोडण्याचा प्रयत्न करणे असे वर्तन ०.८९ टक्के स्त्रियांसोबत होते. कुटुंबातील इतर सदस्य व समाजातील व्यक्ती, नातेवाईक यांच्यासमोर त्यांना जाणीवपूर्वक अपमानित केले जाते असे वर्तन कधी-कधी होते असे १०.२२ टक्के स्त्रियांनी सांगितले आहे. वारंवार वर्तन केले जाते असे १.३३ टक्के स्त्रियांनी सांगितले. कुटुंबातील स्त्री म्हणून मी केलेल्या मागण्यांकडे जाणीवपूर्वक दुर्लक्ष केले जाते असे वर्तन कधी-कधी होते असे ३.११ टक्के स्त्रियांनी सांगितले. वारंवार असे वर्तन होते असे ०.४४ टक्के स्त्रियांनी सांगितले.

कुटुंबातील स्त्रियांनी अशी वर्तणूक देण्याच्या पाठीमागचा उद्देश हा या स्त्रियांना मानसिक त्रास देणे हा आहे. मानसिक छळ हा कौटुंबिक छळात येतो. त्यामुळे वरीलप्रमाणे स्त्रियांचा कुटुंबातून हा मानसिक छळ केला जातो.

• **शारीरिक छळ :**

ग्रामीण मातंग स्त्रियांना त्यांच्या कुटुंबातून दैनंदिन वर्तन करताना जास्तीचे काम लावले जाते. जास्तीचे काम त्या स्त्रियांना कधी-कधी लावले जाते, अशांचे प्रमाण ७.५६ टक्के आहे. वारंवार असेच जास्तीचे काम लावले जाते अशा स्त्रियांचे प्रमाण १.३३ टक्के आहे. कुटुंबातून स्त्रियांना उपाशी ठेवणे, जेवायला शिळे अन्न देणे अशा प्रकारच्या वर्तनास स्त्रियांना कधी-कधी सामोरे जावे लागते अशा ०.४४ टक्के स्त्रिया आहेत; तर प्रत्यक्ष तिला मारहाण करणे, शारीरिक इजा करणे अशा प्रकारचे वर्तन त्यांच्यासोबत कधी-कधी केले जाते, असे २५.७८ टक्के स्त्रियांनी सांगितले आहे. मातंग स्त्रियांना घरातून हाकलून देणे असे वर्तन वारंवार करतात, असे ०.८९ टक्के

स्त्रियांनी सांगितले आहे. मातंग स्त्रियांना घरातून हाकलून देणे असे वर्तन वारंवार करतात, असे ०.८९ टक्के स्त्रिया आहेत. स्त्रिया आजारी असल्या, तरी त्यांना वेळेवर औषधोपचार मिळत नाही, असे ४.४४ टक्के स्त्रियांनी सांगितले आहे.

मातंग स्त्रियांना या प्रकारची जी वागणूक दिली जाते, त्यामध्ये शारीरिक छळाचे प्रमाण अधिक आहे. कुटुंबातून स्त्रियांचा शारीरिक छळ होतो.

ग्रामीण समुदायातून असलेल्या कुटुंबामधून स्त्रियांना मिळणाऱ्या वागणुकीबद्दल डॉ. मगदुम सी.बी. म्हणतात की, ''बहुतांश कुटुंबांमध्ये स्त्री-बायको म्हणजे हमाल किंवा हक्काची नोकर, काही ठिकाणी गुलाम अशी स्थिती आहे.''[८८] स्त्रियांच्या स्थितीवरून तिला कुटुंबात मिळणाऱ्या वागणुकीबद्दल अंदाज येतो. डॉ. सदानंद मोरे म्हणतात, ''कुटुंबातून पिता-पुरुष केव्हाही मातेपेक्षा श्रेष्ठ-स्त्रीपेक्षा श्रेष्ठ आहे.''[८९] पुरुषप्रधान समाजातून व कुटुंबातून स्त्रियांना मिळणारी वागणूक कनिष्ठतेची आहे.

ग्रामीण मातंग स्त्रियांना कुटुंबातून मिळणारी वागणूक कशी आहे यासंबंधीची माहिती संकलित करून ती तक्ता ३.३१ मधून मांडली आहे.

तक्ता ३.३१ : मातंग स्त्रियांना कुटुंबातून मिळणारी वागणूक

अ.क्र.	वागणूक	वारंवारिता	टक्केवारी
१.	कनिष्ठतेची वागणूक	१२६	५६.००
२.	उच्चतेची वागणूक	०८	३.५६
३.	समानतेची वागणूक	९१	४०.४४
	एकूण	२२५	१००

उपरोक्त तक्ता ३.३१ चे अवलोकन केले असता असे दिसून येते की, उत्तरदात्या ग्रामीण मातंग स्त्रियांना पारंपरिकरित्या पुरुषप्रधानतेमुळे मिळणारी कुटुंबातील वागणूक मिळते, असे ५६ टक्के स्त्रियांनी सांगितलेले आहे, कुटुंबातून समानतेची वागणूक मिळते असे ४०.४४ टक्के स्त्रियांनी सांगितले आहे; तर ३.५६ टक्के स्त्रियांना केवळ श्रेष्ठ-उच्चतेची वागणूक मिळते, असे त्यांनी आपले मत मांडले आहे.

स्त्रियांना मिळणाऱ्या कनिष्ठ प्रकारच्या वागणुकीचे मुख्य कारण हे स्त्रियांकडे पाहण्याचा कनिष्ठतेचा दृष्टिकोन हे आहे. पारंपरिक कारणांमुळे स्त्रियांना कनिष्ठ दर्जा मिळतो, असे त्यांनी अनौपचारिक चर्चेतून स्पष्ट केले.

ग्रामीण मातंग स्त्रियांना परंपरेनुसार मिळणारी जी कनिष्ठतेची वागणूक होती, त्या कनिष्ठतेच्या वागणुकीबद्दल उत्तरदात्या स्त्रियांचे मत काय आहे? हे जाणून घेण्याच्या उद्देशाने त्यांच्याकडून संबंधित तथ्ये संकलित करून त्यांची मांडणी तक्ता

३.३२ मधून केली आहे.

तक्ता ३.३२ : मातंग स्त्रियांना मिळणाऱ्या कनिष्ठ वागणुकीबद्दल मत

अ.क्र.	मत	वारंवारिता	टक्केवारी
१.	वागणुकीबद्दल समाधानी आहे.	१२०	५३.३३
२.	वागणुकीबद्दल असमाधानी.	१७	७.५६
३.	निश्चित सांगता येत नाही.	८८	३९.११
	एकूण	२२५	१००

उपरोक्त तक्ता ३.३२ चे निरीक्षण करता असे लक्षात येते की, उत्तरदात्या मातंग स्त्रियांना कुटुंबातून कनिष्ठतेची वागणूक मिळते. पुरुषप्रधान पारंपरिक व्यवस्थेमुळे स्त्रियांना प्राप्त होणारा कनिष्ठतेच्या दर्जाबद्दल व वागणुकीबद्दल त्यांचे मत काय आहे हे जाणून घेण्यासाठी जी माहिती संकलित केली, त्या आधारे असे लक्षात येते की, ५३.३३ टक्के स्त्रियांनी, मिळणाऱ्या कनिष्ठ वागणुकीमध्ये समाधानी आहे, असे मत व्यक्त केले आहे. कनिष्ठतेच्या वागणुकीबद्दल ७.५६ टक्के स्त्रियांनी मी असमाधानी आहे असे मत व्यक्त केले आहे. तसेच ३९.११ टक्के स्त्रियांना कनिष्ठ वागणूक कशी आहे, यासंबंधी निश्चित मत सांगता आले नाही.

कुटुंब हे सामाजीकरण घडवून आणणारे प्रभावी साधन आहे. कुटुंबातून मुला-मुलींचे जन्मापासून होणारे सामाजीकरणच लिंगभेदाच्या आधारे स्त्री म्हणून तिला विशिष्ट भूमिकेतूनच तयार केले जाते.

ग्रामीण मातंग स्त्रियांच्या कुटुंबामधून मुला-मुलींचे सामाजीकरण हे लिंगभेदाच्या आधारे केले जाते का? हे जाणून घेण्याच्या हेतूने संबंधित माहिती गोळा केली. त्याची मांडणी तक्ता ३.३३ मधून मांडणी आहे.

तक्ता ३.३३ : मातंग स्त्रियांच्या कुटुंबातून लिंगभेदाच्या आधारे मुला-मुलींचे होणारे सामाजीकरण

अ.क्र.	लिंगभेद	वारंवारिता	टक्केवारी
१.	कधीच भेदभाव नाही	७८	३४.६६
२.	कधी-कधी	१२८	५६.८९
३.	नेहमीच	१७	७.५६
४	मुलगी नाही	०२	०.८९
	एकूण	२२५	१००

उपरोक्त तक्ता ३.३३ च्या निरीक्षणावरून असे स्पष्ट करता येते की, उत्तरदात्या ग्रामीण मातंग स्त्रियांच्या कुटुंबातून मुला-मुलींचे होणारे सामाजीकरण हे लिंगभेदाच्या आधारेच होते. मुला-मुलींच्या मनात लिंगभेदाची भावना रुजवली जाते. असे असले, तरी प्रत्येक घटनेला मुलगा-मुलगी असा भेद न करता कधी-कधी असा लिंगभेद केला जातो असे ५६.८९ टक्के स्त्रियांनी सांगितले आहे. मुलगा-मुलगी भेदभाव सामाजीकरणातून केला जात नाही अशांचे प्रमाण ३४.६६ टक्के आहे. मुलगा-मुलगी असा लिंगभेद नेहमीच सामाजीकरणातून केला जातो, त्यांचे प्रमाण हे ७.५६ टक्के आहे. मुलगी नाही त्यामुळे लागू नाही, असे ०.८९ टक्के स्त्रियांनी सांगितले.

ग्रामीण मातंग स्त्रियांना त्यांचे कौटुंबिक जीवन जगत असताना कोणत्या अडचणींना व समस्यांना सामोरे जावे लागले याविषयी त्यांच्याकडून तथ्ये संकलित करून त्यांची मांडणी तक्ता ३.३४ मधून केलेली आहे.

तक्ता ३.३४ : मातंग स्त्रियांच्या कौटुंबिक अडचणी व समस्या

अ.क्र.	अडचणी व समस्या	वारंवारिता	टक्केवारी
१.	कौटुंबिक तणाव	२५	११.११
२.	रोजगारासाठी मुले बाहेरगावी सांभाळण्यास कोणी नाही.	२५	११.११
३.	ऊस तोडणीस गेल्यास मुले, सासू-सासरे यांना सांभाळण्यात अडचणी	१४६	६४.८९
४.	मुलगा अपंग, संगोपन अवघड.	०२	०.८९
५.	आई नसल्यामुळे कुटुंबाची जबाबदारी.	०१	०.४४
६.	पती हा वयोवृद्ध आहे.	२६	११.६८
	एकूण	२२५	१००

उपरोक्त तक्ता ३.३४ च्या आकडेवारीवरून असे स्पष्ट करता येते की, उत्तरदात्या ग्रामीण मातंग स्त्रियांना कौटुंबिक जीवन जगत असताना अनेक प्रकारच्या अडचणींना, समस्यांना सामोरे जावे लागते. त्यामधील काही प्रमुख अडचणी व समस्या पुढीलप्रमाणे आढळून आल्या आहेत.

उत्तरदात्या ग्रामीण मातंग जातीतील स्त्री-पुरुष या दोघांनाही जो रोजगार

मिळतो, तो हंगामी स्वरूपाचा आहे. त्यामुळे अनेक जोडपी ही राज्यात व राज्याबाहेर ऊसतोड कामगार म्हणून कामासाठी जातात. अशा वेळी जेव्हा स्थलांतर होते, तेव्हा उत्तरदात्या स्त्रियांच्या सासू-सासरे यांचा व त्यांच्या मुला-मुलींचा सांभाळण्यात अडचणी येतात; कारण गावातील घरी ठेवावे तर ते वयोवृद्ध असल्यामुळे स्वतःची कामे स्वतः करू शकत नाहीत. तसेच या कालावधीत मुला-मुलींना सोबत नेले की शाळेची अडचण येते असे ६४.८९ टक्के स्त्रियांनी सांगितले; तर मातंग स्त्रियांच्या पती-पत्नीमध्ये विवाह झाले, तेव्हा त्या दोघांच्या वयामध्ये खूप अंतर होते. त्यामुळे आज काही स्त्रियांनी सांगितले की, आपला पती वयोवृद्ध आहे त्यामुळे त्याचाच सांभाळ करावा लागतो. त्यासाठी मलादेखील काम नाही. दोघांनी घरी बसून उदरनिर्वाह कसा करावा ही अडचण सांगितली आहे अशा स्त्रियांचे प्रमाण ११.५६ टक्के आहे. मातंग स्त्रियांच्या कौटुंबिक जीवनात सासू-सून, पती-पत्नी यांच्यातील वाद सातत्याने होतात, त्यामुळे तणाव निर्माण होतो अशी अडचण सांगणारे ११.११ टक्के आहेत. मातंग स्त्रियांच्या कुटुंबातून असणाऱ्या वृद्ध व्यक्तींना सांभाळण्यासाठी कुटुंबातील एकही सदस्य राहू शकत नाही, अशी अडचण ११.११ टक्के स्त्रियांनी सांगितली. मातंग स्त्रियांच्या कुटुंबातून मुलगा अपंग असल्यामुळे त्या मुलाचे संगोपन करणे कठीण काम आहे, हे संगोपन करताना त्या आई-वडिलांना अनेक अडचणी व समस्यांना सामोरे जावे लागते, असे ०.८९ टक्के स्त्रियांनी सांगितले आहे. मातंग कुटुंबातून आईचे निधन अचानक झाल्यामुळे त्या लहान मुलीला आता शिक्षण सोडून कामाचा भार सहन करावा लागतो.

सारांश

ग्रामीण मातंग समुदायातील स्त्रियांचे वैवाहिक व कौटुंबिक जीवन हे जातीच्या बंधनाने प्रभावित झालेले आहे. वैवाहिक व कौटुंबिक जीवनात स्त्रियांना पार पाडावी लागणारी भूमिका प्रामुख्याने कशी आहे? समाजातून तिला प्राप्त होणारा हा दर्जा कसा आहे? स्त्रियांना कुटुंबसंस्थेतून व विवाहसंस्थेतून कोणत्या प्रकारचे स्वातंत्र्य व अधिकार आहेत? मातंग स्त्रिया वैवाहिक व कौटुंबिक जीवन कशा प्रकारे जगतात? यासंबंधीची माहिती संकलित करून त्या माहितीच्या आधारेच उत्तरदात्या ग्रामीण मातंग स्त्रियांच्या वैवाहिक व कौटुंबिक जीवनासंबंधीची मांडणी प्रस्तुत प्रकारणातून केलेली असून त्याचा सारांश पुढीलप्रमाणे स्पष्ट केलेला आहे.

उत्तरदात्या ग्रामीण मातंग स्त्रियांमध्ये विवाहित स्त्री म्हणून जीवन जगणाऱ्या ८७.११ टक्के स्त्रिया आहेत. उत्तरदात्या स्त्रियांचे विवाह झाले त्या वेळी त्यांचे वय १८ वर्षांच्या आत असल्यामुळे बालविवाह झालेल्या ९२.४४ टक्के आहेत. कुटुंबातील पुरुषांनीच उत्तरदात्या स्त्रियांचे विवाह ठरविलेले आहेत, अशा बहुसंख्य ७४.२२ टक्के

उत्तरदात्या स्त्रियांच्या विवाहाच्या वेळी हुंडा दिलेला नाही. तर जे विवाह ५ ते १० वर्षांमध्ये झालेले आहेत त्यांनी २,००० ते ५०,००० पर्यंत हुंडा दिला असे २४.८९ टक्के आहेत. मातंग जातीमध्ये पूर्वी 'वधुमूल्य' देण्याची जी प्रथा होती, त्यामध्ये परिवर्तन होऊन हुंडाप्रथा प्रचलित झालेली आहे. उत्तरदात्या ग्रामीण मातंग स्त्रियांना हिंदू विवाह कायद्याबद्दलचे सविस्तर ज्ञान नाही. ज्यांना या कायद्याची थोडीफार माहिती होती अशा ७२.४४ टक्के स्त्रिया आहेत. तसेच कायद्याची माहिती नाही अशा २७.५६ टक्के स्त्रिया आहेत. तसेच वैवाहिक जीवनात समाधानी आहेत अशा ८२.२३ टक्के स्त्रिया आहेत; तर अनेक कारणांनी असमाधानी असलेल्या १७.६७ टक्के स्त्रिया आहेत. असमाधानी असल्याचे कारण म्हणून पतीचा वाईट स्वभाव, अचानक आलेले वैधव्य, घटस्फोट घेतला आहे इत्यादी कारण सांगितली आहेत. उत्तरदात्या स्त्रियांचे पती ७१.११ टक्के व्यसन करतात. व्यसनामध्ये दारू, बिडी, सिगारेट, तंबाखू इ. सर्वच प्रकारचे व्यसन केले जाते. पतीच्या व्यसनासाठी बहुतांशी ५०.६७ टक्के कुटुंबात उत्तरदात्या स्त्रियांना पैसे द्यावे लागतात.

उत्तरदात्या ग्रामीण मातंग स्त्रियांच्या कुटुंबातील मुलींचे विवाह हे ४६.२२ टक्के बालविवाह झालेले आहेत; तर मुलींना जोडीदार निवडताना त्यांचे मत विचारात घेतले जाते अशा ३९.११ टक्के स्त्रिया आहेत. जोडीदार निवडताना मत विचारात घेतले जात नाही, असे ४४.४४ टक्के उत्तरदात्या स्त्रियांनी सांगितले आहे.

सामूहिक विवाह सोहळ्यात ७२.४४ टक्के उत्तरदात्या स्त्रिया ह्या सहभागी होतात. तसेच सहभागी होत नाहीत अशा २७.५६ टक्के स्त्रिया आहेत. सामूहिक विवाह सोहळे आयोजित करणे अत्यंत गरजेचे आहे असे ६५.७८ टक्के स्त्रियांनी आपले मत व्यक्त केले आहे. मातंग जातीतील विवाह सोहळ्यात सवर्ण व प्रतिष्ठित सहभागी ८० टक्के होत आहेत, परंतु ते पंक्तीत मात्र एकत्र भोजन घेत नाहीत, असे ६०.८९ टक्के आहेत. आंतरजातीय विवाह होतात अशाचे प्रमाण अत्यल्प फक्त २.६७ टक्के आहे. आंतरजातीय विवाह होत नाहीत, अशा ९७.३३ टक्के स्त्रिया आहेत. जातीचे विवाहासाठीचे कडक निर्बंध; तसेच मातंग जातीमधून विधवांच्या पुनर्विवाहास बंदी आहे अशा मताच्या ९३.७८ टक्के स्त्रिया आहेत. तसेच विधवा पुनर्विवाह करावे असे मत ६.२२ टक्के स्त्रियांनी दिले आहे.

उत्तरदात्या मातंग स्त्रियांना वैवाहिक जीवनात येणाऱ्या प्रमुख अडचणी हुंडा प्रथा प्रचलित झाल्यामुळे निर्माण झाल्या आहेत. कुटुंबातील मुलींचे विवाह ठरविताना पैशाच्या अडचणी येतात असे ८० टक्के स्त्रियांनी सांगितले आहे. वैधव्यामुळे ११.११ टक्के मिळणारा सामाजिक दर्जा कनिष्ठ आहे असे उत्तरदात्या स्त्रियांनी सांगितले आहे. पतीच्या व्यसनामुळे मुलांच्या शिक्षणात अडचणी येतात असे ४६.८८ टक्के स्त्रियांनी

सांगितले आहे. मुलगा हे अपत्य नाही म्हणून ४.४० टक्के मातंग स्त्रियांचा पतीकडून छळ केला जातो.

उत्तरदात्या स्त्रियांमध्ये प्रामुख्याने २१ ते ४० वर्षे वयोगटातील सर्वाधिक ५९.५६ टक्के स्त्रिया आढळून आल्या आहेत; तर ६० वर्षांपेक्षा अधिक वय असलेल्या ११.५६ टक्के स्त्रिया आहेत. उत्तरदात्या स्त्रियांची बहुतांशी ६२.६७ टक्के कुटुंबे ही विभक्त कुटुंब आहेत; तर संयुक्त कुटुंबे ३७.३३ टक्के आहेत. विभक्त कुटुंबे असली, तरी ती आकाराने मोठी म्हणजे त्यामध्ये पाचपेक्षा जास्त सभासद आहेत. तसेच कुटुंबातील एकूण संख्येत पुरुषांपेक्षा स्त्रियांची संख्या ही कमी आहे. पितृसत्ताक कुटुंबे आढळून आली; कारण कुटुंबाचा प्रमुख म्हणून पती असे ७७.६७ टक्के स्त्रियांनी सांगितले आहे.

उत्तरदात्या मातंग स्त्रियांच्या ह्या कुटुंबातील निर्णयप्रक्रियेत पती व मुलगा हेच ७५ टक्के निर्णय घेतात. निर्णय प्रक्रियेसंबंधी लिंगभेदाची भावना प्रबळ असलेली दिसून येते. तसेच कुटुंबातील प्राथमिक नातेसंबंध हे चांगले आहेत. प्राथमिक नातेसंबंधाच्या तुलनेत आप्तसंबंधामध्ये तणावपूर्ण संबंध आहेत.

उत्तरदात्या स्त्रियांना अनेक प्रकारची घरकामे करावी लागतात. त्या घरकामात त्यांना कुटुंबातील पुरुष सभासद मदत करीत नाहीत, तसेच कौटुंबिक छळास कधी कधी त्या बळी पडतात अशा ३३.७८ टक्के स्त्रिया आहेत; तर नियमित छळ होतो असे ३.११ टक्के स्त्रियांनी सांगितले आहे. शारीरिक व मानसिक या दोन प्रकारच्या छळास मातंग स्त्रीला सामोरे जावे लागते. मातंग स्त्रियांना त्यांच्या कुटुंबामधून जी वागणूक मिळते, ती दुय्यमत्त्वाची मिळते. तिचे सामाजीकरणच लिंगभेदाच्या व जातिभेदाच्या आधारे केले जाते.

उत्तरदात्या मातंग स्त्रियांना कौटुंबिक जीवनात येणाऱ्या अडचणींमध्ये ऊस तोडणी कामगार म्हणून हंगामी स्थलांतर करावे लागते. त्या वेळी मुलगा, मुलगी, वृद्ध सासू-सासरे या सभासदांचा सांभाळ करण्याची अडचण आहे असे ६९.८९ टक्के स्त्रियांनी सांगितले आहे. पती-पत्नी यांच्या वयात अंतर असल्यामुळे वृद्ध पतीचा सांभाळ करावा लागत आहे. कौटुंबिक वाद, सासू-सून, मुलगा-वडील, पती-पत्नी यामुळे कुटुंबात तणावपूर्ण वातावरण असते, असे ११.५६ टक्के स्त्रियांनी सांगितले आहे.

४ ग्रामीण मातंग स्त्रीः शैक्षणिक व आर्थिक स्थिती

प्रस्तावना

शिक्षणामुळे व्यक्तीच्या बौद्धिक शक्तीचा व व्यक्तिमत्त्वाचा विकास होतो. प्रत्येक व्यक्तीच्या अंगी आर्थिक, राजकीय, सांस्कृतिक कार्य पार पाडण्याची पात्रता शिक्षणामुळे येते. समाजातील स्त्री-पुरुष दोघांच्या विकासासाठी शिक्षण महत्त्वाचे असते. स्त्री-पुरुष यांना समान दर्जा प्राप्त करून देण्यासाठी शिक्षण हे महत्त्वाचे साधन आहे. शिक्षणामुळे स्त्री-पुरुषांचा आर्थिक दर्जा सुधारण्यात मदत होते. त्यामुळे शिक्षण हा घटक दर्जा निश्चित करणारा महत्त्वाचा मानला आहे. अनंतराम शरयू म्हणतात, ''स्त्रियांचे समाजातील निम्न स्थान बदलण्यासाठी शिक्षण हे अत्यंत महत्त्वाचे साधन आहे.''[१] म्हणजेच शिक्षणामुळे स्त्रियांना त्यांच्या दर्जात बदल करता येतो. मंगल खिंवसरा यांनी सांगितले की ''व्यक्तीच्या सामाजिक, सांस्कृतिक, आर्थिक विकासाचे मूळ साधन शिक्षण होय.''[२] व्यक्तीने प्राप्त केलेल्या शिक्षणातून आर्थिक दर्जाची निश्चिती होते. तसेच आर्थिक स्थितीवरूनच व्यक्तीला शिक्षणाची उपलब्धता होते. शैक्षणिक व आर्थिक हे दोन्ही घटक परस्पर संबंधित आहेत. त्यामुळेच शैक्षणिक व आर्थिक या दोन्ही घटकांतील परस्पर संबंध अर्थतज्ज्ञांनी वेळोवेळी स्पष्ट केले आहेत.[३] शैक्षणिक व आर्थिक हे दोन्ही घटक स्त्रियांचा दर्जा निश्चित करण्यासाठी महत्त्वाचे ठरतात. त्यामुळे ग्रामीण मातंग स्त्रियांचा समकालीन दर्जा स्पष्ट करण्यासाठी तथ्ये संकलित करून त्यांच्या शैक्षणिक व आर्थिक स्थितीबाबतची माहिती संकलित केली असून त्या माहितीचे विश्लेषण प्रस्तुत प्रकरणातून केलेले आहे.

ग्रामीण मातंग स्त्रियांचा शैक्षणिक दर्जा

भारतीय समाजात वैदिक कालखंडाचा विचार केला, तर स्त्रियांना शिक्षणाचे स्वातंत्र्य असलेले दिसून येते. स्त्रियांचा आर्थिक दर्जादेखील निश्चितपणे चांगला होता.

तसेच स्त्रियांना सर्व प्रकारचे शिक्षण घेण्याचे स्वातंत्र्य होते. वैदिक युगात स्त्रीशिक्षणाची स्थिती अतिशय चांगली होती. स्त्री-पुरुष असा लिंगभेद न करता शिक्षण पूर्ण करीत असत. स्त्री बुद्धीच्या व ज्ञानाच्या क्षेत्रात अग्रणी होती.[४] तसेच त्यांना वेद अभ्यासाचे स्वातंत्र्य या कालखंडात होते; कारण स्त्रिया ह्या वेदातील मंत्र म्हणत असत. त्या वेद अभ्यासही करत असत. स्त्रिया गुरुकुलातील विद्यापीठात वेदांतनिष्णात झालेल्या होत्या. गुरुकुलातील स्त्रिया अध्यापक म्हणूनही काम करीत होत्या. त्या विद्यार्थिनींना वेद शिकवीत असत.[५] वैदिक काळाप्रमाणेच बौद्ध काळात स्त्रीशिक्षणाचे महत्त्वाचे स्थान होते.[६] या कालखंडाप्रमाणेच मोगल कालखंडात स्त्रीशिक्षणाची व्यवस्था राजेशाही कुटुंबात व बड्या लोकांच्या कुटुंबात केलेली होती. त्यामुळे या कालखंडातील मध्यमवर्गीय मुली शाळेत जात होत्या असा तर्क करण्यास काहीच हरकत नाही. मुलींना धर्म, नीती व नीतिकला शिकविली जात होती.[७] या विविध कालखंडात स्त्रियांना शिक्षणाचे स्वातंत्र्य होते. मनुच्या कालखंडात मनुने 'मनुस्मृती'ची निर्मिती केली. त्यामधून स्त्रीशिक्षणासंबंधी बंदी घालून पुरुषसत्तेचा पुरस्कार केला. त्यामुळेच भारतात पुरुष सत्तेच्या उदयानंतर स्त्रिया ह्या ज्ञानवंचित झाल्या. त्याची सुरुवात मनुस्मृतीतूनच झाली.[८] मनुने स्त्रियांना शिक्षणाचा अधिकार नाकारला. हिंदू धर्मशास्त्रानेदेखील स्त्रिया आणि शूद्र यांना विद्येचा अधिकार नाकारला होता.[९] धर्मशास्त्राने विविध धार्मिक नियम केले व स्त्रियांना वेगवेगळ्या नियमांच्या बंधनात बंदिस्त केले. अशा प्रकारे टप्प्या-टप्प्याने स्त्रियांचा शिक्षणाचा अधिकार काढून घेतला गेला.

स्त्रियांनी शिक्षण घेणे हा अधर्म आहे; स्त्री जर शिकली, तर तिला अकाली वैधव्य येते, ती कुमार्गास लागते; कुटुंबाच्या सुखाचे वाटोळे होते.[१०] शिक्षणासंबंधी स्त्रियांवर अशी धार्मिक, सामाजिक बंधने लादली गेली होती. तसेच पडदा पद्धतीमुळे स्त्रीशिक्षणावरील बंधने आणखी वाढत गेली.[११] स्त्रियांना अज्ञानी, अशिक्षित ठेवून समाजव्यवस्थेवर आपले वर्चस्व राहावे अशी स्थिती पुरुषप्रधान व्यवस्थेने तयार केली होती. सर्व पातळीवर स्त्रियांना शिक्षणाचा अधिकार नाकारला. समाजातील स्त्रिया व शूद्र यांना वेदाचे अध्ययन करण्याचा अधिकार नव्हता.[१२] तसेच दलित, बहुजन स्त्रिया यांना शिकण्याचा अधिकार नव्हता.[१३] समाजातील सवर्ण स्त्रिया, दलित आणि दलित स्त्रिया या सर्वांना शिक्षणाचा अधिकार नाकारून त्यांना विशिष्ट प्रकारच्या भूमिकेतून जीवन जगण्यासाठी समाजव्यवस्थेत तयार केले जात होते. डॉ. कुसुम मेघवाल म्हणतात, ''स्त्रियांना अशिक्षित ठेवण्यामागचा उद्देश असा होता, की अज्ञानी ठेवून त्यांच्यावर पशूसारखे अत्याचार केले, तरी स्त्रिया ते सहन करतात.''[१४] स्त्रिया शिक्षणापासून वंचित राहिल्यामुळे त्यांना कनिष्ठता प्राप्त होते आणि अज्ञानी असल्यामुळे

त्यांना अत्याचार, अन्याय सहन करावे लागतात.

समाजातील स्त्रियांवरील बंधने कमी व्हावीत, स्त्रियांच्या दर्जात परिवर्तन व्हावे यासाठी स्वातंत्र्यपूर्व काळात जो दृष्टिकोन होता, तो असे स्पष्ट करतो की, स्त्रियांच्या सामाजिक दर्जात सुधारणा घडून आणायची असेल तर शिक्षण हे एकमेव साधन आहे.[१५] स्त्रियांच्या दर्जात सुधारणा घडवून आणण्यासाठी स्त्रीशिक्षणासाठी प्रयत्न व्हायला सुरुवात झाली. स्त्रियाही माणूस आहेत, माणसासारखे जगण्याची संधी त्यांना मिळायला हवी, स्त्रियांसाठी शिक्षणाची वाट खुली केली पाहिजे, असा विचार मांडणारे महात्मा फुले पहिले विचारवंत होते.[१६] महात्मा फुले यांच्याबरोबरच असलेल्या सावित्रीबाई फुले स्त्रीशिक्षणासंबंधी म्हणतात, "स्त्रिया व दीन दलितांचा विकास करावयाचा असेल, तर शिक्षणाशिवाय तरणोपाय नाही."[१७] महात्मा फुले व सावित्रीबाई फुले यांनी स्त्रीशिक्षणासंबंधी प्रत्यक्ष कृतिशील उपक्रम राबविले. महात्मा फुले यांनी आपल्या काळात स्त्री शिक्षणाची एक चळवळ उभारली. इ.स. १८५१ साली पुण्यात मुलींसाठी शाळा सुरू केली. महात्मा फुले यांनी मागासवर्गीय दलित स्त्रियांनादेखील शाळेत प्रवेश दिला. महात्मा फुले यांच्या शाळेतील विद्यार्थिनी मुक्ता साळवे, जी जातीने मांग होती, तिने स्त्रियांवरील जातीची असलेली बंधने व धर्माची बंधने यामुळे मातंग स्त्रियांवर होणारे अत्याचार याविरुद्ध निबंध लिहिला.[१८] मुक्ता साळवे यांनी लिहिलेल्या निबंधामुळे शिक्षणामुळे अत्याचाराविरुद्ध लढण्याची ताकद येते हे स्पष्ट झाले.

शाहू महाराजांनी कोल्हापूर संस्थानातून स्त्रिया व दलित यांच्या शिक्षणाला प्रोत्साहन मिळावे यासाठी सक्तीच्या शिक्षणाचा कायदा करून दलितांना व स्त्रियांना मोफत शिक्षणाची व्यवस्था केली.[१९] तसेच डॉ. बाबासाहेब आंबेडकर स्त्रीशिक्षणाचे महत्त्व स्पष्ट करताना म्हणतात, "आपल्या पुढल्या पिढीत जर सुधारणा घडवून आणायची असेल, तर तुम्ही मुलींना शिक्षण दिल्याशिवाय राहू नका."[२०] कारण एक पुरुष शिकला तर एक व्यक्ती सुधारते; पण एक स्त्री शिक्षित झाली, तर संपूर्ण कुटुंबाची सुधारणा होते. यात माहेरच्या व सासरच्या लोकांचा समावेश होतो. स्त्रिया शिकल्या, तर त्या स्वतःचे घर, मुले, संसार इ. चांगले करू शकतील. त्यामुळे स्त्रियांना शिक्षण देणे आवश्यक आहे.[२१] महात्मा फुले, सावित्रीबाई फुले, राजर्षी शाहू, डॉ. बाबासाहेब आंबेडकर यांच्या विचारांची व कार्याची प्रेरणा घेऊन पुढे स्त्री शिक्षणासंबंधी अनेक समाजसुधारकांनी आपल्या शैक्षणिक कार्याला प्रारंभ केला. कालीचरण गवळी यांनी विदर्भातील गोंदिया येथे इ.स. १९१३ साली पुत्री शाळा सुरू केली.[२२] तर जाईबाई चौधरी या स्त्रीने इ.स. १९२४ साली मुलींसाठीची संत चोखामेळा ही शाळा काढली.[२३] तर नाशिकच्या भागात शांताबाई दानी यांनी महिला शिक्षणाचे

मोठे काम केले आहे.[२४] अशा प्रकारे स्वातंत्र्यपूर्व काळात स्त्री शिक्षणासाठी विविध पातळ्यांवरून समाजसुधारकांकडून प्रयत्न झालेले आहेत.

स्वातंत्र्यप्राप्तीनंतर स्त्रीशिक्षणाची घटनात्मक तरतूद करण्यात आली. देशाच्या घटनेने मुला-मुलींना शिक्षणासंबंधी समान हक्कांची तरतूद करून ठेवली.[२५] राज्यघटनेतून या हक्कांच्या तरतुदीमधून असे दिसून येते की, भारताच्या राज्यघटनेतील कलम ४५ नुसार ६ ते १४ वयोगटातील मुला-मुलींना मोफत व अनिवार्य शिक्षण देण्याची संकल्पना मांडली आहे.[२६] याबरोबरच दलित व आदिवासी यांच्या शिक्षणासाठी विशेष तरतूद राज्यघटनेतून कलम १५(४) च्या आधारे दलित, आदिवासी यांच्यासाठी करण्यात आली.[२७] भारत देशात स्त्रीशिक्षणाची घटनात्मक तरतूद करून शिक्षणाचा समान हक्क दिला असला, तरी प्रत्यक्षात मात्र पुरुषांच्या तुलनेत व भारतात स्त्रियांची शैक्षणिक स्थिती अत्यंत वाईट असलेली दिसून येते. राज्यघटनेने स्त्री-पुरुष दोघांनाही समान अधिकार दिला आहे, तरीदेखील गावातील ग्रामीण भागातील स्त्रिया ह्या शिक्षणापासून वंचित असलेल्या दिसून येतात.[२८] भारतात स्त्रीशिक्षणाच्या संदर्भाने साक्षरतेचा आढावा घेतला, तर येथे स्त्रीशिक्षणाचे प्रमाण २००१ च्या जनगणनेनुसार - पुरुषसाक्षरता दर ७५.८५ टक्के आहे, तर स्त्रीसाक्षरता दर ५४.१६ टक्के आहे. यातील फरक हा २१.६९ टक्के एवढा आहे.[२९] स्त्री साक्षरतेचे प्रमाण कमी असलेले दिसून येते. स्त्री व पुरुष यांच्या साक्षरतेमध्ये २१.६९ टक्के एवढा फरक आढळून येतो. त्याहीपेक्षा ग्रामीण व शहरी भागातील स्त्रियांचा विचार केला, तर संपूर्ण देशामध्ये ग्रामीण भागात ७४ टक्के स्त्रिया राहतात, त्यांच्यापैकी फक्त १८ टक्के स्त्रिया ह्या शिक्षित असलेल्या आढळून येतात.[३०] स्त्रीशिक्षणाचे प्रमाण शहरी भागात जास्त असून ग्रामीण भागात कमी असलेले दिसून येते.

स्त्री शिक्षणाच्या प्रमाणामध्ये विभागानुसार भिन्नता असलेली दिसून येते. तसेच महाराष्ट्रातील मराठवाडा विभागामध्ये असलेल्या स्त्री शिक्षणाचे प्रमाण शहरी भागात जास्त आहे. हे पाहिले असता त्यामध्ये भारत देशामध्ये स्त्री शिक्षणाचे प्रमाण ३९ टक्के, तर महाराष्ट्रात हा साक्षरता दर ४० टक्के आहे. याच संदर्भाने मराठवाड्यातील महिला शिक्षणाची स्थिती अत्यंत वाईट आहे. मराठवाड्यातील स्त्रीशिक्षणाचे प्रमाण हे देशातील स्त्रीशिक्षणापेक्षा ६ टक्के; तर महारष्ट्रातील स्त्रीशिक्षणापेक्षा १७ टक्क्यांनी कमी आहे.[३१] स्त्रीशिक्षणाचे प्रमाण पाहिले, तर पूर्ण देशातच स्त्रीशिक्षण कमी आहे. त्यामध्ये महाराष्ट्र राज्यदेखील मागासलेले आहे. मराठवाडा हा त्याहीपेक्षा मागासलेला आहे. मराठवाडा हा भाग ग्रामीण आहे. ग्रामीण भागात साक्षरतेचे प्रमाण १३ टक्के असलेले आढळते.[३२] भारतीय समाजात स्त्री शिक्षणासाठी घटनात्मक तरतूद केली असली आणि लिंगभेद न मानता मुला-मुलींना शिक्षणाच्या समान संधी दिल्या

असल्या, तरी स्त्रीला मिळणारा कुटुंबातील कनिष्ठतेचा दर्जा तिच्या शैक्षणिक स्थितीवर निश्चित परिणाम करतो. त्यामुळेच स्त्रीशिक्षणाचे प्रमाण कमी असलेले दिसून येते. २००१ नुसार पुरुषसाक्षरता दर ७५.८५; तर स्त्रीसाक्षरता दर ५४.१६ टक्के आहे. निरक्षर स्त्रियांचे प्रमाण अधिक आहे.[३३] स्त्रियांचे साक्षरतेचे प्रमाण कमी आहे. याची कारणे अनेक आहेत. त्यापैकी एक कारण म्हणजे स्त्रियांना समाजातून मिळणारा कनिष्ठ दर्जा हे होय. त्यामुळेच स्त्रियांची साक्षरता पुरुषाच्या तुलनेत अपेक्षेपेक्षा खूप कमी आहे.[३४] आजही दलित, शोषित, उपेक्षित,दुर्बल घटक, श्रमिक आदी वर्गातील आदिवासी भागातील मुले उपजीविकेसाठी मोलमजुरी करतात. त्यामुळे ते शिक्षणापासून वंचित राहतात.[३५] तसेच एम. प्रभावती म्हणतात,''दलित स्त्रिया व मुली ह्या अशिक्षित आहेत; कारण त्यांच्या शाळेत जाणाऱ्या मुलींना घरकाम व मजुरीची कामे करावी लागते.''[३६] त्यामुळे दलित स्त्रिया ह्या शिक्षणापासून वंचित राहताना दिसून येतात. महाराष्ट्रातील दलित स्त्रिया व सवर्ण स्त्रिया यांच्यातील शैक्षणिक स्थितीचा अभ्यास केला असता त्यामधून परभणी, नांदेड, बीड, औरंगाबाद, उस्मानाबाद, सोलापूर, बुलढाणा इ. जिल्ह्यात अनुसूचित जातीच्या स्त्रियांचा शैक्षणिक स्तर अत्यंत कमी आहे.[३७] अनुसूचित जातीतील दलित स्त्रियांचे शिक्षणातील एकूण प्रमाण हे कमीच असलेले दिसून येते. शिक्षणासंबंधी असलेल्या सर्वच बाबतीत स्त्रियांची स्थिती चिंता वाटण्यासारखी आहे. साक्षरता, नोकरी क्षेत्र, प्राथमिक, माध्यमिक, उच्च माध्यमिक शाळेत नावनोंदणी टक्केवारी कमीच आहे.[३८] स्वातंत्र्योत्तर कालखंडात घटनात्मक तरतूद करून व विविध उपक्रम राबवूनदेखील स्त्रीशिक्षणाच्या स्थितीमध्ये फारशी प्रगती झालेली दिसून येत नाही. दलित स्त्रियांमध्ये शिक्षणाचे प्रमाण खूप कमी आहे.

दलित स्त्रियांच्या शिक्षणाबद्दल खूप कमी प्रमाणात माहिती उपलब्ध होते. दलित स्त्रीशिक्षणाचे प्रमाण कमी आहे, ते घटते आहे. एकोणिसाव्या शतकात दलित स्त्रीबद्दल फारच कमी माहिती मिळते. याचे कारण त्यांना मिळणारा शिक्षणाचा अभाव हे आहे.[३९] स्त्रियांमध्ये शिक्षणाचे प्रमाण कमी दिसून येते त्याचे एक कारण शैक्षणिक गळती असलेले दिसून येते. स्त्रियांना मिळणारा कुटुंबातील दर्जा, समाजातील दर्जा व भूमिका यामुळे स्त्रीशिक्षणाचे प्रमाण कमी असलेले दिसून येते. घरकामामुळेच जवळपास ७० टक्के स्त्रिया ह्या अर्धवट शिक्षण सोडतात. प्राथमिक शिक्षणाच्या पुढे त्या शिक्षण घेऊ शकत नाहीत. गावातील कनिष्ठ वर्गातील जातीतील मुलींचे बालविवाह केले जातात. त्याचा परिणाम शिक्षणावर होतो. उच्च शिक्षण फक्त २ टक्के मुलीच पूर्ण करतात.[४०] स्त्रियांमध्ये व दलित स्त्रियांमध्ये शाळेत प्रवेश घेतलेल्यांच्या गळतीचे प्रमाण अधिक असल्याचे आढळून आले आहे. स्त्रियांची शैक्षणिक स्थिती खूप खराब होती.[४१] समाजातील सवर्ण स्त्रियांपेक्षाही दलित स्त्रियांमध्ये शैक्षणिक गळतीचे प्रमाण

अधिक आहे. शैक्षणिक गळती होते त्यास अनेक कारणे आहेत.

स्त्रियांच्या शैक्षणिक गळतीच्या कारणांमध्ये आर्थिक परिस्थिती हेही एक महत्त्वाचे कारण आहे. आर्थिक परिस्थिती ही जातीसमूहानुसार वेगवेगळी आहे. जातीनुसार महार, मांग, चांभार, ढोर, ह्या दलित जाती जातिव्यवस्थेचा मनोऱ्याच्या तळाशी होत्या. यापैकी अनेक जाती ह्या पारंपरिक आर्थिक स्थितीवर आधारित होत्या. त्यामुळेच भारतीय समुदायात दारिद्र्य जसे जातीनुसार वेगवेगळे असते, तसेच जातीनुसारच निरक्षरतेत भिन्नता आढळून येते.[४२] प्रत्येक जातीमध्ये आर्थिक स्थितीमध्ये भिन्नता होती. त्यामुळे या आर्थिक स्थितीचा परिणाम म्हणजे त्या जातीमधील मुला-मुलींनी शाळेचे तोंडदेखील पाहिले नाही, याचे कारण गरिबी होय.[४३] प्रत्येक जातीमध्ये आर्थिक स्थितीमध्ये भिन्नता होती. त्यामुळे या आर्थिक स्थितीचा परिणाम होतो तसाच आर्थिक स्थितीवर शिक्षणाचा परिणाम होतो; कारण पूर्व शिक्षण घेऊन प्रत्येक व्यक्ती नोकरी, व्यवसाय करून आपल्या आर्थिक दर्जात सुधारणा घडून आणतो, परंतु ज्या समाजातील स्त्रिया, पुरुष हे अशिक्षित आहेत, अर्धवट शिक्षण घेतात अशांना अकुशल क्षेत्रात काम मिळते. या कामाचा मिळणारा मोबदलादेखील कमी असतो.[४४] स्त्रियांची आर्थिक स्थिती कमकुवत होते, त्याचा परिणाम शिक्षणावर होतो. शिक्षणाच्या आधारे तिचा दर्जा व तिची भूमिका निश्चित करण्यासाठी होतो. आर्थिक घटकामुळे स्त्रीशिक्षणाचे प्रमाण घटत असले तरी समाजातील स्त्रियांचे शिक्षणाचे प्रमाण कमी असल्याची आणखी काही कारणे आहेत.

स्त्रियांचे शिक्षणाचे प्रमाण कमी असण्यासाठी आर्थिक स्थितीबरोबरच समाजात असलेली लिंगभेदाची भावनादेखील महत्त्वाचे कारण असलेले दिसून येते. ग्रामीण भागातील स्त्रियांच्या समस्या लिंगभेदाच्या आधारे आजही गुंतागुंतीच्या आहेत. खेड्या-पाड्यात शाळा, वीज आली यंत्र, तंत्र आले; पण दोन-चार वर्ग शिकल्या की मुलींच्या शिक्षणात खंड पडतो; कारण आजही मुलगा-मुलगी असा लिंगभेद केला जातो.[४५] लिंगभेदाची भावना लहानपणापासूनच आई-वडील व कुटुंबातील सभासद तयार करतात. त्याचा परिणाम म्हणून स्त्री शिक्षणाचे प्रमाण कमी आहे; कारण कुटुंबातील स्थिती पाहिली, तर मुलांपेक्षा मुलींच्या शिक्षणाचे प्रमाण कमी आहे; कारण मुलींच्या शिक्षणासाठी आई-वडील हे उत्सुक नसल्यामुळे मुलींचे शिक्षणाचे प्रमाण कमी असलेले दिसून येते.[४६] मुलगा-मुलगी असा समाजातील लिंगभेद येथे होताना दिसून येतो; कारण समाजात मुलींना मिळणारा दर्जा हा दुय्यम असलेला दिसून येतो. मुलींच्या शिक्षणाबाबत उदासीनता असलेली दिसून येते. त्यापाठीमागे एक तर्क आढळून येतो की, मुली अधिक शिकल्या तर त्यांच्यासाठी जास्त शिकलेली मुले शोधावी लागतात. त्या मुलांना शिक्षणाच्या मोबदल्यात जास्तीचा हुंडा द्यावा लागतो.

तसेच मुलगी शिकली, तरी ती लग्नानंतर दुसऱ्याच्या घरी जाते. त्यामुळे मुलीच्या शिक्षणाबाबत प्राथमिक स्तरापेक्षाही माध्यमिक स्तरावर उदासीनता असलेली दिसून येते.[४७] पालकांमध्ये लिंगभेदाची भावना तीव्र असल्यामुळेच स्त्रीशिक्षणाबाबत उदासीनता असल्यामुळे स्त्रीशिक्षणाचे प्रमाण कमी असलेले दिसून येते.

स्त्रीशिक्षणाचे जे प्रमाण आहे, ते शहरी व ग्रामीण भागानुसार वेगवेगळे असलेले दिसून येते. ग्रामीण भागात राहणारी स्त्री तर अनेक कारणांमुळे शिक्षणापासून दूर आहे. ''शिक्षणामुळे शहरी भागातील स्त्रीचे जीवनमान थोडेसे उंचावलेले असले, तरी ग्रामीण स्त्री अजूनही उपेक्षित आहे; कारण फारशी शिकलेली नसल्यामुळे तिच्यात आत्मविश्वासाचा अभाव आहे.''[४८] ग्रामीण भागातील स्त्री शिक्षणापासून वंचित असलेली दिसून येते. त्याचा परिणाम तिच्या दर्जावर व भूमिकेवर होतो. ग्रामीण स्त्री शिक्षणापासून वंचित राहण्याची अनेक कारणे असलेली दिसून येतात. ग्रामीण भागातील स्त्रिया अशिक्षित असल्याचे कारण गरिबी, आई-वडील अशिक्षित असणे, कमी वयात विवाह, बेरोजगारी, अंधश्रद्धा, रूढी, घरकाम, लिंगभेद. यामुळे स्त्री ही शिक्षणापासून वंचित राहत आहे.[४९] स्त्रिया वंचित राहतात व शिक्षणापासून दूर जाताना दिसून येतात. ग्रामीण भागात स्त्रियांचे शिक्षणाचे प्रमाण अल्प असून अर्धवट शिक्षण सोडणाऱ्या बहुसंख्य स्त्रिया आहेत.

ग्रामीण भागात राहणाऱ्या अनुसूचित जातीमधील स्त्रियांची शिक्षणाची स्थिती इतर जातीतील स्त्रियांपेक्षा अधिकच वाईट असलेली दिसून येते. अनुसूचित जातीच्या स्त्रिया सगळ्यात कमी शिक्षण घेतात. शिक्षणाचे प्रमाण अतिशय कमी असल्याचे आढळून येते. आरक्षण व इतर सवलती असून त्यांच्या शिक्षणाबाबत फारशी प्रगती झालेली नाही.[५०] दलित स्त्रियांच्या शिक्षणात प्रगती व्हावी, शिक्षणाचे प्रमाण वाढवावे यासाठी शासकीय पातळीवरून प्रयत्न झालेले दिसून येतात. त्यामध्ये सर्व शिक्षा अभियानाअंतर्गत मुलींचे शिक्षण, अनुसूचित जाती-जमातीची मुले-मुली यांच्या शिक्षणावर भर देऊन लिंगभेद दूर करण्याचा प्रयत्न केला आहे.[५१] तसेच शासकीय पातळीवरून आणखी काही प्रयत्न करून अनुसूचित जातीतील स्त्री-पुरुषांचे शैक्षणिक प्रमाण वाढवण्याचा प्रयत्न केला आहे. अनुसूचित जातीतील मुलीचे शिक्षणातील गळतीचे प्रमाण कमी व्हावे यासाठी तालुका स्तरावर कस्तुरबा गांधी विद्यालय, अनुसूचित जाती-जमातीच्या मुलांना प्रोत्साहन भत्ता, दहावी उत्तीर्णनंतर शिष्यवृत्ती, मुलींचे वसतिगृह चालवणे, विदेशात जाण्यासाठी शिष्यवृत्ती, शैक्षणिक साहित्याचा पुरवठा, दुपारचे जेवण, मोफत समन्वय पुरवणे, आश्रम शाळा-चालवणे, शाळा वसतिगृहांना इमारती, मासिक शिकवणी फीस इत्यादी उपक्रम शासकीय पातळीवरून राबविले जातात.[५२] तरी हे उपक्रम अपुरे पडताना दिसून येते. त्यावरून आणखीही

लक्षात येते की अनुसूचित जातीतील स्त्री-पुरुष यांच्या शैक्षणिक दर्जात सुधारणा झाली नाही. त्यांची स्थिती आजही वाईट आहे. शिक्षणाच्या बाबतीत दलित विद्यार्थ्यांना शिष्यवृत्ती अपुरी आहे. खासगी शाळांना महत्त्व आले आहे. दलित मुले-मुली ज्या शाळांत जातात, त्या पालिका व जिल्हा परिषद शाळांमध्ये शिक्षणाचा दर्जा खालावत आहे. चौथी पास मुला-मुलींना नाव लिहिता-वाचता येत नाही. एकूण दलित समाज प्राथमिक अवस्थेत कोलमडणार असेल तर पुढे तो नोकरी मागण्यात पात्र राहत नाही,[५३] अशी शैक्षणिक स्थिती दिसते. मुळातच शिक्षणाचे प्रमाण कमी आहे. त्यामध्ये मिळणारे शिक्षण या काळात निकृष्ट दर्जाचे असते.

अनुसूचित जातीमध्ये समाविष्ट असलेल्या ग्रामीण भागात राहणाऱ्या मातंग समाजामध्येदेखील स्त्री-पुरुष शिक्षणाची स्थिती अत्यंत वाईट असलेली दिसून येते. महाराष्ट्रातील मातंग समाजाच्या बहुसंख्य स्त्रिया निरक्षर असून ज्या स्त्रियांनी शिक्षण घेतलेले आहे, त्यामध्ये इयत्ता चौथीपर्यंत शिक्षण घेतलेल्या स्त्रियांची संख्या जास्त असून पदवी आणि पदव्युत्तर उच्चशिक्षण घेणाऱ्या स्त्रियांची संख्या अत्यल्प आहे.[५४] यामुळे अनुसूचित जातीमध्ये समाविष्ट असलेल्या सर्व जातींमध्ये शैक्षणिकदृष्ट्या अत्यंत मागासलेली जात म्हणून मातंग जातीची ओळख होते. मातंग जातीतील स्त्रिया तर त्याहीपेक्षा शैक्षणिकदृष्ट्या मागासलेल्या दिसून येतात. मातंग समाजामध्ये आजही शिक्षणाचे प्रमाण अतिशय कमी आहे. शिक्षणाची दारे मातंग समाजाला अनोळखी आहेत. त्यामुळे अनुसूचित जातीतील मातंग समाजस्थिती शैक्षणिकदृष्ट्या अत्यंत वाईट असलेली दिसून येते.

अनुसूचित जातीमध्ये समाविष्ट असलेल्या मातंग जातीतील स्त्रियांच्या शिक्षणाची स्थिती जाणून घेण्यासाठी परभणी जिल्ह्यातील ग्रामीण भागात राहणाऱ्या मातंग स्त्रियांकडून तथ्ये संकलित करून त्याआधारे त्यांचा शैक्षणिक स्तर, शैक्षणिक गळतीचे स्वरूप, शैक्षणिक गळतीची कारणे, कुटुंबात मुलगा-मुलगी असा शिक्षणाच्या संदर्भातील लिंगभेद, मुला-मुलीच्या शिक्षणात येणाऱ्या अडचणी इत्यादी घटकांबाबतच्या माहितीचे वर्णन व विश्लेषण प्रस्तुत प्रकरणात केले आहे.

अनुसूचित जातीमधील साक्षरतेचे प्रमाण हे २००१ च्या जनगणेनुसार महाराष्ट्रात ७१.०२ टक्के आहे, तर परभणी जिल्ह्यातील अनुसूचित जातीचे साक्षरेतेचे प्रमाण हे ७०.९९ टक्के आहे.[५५] परभणी जिल्ह्यातील अनुसूचित जातीमध्ये समाविष्ट असलेल्या मातंग जातीतील साक्षरतेचे प्रमाण मातंग स्त्रियांचा शैक्षणिक स्तर कसा आहे, हे जाणून घेण्याच्या उद्देशाने संबंधित तथ्ये संकलित करून त्यांची मांडणी तक्ता ४.१ मधून केलेली आहे.

तक्ता ४.१ : मातंग स्त्रियांची शैक्षणिक पात्रता

अ.क्र.	शैक्षणिक पात्रता	वारंवारिता	टक्केवारी
१.	निरक्षर	१७३	७६.८९
२.	प्रौढ शिक्षण साक्षर	१०	४.४४
३.	पहिली ते चौथीपर्यंत	१०	४.४४
४	चौथी पास	०६	२.६८
५.	पाचवी ते सातवीपर्यंत	११	४.८९
६.	सातवी पास	०५	२.२२
७.	आठवी ते दहावीपर्यंत	०५	२.२२
८.	दहावी पास	०२	०.८९
९.	अकरावी ते बारावीपर्यंत	०१	०.४४
१०.	बारावी पास	०२	०.८९
	एकूण	२२५	१००

उपरोक्त तक्ता ४.१ मधील आकडेवारीवरून असे निदर्शनास येते की, उत्तरदात्या ग्रामीण मातंग स्त्रियांची शैक्षणिक पात्रता पाहिली, तर निरक्षर स्त्रियांचे प्रमाण ७६.८९ टक्के आहे, तर केवळ २३.११ टक्के स्त्रिया साक्षर आहेत. शिक्षित उत्तरदात्या स्त्रियांमध्ये प्रौढशिक्षणातून साक्षर झालेल्या व पहिली ते चौथीपर्यंत शिक्षण घेतलेल्या स्त्रियांची टक्केवारी ४.४४ टक्के आहे. चौथीपर्यंत शिक्षण घेऊन उत्तीर्ण झालेल्या स्त्रियांची टक्केवारी २.६८ टक्के आहे. सातवी उत्तीर्ण झालेल्या स्त्रियांची टक्केवारी २.२२ टक्के आहे, तर आठवी ते दहावीपर्यंत शिक्षण घेतलेल्या स्त्रियांची टक्केवारी २.२२ टक्के आहे. दहावी उतीर्ण झालेल्या स्त्रियांचे प्रमाण ०.८९ टक्के आहे; तर सध्या बारावीच्या वर्गात शिकत आहेत त्यांचे प्रमाण ०.४४ टक्के आहे; तर पदवी व पदव्युत्तर शिक्षण घेतलेली एकही स्त्री आढळून आली नाही.

ग्रामीण मातंग स्त्रिया शिक्षण घेतात, त्यांना इच्छेप्रमाणे शिक्षण पूर्ण घेता येते की या स्त्रिया शिक्षणापासून दूर जाताना दिसून येतात, शिक्षणापासून दूर जाणाऱ्या व अर्धवट शिक्षण घेणाऱ्या स्त्रियांचे प्रमाण किती आहे? हे जाणून घेण्याच्या हेतूने तथ्ये उत्तरदात्या मातंग स्त्रियांकडून जमा केली आहेत, त्याची मांडणी तक्ता ४.२ मधून केलेली आहे.

तक्ता ४.२ : मातंग स्त्रियांचे अर्धवट शिक्षण घेण्याचे प्रमाण

अ.क्र.	अर्धवट शिक्षण घेणाऱ्या स्त्रिया	वारंवारिता	टक्केवारी
१.	होय	४५	२०.००
२.	नाही	०७	०३.११
३.	निरक्षर	१७३	७६.८९
	एकूण	२२५	१००.००

उपरोक्त तक्ता ५.२ मधील आकडेवारीनुसार असे निदर्शनास येते की, अर्धवट शिक्षण सोडणाऱ्या उत्तरदात्या मातंग स्त्रियांचे प्रमाण हे २०.०० टक्के आहे; तर फक्त ३.११ टक्के उत्तरदात्या मातंग स्त्रियांना त्यांच्या इच्छेप्रमाणे पूर्ण शिक्षण घेता आले आहे. तसेच ज्यांनी शिक्षणच घेतले नाही अशा निरक्षर स्त्रियांचे प्रमाण ७६.८९ टक्के आहे.

ग्रामीण मातंग स्त्रियांमध्ये निरक्षरांचे प्रमाण अधिक असले, तरी ज्या स्त्रियांना शिक्षणाची संधी मिळते, त्या आपले शिक्षण पूर्ण करू शकत नाहीत. त्यांच्यामध्ये अर्धवट शिक्षण सोडावे लागणाऱ्यांचे प्रमाण अधिक आहे. ग्रामीण मातंग स्त्रियांमध्ये शैक्षणिक गळतीचे प्रमाण अधिक आहे.

अनुसूचित जातीतील मातंग समुदायात स्त्रीशिक्षणामध्ये गळतीचे प्रमाण अधिक असलेले दिसून येते. ग्रामीण मातंग स्त्रियांनी शाळेत प्रवेश घेतला तरी त्यांचे शिक्षण पूर्ण होत नाही. मातंग स्त्रियांना शिक्षण अर्धवट सोडावे लागते त्याची कारणे कोणती आहेत, मातंग स्त्रिया आपले शिक्षण का पूर्ण करू शकत नाहीत, हे जाणून घेण्याच्या हेतूने संबंधित माहिती गोळा करून त्याची मांडणी तक्ता ४.३ मधून केलेली आहे.

तक्ता ४.३ : मातंग स्त्रिया शिक्षण अर्धवट सोडण्याची कारणे

अ.क्र.	अर्धवट शिक्षण घेणाऱ्या स्त्रिया	वारंवारिता	टक्केवारी
१.	बालविवाहामुळे	२९	१२.८९
२.	शिक्षण पूर्ण केले	०७	०३.११
३.	आई-वडिलांची आर्थिक परिस्थिती वाईट व कुटुंबात जास्त अपत्य संख्या	१६	७.११
४	निरक्षर	१६	७६.८९
	एकूण	२२५	१००.००

उपरोक्त तक्ता ४.३ चे निरीक्षण करता असे आढळून आले की, उत्तरदात्या ग्रामीण मातंग स्त्रिया, ज्यांना आपले शिक्षण अर्धवट सोडावे लागले, त्याचे प्रमुख कारण बालविवाह होय असे १२.८९ टक्के स्त्रियांनी सांगितले आहे. तसेच उत्तरदात्या मुली असल्यामुळे आई-वडिलांनी आमच्या शिक्षणाकडे लक्ष दिले नाही, अर्धवट शिक्षण सोडावे लागले असे ७.११ टक्के स्त्रियांनी सांगितले. मातंग जातीतील स्त्री शिक्षणाची गळती ह्या दोन प्रमुख कारणांमुळेच झालेली आढळून येते. शिक्षण पूर्ण करणाऱ्या मातंग स्त्रियांचे प्रमाण फक्त ३.११ टक्के एवढेच आहे; तर ज्या स्त्रिया शाळेतच गेल्या नाहीत अशा निरक्षरांचे प्रमाण हे ७६.८९ टक्के एवढे आहे.

ग्रामीण भागात राहणाऱ्या स्त्रियांमध्ये निरक्षरांचे प्रमाण अधिक आहे. मातंग स्त्रियांना जे अर्धवट शिक्षण मिळाले आहे, अर्धवट शिक्षणाबद्दल त्यांचे मत कसे आहे हे जाणून घेण्याच्या उद्देशाने उत्तरदात्या मातंग स्त्रियांकडून माहिती संकलित करून त्यांची मांडणी तक्ता ४.४ मधून केलेली आहे.

तक्ता ४.४ : मातंग स्त्रियांना मिळालेल्या अर्धवट शिक्षणाबाबत मत

अ.क्र.	शिक्षणाबाबत मत	वारंवारिता	टक्केवारी
१.	निरक्षर, लागू नाही	१७३	७६.८९
२.	समाधानी	१७	०७.४४
३.	असमाधानी	३५	१५.५६
	एकूण	२२५	१००.००

उपरोक्त तक्ता ४.४ च्या आकडेवारीच्या आधारे असे निदर्शनास येते की, उत्तरदात्या ग्रामीण मातंग स्त्रियांमध्ये, शिक्षण घेतलेल्या स्त्रियांचे प्रमाण हे २३.११ टक्के एवढेच आहे. तसेच शिक्षण जे घेतले आहे तेवढ्याच शिक्षणात त्या असमाधानी आहे, असे १५.५६ टक्के स्त्रियांनी आपले मत व्यक्त केले आहे. जे शिक्षण मिळाले आहे त्यामध्ये समाधानी आहोत असे मत व्यक्त करणाऱ्या स्त्रियांचे प्रमाण ७.५५ टक्के आहे एवढेच आहे. निरक्षर असल्यामुळे मत नोंदवले नाही अशा ७६.८९ टक्के स्त्रिया आहेत.

भारतीय ग्रामीण समाजात बालविवाहाची प्रथा प्रचलित आहे बालविवाह प्रथेचा परिणाम मुलींच्या शिक्षणावर होतो. बालविवाहामुळे ग्रामीण मातंग स्त्रिया मोठ्या प्रमाणावर शिक्षणाच्या प्रवाहाबाहेर गेलेल्या दिसून येतात. बालविवाहामुळे शिक्षणाच्या प्रवाहाबाहेर गेलेल्या स्त्रिया ह्या पुन्हा शिक्षणाच्या प्रवाहामध्ये येतात का? मातंग स्त्रियांचे विवाहानंतर शिक्षणाचे प्रमाण किती आहे, यासंबंधीची माहिती संकलित

केलेली आहे. त्यांची मांडणी तक्ता ४.५ मध्ये केलेली आहे.

तक्ता ४.५ : विवाहानंतर शिक्षण घेणाऱ्या उत्तरदात्या मातंग स्त्रिया

अ.क्र.	विवाहानंतर शिक्षण	वारंवारिता	टक्केवारी
१.	होय	०२	०.८९
२.	नाही	२२३	९९.११
	एकूण	२२५	१००.००

उपरोक्त तक्ता ४.५ च्या आधारे असे स्पष्ट होते की, उत्तरदात्या ग्रामीण मातंग समाजामध्ये बालविवाहाची प्रथा प्रचलित आहे. ज्या स्त्रियांनी विवाहाच्या वेळी आपले शिक्षण अर्धवट सोडले, त्यानंतर त्या स्त्रिया पुन्हा शिक्षणाच्या प्रवाहात आलेल्या दिसून येत नाहीत, अशांचे प्रमाण ९९.११ टक्के आहे; तर विवाह झाल्यानंतर शिक्षणाच्या प्रवाहात आलेल्या स्त्रियांचे प्रमाण अत्यल्प म्हणजे ०.८९ टक्के एवढेच आहे. अनेक उत्तरदात्या स्त्रिया बालविवाह झाल्यामुळे अर्धवट शिक्षण घेऊन प्रवाहाबाहेर राहतात. ज्या स्त्रियांनी विवाहानंतर शिक्षण घेतले त्यांमध्ये त्याची कारणे पाहिली, तर एका स्त्रीने पतीची इच्छा असल्यामुळे, तर एका स्त्रीने स्वत:ची इच्छा असल्यामुळे शिक्षण घेतलेले आहे, असे त्यांच्याकडून मिळविलेल्या माहितीच्या आधारे स्पष्ट झालेले आहे.

मातंग स्त्रियांना शेतमजुरीऐवजी स्वतंत्रपणे स्वयंरोजगार निर्मिती करता यावी यासाठी ग्रामीण मातंग स्त्रियांमध्ये व्यावसायिक प्रशिक्षण घेतलेले स्वतंत्र व्यावसायिक प्रशिक्षणा-संबंधीची माहिती गोळा केलेली आहे. त्याची मांडणी तक्ता ४.६ मध्ये केलेली आहे.

तक्ता ४.६ : मातंग स्त्रियांनी घेतलेले रोजगाराचे व्यावसायिक प्रशिक्षण

अ.क्र.	प्रशिक्षण	वारंवारिता	टक्केवारी
१.	होय	०५	०२.२२
२.	नाही	२२०	९७.७८
	एकूण	२२५	१००.००

उपरोक्त तक्ता ४.६ मधील सामग्रीच्या आधारे हे स्पष्ट होते की, उत्तरदात्या ग्रामीण मातंग स्त्रियांना स्वत: रोजगार निर्मिती करता यावी, यासाठी व्यावसायिक रोजगाराचे प्रशिक्षण घेतलेल्या स्त्रियांचे प्रमाण खूप कमी आहे. फक्त २.२२ टक्के

स्त्रियांनी सांगितले की, त्यांनी स्वयंरोजगाराचे खास व्यावसायिक प्रशिक्षण घेतलेले आहे; तर कोणत्याही प्रकारचे व्यावसायिक प्रशिक्षण घेतले नाही अशा ९७.७८ टक्के स्त्रिया आहेत.

डॉ. प्रभा ब्यौहार यांनी असे स्पष्ट केले की, ''भारतीय राज्यघटनेतील कलम ४५ नुसार ६ ते १४ वयोगटातील मुले-मुली यांना अनिवार्य व मोफत शिक्षण देण्याची संकल्पना मांडली आहे.''[५६] तर केंद्रीय मनुष्यबळ विकास मंत्री कपील सिब्बल यांनी ६ ते १४ वयोगटातील मुलांना अनिवार्य प्राथमिक शिक्षणाचे विधेयक लोकसभेत जुलै २००९ मध्ये मांडले आहे. असे असले तरी ग्रामीण भागात राहणाऱ्या मातंग जातीमधील मुला-मुलीचे शिक्षणाचे प्रमाण कसे आहे, हे जाणून घेण्याच्या हेतूने उत्तरदात्या मातंग स्त्रियांकडून त्यांच्या कुटुंबातील मुले-मुली, त्यांच्या शिक्षणाबाबत माहिती जमा केली. त्याआधारे शैक्षणिक स्थिती कशी आहे, याची मांडणी तक्ता ४.७ मधून केलेली आहे.

तक्ता ४.७ : मातंग स्त्रियांच्या कुटुंबातील मुले व मुली यांच्या शिक्षणाबाबत माहिती

अ.क्र.	मुले-मुली शिक्षणाबाबत माहिती	वारंवारिता	टक्केवारी
१.	शिक्षण घेत नाहीत व मूल नाही यामुळे लागू नाही.	५६	२४.८९
२.	फक्त मुलेच शिक्षण घेतात.	६७	२९.७७
३.	फक्त मुलीच शिक्षण घेतात.	२२	९.७८
४	मुले-मुली दोघे शिक्षण घेतात.	७६	३३.७८
५.	मुली शिक्षण अर्धवट घेतात व मुले शिक्षण पूर्ण घेतात.	०४	१.७८
	एकूण	२२५	१००.००

उपरोक्त तक्ता ४.७ च्या अध्ययनावरून असे स्पष्ट करता येते की. उत्तरदात्या ग्रामीण मातंग स्त्रियांच्या कुटुंबातील मुले-मुली दोघे शिक्षण घेतात, असे ३३.७८ टक्के स्त्रियांनी सांगितली आहे. कुटुंबातील फक्त मुलांना शिक्षण दिले जाते व मुलींना शिक्षण देत नाहीत, असे २९.७७ टक्के स्त्रियांनी सांगितले आहे. कुटुंबातील मुलगा-मुलगी दोघे शिक्षण घेत नाहीत, असे २४.८९ टक्के स्त्रियांनी सांगितले आहे.

उत्तरदात्या मातंग स्त्रियांच्या कुटुंबात मुलगा अपत्य नसल्यामुळे फक्त मुलीच

शिक्षण घेतात, असे ९.७८ टक्के स्त्रियांनी सांगितले आहे. मातंग स्त्रियांच्या कुटुंबातदेखील लिंगभेदामुळे मुलीच्या शैक्षणिक गळतीचे प्रमाण अधिक असलेले दिसून येते; कारण कुटुंबातील मुली ह्या अर्धवट शिक्षण सोडून देतात, तर पूर्ण शिक्षण करणाऱ्या मुलांचे प्रमाण हे १.७८ टक्के एवढेच आहे, असे स्त्रियांनी सांगितले आहे.

ग्रामीण भागात ० ते ६ वर्षे या वयोगटातील मुलांचे चांगले संगोपन व्हावे, त्यांना सकस आहार उपलब्ध व्हावा यासाठी प्रत्येक गावात लोकसंख्येच्या आधारे एकात्मिक बालविकास प्रकल्पांतर्गत अंगणवाडी सुरू करण्यात आली आहे. या अंगणवाडीत उत्तरदात्या ग्रामीण मातंग स्त्रियांची मुले-मुली किती प्रमाणात प्रवेश घेतात? यासंबंधीची माहिती त्यांच्याकडून जमा केलेली आहे. त्याची माहिती तक्ता ४.८ मध्ये त्याची मांडणी केलेली आहे.

तक्ता ४.८ : मातंग स्त्रियांच्या कुटुंबातील लहान मुलांचे अंगणवाडीतील प्रवेशाचे प्रमाण

अ.क्र.	अंगणवाडीतील प्रवेश	वारंवारिता	टक्केवारी
१.	कुटुंबात लहान मूल नाही.	१४२	६३.११
२.	होय	७५	३३.३३
३.	नाही	०८	३.५६
	एकूण	२२५	१००.००

उपरोक्त तक्ता ४.८ च्या सामग्रीच्या आधारे हे स्पष्ट होते की, उत्तरदात्या ग्रामीण मातंग स्त्रियांच्या कुटुंबातील ० ते ६ वर्षे या वयोगटातील मुले-मुली अंगणवाडीत प्रवेश घेतात, त्यांना सकस आहार मिळतो असे ३३.३३ टक्के स्त्रियांनी सांगितले आहे. तसेच अंगणवाडीत प्रवेश घेत नाहीत, सकस आहार घेत नाहीत, असे ३.५६ टक्के स्त्रियांनी सांगितले आहे. उत्तरदात्या स्त्रियांच्या कुटुंबात या वयोगटातील मूल नसल्यामुळे त्यांना हे लागू नाही होत नाही, असे ६३.११ टक्के स्त्रियांनी सांगितले आहे.

ग्रामीण भागामध्ये शिक्षणप्रसारचे प्रमुख साधन म्हणून बहुसंख्य गावातून जिल्हा परिषदेच्या प्राथमिक, माध्यमिक शाळा असलेल्या दिसून येतात. शिक्षणाची सुविधा म्हणून गावात प्राथमिक शिक्षण असेल, तर बाहेरगावी माध्यमिक, उच्च माध्यमिक, उच्च शिक्षणाची सुविधा संस्थेच्या शाळांतून, महाविद्यालयांतून असलेली दिसून येते. मातंग स्त्रिया पालक म्हणून आपल्या मुला-मुलींना कोणत्या शाळेत शिक्षण देतात, यासंबंधीची माहिती गोळा करून ती तक्ता ४.९ मधून दिलेली आहे.

तक्ता ४.९ : मातंग स्त्रियांच्या पाल्यांच्या शाळेची माहिती

अ.क्र.	शाळेची माहिती	वारंवारिता	टक्केवारी
१.	मुले शिक्षण घेत नाहीत व अपत्य नसल्यामुळे लागू नाही.	५६	२४.८९
२.	गावातील जिल्हा परिषद मराठी शाळा.	१४१	६२.६६
३.	बाहेरगावातील जिल्हा परिषद मराठी शाळा.	०४	१.७८
४	गावातील संस्थेची शाळा	०८	३.५६
५.	बाहेरगावातील संस्थेची मराठी शाळा.	१६	७.११
	एकूण	२२५	१००.००

उपरोक्त तक्ता ४.९ मधील आकडेवारीच्या आधारे असे स्पष्ट करता येते की, उत्तरदात्या ग्रामीण मातंग स्त्रियांपैकी त्यांच्या मुलांना गावात उपलब्ध असलेल्या जिल्हा परिषदेच्या मराठी माध्यमाच्या प्राथमिक, माध्यमिक शाळेतून शिक्षण द्यावे लागते, असे ६२.३३ टक्के स्त्रियांनी सांगितले आहे. कुटुंबातील मुले शिक्षण घेत नाहीत व अपत्य नाही यामुळे लागू नाही, असे २४.२९ टक्के स्त्रियांनी सांगितले आहे. बाहेरगावी जिल्हा परिषदेच्या मराठी शाळेतून ७.११ टक्के स्त्रिया आपल्या मुलांना शिक्षण देतात. गावात उपलब्ध संस्थेच्या मराठी शाळेत ३.५६ टक्के स्त्रिया आपल्या मुलांना शिक्षण देतात.

बाहेरगावी जिल्हा परिषदेच्या मराठी माध्यमाच्या शाळेत १.७८ टक्के स्त्रियांनी आपल्या मुलांना ठेवलेले आहे.

मातंग स्त्रियांनी अनौपचारिक चर्चा करताना असे सांगितले की, आम्ही आमच्या मुलांना आर्थिक परिस्थितीमुळे चांगल्या मराठी माध्यमाच्या, इंग्रजी माध्यमाच्या शाळेत शिक्षण देऊ शकत नाहीत. आमची मुले जे शिक्षण घेतात, ते जिल्हा परिषदेच्या मराठी माध्यमाच्या शाळेतून, तेथे शिक्षक नसतो. तसेच दहावीपर्यंत शिक्षण घेतो, तेथे तो नापास होतो. त्यामुळे त्याला जिल्हा परिषद शाळेतून मिळालेले शिक्षण गुणवत्तापूर्ण नसते. त्यामुळे बहुसंख्य मुले दहावी नापास होऊन स्पर्धा परीक्षांमध्ये फारशी टिकू शकत नाहीत. त्यांनाही नोकरी लागण्याचे प्रमाण कमी आहे, असे त्यांनी सांगितले आहे.

प्रत्येक कुटुंबामध्ये मुलगा-मुलगी यांचे संगोपन करताना त्यांच्यामध्ये सामाजीकरणातून लिंगभेदाची भावना रुजवली जाते. कुटुंबातून व समाजातून सामाजीकरणाच्या माध्यमातून मुलगा-मुलगी म्हणून भूमिका व दर्जा हे निश्चित केले

जातात, तर मुलगी म्हणूनदेखील विशिष्ट भूमिका व दर्जा निश्चित केले जात असतात. कुटुंबातून मुलगी म्हणून तिच्यासोबत शिक्षणाच्या संदर्भाने लिंगभेदाची भावना रुजवली जाते. शिक्षण देताना मुलगा-मुलगी असा लिंगभेद केला जातो. ग्रामीण मातंग समुदायातील मुलींसोबत शिक्षणाच्या संदर्भात लिंगभेद केला जातो का? हे जाणून घेण्याच्या हेतूने संबंधित तथ्ये संकलित करण्यात आली. त्या तथ्यांच्या आधारे त्यांची मांडणी तक्ता ४.१० मधून केलेली आहे.

तक्ता ४.१० : मातंग स्त्रियांच्या कुटुंबात शिक्षणात मुलगा-मुलगी असा भेदभाव

अ.क्र.	भेदभाव	वारंवारिता	टक्केवारी
१.	होय	९२	४०.८९
२.	नाही	८७	३८.६७
३.	मुलगी नाही, मुली शिक्षण घेत नाहीत, लागू नाही	४६	२०.४४
	एकूण	२२५	१००.००

उपरोक्त तक्ता ४.१० मधील सामग्रीच्या आधारे असे स्पष्ट होते की, उत्तरदात्या ग्रामीण मातंग स्त्रियांच्या कुटुंबामधून मुलीला शिक्षण देताना लिंगभेद केला जातो, असेच चित्र बहुसंख्य कुटुंबामधून आढळून आलेले आहे. ग्रामीण मातंग स्त्रियांच्या बहुसंख्य कुटुंबांमधून मुला-मुलींना शिक्षण देताना लिंगभेद केला जातो, असे मत ४०.८९ टक्के स्त्रियांनी व्यक्त केले; तर मुलगा-मुलगी दोघांना समान शिक्षण देतो, कोणत्याही प्रकारची लिंगभेदाची भावना मनात नसते, असे मत ३८.६७ टक्के स्त्रियांनी व्यक्त केले आहे; तर मुलगी नाही व मुली शिक्षणच घेत नाहीत त्यामुळे लागू नाही, असे मत २०.४४ टक्के स्त्रियांनी व्यक्त केले आहे.

ग्रामीण भागातील बहुसंख्य कुटुंबांमधून मुला-मुलींना शिक्षण देताना त्यांच्यामध्ये लिंगभेदाची भावना असते. स्त्रीशिक्षणाच्या संदर्भाने अनेक परंपरा आहेत. स्त्रीशिक्षण हे प्राथमिक स्तरापर्यंतचे प्रमाण चांगले आहे, अशा परंपरा असल्यामुळे गावात मुलींना शिक्षणाची सुविधा जेवढी उपलब्ध आहे तेवढेच शिक्षण त्या मुलीने पूर्ण केल्यानंतर तिला राहिलेले माध्यमिक, उच्च माध्यमिक, उच्च शिक्षण घेण्यासाठी बाहेरगावी पाठवण्यात येते का? मातंग कुटुंबातील मुली उच्च शिक्षणासाठी बाहेरगावी जातात का? हे जाणून घेण्याच्या हेतूनेच संबंधित तथ्ये संकलित करून त्याविषयीची मांडणी तक्ता ४.११ मधून केली आहे.

तक्ता ४.११ : मातंग स्त्रियांच्या कुटुंबातील मुलींचे उच्च शिक्षणासाठी बाहेरगावी जाण्याचे प्रमाण

अ.क्र.	बाहेरगावी जाण्याचे प्रमाण	वारंवारिता	टक्केवारी
१.	मुली शिक्षणच घेत नाही, लागू नाही.	३८	१६.८९
२.	मुली उच्च शिक्षणासाठी बाहेरगावी जातात.	४६	२०.४४
३.	मुली उच्च शिक्षणास बाहेरगावी जात नाहीत.	१४१	६२.६७
	एकूण	२२५	१००.००

उपरोक्त तक्ता ४.११ च्या निरीक्षणावरून असे स्पष्ट करता येते की, उत्तरदात्या ग्रामीण मातंग स्त्रियांच्या कुटुंबातील मुलींना गावाबाहेर शिक्षणासाठी व उच्च शिक्षणासाठी पाठवले जात नाही. गावात माध्यमिक, उच्च माध्यमिक, उच्च शिक्षणाची सुविधा नसल्यामुळे मुलगी म्हणून बहुसंख्य कुटुंबातील मुली यापासून वंचित राहतात, असे ६२.६७ टक्के स्त्रियांनी सांगितले आहे; तर माध्यमिक उच्च माध्यमिक, उच्च शिक्षण घेतच नाहीत, लागू नाही, असे १६.८९ टक्के स्त्रियांनी सांगितले.

ग्रामीण मातंग जातीतील मुलींचे शिक्षणाचे प्रमाण अत्यंत कमी असलेले दिसून येते. त्यामुळे मातंग समाजातील मुलींच्या शिक्षणात प्रामुख्याने कोणत्या अडचणी येतात, हे जाणून घेण्याच्या दृष्टीने मातंग स्त्रियांच्या कुटुंबात असणाऱ्या मुलीला शिक्षण घेताना कोणत्या अडचणी आल्या आहेत या संबंधीची माहिती संकलित करून त्याची मांडणी तक्ता ४.१२ मधून केलेली आहे.

तक्ता ४.१२ : मातंग स्त्रियांच्या कुटुंबातील मुलींच्या शिक्षणातील अडचणी

अ.क्र.	अडचणी	वारंवारिता	टक्केवारी
१.	मुली शिक्षण घेत नाहीत.	१२९	५७.३३
२.	मुलगी नसल्यामुळे लागू नाही.	०५	२.२२
३.	आर्थिक अडचणीमुळे.	८८	३९.११
४.	स्त्रिया म्हणून व जातीची बंधने.	५८	२५.७८
	एकूण		

उपरोक्त तक्ता ४.१२ च्या आकडेवारीच्या आधारे असे निदर्शनास येते की, कनिष्ठ मातंग जातीमधील आर्थिक परिस्थिती वाईट असल्यामुळे कुटुंबातील मुली शिक्षण घेऊ शकत नाहीत, असे मत ३९.११ टक्के स्त्रियांनी व्यक्त केले आहे. तसेच स्त्री म्हणून समाजाने शिक्षणावर टाकलेली बंधने व जातीची बंधने यामुळे त्यांच्या कुटुंबातील मुली शिक्षण घेऊ शकत नाहीत, असे मत २५.७८ टक्के स्त्रियांनी व्यक्त केले. बहुसंख्य कुटुंबातील मुली या शिक्षणच घेत नाहीत, असे मत ५७.३३ टक्के स्त्रियांनी व्यक्त केलेले आहे; तर काही कुटुंबात मुलगी नसल्यामुळे लागू नाही, असे मत २.२२ टक्के स्त्रियांनी व्यक्त केले आहे.

ग्रामीण समुदायात स्त्रीशिक्षणाचे प्रमाण कमी आहे. या स्त्रिया शिक्षण घेतात, पण बहुसंख्य स्त्रियांना व त्यांच्या कुटुंबातील मुलींना आपले शिक्षण अर्धवट सोडावे लागते. डॉ. प्रमोद वासनिक म्हणतात, ''शिक्षणाच्या संदर्भाने विचार केल्यास असे लक्षात येते की, दलित स्त्रियांमध्येही तिचे शिक्षण अर्धवट सुटते.''[५७] उत्तरदात्या मातंग स्त्रियांच्या कुटुंबातील मुलींचे शिक्षण सुटण्याची कारणे जाणून घेण्याच्या हेतूने संबंधित माहिती गोळा करून त्याची मांडणी तक्ता ४.१३ मधून केलेली आहे.

तक्ता ४.१३ : मातंग स्त्रियांच्या कुटुंबातील मुलींचे शिक्षण अर्धवट सोडवण्याची कारणे

अ.क्र.	कारणे	वारंवारिता	टक्केवारी
१.	कुटुंबातील मुली शिक्षण घेत नाहीत.	१२९	५७.३३
२.	गावात पुढील शिक्षणाचा अभाव.	०५	२.२२
३.	बालवयात विवाह होतात	८८	३९.११
	एकूण	२२५	१००.००

उपरोक्त तक्ता ४.१३ मधील आकडेवारीच्या आधारे असे निदर्शनास येते की, उत्तरदात्या ग्रामीण मातंग स्त्रियांच्या कुटुंबातील मुली अर्धवट शिक्षण सोडण्याचे प्रमुख कारण की, गावामध्ये शिक्षणाची सुविधा उपलब्ध आहे तेवढेच शिक्षण मुलींना दिले जाते. बाहेरगावी शिक्षणासाठी मुलींना पाठवत नाहीत असे २५.३३ टक्के स्त्रियांनी सांगितले आहे, तर कुटुंबातील मुलींचे शिक्षण सुरू असतानाच बालवयातच तिचा विवाह केला जातो या कारणामुळे मुली शिक्षणापासून दूर राहतात, अर्धवट शिक्षण सुटते, असे १७.३३ टक्के स्त्रियांनी सांगितले आहे. कुटुंबातील मुलीला मुलगी असल्यामुळे शिक्षणच देत नाहीत. त्यामुळे अर्धवट शिक्षण सुटत नाही, असे ५७.३४ टक्के स्त्रियांनी सांगितले आहे.

ग्रामीण मातंग स्त्रियांच्या कुटुंबामधून मुलींच्या शिक्षणासंबंधी भेदभाव केला जातो. कुटुंबातील मुलावर जो वार्षिक शैक्षणिक खर्च होतो व मुलीवर जो वार्षिक शैक्षणिक खर्च होतो, यामध्ये तफावत आहे का? वार्षिक शैक्षणिक खर्चाच्या संदर्भाने लिंगभेद करून त्यामध्ये मुलीच्या शिक्षणावर होणारा वार्षिक खर्च किती यासंबंधीची माहिती उत्तरदात्यांकडून जमा केली व त्याची मांडणी तक्ता ४.१४ मधून केली आहे.

तक्ता ४.१४ : मातंग स्त्रियांच्या कुटुंबात मुलींच्या शिक्षणावर होणारा वार्षिक खर्च

अ.क्र.	वार्षिक खर्च	वारंवारिता	टक्केवारी
१.	मुली शिक्षण घेत नाहीत.	१२९	५७.३४
२.	पाचशे रुपयांपर्यंत	५७	२५.३३
३.	एक हजार रुपयांपर्यंत	२०	८.८९
४.	दोन हजार रुपयांपर्यंत	०३	१.३३
५.	तीन हजार रुपयांपर्यंत	०२	०.८९
६.	चार हजार रुपयांपर्यंत	०१	०.४४
७.	काहीच नाही	१३	५.७८
	एकूण	२२५	१००.००

उपरोक्त तक्ता ४.१४ मधील आकडेवारीच्या आधारे असे स्पष्ट करता येते की, उत्तरदात्या मातंग स्त्रियांच्या कुटुंबामधून मुलींच्या शिक्षणावर होणारा वार्षिक खर्च काढला, तर पाचशे रुपयांपर्यंत खर्च करणारी बहुसंख्य कुटुंबे आहेत, वार्षिक पाचशे रुपयांपर्यंत खर्च करणारी बहुसंख्य कुटुंबे आहेत, वार्षिक पाचशे रुपयांपर्यंत खर्च करतो, असे मत २५.३३ टक्के स्त्रियांनी मांडले, तर मुलींच्या शिक्षणावर वार्षिक एक हजार रुपये खर्च करतो, असे मत ८.८९ टक्के स्त्रियांनी मांडले. तसेच मुलींच्या शिक्षणावर वार्षिक दोन हजार रुपये खर्च करतो असे मत १.३३ टक्के स्त्रियांनी मांडले, तर तीन हजार रुपयांपर्यंत वार्षिक खर्च करतो, असे मत ०.८९ टक्के स्त्रियांनी मांडले. तसेच मुलींच्या शिक्षणावर वार्षिक दोन हजार रुपये खर्च करतो असे मत १.३३ टक्के स्त्रियांनी मांडले; तर वार्षिक तीन हजार रुपयांपर्यंत खर्च करतो, असे मत ०.८९ टक्के स्त्रियांनी मांडले. मुलींच्या शिक्षणावर चार हजार रुपयांपर्यंत खर्च करतो, असे मत ५.७८ टक्के स्त्रियांनी सांगितले आहे.

ग्रामीण मातंग स्त्रियांच्या कुटुंबांमधून मुलांच्या शिक्षणावर किती खर्च केला जातो, मुलींपेक्षा मुलांच्या शिक्षणावर होणारा वार्षिक खर्च अधिक आहे, कुटुंबातून मुलांच्या शिक्षणावर खर्च करून शिक्षणास प्राधान्य दिली जाते, हे जाणून घेण्याच्या हेतूने संबंधित माहिती संकलित करून तक्ता ४.१५ मधून मांडली आहे.

तक्ता ४.१५ : मातंग स्त्रियांच्या कुटुंबात मुलांच्या शिक्षणावर होणारा वार्षिक खर्च

अ.क्र.	वार्षिक खर्च	वारंवारिता	टक्केवारी
१.	मुलगा शिक्षण घेत नाही.	८०	३५.५६
२.	पाचशे रुपयांपर्यंत	३७	१६.४४
३.	एक हजार रुपयांपर्यंत	४४	१९.५६
४.	दोन हजार रुपयांपर्यंत	२४	१०.६७
५.	तीन हजार रुपयांपर्यंत	०७	३.११
६.	चार हजार रुपयांपर्यंत	०५	२.२२
७.	पाच हजारपेक्षा जास्त	१०	४.४४
८.	काहीच खर्च नाही	१८	८.००
	एकूण	२२५	१००.००

उपरोक्त तक्ता ४.१५ मधील आकडेवारीच्या आधारे असे स्पष्ट करता येते की, उत्तरदात्या मातंग स्त्रियांच्या कुटुंबामधून मुलांच्या शिक्षणावरील वार्षिक खर्च काढला, तर एक हजार रुपयांपर्यंत खर्च करणारी बहुसंख्य कुटुंबे आहेत, असे मत १९.४६ टक्के स्त्रियांनी व्यक्त केले; तर वार्षिक पाचशे रुपये खर्च करतो, असे मत १६.४४ टक्के स्त्रियांनी व्यक्त केले. तसेच वार्षिक दोन हजार रुपये खर्च करतो असे मत १०.६७ टक्के स्त्रियांनी व्यक्त केले; तर पाच हजार रुपयांपेक्षा जास्त वार्षिक खर्च करतो, असे मत ४.४४ टक्के स्त्रियांनी व्यक्त केले. तीन हजार रुपयांपर्यंत वार्षिक खर्च करतो, असे मत ३.११ टक्के स्त्रियांनी व्यक्त केले. चार हजार रुपयांपर्यंत वार्षिक खर्च करतो, असे मत २.२२ टक्के स्त्रियांनी व्यक्त केले आहे. काहीही खर्च केला जात नाही, असे मत व्यक्त करणाऱ्या ८ टक्के स्त्रिया आहेत.

ग्रामीण भागात राहणाऱ्या मातंग समाजात शिक्षणाचे प्रमाण हे अत्यल्प असलेले दिसून येते. देवानंद शिंदे म्हणतात, ''मातंग समाजाची शैक्षणिक प्रगती इतर समाजांच्या तुलनेत कमी आहे. स्त्रीशिक्षण अत्यल्प आहे.''[५८] तर गणपत वाघमारे स्पष्ट म्हणतात

की, ‘‘मातंग समाज आपल्या मुला-मुलींना शाळेत पाठवीत नाही, त्यांना शिक्षण देत नाही. जरी शाळेत पाठवले, तरी चौथी, पाचवीपर्यंत शिकवून शाळेतून काढून घेतात. मुलीचे लग्न करतात; तर मुलास जनावरे सांभाळण्यास व मजुरीसाठी पाठवतात.’’[५९] मुला-मुलींच्या शिक्षणाची अशी परिस्थिती असल्यामुळे उत्तरदात्या मातंग स्त्रियांच्या मुला-मुलींच्या शिक्षणाच्या संदर्भात कोणत्या अडचणी आहेत, हे समजून घेण्यासाठी संबंधित माहिती गोळा केली. ती तक्ता ४.१६ मधून मांडली आहे.

तक्ता ४.१६ : मातंग स्त्रियांच्या कुटुंबातील मुला-मुलींच्या शैक्षणिक अडचणी

अ.क्र.	शिक्षणविषयक अडचणी	वारंवारिता	टक्केवारी
१.	उच्च शिक्षणासाठी फीस नाही.	१०९	४८.४४
२.	कुटुंबाची आर्थिक परिस्थिती वाईट.	२०१	८९.३३
३.	शिक्षणाबद्दल जागृती नाही.	१७५	७७.७८

उपरोक्त तक्ता ४.१६ चे अवलोकन केले असता असे स्पष्ट करता येते की, उत्तरदात्या ग्रामीण मातंग स्त्रियांच्या कुटुंबातील मुला-मुलींना शिक्षण घेता येत नाही, त्याची प्रमुख अडचण ही त्या कुटुंबाची आर्थिक परिस्थिती चांगली नाही हे होय. त्यामुळे मुला-मुलींना शिक्षणाची सुविधा उपलब्ध करून देता येत नाही. आर्थिक अडचणींमुळेच काहींचे शिक्षण अर्धवट सुटते. आर्थिक परिस्थिती वाईट असल्यामुळे शिक्षण घेऊ शकत नाहीत, असे बहुसंख्य कुटुंबातील स्त्रियांनी म्हणजेच ८९.३३ टक्के स्त्रियांनी सांगितले आहे. तसेच शिक्षणासंबंधी उदासीनता आहे. शिक्षणामुळे जी प्रगती होते, त्यांचे ज्ञान त्यांना नाही, शिक्षणाबद्दल जागृती नाही, असे ७७.७८ टक्के स्त्रियांनी सांगितले आहे. मुला-मुलींना शिक्षण द्यायचे आहे, उच्च शिक्षणाची फीस भरण्यास पैसा नाही, असे ४८.४४ टक्के स्त्रियांनी सांगितले आहे.

मागासवर्गीय विद्यार्थ्यांना उच्च शिक्षण घेता यावे या उद्देशाने ‘शालांत परीक्षोत्तर शिष्यवृत्ती’ या योजनेखाली विद्यार्थ्यांना आर्थिक साहाय्य मंजूर करण्यात येते. यामध्ये अनुसूचित जातीतील विद्यार्थ्यांसाठी ही शिष्यवृत्ती दिली जाते. अनुसूचित जातीतील विद्यार्थ्यांसाठी ही शिष्यवृत्ती दिली जाते. अनुसूचित जातीतील विद्यार्थ्यांसाठी ९० ते १,९० रुपये, निवासीसाठी १५० ते ४५० रुपये मासिक शिष्यवृत्ती दिली जाते. परंतु जाती प्रवर्गानुसार त्यांच्या लाभाचे विश्लेषण करताना स्पष्टपणे असे मांडतात की, ‘‘अनुसूचित जातीची शैक्षणिक प्रगती ही प्रामुख्याने भारत सरकार शासनाच्या शिष्यवृत्ती योजनांवर अवलंबून आहे. शैक्षणिक प्रगती हेच त्यांचे उन्नतीचे एक साधन आहे.

त्याचा लाभ मिळण्यात जातीनिहाय विषमता दिसते.''[६०]

अनुसूचित जातीमधील मातंग जातीमध्ये लाभाचे प्रमाण कमी आहे. त्यांना मिळणारी शिष्यवृत्तीची रक्कम ही पुरेशी आहे का? याविषयी पालकांना काय वाटते? त्यांचे याविषयीचे मत हे जाणून घेण्याच्या उद्देशाने संबंधित माहिती जमा केली. त्याची मांडणी तक्ता ४.१७ मधून केलेली आहे.

तक्ता ४.१७ : अनुसूचित जातीमधील मुला–मुलींना मिळणाऱ्या शिष्यवृत्तीसंबंधी पालकांचे मत

अ.क्र.	शिष्यवृत्तीसंबंधी मत	वारंवारिता	टक्केवारी
१.	शिष्यवृत्तीसंबंधी काही माहिती नाही.	२३	१०.२२
२.	शिष्यवृत्ती पुरेशी आहे.	२६	११.५६
३.	शिष्यवृत्ती पुरेशी नाही.	१७६	७८.२२
	एकूण	२२५	१००.००

उपरोक्त तक्ता ४.१७ मधील आकडेवारीवरून असे निदर्शनास येते की, उत्तरदात्या ग्रामीण मातंग स्त्रियांना त्यांच्या पाल्यांना मिळणारी अनुसूचित जातीसाठी असणाऱ्या शिष्यवृत्ती योजनेची जी मासिक रक्कम मिळते, ती पुरेशी नाही, असे ७८.२२ टक्के स्त्रियांना वाटते. शिष्यवृत्तीची रक्कम पुरेशी आहे, असे ११.५६ टक्के स्त्रियांना वाटते. शिष्यवृत्तीसंबंधी काही माहिती नाही, असे १०.२२ टक्के स्त्रियांनी सांगितले आहे.

मागासवर्गीय जातीमधील अनुसूचित जातीतील मुला–मुलींना शिक्षणाची सोय व्हावी तसेच त्यांना उच्च शिक्षण घेता यावे, यासाठी शासनाच्या वतीने मुला–मुलींना तालुका, जिल्हा पातळीवर शासकीय वसतिगृहाची सुविधा उपलब्ध असते. ती वसतिगृह सुविधा पुरेशी वाटते किंवा नाही यासंबंधीची पालकांची प्रतिक्रिया जाणून घेण्याच्या उद्देशाने संबंधित माहिती संकलित करून तक्ता ४.१८ मधून स्पष्ट केलेली आहे.

तक्ता ४.१८ : अनुसूचित जातीतील मुला-मुलींना उपलब्ध शासकीय वसतिगृह सुविधेसंबंधी पालकांचे मत

अ.क्र.	वसतिगृहाच्या सुविधेविषयी मत	वारंवारिता	टक्केवारी
१.	सुविधा माहीत नाही.	२३	१०.२२
२.	होय	२४	१०.६७
३.	नाही	१७८	७९.११
	एकूण	२२५	१००.००

उपरोक्त तक्ता ४.१८ मधून दिलेल्या आकडेवारीच्या आधारे असे लक्षात येते की, उत्तरदात्या ग्रामीण मातंग स्त्रियांना त्यांच्या मुला-मुलींसाठी उपलब्ध असणारी वसतिगृह सुविधा जी तालुका, जिल्हा पातळीवर आहे, ती अपुरी आहे असे पालक या नात्याने ७९.११ टक्के स्त्रियांना वाटते; तर वसतिगृह सुविधा पूर्ण आहे, असे फक्त १०.६७ टक्के स्त्रियांना वाटते. वसतिगृह सुविधेविषयी काहीही माहिती नाही अशा १०.२२ टक्के स्त्रिया आहेत; तर पालक या नात्याने त्यांनी अनौपचारिक चर्चेतून असे सांगितले की, आमची आर्थिक स्थिती चांगली नसल्यामुळे शिक्षण घ्यावे अशी इच्छा असणाऱ्या प्रत्येक मुलासाठी-मुलीसाठी तालुका, जिल्हा पातळीवर वसतिगृहाची सुविधा असावी यासाठीच शासकीय वसतिगृहात प्रवेश उपलब्ध असावा, अशी इच्छा पालकांनी व्यक्त केली आहे.

ग्रामीण मातंग स्त्रियांच्या कुटुंबांमधून शिक्षण देताना मुलगा-मुलगी असा लिंगभेद केला जातो, त्याची अनेक कारणे आहेत. त्याबरोबरच मुलगी ही विवाहानंतर दुसऱ्याच्या घरी जाणार आहे, तिला व्यावसायिक खर्चीक शिक्षण दिल्यास ते आपल्या कुटुंबाच्या उपयोगी पडणार नाही. त्यामुळे मुलीऐवजी मुलांना व्यावसायिक खर्चीक शिक्षणास प्राधान्य दिले जाते. ही सर्व मानसिकता कुटुंबातील सदस्यांची असलेली दिसून येते. असे असले, तरी उत्तरदात्या स्त्रियांना मुलींच्या शिक्षणावरील खर्च व्यर्थ आहे, असा त्यांचा दृष्टिकोन आहे का? हे जाणून घेण्याच्या उद्देशाने माहिती संकलित करून ती तक्ता ४.११ मधून स्पष्ट केलेली आहे.

तक्ता ४.१९ : मातंग स्त्रियांच्या मुलींच्या शिक्षणासंबंधी दृष्टिकोन

अ.क्र.	वार्षिक खर्च	वारंवारिता	टक्केवारी
१.	मुलीस शिक्षण देणे व्यर्थ आहे.	९२	४०.८९
२.	मुलीस शिक्षण देणे व्यर्थ नाही.	१३३	५९.११
	एकूण	२२५	१००.००

उपरोक्त तक्ता ४.१९ मधील सामग्रीच्या आधारे असे निदर्शनास येते की, उत्तरदात्या ग्रामीण मातंग स्त्रियांच्या कुटुंबातून शिक्षणाच्या संदर्भात मुलगा-मुलगी असा लिंगभेद केला जात असला, तरी उत्तरदात्या स्त्रियांना मात्र त्यांच्या कुटुंबातील मुलीच्या शिक्षणावर होणारा खर्च व्यर्थ नाही, असे वाटणाऱ्या बहुसंख्य ५९.११ टक्के स्त्रिया आहेत; तर कुटुंबात मुलीच्या शिक्षणावर होणारा खर्च व्यर्थ आहे, असे वाटणाऱ्या ४०.८९ टक्के स्त्रिया आहेत.

स्त्रियांच्या आर्थिक स्थितीवरूनच त्यांचा सामाजिक दर्जा निश्चित होतो. वीणा मजुमदार म्हणतात, ''स्त्री जर चांगली नोकरी करीत असेल आणि निर्णय घेण्याचे पूर्ण स्वातंत्र्य असेल, तर सामाजिक दर्जा सुधारण्यास मदत होते.''[६१] ग्रामीण मातंग स्त्रियांमध्ये शिक्षणाचे व नोकरी करणाऱ्या स्त्रियांचे प्रमाण अत्यल्प असलेले दिसून येते. मातंग स्त्रियांनी नोकरी करून स्वतःच्या पायावर उभे राहावे, स्वतःचे आर्थिक उत्पन्नाचे साधन निर्माण करावे याविषयी उत्तरदात्या मातंग स्त्रियांचे मत कसे आहे, हे जाणून घेण्याच्या हेतूने संबंधित माहिती गोळा केली. त्या माहितीच्या आधारे तक्ता ४.२० मधून त्याविषयीची मांडणी केलेली आहे.

तक्ता ४.२० : मातंग स्त्रियांचे नोकरी व आर्थिक उत्पनाच्या साधनांविषयी मत

अ.क्र.	मत	वारंवारिता	टक्केवारी
१.	होय	१२९	५७.३४
२.	नाही	५७	२५.३३
	एकूण	२२५	१००.००

उपरोक्त तक्ता ४.२० चे अवलोकन केले असता असे आढळून आले की, उत्तरदात्या ग्रामीण मातंग स्त्रियांना असे वाटते की, आपण किंवा कुटुंबातील मुली यांनी नोकरी करून स्वतः पायावर उभे राहावे, स्वतःचे आर्थिक उत्पन्नाचे साधन

निर्माण करावे. यासाठी मातंग स्त्रियांनी नोकरी करावी किंवा आर्थिक उत्पन्नाचे साधन निर्माण करावे असे ६७.५६ टक्के स्त्रियांनी सांगितले; तर नोकरी करू नये, स्वत:चे आर्थिक उत्पन्नाचे साधन निर्माण न करता पुरुषावरच अवलंबून राहावे, असे ३२.४४ टक्के स्त्रियांनी सांगितले आहे.

ग्रामीण मातंग स्त्रियांना शिक्षण मिळाले तर त्या प्रगती करू शकतील असे त्यांना वाटते का? हे जाणून घेण्याच्या दृष्टीने संबंधित माहिती गोळा केली आहे. त्याची मांडणी तक्ता ४.२१ मधून केली आहे.

तक्ता ४.२१ : स्त्रियांच्या शिक्षणामुळे होणाऱ्या प्रगतीविषयी उत्तरदात्या स्त्रियांचे मत

अ.क्र.	शिक्षणामुळे स्त्रियांची प्रगती	वारंवारिता	टक्केवारी
१.	होय	१९५	८६.६७
२.	नाही	३०	१३.३३
	एकूण	२२५	१००.००

उपरोक्त तक्ता ४.२१ मधील आकडेवारीवरून असे निदर्शनास येते की, उत्तरदात्या ग्रामीण मातंग स्त्रियांना असे वाटते की, स्त्रियांनी जर शिक्षण घेतले तर प्रगती होऊ शकते, शिक्षणातूनच स्वत:चे कुटुंब व समाज यांची प्रगती होते, असा विचार मांडणाऱ्या ८६.६७ टक्के स्त्रिया आहेत. शिक्षणामुळे स्त्रियांची प्रगती होत नाही, असा विचार १३.३३ टक्के स्त्रियांनी मांडला आहे.

ग्रामीण भागातील मातंग समाजातील मुला-मुलींमधील शिक्षणाचे प्रमाण वाढवावयाचे असेल, तर त्यासाठी शासनाच्या पातळीवरून कोणते प्रयत्न व्हावे असे समाजातील स्त्रियांना वाटते, यासंबंधीची माहिती गोळा करून ती तक्ता ४.२२ मधून मांडलेली दिसून येते.

तक्ता ४.२२ : मुला-मुलींचे शिक्षणाचे प्रमाण वाढवण्यासाठी शासनाचे अपेक्षित प्रयत्न

अ.क्र.	शासनाचे अपेक्षित प्रयत्न	वारंवारिता	टक्केवारी
१.	गावात दहावी व उच्च माध्यमिक शाळा असावी.	१८१	८०.४४
२.	उच्च शिक्षणाची सुविधा गावपातळीवर उपलब्ध व्हावी.	१९७	८७.५५
३.	प्राथमिक ते पदव्युत्तर शिक्षणासाठी एस.टी. व रेल्वेचा पास मोफत असावा.	१७९	७८.५५

उपरोक्त तक्ता ४.२२ मधील सामग्रीचे अवलोकन केल्यास असे स्पष्ट करता येते की, उत्तरदात्या ग्रामीण मातंग स्त्रियांनी त्यांच्या जातीमधील मुला-मुलींच्या शिक्षणात वाढ व्हावी यासाठी शासकीय पातळीवरून काही प्रयत्न करावे, अशी अपेक्षा या वेळी व्यक्त केली आहे. शासनाची ग्रामीण भागापर्यंत उच्च शिक्षणाची सुविधा गाव पातळीवरून उपलब्ध व्हावी असे वाटणाऱ्या ८७.५६ टक्के स्त्रिया होत्या. तसेच अनेक गावांमधून शाळा आहेत त्या प्राथमिक स्तरापर्यंत; परंतु गावातील शाळा संपली की या जातीतील मुले-मुली माध्यमिक शिक्षणासाठी, उच्च माध्यमिक शिक्षणासाठी जाणाऱ्यांचे प्रमाण अत्यल्प असलेले दिसून येते. त्यामुळे माध्यमिक, उच्च माध्यमिक शिक्षणाची सुविधा गावात उपलब्ध व्हावी, असे ८०.४४ टक्के स्त्रियांना वाटते. अनेक मुला-मुलींना शिक्षणासाठी बाहेरगावी जावे लागते. त्यामुळे त्यांना बसचा व रेल्वेचा पास मोफत असावा; कारण तेथे जाण्यासाठी त्यांना पैसे नसतात. त्यामुळे शासनाने ही सुविधा उपलब्ध करून द्यावी असे ७९.५६ टक्के स्त्रियांना वाटते.

ग्रामीण मातंग स्त्रियांची आर्थिक स्थिती

समाजात जीवन जगताना प्रत्येक व्यक्तीला आपल्या आर्थिक गरजा पूर्ण कराव्या लागतात. त्यासाठी समाजात आर्थिक संस्थांची निर्मिती झालेली दिसून येते. प्रत्येक व्यक्ती व समाज आपल्या आर्थिक गरजा पूर्ण करण्याचा प्रयत्न करत असतो. आर्थिक संस्थांच्या माध्यमातून व्यक्ती आपल्या आर्थिक आवश्यकता पूर्ण करतो. यासाठी विशिष्ट प्रणाली- पद्धती, त्यामध्ये मूल्ये, उद्देश, क्रमबद्ध पद्धतीही निर्माण केली जाते. त्यास 'आर्थिक संस्था' असे नाव दिले गेले आहे. अर्थव्यस्थेच्या माध्यमातूनच व्यक्ती आपल्या गरजा आणि आर्थिक क्रिया पूर्ण करते. जीवन जगण्यासाठी

आणि संपत्ती संबंधित जेवढ्या क्रिया आहेत, त्या आर्थिक संस्थेकडून पूर्ण केल्या जातात.[६२] आर्थिक संस्थेच्या माध्यमातून, आर्थिक स्थितीवरून त्या व्यक्तीचा दर्जा ठरवला जातो. व्यक्तीला समाजात मिळणारा दर्जा हा आर्थिकदृष्ट्या निश्चित होतो.[६३] समाजात मिळणारे स्थानमान हे व्यक्तीच्या आर्थिक स्थितीवरून गरीब, श्रीमंत असे निश्चित होते. याप्रमाणेच आर्थिक दर्जा निश्चित करण्यासाठी जात व लिंग हे दोन्ही घटक महत्त्वाचे असलेले दिसून येतात. जात व लिंग यांनुसार श्रमाची विभागणी होते. श्रमविभागणीच्या आधारेच आर्थिक कार्ये निश्चित होतात. लिंगाच्या आधारे स्त्री व पुरुष म्हणून श्रमविभागणी केली जाते. जातीच्या आधारे त्यांचे व्यवसाय निश्चित करून श्रमविभागणी केली जाते. जातीमध्येदेखील लिंगाच्या आधारे श्रमाची विभागणी होते. त्या श्रमविभागणीच्या आधारे प्रत्येक व्यक्तीचा दर्जा निश्चित झालेला दिसून येतो. त्यावर नियंत्रण ठेवण्याचे काम समाजातील अर्थसंस्था करते. आर्थिक दर्जा, जातीव्यवस्था, लिंगावर आधारित श्रमविभागणी हे तिन्ही घटक परस्पर संबंधित असलेले दिसून येतात. समाजाची श्रमविभागणी जातच ठरविते. लिंगानुसार श्रमाची विभागणी जातच निश्चित करते. तसेच जात व अर्थसंस्था स्त्रियांच्या श्रमावर नियंत्रण ठेवतात.[६४] स्त्रियांच्या आर्थिक स्थितीसंबंधी स्पष्टीकरण करताना गेल ऑमव्हेट असे म्हणतात की, ''जात, व्यवसाय आणि लिंगावर आधारित श्रमविभागणी ह्यांचा परस्पर संबंध स्त्रियांचा आर्थिक दर्जा स्पष्ट करताना लक्षात घेणे आवश्यक आहे.''[६५] ज्या देशात जाती अस्तित्वात आहेत, तिथे या तिन्ही घटकांचा परस्पर संबंध असलेला दिसून येतो.

भारतामध्ये जात व लिंगानुसार झालेली श्रमविभागणी, त्यानुसार प्राप्त होणारा स्त्रियांचा आर्थिक दर्जा येथे स्पष्ट होतो. वेद काळात स्त्रियांचा दर्जा सुदृढ होता. ती वेगवेगळी कार्ये करू शकत असे. तिचे अधिकार सुरक्षित होते. तसेच तिला संपत्तीचा अधिकार होता.[६६] स्त्रियांचा वेदकालीन आर्थिक दर्जा उन्नत होता, हे स्पष्ट झालेले दिसून येते. तसेच उत्तर वैदिक कालखंडात स्त्रियांना वैदिक काळात मिळणाऱ्या आर्थिक व संपत्तीसंबंधीच्या अधिकारांवर अतिक्रमणास प्रारंभ झाला. स्त्रियांमध्ये शिक्षणाचा अभाव, आर्य-अनार्य वैवाहिक संबंध, पुत्र अधिकार या कारणांमुळे स्त्री संपत्तीसंबंधी असलेल्या अधिकारांवर अतिक्रमण झाले आहे.[६७] परंतु मध्ययुगीन कालखंडातील परिस्थिती बदललेली दिसून येते. ज्या स्त्रियांना भाऊ नाही अशा स्त्रियांना त्यांच्या वडिलांच्या संपत्तीमध्ये वाटा मिळू लागला.[६८] तर ब्रिटीश कालखंडात भारतीय स्त्रियांना कोणत्याही प्रकारचे आर्थिक अधिकार प्राप्त झाले नव्हते. ती पूर्णपणे कुटुंब व कुटुंबातील पुरुष यांच्यावर अवलंबून होती. संपत्तीमध्येदेखील तिला कोणताही वाटा मिळत नव्हता. स्त्रियांचा आर्थिक दर्जा हा कनिष्ठ झाला होता.[६९] ब्रिटीश

कालखंडातदेखील स्त्रियांना प्राप्त होणारा आर्थिक दर्जा कनिष्ठ स्वरूपाचा होता. पुरुषाकडे सर्व अधिकार दिलेले दिसून येतात. यावरून असे लक्षात येते की, लिंगभेदाच्या आधारे श्रमाची विभागणी झालेली होती. भारतीय समाज व्यवस्थेमध्ये पुरुषांना आर्थिक अधिकार देऊन त्यांना आर्थिक क्रियांचे साधन मानले आहे. घराबाहेरची कामे करण्याचा अधिकार पुरुषांना आहे. स्त्रियांना घराबाहेरची कामे करण्यापासून वंचित केलेले आहे.[७०] स्त्रियांना मिळणाऱ्या अशा कामामुळे त्यांच्या कामाचा दर्जा कनिष्ठ ठरू लागला. स्त्रियांकडे सोपविलेली कामे ही कमीपणाची मानली जाऊ लागली. त्यामुळे स्त्रियांना प्राप्त होणारा सामाजिक व कौटुंबिक दर्जा अधिकच कमी होत जातो.[७१] स्त्रियांना प्राप्त होणाऱ्या आर्थिक दर्जावरच त्यांना समाजात इतर ठिकाणी मिळणारा दर्जा निश्चित होताना दिसून येतात.

श्रमविभागणीसाठी लिंग हा महत्त्वाचा घटक मानला जातो. लिंगभेदाच्या आधारेच संपूर्ण जगामध्ये स्त्रियांचे श्रम दुय्यम, कमी मूल्यांचे समजले जातात. जगात जेवढे कामाचे तास असतात, त्यातले ६६ टक्के काम स्त्रिया करतात. फक्त ३३ टक्के स्त्रियांना रोजगार मिळतो. त्याबद्दल त्यांना १० टक्के इतका एकूण पगार मिळतो. एकूण स्थावर जंगम मालमत्ता १ टक्का एवढीच स्त्रियांच्या नावावर असते.[७२] जगभरातील स्त्रियांना लिंगभेदाच्या आधारे मिळणारा आर्थिक दर्जा हा कनिष्ठ असलेला दिसून येतो. स्त्रीचे काम 'अदृश्य' असते अशी मांडणी झाल्यावर या कामाचे मोजमाप करण्याचा प्रयत्न केला, तर पैशात ते करणे शक्य नसते; पण एकूण स्त्रिया किती तास काम करतात ते मोजता आले. पुनरुत्पादनाचे काम, उपजीविकेसाठी केलेले काम, शेती, उद्योगधंद्यामधील केलेले काम अशा सर्व कामांचे जगभरातील स्त्रियांचे मोजमाप झाले तेव्हा लक्षात आले की, एकूण कामाच्या ६६ टक्के काम स्त्रिया करतात; तर पुरुष फक्त ४४ टक्के काम करतात.[७३] तर जगात एकूण रोजगाराच्या एकतृतियांश रोजगार करणाऱ्या महिला आहेत आणि त्यांना पुरुषांच्या तुलनेत कमी मजुरी मिळते.[७४] तसेच जगभरातील स्त्रियांच्या कामाचे तास पाहिले तर पुरुषांपेक्षा स्त्रिया जास्त काळ काम करतात; परंतु स्त्रियांना त्यांच्या श्रमाचे मूल्य पैशात दिले जात नाही. त्यांना कनिष्ठ दर्जा मिळतो. महिलांना संपूर्ण घरकाम करावे लागतेच. शिवाय कुटुंबाच्या उत्पन्नात भर घालण्यासाठी बाहेरची कामे, मोलमजुरीही करावी लागते.[७५] घरकामाबरोबरच स्त्रियांना घराबाहेरची कामे करावी लागतात. घराबाहेरच्या कामामध्ये स्त्रिया ह्या प्रामुख्याने असंघटित क्षेत्रात गुंतलेल्या दिसून येतात. या पाठीमागे लिंगभेदाची महत्त्वाची भावना असलेली दिसून येते.

स्त्रियांमध्ये असंघटित क्षेत्रात काम करणाऱ्यांचे प्रमाण अधिक असलेले दिसून येते. असंघटित क्षेत्रांमध्ये पुरुषांपेक्षा स्त्रियाच अधिक काम करतात. अर्थोत्पादन

करणाऱ्या एकूण स्त्रियांपैकी ९६ टक्के स्त्रिया ह्या असंघटित क्षेत्रात काम करतात.[७६] असंघटित क्षेत्रात प्रामुख्याने ग्रामीण भागातील स्त्रिया काम करतात. ग्रामीण भागात शेती व्यवसायासाठी निगडित शेतावरील कामे जास्तीत जास्त स्त्रियांना करावी लागतात.

देशात शेतमजुरी आणि स्वयंरोजगार असलेल्या लोकांमध्ये अर्धी संख्या महिलांची आहे. कृषी उत्पादनामध्ये महिलांचे योगदान ५५ ते ५६ टक्के आहे. कृषी उत्पादनात ग्रामीण महिला महत्त्वपूर्ण योगदान करतात.[७७] ग्रामीण भागात कृषी क्षेत्रात जास्त काम करणाऱ्या महिलांच्या आर्थिक उत्पादनावर परिणाम होतो; कारण अशा प्रकारच्या रोजगारातून ग्रामीण भागातील महिलांना एक हजार ते दीड हजार रुपये उत्पन्न मिळते.[७८] त्यावरून असे लक्षात येते की, ग्रामीण भागात राहणाऱ्या व शेतमजुरी करणाऱ्या बहुसंख्य स्त्रिया ह्या दारिद्र्यात जीवन जगताना दिसून येतात. दारिद्र्यरेषेखाली असणारी ३४ टक्के कुटुंबे आहेत.[७९] असंघटित क्षेत्रात काम करणाऱ्या स्त्रियांचे प्रमाण अधिक असल्यामुळे त्यांच्यात दारिद्र्याचे प्रमाणदेखील जास्तीचे आहे. तसेच त्यांना नियमित रोजगार उपलब्ध होत नाही.

ग्रामीण भागात वास्तव्य करणाऱ्या स्त्रियांवर जातीच्या बंधनात अडकल्यामुळे त्यांच्यावर जातींनी ठरवून दिलेले आर्थिक निर्बंध त्यांना पाळावे लागतात. त्यामुळे त्यांच्या आर्थिक स्थितीवर जातीच्या श्रमविभागणीचा परिणाम निश्चितपणे झालेला दिसून येतो. भारतीय स्त्रीला युगायुगात तुरुंगात ठेवणारी व्यवस्था म्हणजे जातीसंस्था होय. या जातीसंस्थेच्या माध्यमातून स्त्रियांचे आर्थिक अधिकार व आर्थिक स्वातंत्र्य नाकारले जाते.[८०] त्यामुळे स्त्रियांचा आर्थिक दर्जा निश्चित करण्यासाठी जातीची भूमिका महत्त्वाची ठरताना दिसून येते. अनुसूचित जातींना ग्रामीण भागात मिळणाऱ्या वागणुकीचा परिणाम त्यांच्या आर्थिक स्थितीवर होतो. त्यामुळेच ग्रामीण क्षेत्रामध्येच अनुसूचित जाती व अनुसूचित जमातीतील स्त्रियांना जातिभेद, बहिष्कार, भेदभाव अशी स्थिती असल्यामुळे दलित स्त्रियांना घरकाम करून आपल्या कुटुंबाच्या आर्थिक गरजा पूर्ण करण्यासाठी घराबाहेरची शेतमजुरीसारखी कामे करावी लागतात. विमल थोरात म्हणतात, "दलित समाजातील जास्तीत जास्त स्त्रिया ह्या शेतमजुरी करतात. त्यांना मिळणारा मोबदला खूप कमी आहे. त्यांना दररोज बेरोजगारीला सामोरे जावे लागते. आर्थिक संबंधात ती उच्च जातींवर आधारित असते." सवर्ण स्त्रियांपेक्षा दलित स्त्रियांना घरातील घरकामे पूर्ण करून त्यांना मजुरीची कामे अधिक करावी लागतात. त्यांनी मजुरी केली तर कुटुंबाची आर्थिक गरज पूर्ण होते. त्यामुळे असे आढळून येते की, दलित समाजात शेतमजुरी प्रमाण जवळपास ४० टक्के असून सवर्ण समाजात ते २० टक्के आहे.[८३] दलित स्त्रियांना त्यांची आर्थिक गरज पूर्ण करण्यासाठी शेतमजुरीच्या कामामध्ये अनिश्चितता असलेली दिसून येते. शेतमजुरीचे काम ग्रामीण भागात हंगामानुसार

उपलब्ध होते. त्यामुळे त्यांना नियमित शेतमजुरी मिळत नाही. त्याचा परिणाम दलित स्त्रियांच्या आर्थिक उत्पन्नावर व आर्थिक स्थितीवर होताना दिसून येतो. त्यामुळे दलित स्त्रियांमध्ये दारिद्र्याचे प्रमाण अधिक असून त्यांची आर्थिक स्थिती खालावलेली दिसून येते.

समाजातील दलित स्त्रियांना शेतमजुरीसारखे श्रम करावे लागतात. शेतमजुरी-सारख्या श्रमाला मिळणारा मोबदला मात्र स्त्री व पुरुष अशा लिंगभेदावर आधारित असतो. त्यांना मिळणारी शेतमजुरी ही पुरुषांपेक्षा कमी असलेली दिसून येते. राज्यघटनेमध्ये जरी 'समान कामासाठी समान वेतन'[८४] अशी तरतूद असली, तरी त्याची प्रभावी अमंलबजावणी शेतमजुरीच्या संदर्भात होताना दिसून येत नाही. दलित स्त्रियांमध्ये शेतमजुरीचे प्रमाण अधिक असल्यामुळे त्याचा परिणाम त्यांच्या आर्थिक स्थितीवर होतो. तसेच शेतमजुरीचे काम हंगामी असल्यामुळे हंगामानुसार इतरही काही कामे दलित स्त्रियांना करावी लागतात. बांधकामावर मजूर, घरात घरकामासाठी नोकर, नगरपरिषद सफाई कामगार, खडी फोडणे, रस्त्यांवर डांबर टाकणे इत्यादी कामे या दलित स्त्रियांना करावी लागतात. दलित स्त्रियांना अशा प्रकारे घरातील व घराबाहेरची कामे करावी लागतात.[८५] शेतमजुरी व इतर कामांमध्ये अनिश्चित मिळणारे मजुरीचे काम दलित स्त्रियांना करावे लागते. दलित स्त्रियांना असे सांगितले जाते की, दलित स्त्रियांच्या नशिबात काबाडकष्ट करणे हे आहे.[८६] दलित स्त्रियांना काबाडकष्टाबरोबरच कमी दर्जाची कामे करावी लागतात. कष्टकरी जातीतील स्त्रिया घराबाहेरची कामे करताना दिसतात. हे श्रम दृश्य स्वरूपाचे असले तरी अत्यंत हलक्या दर्जाचे व कमी वेतनाचे, असुरक्षित स्वरूपाचे असतात.[८७] दलित स्त्रिया ह्या ग्रामीण भागात हलक्या स्वरूपाची ठरवलेली घराबाहेरची कामे करतात. त्यामध्ये त्यांना प्रामुख्याने शेतमजुरी करावी लागत असे, परंतु त्या कामाचे समान वेतन त्यांना मिळत नव्हते. स्त्रिया शेतमजुरीचे काम दुय्यम समजले जायचे. त्यांना कोणतेही आर्थिक स्वातंत्र्य नव्हते. त्यांच्या श्रमाला समान असे मोल नव्हते. तिचे श्रम हे दुय्यम स्वरूपाचे समजले जात होते; तर संपत्तीमध्ये वाटा मिळत नव्हता. दलित स्त्रियांच्या हाती हक्काचा पैसा नाही. म्हणून तिची सगळीकडे कुचंबणा होते. बायका-बायकांतही तिचा मान हा पतीच्या आर्थिक शक्तीवर अवलंबून असतो. घरी-दारी आणि शेतातही पुरुषापेक्षा जास्त वेळ काम करूनही स्त्रियांचे स्थान दुय्यमच राहते.[८८] स्त्रियांना मिळणाऱ्या दुय्यम स्थानाबरोबरच त्यांच्याकडे संपत्तीच्या दृष्टिकोनातून जमिनीचा अभाव असलेला दिसून येतो. दलितांच्या मालकीची फार कमी जमीन होती आणि त्या अल्पजमिनीत त्यांना चिकाटीने व दबकत-दबकत मेहनत करावी लागते. त्यामुळे या दलित स्त्रिया मध्यमवर्गीय जीवनस्थितीपासून दूर राहतात.[८९] तसेच दलित स्त्रियांच्या वाट्याला येणाऱ्या संपत्तीमध्ये

फारसा बदल झालेला नाही. अनुसूचित जातीच्या स्त्रियांचा विचार केला, तर भारतात आजही ५०० कोटी रुपयांची मालकी असणाऱ्या एकाही उद्योगधंद्याची मालकी दलित स्त्रीकडे नाही.[१०] दलित स्त्रियांकडे भरपूर संपत्ती नसून अत्यंत कठीण परिस्थितीत या स्त्रिया जीवन जगतात. संपत्तीची मालकी दलित स्त्रियांकडे नसलेली दिसून येते. तसेच आर्थिक खरेदी व विक्रीच्या अधिकारापासून त्या वंचित असलेला दिसून येतात. अनेक राज्यांमध्ये स्त्रियांना आपल्या पतीशिवाय जमिनी खरेदीचा अधिकार दिला जात नाही.[११] दलित स्त्रियांची आर्थिक स्थिती ही मर्यादित स्वरूपाची असलेली दिसून येते. दलित स्त्री ही भूमिहीनआहे.[१२] अनुसूचित जातीतील दलित म्हणून ओळखल्या जाणाऱ्या जातीतील स्त्रियांची आर्थिक स्थिती पाहिली तर त्या स्त्रिया सातत्याने दुय्यम, कनिष्ठ स्वरूपाच्या कामात व दर्जात अडकलेल्या दिसून येतात.

दलित महिला पिळवणूक केल्या जाणाऱ्या अमानवी परिस्थितीतून काम करतात. त्यांना नियमित काम मिळेल किंवा पुरेसा न्याय्य मोबदला मिळेल याची शाश्वती नसते. कुटुंबाच्या गरजा भागविण्यासाठी महिलांना कामे करावी लागतात. महिलांना प्राथमिक सुविधादेखील मिळत नाहीत. सतत उद्याच्या कामाची काळजी असते; कारण काम कधी बंद होईल हे सांगता येत नाही.[१३] सामान्य अवस्थेत दलित स्त्रियांची आर्थिक स्थिती ही सवर्ण व इतर स्त्रियांपेक्षाही सर्वांत खालच्या दर्जाची असलेली दिसून येते. अनुसूचित जातीच्या लोकांना उच्च जातीचे लोक दडपण आणत असल्याने अनुसूचित जातीच्या महिलांच्या रोजगार संधीवर दुप्पट प्रमाणात त्यांच्या मार्गात अडथळे निर्माण होतात. एकीकडे त्यांच्यावर उच्चवर्णीय दडपण असते आणि दुसरीकडे त्यांच्या पुरुषांचे दडपण असते. म्हणून व्यवसायाच्या शिडीत सर्वांत खालच्या स्तरावर अनुसूचित जातीच्या स्त्रिया बसल्या गेल्या आहेत.[१४] अनुसूचित जातीतील स्त्रियांचा आर्थिक दर्जा येथे स्पष्ट होतो. दलित स्त्रियांची स्थिती सवर्ण जातीपेक्षा भिन्न आहे. ती आपल्या कुटुंबात पितृसत्ताकतेच्या दबावाबरोबरच सवर्ण जातीच्या पुरुषांच्या दबावाखाली राहते. दलित जातीच्या बंधनांबरोबरच ती यौन शोषणाची शिकार होते. आर्थिक क्षेत्रात दलित जातीचे लोक कमकुवत असतात. आपल्या सामाजिक, राजकीय, आर्थिक, कमकुवत असलेल्या ह्या कारणांमुळे स्त्री तिहेरी शोषणाची शिकार होते.[१५] अनुसूचित जातीतील दलित स्त्री ही आर्थिकदृष्ट्या अशा प्रकारे कमकुवत स्थितीमध्ये असलेली दिसून येते. दलित स्त्री कमकुवत असली तरी खर्च करण्याचा अधिकार, संपत्तीमध्ये वाटा मिळताना दिसून येत नाही.

अनुसूचित जातीमध्ये समाविष्ट असलेल्या मातंग जातीतील स्त्रिया दलित व अस्पृश्य स्त्रिया म्हणून ओळखल्या जातात. अनुसूचित जातीप्रमाणेच या स्त्रिया आर्थिक चौकटीत बंदिस्त झालेल्या दिसून येतात. मातंग जातीची व मातंग स्त्रियांची आर्थिक

स्थिती पाहिली तर असे लक्षात येते की, १९८९ च्या जनगणनेनुसार मांग हे ४४.९१ टक्के कामगार मजूर होते. त्यांच्यामध्ये ७३.२३ टक्के मांग शेतमजुरी करीत होते, १०.४६ टक्के स्वत:चा शेती व्यवसाय करत होते. उत्पादकतेत वस्तू प्रक्रिया आणि सेवा कार्यात ७.४६ टक्के गुंतलेले आहेत. कुक्कुटपालन, मेंढीपालन व वन विभागात २.२५ टक्के काम करतात. इतर व्यवसायांत ६.६० टक्के मांग गुंतलेले आहेत.[९६] आर्थिक गरजा पूर्ण करण्यासाठी मातंग कुटुंबातील स्त्रियांना अशी कामे करावी लागतात.[९६] आर्थिक गरजा पूर्ण करण्यासाठी मातंग कुटुंबातील स्त्रियांना अशी कामे करावी लागतात. ही सर्व कामे पारंपरिक पद्धतीने स्त्री म्हणून आणि जातीच्या व्यवस्थेच्या बंधनामुळे त्यांना पार पाडावी लागतात. मातंग स्त्रियांना सर्व प्रकारची घरगुती कामे करावी लागतात. मुलांना सांभाळून त्या इतर पारंपरिक कामे करतात. सरपण आणणे, पाणी भरणे ह्याशिवाय आर्थिक उत्पन्नाचे साधन म्हणून शेतमजुरी व घरी बसल्या-बसल्या झाडू, टोपले, दोऱ्या बनवणे अशी कामे करतात.[९७] तर पारंपरिकरित्या समाजव्यवस्थेत जातीने ठरवून दिलेले विशिष्ट प्रकारचे काम आर्थिक मिळकतीसाठी व्यवसाय म्हणून त्या करतात. प्रत्येक प्रदेशात अस्पृश्य स्त्रियांना व महाराष्ट्रात मातंग स्त्रियांना दायीसारखे विशिष्ट कामेही करावे लागते.[९८] दायीचे काम अस्पृश्य समजले जात होते. अशा व्यवसायावरून मातंग स्त्रियांची अनुसूचित जातीतील दलित म्हणून तिचा आर्थिक दर्जा हा कनिष्ठ होता, असेच लक्षात येते. तिला जगण्यासाठी घरकामाबरोबरच विविध प्रकारची कामे करावी लागतात, हेही लक्षात येते.

ग्रामीण मातंग स्त्रियांची आर्थिक स्थिती स्पष्ट करण्यासाठी परभणी जिल्ह्यातील स्त्रियांकडून व्यवसाय, उत्पन्न, मजुरीचे स्वरूप, नियमित काम, संपत्तीमध्ये वाटा, स्वयंसहायता समूहाचे (बचत गटाचे) सभासद, जोड व्यवसाय, खर्च करण्याचा आर्थिक अधिकार इत्यादी संबंधी माहिती संकलित करून त्याचा आढावा घेण्यात आलेला आहे.

ग्रामीण भागात राहत असलेल्या अनुसूचित जातींमध्ये २००१ च्या जनगणनेनुसार शेतमजुरांचे प्रमाण सातत्याने वाढत आहे.[९९] दलित शेतमजुरांचे प्रमाण सातत्याने वाढत आहे. यासंबंधी डॉ. वंदना सोनाळकर म्हणतात, ''भूमिहीनांमध्ये व शेतमजुरांमध्ये दलिताचे प्रमाण अधिकच आहे.''[१००] त्यामध्ये अनुसूचित जातीमधील मातंग जातीचा विचार केला तर डॉ. नारायण चौधरी स्पष्टपणे असे मांडतात की ''प्रत्येक जातीतील एकूण कामकऱ्यांमध्ये शेतमजुरांचे प्रमाण जातीनिहाय बघितले असता 'मांग' या जातीत सर्वाधिक आहे.''[१०१] अनुसूचित जातीची व मातंग समुदायाची व्यवसायाची स्थिती अशा प्रकारची आहे. त्यामुळे ग्रामीण मातंग स्त्रियांचे प्रमुख व्यवसाय जाणून

घेऊन त्यांच्यातील शेतमजुरांचे प्रमाण किती आहे, हे जाणून घेण्याच्या हेतूने तथ्य संकलित करून त्यांची मांडणी तक्ता ४.२३ मधून केली आहे.

तक्ता ४.२३ : मातंग स्त्रियांचे प्रमुख व्यवसाय

अ.क्र.	प्रमुख व्यवसाय	वारंवारिता	टक्केवारी
१.	कोणताच नाही, केवळ घरकाम.	३४	१५.११
२.	शेतमजुरी	१८३	८१.३४
३.	निमशासकीय नोकरी	०१	००.४४
४.	दाई म्हणून काम (स्वतः रोजगार)	०३	०१.३३
५.	अंगणवाडी ताई, मदतनीस	०४	०१.७८
	एकूण	२२५	१००.००

उपरोक्त तक्ता ४.२३ च्या आकडेवारीवरून असे स्पष्ट करता येते की, उत्तरदात्या ग्रामीण मातंग स्त्रियांमध्ये शेतमजुरीचे प्रमाण हे २००१ च्या महाराष्ट्रातील अनुसूचित जातीतील शेतमजुरांच्या प्रमाणात ६७.०१ टक्के एवढे आहे. त्यापेक्षा अधिक प्रमाण मातंग स्त्रियांमध्ये शेतमजुरीचे आढळून आले आहे. शेतमजुरी करणाऱ्या ८१.३४ टक्के स्त्रिया आहेत. तसेच केवळ स्वत: घरात राहून फक्त घरकाम करणाऱ्या १५.११ टक्के स्त्रिया आहेत. तसेच अंगणवाडी ताई व मदतनीस म्हणून काम करणाऱ्यांचे प्रमाण १.७८ एवढे आहेत. दाई म्हणून प्रशिक्षण घेऊन हेच स्वत: रोजगाराचे साधन म्हणून काम करणाऱ्या १.३३ टक्के आहेत. तसेच निमशासकीय नोकरीत फक्त एकच ग्रामीण मातंग स्त्री आढळून आली आहेत.

ग्रामीण भागामध्ये प्रत्येक जातीसमूहाला बलुतेदारी पद्धतीने काही ठरावीक व्यवसाय व गावकीची कामे दिलेली होती. बलुतेदारीच्या कामाची विभागणी जातीनुसार होती. जातीतील कामाची विभागणी ही लिंगभेदाच्या आधारे स्त्री-पुरुषासाठी वेगळी होती, परंतु अलीकडच्या काळात सर्वच ग्रामीण जातीसमूहांतून परिवर्तन घडून आलेले दिसून येते. बलुतेदारीने ठरवून दिलेली कामे करू नयेत, असे प्रत्येक जातीसमूहातून प्रयत्न झाले आहेत. त्यामध्ये मातंग जातीतून महाराष्ट्रात 'युवक परिषद' ही लढाऊ संघटना फुले-शाहू-आंबेडकर-साठे यांना मानणाऱ्या मातंग युवक-युवतींनी उभी केली आहे. मातंग जातीतील नवशिक्षित अत्यंत आघाडीवर आहेत. ''दे दान सुटे गिऱ्हाण' असे म्हणत गावात डफडे वाजू नये, भाकरी मागू नये इ. साठी प्रयत्न झाले आहेत.[१०२] गावकीची व बलुतेदारीची कामे त्यांना करावी लागत होती. आज या

जिल्ह्यातील मातंग स्त्रियांना बलुतेदारीची कामे करावी लागत होती. आज जिल्ह्यातील मातंग स्त्रियांना बलुतेदारीची कामे करावी लागतात का? याविषयी गोळा केलेली माहिती तक्ता ४.२४ मधून मांडली आहे.

तक्ता ४.२४ : मातंग जातीचे बलुतेदारीतील व्यवसाय

अ.क्र.	बलुतेदारी व्यवसाय	वारंवारिता	टक्केवारी
१.	होय	०४	१.७८
२.	नाही	२२१	९८.२२
	एकूण	२२५	१००.००

उपरोक्त तक्ता ४.२४ च्या अध्ययनावरून असे स्पष्ट करता येते की, उत्तरदात्या ग्रामीण मातंग स्त्रियांसाठी ठरवून दिलेली जातीच्या बलुतेदारीचे व्यवसाय करताना दिसून येत नाहीत अशा स्त्रियांचे प्रमाण सर्वाधिक ९८.२२ टक्के आहे; तर अल्प प्रमाणात ९.७८ टक्के स्त्रिया बलुतेदारीचा व्यवसाय आजही करतात असे आढळून आले आहे.

ग्रामीण समुदायामध्ये व्यवसायाची विभागणी ही जातीसमूहानुसार झालेली होती. प्रत्येक जाती-समुदायाचे पारंपरिक व्यवसाय निश्चित झालेले होते. त्या व्यवसायानुसार जातीच्या श्रेष्ठत्वाचा व कनिष्ठत्वाचा दर्जा निश्चित केला जात होता. त्यामुळे अलीकडच्या या काळात व्यवसायामध्ये परिवर्तन होताना दिसून येत आहे. डॉ. गोपाल गुरू म्हणतात, ''भारतीय शेतीतील सामाजिक, आर्थिक व तांत्रिक बाबींबद्दल दलितांच्या जीवनात राज्याच्या सर्व स्तरातील हस्तक्षेप लक्षात घेता मांगांना आता पारंपरिक व्यवसाय दोरखंड वळणे सोडून शिक्षण घेऊन नोकरी शोधणे भाग आहे.''[१०३] आज जातीनुसार पारंपरिक व्यवसाय करणाऱ्यांची संख्या कमी होताना दिसते. अशा परिस्थितीमध्ये ग्रामीण मातंग स्त्रियांची स्थिती कशी आहे, त्यांच्याकडून पारंपरिक व्यवसाय आजही केले जातात का? यासंबंधीची माहिती मिळवणे हा हेतू होता. मिळवलेल्या माहितीची मांडणी तक्ता ४.२५ मधून केलेली आहे.

तक्ता ४.२५ : उत्तरदात्या मातंग स्त्रियांचे पारंपरिक व्यवसाय

अ.क्र.	पारंपरिक व्यवसाय	वारंवारिता	टक्केवारी
१.	टोपली तयार करणे	०५	२.२२
२.	झाडू तयार करणे	२९	१२.८९
३.	दाईची व बाळंतपणातील कामे	०३	१.३३
४.	शेतकरी कुटुंबाकडे स्वच्छतेची कामे	०२	०.८९
५.	पारंपरिक कामे करीत नाही	१८६	८२.६७
	एकूण	२२५	१००.००

उपरोक्त तक्ता ४.२५ मधील सामग्रीच्या आधारे असे स्पष्ट करता येते की, उत्तरदात्या ग्रामीण मातंग स्त्रियांना जातीनुसार विभागणी होऊन जी पारंपरिक कामे, व्यवसाय करावा लागत होता, त्यामध्ये झाडू तयार करणाऱ्या स्त्रियांचे प्रमाण १२.८९ टक्के एवढे आढळून आले आहे; तर टोपली तयार करणाऱ्या २.२२ टक्के स्त्रिया आढळून आल्या आहेत. ही दोन्ही कामे पारंपरिक असली, तरी त्यांच्या या कामाचे प्रमाण खूप कमी झाले आहे. त्या पाठीमागे जातीनुसार ठरवून दिलेली कामाच्या संदर्भाने असलेली बंधने शिथिल झालेली आहेत; तर काही उत्तरदात्यांनी सांगितले की, ग्रामीण भागात आता झाडू व टोपले तयार करण्यासाठी लागणारा कच्चा माल उपलब्ध होत नाही. पूर्वी तो गावातील पडीक जमीन, गायरान जमीन येथून आम्ही जमा करून हा व्यवसाय करत असून, ते उपलब्ध नाही. त्यामुळे इच्छा असूनही व झाडू व टोपले तयार करण्याचे कौशल्य असले, तरी आम्ही हे पारंपरिक व्यवसाय करू शकत नाहीत, असे त्यांनी अनौपचारिक चर्चेतून स्पष्ट केले आहे. तसेच पारंपरिक व्यवसाय म्हणून मातंग स्त्रियांना दाईचे, बाळंतपणाचे काम करावे लागत होते. पूर्वी प्रत्येक गावातून एक तरी दाई – काम करणारी मातंग स्त्री असायची, परंतु आताची परिस्थिती पाहिली तर असे लक्षात येते की, दाई – काम करणाऱ्या स्त्रियांचे प्रमाण खूप कमी आढळून आले आहे. त्यामध्ये फक्त १.३३ टक्के स्त्रिया आज दाई – काम करतात. शेतकरी कुटुंबाकडे गोठ्याची स्वच्छता, घराची स्वच्छता अशी कामे करणाऱ्या स्त्रियांचे प्रमाण खूप कमी म्हणजे ०.८९ टक्के एवढेच आढळून आले. ग्रामीण मातंग स्त्रियांमध्ये पारंपरिक कामे करणाऱ्या स्त्रियांचे प्रमाण कमी होत आहे. त्यामुळेच जातिव्यवस्थेचे रूपांतर वर्गव्यवस्थेत होऊन मातंग समाजाला स्त्रियांच्या पारंपरिक व्यवसायाच्या भूमिकेत परिवर्तन झाले आहे. त्यामुळे पारंपरिक कामे न करणाऱ्या स्त्रियांचे प्रमाण सर्वाधिक, म्हणजेच ८२.६७ टक्के एवढे आढळून आले आहे.

ग्रामीण भागात राहणाऱ्या स्त्रियांची आर्थिक स्थिती पाहिली, तर डॉ. लीला पाटील म्हणतात, "ग्रामीण भागात राहणाऱ्या स्त्रियांमध्ये दारिद्र्यरेषेखालील जीवन जगणाऱ्यांची संख्या २२ कोटी २२ लाख एवढी आहे असे शासनाचे मत आहे. प्रत्यक्षात त्याहीपेक्षा अधिक संख्या असल्याचे अर्थशास्त्रज्ञांचे मत आहे."[१०४] ग्रामीण भागात दारिद्र्यामध्ये जीवन जगणाऱ्यांची संख्या अधिक असलेली दिसून येते. छाया दातार म्हणतात, "देशातील दारिद्र्यरेषेखालील लोकसंख्येमध्ये ८० टक्के स्त्रिया ह्या दरिद्र्याहूनही दरिद्री अवस्थेतील जीवन जगतात."[१०५] ग्रामीण भागात राहणाऱ्या मातंग स्त्रियांची आर्थिक स्थिती जाणून घेण्यासाठी त्यांचे मासिक उत्पन्न किती आहे, यासंबंधी माहिती जमा केली. त्या माहितीची मांडणी तक्ता ४.२६ मधून केलेली आहे.

तक्ता ४.२६ : मातंग स्त्रियांचे मासिक उत्पन्न

अ.क्र.	मासिक उत्पन्न	वारंवारिता	टक्केवारी
१.	रुपये ५०० पेक्षा कमी	२४	१०.६७
२.	रुपये ५०० ते रुपये १,०००	१६०	७१.११
३.	रुपये १,००१ ते रुपये २,०००	०४	१.७८
४.	रुपये १,५०१ ते रुपये २,०००	०२	०.८९
५.	रुपये २,००१ ते रुपये २,५००	०१	०.४४
६.	स्वतः घरकाम करणाऱ्या	३४	१५.११
	एकूण	२२५	१००.००

उपरोक्त तक्ता ४.२६ मधील आकडेवारीच्या आधारे असे स्पष्ट करता येते की, उत्तरदात्या ग्रामीण मातंग स्त्रियांमध्ये मासिक उत्पन्न ५०१ ते १,००० रुपयांपर्यंत असणाऱ्या स्त्रियांचे प्रमाण सर्वाधिक ७१.११ टक्के एवढे आढळून आले आहे; तर मासिक उत्पन्न रु.५०० पेक्षा कमी असणाऱ्या १०.६७ टक्के स्त्रिया आढळून आल्या आहेत. रुपये १,००१ ते १,५०० पर्यंत मासिक उत्पन्न असणाऱ्या स्त्रिया १.७८ टक्के आहेत. तसेच रु.१,५०० ते २,००० पर्यंत मासिक उत्पन्न असणाऱ्या स्त्रिया ०.८९ टक्के आहेत; तर रु.२,००१ ते २,५०० पर्यंत उत्पन्न नसणाऱ्या केवळ घरकाम करणाऱ्या स्त्रिया १५.११ टक्के आहेत. मासिक उत्पन्नाच्या आधारे हेच स्पष्ट होते की, बहुसंख्य मातंग स्त्रिया ह्या दारिद्र्याहून अधिक दारिद्र्याचे जीवन जगतात.

ग्रामीण भागात राहणाऱ्या मातंग समाजातील कुटुंबाचे वार्षिक उत्पन्न किती आहे, ग्रामीण मातंग स्त्रियांच्या कुटुंबातील सदस्य त्यांचे मासिक उत्पन्न मिळवून

त्यांचे एकूण वार्षिक उत्पन्न किती हे जाणून घेण्याच्या हेतूने संबंधित माहिती संकलित केली, ती तक्ता ४.२७ मधून मांडली आहे.

तक्ता ४.२७ : मातंग स्त्रियांच्या कुटुंबाचे वार्षिक उत्पन्न

अ.क्र.	मासिक उत्पन्न	वारंवारिता	टक्केवारी
१.	रुपये ५००० पर्यंत	०८	३.५६
२.	रुपये ५००० ते रुपये १५,०००	२३	१०.२२
३.	रुपये १५,००१ ते रुपये २५,०००	६६	२९.३३
४.	रुपये २५,००१ ते रुपये ३५,०००	४४	१९.५६
५.	रुपये ३५,००० ते रुपये ४५,०००	३९	१७.३३
६.	रुपये ४५,००१ ते रुपये ५५,०००	२१	९.३३
७.	रुपये ५५,००० पेक्षा जास्त	२४	१०.६७
	एकूण	२२५	१००.००

उपरोक्त तक्ता ४.२७ चे अवलोकन केले असता असे दिसून येते की, उत्तरदात्या ग्रामीण मातंग स्त्रियांचे कुटुंबातील वार्षिक उत्पन्न पाहिले तर सर्वाधिक कुटुंब हे वार्षिक उत्पन्न रु.१५,००१ ते २५,००० या गटामधील आहेत त्यांचे कुटुंबाचे प्रमाण २९.३३ टक्के आहे, रु.२५,००० ते ३५,००० पर्यंत वार्षिक उत्पन्न असलेले १९.५६ टक्के आहेत, तर वार्षिक उत्पन्न रु.२५,००१ ते रु.३४,००० रुपये उत्पन्न गटातील १७.३३ टक्के आहेत. वार्षिक उत्पन्न रु.५५,००० पेक्षा जास्त उत्पन्न गटातील आहेत असे १०.६७ टक्के कुटुंब आहेत. तसेच रु.५,००० ते १५,००० पर्यंत वार्षिक उत्पन्न असलेले १०.२२ टक्के आहेत. तसेच वार्षिक उत्पन्न रु.५,००० पर्यंत असलेले ३.५६ टक्के आहेत.

ग्रामीण समाजरचनेमध्ये स्त्रियांना प्रामुख्याने वेगवेगळी कामे करावी लागतात. स्त्रियांना वेगवेगळी कामे करूनदेखील विशिष्ट स्थानमान प्राप्त होताना दिसून येत नाही. त्यांना सातत्याने सांगितले जाते की, कनिष्ठ जातीच्या महिलांच्या नशिबात काबाडकष्ट करणे हेच आहे. यातून असे लक्षात येते की, स्त्रियांना समाजरचनेत एका विशिष्ट भूमिकेत जाती व लिंग यावर आधारित बंदिस्त केले जाते. निलावती म्हणतात, ‘‘महिलांसाठी व शूद्रांसाठी एक सामाजिक रचना निर्माण झालेली असते. महिलांनी घरगुती काम करणे, मुले जन्माला घालणे यापुरते तिला मर्यादित रीतीने बंदिस्त केले जाते. कामगार म्हणून तिला विशिष्ट दर्जा नसतो. तिला जातीमध्ये बंदिस्त

केले जाते. उत्पादक कामगार म्हणून विशिष्ट दर्जा त्यांना प्राप्त होत नाही.''[१०६] असे असले तरी स्त्रियांना उदरनिर्वाहासाठी विविध प्रकारची मजुरीचे कामे करावी लागतात. दलित स्त्रिया ह्या अशिक्षित असल्यामुळे त्यांना परंपरागत व्यवसाय करावे लागतात. त्या सामान्यत: अर्धकुशल व बिनकुशल कामगार म्हणून काम करतात.[१०७] अशा स्थितीमध्ये दलित महिला म्हणूनच ओळखली जाणारी मातंग स्त्रिया कोणत्या प्रकारची मजुरीची कामे करून उदरनिर्वाह करतात, त्यासंबंधी माहिती एकत्रित करून ती तक्ता ४.२८ मध्ये मांडली आहे.

तक्ता ४.२८ : मातंग स्त्रिया कोणती मजुरीची कामे करतात

अ.क्र.	मजुरीचे काम	वारंवारिता	टक्केवारी
१.	शेतमजुरी	१८३	८१.३४
३.	इतर कामे लागू नाही	४२	१८.६६
	एकूण	२२५	१००.००

उपरोक्त तक्ता ४.२८ मधील सामग्रीच्या आधारे असे स्पष्ट करता येते की, उत्तरदात्या ग्रामीण मातंग स्त्रिया, ह्या मजुरीचे काम म्हणून शेतमजुरी करणाऱ्या, हंगामानुसार ऊसतोड कामगार म्हणून काम करताना दिसून येतात. शेतीशी निगडित रोजगार असल्यामुळे त्यांनादेखील शेतमजूर म्हणून ओळखले आहे. अशा शेतमजुरी करणाऱ्या स्त्रियांचे प्रमाण ८१.३४ टक्के आहे. तसेच मजुरी सोडून इतर कामे करणाऱ्या १८.६७ टक्के स्त्रिया आहेत, त्यांना लागू होत नाही.

ग्रामीण भागात राहणाऱ्या मातंग स्त्रियांना गावामध्ये सातत्याने मजुरीचे काम उपलब्ध होताना दिसून येत नाही. ग्रामीण भागातील मजुरीची कामे ही शेतीव्यवसायाशी निगडित आहेत. त्यामुळे ग्रामीण भागात हंगामी स्वरूपाची मजुरीची कामे उपलब्ध असतात. शेतीव्यवसाय हा निसर्गावर अवलंबून असल्यामुळे त्यामध्ये उपलब्ध होणारा रोजगार हा अनियमित असतो. ग्रामीण भागात राहणाऱ्या मातंग स्त्रियांना नियमित रोजगार मजुरीची कामे उपलब्ध असतात का, हे जाणून घेण्यासाठी संबंधित तथ्ये संकलित करून त्यांची मांडणी तक्ता ४.२९ मधून केली आहे.

तक्ता ४.२९ : मातंग स्त्रियांना नियमित मिळणारे मजुरीचे काम

अ.क्र.	मजुरीचे काम	वारंवारिता	टक्केवारी
१.	मजुरी करत नाही.	४२	१८.६७
२.	नियमित काम मिळते.	५०	२२.२२
३.	नियमित काम मिळत नाही.	१३३	५९.११
	एकूण	२२५	१००.००

उपरोक्त तक्ता ४.२९ मधील आकडेवारीचे अवलोकन केले असता असे स्पष्ट होते की, उत्तरदात्या ग्रामीण मातंग स्त्रियांना नियमित मजुरीचे काम मिळत नसल्यामुळे नियमित रोजगाराची संधी उपलब्ध होत नाही, असे ५९.११ टक्के स्त्रियांनी सांगितले आहे. नियमित मजुरीचे काम उपलब्ध होणाऱ्या स्त्रियांचे प्रमाण अत्यल्प २२.२२ टक्के आहे; तर मजुरीचे काम करत नाहीत अशा स्त्रियांचे प्रमाण १८.६७ टक्के आहेत.

ग्रामीण मातंग स्त्रियांना मजुरीचे काम नियमित मिळत नाही. मातंग स्त्रियांना जे काम मिळते ते महिन्यातून किती दिवस असते, ते जाणून घेण्याच्या हेतूने उत्तरदात्या मातंग स्त्रियांकडून संबंधित तथ्ये संकलित करून त्याची मांडणी तक्ता ४.३० मधून केली आहे.

तक्ता ४.३० : मातंग स्त्रियांना महिन्यातून मिळणारे मजुरीचे काम

अ.क्र.	मजुरीचे कामाचे दिवस	वारंवारिता	टक्केवारी
१.	महिन्यातून १० दिवस	५३	२३.५५
२.	महिन्यातून २० दिवस	१३०	५६.७८
३.	महिन्यातून ३० दिवस	निरंक	निरंक
४.	मजुरीचे काम करीत नाही.	४२	१८.६७
	एकूण	२२५	१००.००

उपरोक्त तक्ता ४.३० मधील आकडेवारीच्या आधारे असे स्पष्ट करता येते की, उत्तरदात्या ग्रामीण मातंग स्त्रियांना महिन्यातून फक्त २० दिवस मजुरीचे काम मिळते, असे सर्वाधिक म्हणजेच ५७.७८ टक्के स्त्रियांनी सांगितले आहे. तसेच महिन्यातून फक्त दहा दिवस मजुरीचे काम मिळते असे २३.५५ टक्के स्त्रियांनी सांगितले आहे; तर केवळ घरकाम करत असल्यामुळे लागू नाही, असे १८.६७ टक्के

स्त्रियांनी सांगितले आहे.

ग्रामीण मातंग स्त्रियांना मजुरीचे काम महिनाभर नियमित ३० दिवस मिळतच नाही, असे स्त्रियांनी सांगितले आहे. ग्रामीण मातंग स्त्रियांना मजुरीचे काम महिनाभर नियमित मिळत नाही. त्यामुळे स्त्रियांना १० दिवस व २० दिवस रोजगार उपलब्ध होताना दिसून येतो. रोजगार उपलब्ध झाला तरी त्यांना त्या बदल्यात मिळणारा मोबदला यामध्ये लिंगभेदाच्या आधारे तफावत केलेली दिसून येते. एस.पी. पुनोळकर म्हणतात, ''स्त्री मजुरांची स्थिती दयनीय आहे. स्त्री मजुरांना रोजगाराची अस्थिरता आणि असुरक्षितता प्राप्त झाली आहे. त्यांना मिळणारी मजुरी खूप कमी आहे. स्त्री मजुरांना पुरुषापेक्षा कमी मजुरी मिळते.''[१०८] अशा परिस्थितीमध्ये ग्रामीण मातंग स्त्रियांना मिळणाऱ्या मजुरीमध्ये पुरुष व स्त्री अशी मजुरीबाबत विभागणी केली जाते का? हे जाणून घेण्याच्या उद्देशाने संबंधित माहिती संकलित करून तक्ता ४.३१ मध्ये मांडली आहे.

तक्ता ४.३१ : मातंग स्त्रियांना लिंगभेदाच्या आधारे मिळणारी मजुरी

अ.क्र.	लिंगभेदाच्या आधारे मजुरी	वारंवारिता	टक्केवारी
१.	होय	१७८	७९.११
२.	नाही	०५	२.२२
३.	लागू नाही	४२	१८.६७
	एकूण	२२५	१००.००

उपरोक्त तक्ता ४.३१ चे अवलोकन केले असता उत्तरदात्या ग्रामीण मातंग स्त्रियांना लिंगभेदाच्या आधारे पुरुषांच्या बरोबरीने मजुरी मिळत नाही, असे ७९.११ टक्के स्त्रियांनी सांगितले आहे. स्त्री-पुरुष दोघांना समान मजुरी मिळते असे फक्त २.२२ टक्के स्त्रियांनी सांगितले, परंतु ह्या स्त्रिया रोजगार हमीची व गुत्तेदारीची मंजुरीची कामे करणाऱ्या होत्या. घरकाम व इतर कामे करत असल्यामुळे त्यांचा यांच्याशी संबंध येत नाही, त्यामुळे लागू नाही असे १८.६७ टक्के स्त्रियांनी सांगितले आहे. समान वेतन कायदा असला तरी लिंगभेदाची भावना प्रबळ रुजलेली असल्यामुळे ग्रामीण भागातून स्त्री-पुरुष यांना सारखी मजुरी मिळत नाही.

ग्रामीण समुदायातील मातंग स्त्रियांना मिळणारे मजुरीचे काम हे नियमित मिळत नाही. तसेच मातंग स्त्रियांना मिळणाऱ्या मजुरीच्या कामात स्त्री-पुरुष असा भेदभाव केलेला दिसून येतो. अमोल केरकर म्हणतात, ''किमान वेतनाइतकाच समान वेतनाचा प्रश्नही या क्षेत्रात सार्वत्रिक आहे. स्त्रियांना पुरुषांच्या बरोबरीने वेतन दिले जात

नाही.''[१०९] ग्रामीण मातंग स्त्रियांना मिळणाऱ्या मजुरीपेक्षा पुरुषांना मिळणारी मजुरी अधिक आहे. स्त्रियांच्या श्रमाला नेहमीच पुरुषांपेक्षा कमी मोबदला मिळतो. कॉ. अजित अभ्यंकर म्हणतात, ''आर्थिक–सामाजिक रचनेने स्त्रियांच्या श्रमाला फारशी किंमत दिली नाही. ते अदृश्य तरी राहिले किंवा श्रम भरपूर करूनही स्त्रियांना नेहमीच पुरुषापेक्षा कमी मोबदला मिळाला आहे.''११० ग्रामीण मातंग स्त्रियांना पुरुषांपेक्षा किती कमी मोबदला मिळतो, याची माहिती गोळा करून तक्ता ४.३२ मध्ये मांडली आहे.

तक्ता ४.३२ : मातंग पुरुषांपेक्षा कमी मिळणारी मजुरी

अ.क्र.	पुरुषापेक्षा कमी मिळणारी मजुरी	वारंवारिता	टक्केवारी
१.	२० रुपये कमी	३७	१६.४४
२.	४० रुपये कमी	१४६	६७.८९
३.	लागू नाही	४२	१८.६७
	एकूण	२२५	१००.००

उपरोक्त तक्ता ४.३२ मधील आकडेवारीच्या आधारे असे स्पष्ट करता येते की, उत्तरदात्या ग्रामीण मातंग स्त्रियांना पुरुषांपेक्षा कमी मजुरी मिळते. त्यामध्ये पुरुषांपेक्षा ४० रुपयांनी कमी मजुरी मिळते, असे सांगणाऱ्या ६७.८९ टक्के स्त्रिया आहेत. पुरुषांपेक्षा २० रुपयांनी कमी मजुरी मिळते, असे सांगणाऱ्या १८.६७ टक्के स्त्रिया आहेत. समान वेतन कायदा असला तरी स्त्रियांना मात्र मजुरी म्हणून जो मोबदला मिळतो, त्यामध्ये बहुसंख्य स्त्रियांना पुरुषांपेक्षा ४० रुपयांनी कमी मजुरी मिळते.

ग्रामीण समुदायात राहणाऱ्या मातंग स्त्रियांनी त्यांचे आर्थिक व्यवहार करण्यासाठी बँकेकडे खाते काढले आहे का? बँकेमार्फत व्यवहार किती प्रमाणात होतात? मागास जातीमध्ये असल्यामुळे या स्त्रियांना बँक व्यवहाराचे ज्ञान कितपत आहे? मातंग स्त्रियांचे बँकेशी संबंध कसे येतात? मातंग स्त्रियांमध्ये, बँकेकडे खाते उघडून आर्थिक व्यवहार करणाऱ्या स्त्रियांचे प्रमाण किती आहे, हे जाणून घेण्याच्या उद्देशाने संबंधित माहिती संकलित करून त्यांची मांडणी तक्ता ४.३३ मधून केली आहे.

तक्ता ४.३३ : मातंग स्त्रियांची बँक खात्याविषयी माहिती

अ.क्र.	बँक खाते	वारंवारिता	टक्केवारी
१.	होय	७९	३५.११
२.	नाही	१४६	६४.८९
	एकूण	२२५	१००.००

उपरोक्त तक्ता ४.३३ च्या आकडेवारीवरून असे स्पष्ट करता येते की, उत्तरदात्या ग्रामीण मातंग स्त्रियांच्या आर्थिक व्यवहाराची बँक ही केंद्रबिंदू मानली जाते, तरी बहुसंख्य मातंग स्त्रियांचे खाते बँकेत नाही. बँकेतून आर्थिक व्यवहार करण्याचे स्वातंत्र्य मातंग स्त्रियांना आढळून येत नाही, असे ६४.८९ टक्के स्त्रियांनी सांगितले आहे. बँकेत खाते असणाऱ्या व बँकेमार्फत आर्थिक व्यवहार करणाऱ्या ३५.११ टक्के स्त्रिया आढळून आल्या आहेत.

ग्रामीण भागात राहणाऱ्या मातंग जातीतील स्त्रियांनी व्यवसायासाठी व रोजगारासाठी स्वत: कर्ज घेतले आहे, अशा स्त्रियांचे प्रमाण किती आहे. ज्या स्त्रियांनी कर्ज घेतलेले आहे त्या मातंग स्त्रियांविषयीची माहिती संकलित करून त्यासंबंधीची मांडणी तक्ता क्र. ४.३४ मधून केलेली आहे.

तक्ता ४.३४ : मातंग स्त्रियांनी स्वत: घेतलेल्या कर्जाविषयी माहिती

अ.क्र.	कर्ज	वारंवारिता	टक्केवारी
१.	होय	३०	१३.३३
२.	नाही	१९५	८६.६७
	एकूण	२२५	१००.००

उपरोक्त तक्ता ४.३४ मधील सामग्रीच्या आधारे असे स्पष्ट होते की, उत्तरदात्या ग्रामीण स्त्रियांमध्ये कर्ज न घेणाऱ्या स्त्रियांची संख्या सर्वाधिक, ८६.६७ टक्के एवढी आहे; तर वेगवेगळ्या संस्थांमार्फत कर्ज घेणाऱ्यांचे प्रमाण १३.३३ टक्के एवढेच आहे; कारण सहजासहजी कर्जाची उपलब्धता होत नाही. इच्छा असूनही बँका त्यांना कर्ज देत नाहीत, असे त्यांनी अनौपचारिक चर्चेतून सांगितले आहे.

ग्रामीण मातंग समुदायातील स्त्रियांनी जे कर्ज घेतले आहे, ते कर्ज त्यांना कोणत्या पतपुरवठा करणाऱ्या संस्थेने दिलेले आहे याविषयीची माहिती जमा केली आहे, त्याची मांडणी तक्ता ४.३५ मधून केली आहे.

तक्ता ४.३५ : मातंग स्त्रियांना कर्जपुरवठा करणारी संस्था

अ.क्र.	कर्जपुरवठा करणारी संस्था	वारंवारिता	टक्केवारी
१.	बचत गट	०७	३.११
२.	बँक	१७	७.५६
३.	खासगी सावकार	०२	०.८९
४.	अण्णाभाऊ साठे महामंडळ	०४	१.७७
५.	कर्ज घेतलेले नाही	१९५	८६.६७
	एकूण	२२५	१००.००

उपरोक्त तक्ता ४.३५ च्या मधील आकडेवारी आधारे असे स्पष्ट करता येते की, उत्तरदात्या ग्रामीण मातंग स्त्रियांना सर्वाधिक प्रमाणात कर्जाचा पुरवठा बँकेमार्फत होतो. त्यांनी बँकेकडून कर्ज घेतलेले आहे, असे ७.५६ टक्के स्त्रियांनी सांगितले आहे. तसेच बचत गटामार्फत कर्जाचा पुरवठा घेतला आहे, असे ३.११ टक्के स्त्रियांनी सांगितले आहे. मातंग समाजाच्या विकासासाठी व्यवसायाला कर्जपुरवठा करणाऱ्या अण्णाभाऊ साठे महामंडळाच्यामार्फत मात्र फक्त १.७७ टक्केच स्त्रियांना कर्ज उपलब्ध झाले आहे. खासगी सावकाराकडून कर्ज घेतले, असे सांगणाऱ्या ०.८९ टक्के एवढ्या स्त्रिया आहेत. तसेच कर्ज घेण्याची इच्छा असूनही कर्ज मिळाले नाही, घेता आले नाही, असे ८६.६७ टक्के स्त्रियांनी सांगितले आहे. परंतु या घेतलेल्या कर्जाची परतफेड करणाऱ्यांचे प्रमाण किती आहे, हे जाणून घेण्याच्या हेतूने या संबंधी माहिती संकलित करून त्याची मांडणी तक्ता ४.३६ मधून केली आहे.

तक्ता ४.३६ : उत्तरदात्या स्त्रियांनी घेतलेल्या कर्जाची परतफेड माहिती

अ.क्र.	कर्जाची पतरफेड	वारंवारिता	टक्केवारी
१.	होय	१७	७.५६
२.	नाही	१३	५.७७
३.	कर्ज घेतलेले नाही	१९५	८६.६७
	एकूण	२२५	१००.००

उपरोक्त तक्ता ४.३६ मधील आकडेवारीच्या आधारे असे स्पष्ट करता येते की, उत्तरदात्या ग्रामीण मातंग स्त्रियांनी घेतलेल्या कर्जाच्या परतफेडीचे प्रमाण पाहिले तर ७.५६ टक्के स्त्रियांनी नियमित कर्जाची परतफेड केलेली आहे. तसेच कर्ज घेऊन त्यांची परतफेड करू शकले नाहीत अशा स्त्रियांचे प्रमाण ५.७७ टक्के आहे. ह्या स्त्रियांनी सांगितले की, आर्थिक परिस्थिती चांगली नसल्यामुळे तसेच अण्णाभाऊ साठे महामंडळाकडून मंजूर झालेली रक्कम व बँकेकडून मंजूर झालेली रक्कम यातील अनुदानाची अर्धीच रक्कम लाभधारकास दिली जाते. त्यामुळे त्यावर पुरेसा रोजगार, व्यवसाय उपलब्ध होऊ शकत नाही. त्यातून कर्जाची परतफेड करण्यास अडचणी निर्माण होतात, असे त्यांनी अनौपचारिक चर्चेतून सांगितले जाते. कर्ज मिळालेच नाही अशांचे प्रमाण ८६.६७ टक्के एवढे आहे.

भारतीय समाजात आज मध्यमवर्गीय, दुर्बल घटकांना आशेचा किरण म्हणून स्वयंसहायता गटाकडे पाहिले जाते. देशातील कोट्यवधी महिलांच्या आर्थिकच नाही; तर समग्र भवितव्याला आकार देण्याचे काम स्वयंसहायता समूहाच्या रूपाने सुरू झाले आहे. स्वयंसहायता समूहाची संकल्पना स्पष्ट करताना प्रा. एम.यु. मुलाणी म्हणतात, ‘‘एकाच वाडी-वस्तीवरील, एकाच सामाजिक, आर्थिक स्तरामधील, समविचारी, समान गरजा असणाऱ्या १० ते २० महिलांच्या संघटनेस स्वयंसहायता समूह (बचत गट) म्हणतात.’’[१११] अशा प्रकारचे स्वयंसहायता समूह मातंग वस्तीतील स्त्रियांचे आहेत का? त्या स्त्रिया स्वयंसहायता समूहाच्या सभासद आहेत का? हे जाणून घेण्याच्या उद्देशाने माहिती संकलित करून ती तक्ता ४.३७ मध्ये मांडली आहे.

तक्ता ४.३७ : मातंग स्त्रियांच्या स्वयंसहायता समूहांची माहिती

अ.क्र.	कर्जाची पतरफेड	वारंवारिता	टक्केवारी
१.	होय	१४८	६५.७८
२.	नाही	७७	३४.२२
	एकूण	२२५	१००.००

उपरोक्त तक्ता ४.३७ च्या आकडेवारीवरून असे निदर्शनास येते की, उत्तरदात्या ग्रामीण मातंग स्त्रियांपर्यंत महिला स्वयंसहायता समूहाची चळवळ पोहोचली आहे असे दिसून येते; कारण आज ६५.७८ टक्के स्त्रिया ह्या स्वयंसहायता समूहाच्या सभासद असलेल्या दिसून येतात; तसेच ज्या महिला आणखी स्वयंसहायता समूहाच्या सभासद झाल्या नाहीत, त्यांचे प्रमाणही ३४.२२ टक्के आहे.

ग्रामीण भागातील मातंग समुदायातील ज्या स्त्रिया ह्या स्वयंसहायता समूहाच्या सभासद आहेत त्या आपली मासिक बचत किती करतात? मातंग स्त्रियांच्या बचतीसंबंधीची माहिती संकलित करून त्यांची मांडणी तक्ता ४.३८ मधून केलेली आहे.

तक्ता ४.३८ : उत्तरदात्या मातंग स्त्रियांची मासिक बचत

अ.क्र.	मासिक बचत	वारंवारिता	टक्केवारी
१.	रुपये १०० च्या आत	१३८	६१.३३
२.	रुपये १०० ते रुपये २००	०९	४.००
३.	रुपये २०० ते रुपये ३००	०१	०.४४
४.	बचत करत नाही	७७	३४.२३
	एकूण	२२५	१००.००

उपरोक्त तक्ता ४.३८ मधील आकडेवारीच्या अध्ययनावरून असे दिसून येते की, उत्तरदात्या ग्रामीण मातंग स्त्रियांमध्ये बचत करण्याची प्रवृत्ती असलेली दिसून येते. सर्वाधिक स्त्रिया १०० रुपयांपर्यंत स्वयंसहायता समूहातून बचत करताना दिसून येतात. स्वयंसहायता समूह सभासद या नात्याने मासिक १०० रुपयांपर्यंत बचत करतो असे ६१.३३ टक्के स्त्रियांनी सांगितले आहे, तर रु.१०० ते २०० बचत करतो, असे फक्त ४ टक्के स्त्रियांनी सांगितले आहे. २०० ते ३०० रुपयांपर्यंत बचत करतो, असे फक्त ०.४४ टक्के स्त्रियांनी सांगितले आहे. कोणत्याही स्वयंसहायता समूहाचे सभासद नाहीत, त्या बचत करत नाहीत, असे ३४.२३ टक्के स्त्रियांनी सांगितले आहे.

ग्रामीण मातंग समुदायातील बहुसंख्य स्त्रिया ह्या स्वयंसहायता समूहातून बचत करताना दिसून येतात. त्यामुळे मातंग स्त्रियांच्या जीवनात, सबलीकरणात स्वयंसहायता समूहाची भूमिका निश्चित महत्त्वपूर्ण ठरत आहे.[११२] ग्रामीण भागातील स्त्रिया स्वयंसहायता समूहातूनच प्रामुख्याने बचत करीत आहेत. ग्रामीण मातंग स्त्रिया कोणत्या संस्थेमध्ये बचत करतात यासंबंधीची माहिती प्राप्त केली, त्याची मांडणी तक्ता ४.३९ मधून केली आहे.

तक्ता ४.३९ : मातंग स्त्रियांची बचत संस्था

अ.क्र.	बचत संस्था	वारंवारिता	टक्केवारी
१.	बचत करत नाही	७७	३४.२२
२.	स्वयंसहायता समूह	१४१	६२.६७
३.	बँक	०६	२.६७
४.	एल.आय.सी. व बचत गट	०१	०.४४
	एकूण	२२५	१००.००

उपरोक्त तक्ता ४.३९ मध्ये दिलेल्या आकडेवारीचे अवलोकन केल्यास असे दिसून येते की, उत्तरदात्या ग्रामीण मातंग स्त्रियांमध्ये प्रामुख्याने बहुसंख्य स्त्रिया ह्या स्वयंसहायता समूहातूनच मासिक बचत करतात. स्वयंसहायता समूहाव्यतिरिक्त बँकेमध्ये, एल.आय.सी. मध्ये बचत करण्याचे प्रमाण हे अल्प असलेले दिसून येते. बचत गटातून बचत करतो असे ६२.६७ टक्के स्त्रियांनी सांगितले; तर बँकेतून बचत करतो, असे २.६७ टक्के स्त्रियांनी सांगितले आहे. तसेच एल.आय.सी. व बचत गट यातून बचत करणाऱ्या फक्त ०.४४ टक्के स्त्रिया आहेत.

ग्रामीण भागात राहणाऱ्या मातंग स्त्रियांचे आर्थिक उत्पन्नाचे साधन म्हणून बहुसंख्य स्त्रिया ह्या शेतमजुरीचे काम करताना दिसून येतात. त्या मोबदल्यात त्यांना जो काही आर्थिक मोबदला मिळतो, जो पैसा त्यांच्याकडे जमा होतो, तो जमा झालेला पैसा खर्च करण्याचा अधिकार त्यांना कुटुंबात दिला आहे का? आर्थिक अधिकाराचे स्वातंत्र्य या स्त्रियांना आहे का? हे जाणून घेण्याच्या हेतूने संबंधित माहिती जमा केली आहे, ती तक्ता ४.४० मधून मांडलेली आहे.

तक्ता ४.४० : मातंग स्त्रियांच्या आर्थिक अधिकारांची माहिती

अ.क्र.	खर्च करण्याचा अधिकार	वारंवारिता	टक्केवारी
१.	होय	१२४	५५.३३
२.	नाही	६७	२९.७८
३.	लागू नाही	३४	१५.११
	एकूण	२२५	१००.००

उपरोक्त तक्ता ४.४० मधून असलेल्या आकडेवारीचे अवलोकन केले असता असे दिसून आले की, उत्तरदात्या ग्रामीण मातंग स्त्रियांना त्यांनी जो काही पैसा हा

मजुरी व इतर व्यवसाय करून कमविलेला असतो, तो पैसा खर्च करण्याचा अधिकार या स्त्रियांना आहे असे ५५.११ टक्के स्त्रियांनी सांगितले आहे; तर पैसा खर्च करण्याचा अधिकार त्यांना नाही असे २९.७८ टक्के स्त्रियांनी सांगितले; तर १५.११ टक्के स्त्रिया पैसा कमवत नाहीत त्यामुळे तो खर्च करण्याचा अधिकार त्यांना नाही, त्यामुळे लागू नाही. आर्थिक स्वातंत्र्याचा अधिकार बहुसंख्य स्त्रियांना असलेला दिसून येतो.

ग्रामीण मातंग स्त्रिया ह्या शेतमजुरीसारखी कामे मोठ्या प्रमाणावर करताना दिसून येतात. शेतमजुरी करताकरता त्यांना मिळालेला पैसा या स्त्रिया कशा पद्धतीने जमा करून ठेवतात, तसेच कुटुंबातील इतर कोणत्या सभासदाकडे हा पैसा जमा केला जातो, यासंबंधीची माहिती उपलब्ध करून घेण्याच्या दृष्टीने ही तथ्ये संकलित करून तक्ता ४.४१ मध्ये मांडलेली आहे.

तक्ता ४.४१ : मातंग स्त्रिया मजुरीचा पैसा कोणाकडे जमा करतात

अ.क्र.	व्यक्ती	वारंवारिता	टक्केवारी
१.	स्वतःकडे असतो	१५६	६९.३३
२.	पती	१५०	६६.६७
३.	मुलगा	२७	१२.००
४.	वडील	०२	०.८९
५.	आई	०२	०.८९
६.	सासरे	०१	०.४४
७.	सासू	०१	०.४४
८.	मुलगी	०१	०.४४

उपरोक्त तक्ता ४.४१ च्या आकडेवारीवरून उत्तरदात्या ग्रामीण मातंग स्त्रिया त्यांनी कमवलेला पैसा सर्वाधिक प्रमाणात स्वत:कडेच ठेवतात, असे ६९.३३ टक्के स्त्रियांनी सांगितले आहे. तसेच पतीकडे हा पैसा जमा करावा लागतो, असे ६६.६७ टक्के स्त्रियांनी सांगितले आहे. मुलाकडे जमा करावा लागतो, असे १२ टक्के स्त्रियांनी सांगितले आहे. आई व वडिलांकडे जमा करावा लागतो, असे प्रत्येकी ०.८९ स्त्रियांनी सांगितले. तसेच प्रत्येकी ०.४४ म्हणजेच प्रत्येकी एका स्त्रीने सासू, सासरे, मुलगी यांच्याकडे आम्ही पैसा जमा करतो, असे सांगितले आहे.

अनुसूचित जातीच्या जमिनीच्या मालकीविषयी डॉ. सुहास पळशीकर म्हणतात,

"भारतात इतरही दलितांमध्ये जमिनीच्या मालकीचे प्रमाण अगदी थोडे आहे."[११३] तर डॉ. द.ना. धनागरे म्हणतात, "भूमिहीनांमध्ये प्रामुख्याने अनुसूचित जातीचे लोक असतात.[११४] असे असेल, तर उत्तरदात्या ग्रामीण मातंग स्त्रियांच्या कुटुंबाकडे जमीन उपलब्ध आहे की नाही, ती कुटुंबे भूमिहीन आहेत का? हे जाणून घेण्याच्या उद्देशाने यासंबंधी माहिती संकलन करून ती तक्ता ४.४२ मध्ये मांडलेली आहे.

तक्ता ४.४२ : मातंग स्त्रियांच्या कुटुंबाची जमिनीची मालकी

अ.क्र.	जमीन	वारंवारिता	टक्केवारी
१.	होय	१९	८.४४
२.	नाही	२०६	९१.५६
	एकूण	२२५	१००.००

उपरोक्त तक्ता ४.४२ च्या नुसार असे निदर्शनास येते की, उत्तरदात्या ग्रामीण मातंग स्त्रिया ह्या अनुसूचित जातिमध्ये समाविष्ट आहेत. त्यामुळे भारतीय पातळीवर अनुसूचित जातीची जी स्थिती आहे, त्यापेक्षाही अधिक प्रमाणात ह्या स्त्रिया भूमिहीन असलेल्या दिसून येतात. भूमिहीनांमध्ये ९१.५६ टक्के स्त्रियांचा समावेश आहे; कारण या स्त्रियांनी कुटुंबाकडे जमीन नसल्याचे सांगितले; तर जमीन आहे असे सांगणाऱ्या फक्त ८.४४ टक्के स्त्रिया आहेत.

उत्तरदात्या ग्रामीण मातंग स्त्रियांची बहुसंख्य कुटुंबे ही भूमिहीन आहेत. ग्रामीण समुदायातील मातंग समाजात भूमिहीनांचे प्रमाण सर्वाधिक असून ज्या कुटुंबाकडे जमिनी आहेत, त्यांचे क्षेत्रफळ किती आहे? त्याचबरोबर ज्याच्याकडे जमिनी आहेत ते अल्पभूधारक आहेत, त्याचे जमिनीचे क्षेत्रफळ किती आहे? हे समजून घेण्याच्या उद्देशाने संबंधित तथ्ये संकलित करून तक्ता ४.४३ मधून ती मांडली आहेत.

तक्ता ४.४३ : मातंग स्त्रियांच्या कुटुंबाकडे असणाऱ्या जमिनीचे क्षेत्रफळ

अ.क्र.	कुटुंबाकडील जमीन	वारंवारिता	टक्केवारी
१.	भूमिहीन कुटुंब	२०६	९१.५६
२.	एक एकर	०५	२.२२
३.	दोन एकर	०५	२.२२
४.	तीन एकर	०४	१.७८
५.	चार एकर	०४	१.७८
६.	पाच एकर पेक्षा जास्त	१	०.४४
	एकूण		२२५

उपरोक्त तक्ता ४.४३ मधील आकडेवारीच्या आधारे असे स्पष्ट करता येते की, उत्तरदात्या ग्रामीण मातंग स्त्रियांची सर्वाधिक कुटुंबे ही चार एकरच्या आत जमीन असणारी दिसून येतात. त्यामध्येदेखील एक एकर जमिनीचे क्षेत्रफळ असणारी कुटुंब ही २.२२ टक्के आहेत. दोन एकर जमिनीचे क्षेत्रफळ असणारी कुटुंबे ही २.२२ टक्के आहेत. तसेच तीन एकर जमिनीचे क्षेत्रफळ असणारी कुटुंबे ही १.७८ टक्के आहेत. तसेच चार एकर जमिनीचे क्षेत्रफळ असणारी १.७८ टक्के आहेत. पाच एकरपेक्षा जास्त जमिनीचे क्षेत्रफळ असणारी ०.४४ टक्के आहेत. सर्वाधिक भूमिहीन असलेली कुटुंबे ९१.५६ टक्के आहेत. ज्यांच्याकडे जमिनी आहेत ते मात्र अल्पभूधारक असलेले दिसून येतात.

भारतीय इतिहासातील नोंदीवरून असे दिसते की, शेतीचा शोध स्त्रियांनी लावला. निर्मितीचा संबंध स्त्रियांशी आहे. म्हणून ती जगाच्या निर्मितीची जननी आहे, तरीदेखील आज स्त्रियांना जमीनीत व संपत्तीत अधिकार असून नसल्यासारखा आहे.[११५] स्त्रियांच्या नावावर ह्या जमिनीची मालकी नसते. राज्य सरकार व केंद्र शासन यांच्या आर्थिक साहाय्यामधून भूमिहीनांना जमिनी देण्यात आल्या, परंतु त्या जमिनी स्त्रियांच्या नावावर केल्या नाहीत. त्यामुळे प्रचंड वाद झालेले आहेत.[११६] तसेच संपत्तीमध्ये समान मालकी हक्क कायद्याद्वारे स्त्रियांना दिला जात आहे. अशा स्थितीमध्ये उत्तरदात्या मातंग स्त्रियांच्या कुटुंबाकडे ज्या जमिनी आहेत, त्यांची मालकी कोणाकडे आहे, यासंबंधीची माहिती जमा केली असून ती तक्ता ४.४४ मधून मांडली आहे.

तक्ता ४.४४ : मातंग स्त्रियांच्या कुटुंबांकडे उपलब्ध असलेल्या जमिनीचे मालकी हक्क

अ.क्र.	जमिनीची मालकी	वारंवारिता	टक्केवारी
१.	भूमिहीन कुटुंब	२०६	९१.५६
२.	स्वतः	०१	०.४४
३.	पती	१०	४.४४
४.	सासरे	०८	३.५६
	एकूण	२२५	१००.००

उपरोक्त तक्ता ४.४४ मधून असे निदर्शनास येते की, उत्तरदात्या ग्रामीण मातंग स्त्रियांच्या कुटुंबाकडे जी जमीन आहे, त्या जमिनीही मालकी हक्काने कुटुंबातील पुरुषांच्या नावावर असलेल्या दिसून येतात. कुटुंबातील उत्तरदात्या स्त्रियांच्या पतीच्या

नावावर जमीन आहे, असे ४.४४ टक्के स्त्रियांनी सांगितले आहे. तसेच सासऱ्याच्या नावावर जमीन आहे असे ३.५६ टक्के स्त्रियांनी सांगितले; तर उत्तरदात्या स्त्रियांच्या नावावर जमीन आहे, असे फक्त एकच कुटुंब होते. ती स्त्रीदेखील विधवा असल्यामुळे पतीच्या मृत्यूनंतर तिच्या नावाने ही जमीन झाली होती, असे अनौपचारिक चर्चेतून त्या स्त्रीने सांगितले आहे. जमिनी नावावर करण्याच्या संदर्भाने लिंगभेद प्रत्येक कुटुंबातूनच केला जातो. भूमिहीनांचे प्रमाण हे ९१.५६ आहे.

भारतीय समाजात शेती हा मुख्य व्यवसाय आहे. भारतीय समुदायात शेतीव्यवसाय करणाऱ्यांसाठी शासनाच्या वतीने विविध योजना तयार केल्या जातात. त्यामध्ये शेती व्यवसायाशी निगडीत लोकांना हा व्यवसाय करता यावा यासाठी पतपुरवठा करणाऱ्या संस्थांकडून शेतीसाठी कर्ज दिलेले आहे. ग्रामीण समुदायातील मातंग जातीतील ज्या कुटुंबाकडे जमीन आहे, त्या कुटुंबातील व्यक्तींना शेतीसाठी कर्ज मिळते का? तसेच कर्ज उपलब्ध झाले असेल, तर ते पतपुरवठा करणाऱ्या कोणत्या संस्थांकडून उपलब्ध झाले आहे? यासंबंधी उत्तरदात्यांकडून माहिती गोळा केली, त्याची मांडणी तक्ता ४.४५ मधून केली आहे.

तक्ता ४.४५ : मातंग स्त्रियांच्या शेतीला कर्जपुरवठा करणारी संस्था

अ.क्र.	शेतीसाठी कर्ज देणारी संस्था	वारंवारिता	टक्केवारी
१.	कर्ज घेतलेले नाही	२०६	९१.५६
२.	रुपये १०० ते रुपये २००	०५	२.२२
३.	रुपये २०० ते रुपये ३००	०९	४.००
४.	बचत करत नाही	०५	२.२२
	एकूण	२२५	१००.००

उपरोक्त तक्ता ४.४५ मधील आकडेवारीच्या आधारे असे स्पष्ट दिसून येते की, उत्तरदात्या ग्रामीण मातंग स्त्रियांच्या कुटुंबांकडे जमिनी आहेत, अशा सर्वच ८.४४ टक्के स्त्रियांच्या कुटुंबाने शेतीसाठी कर्ज घेतलेले आहे. त्यामध्ये बँकेकडून मातंग स्त्रियांच्या कुटुंबांना कर्जपुरवठा होतो अशी ४ टक्के कुटुंबे आहेत. तसेच शेतीसाठी मातंग स्त्रियांच्या कुटुंबांनी खासगी सावकारांकडून कर्ज घेतले आहे, अशी २.२२ टक्के कुटुंबे आहेत. तसेच महिला स्वयंसहायता समूहांमार्फत शेतीसाठी कर्ज घेतले आहे, अशी २.२२ टक्के कुटुंबे आहेत. ज्यांच्याकडे शेती नाही अशा कर्ज न घेणाऱ्यांचे प्रमाण ९१.५६ टक्के आहे. सर्वाधिक कुटुंबे ही बँकेमार्फत कर्ज घेतात; तर काही कुटुंबे खासगी सावकारांमार्फत कर्ज घेतात.

ग्रामीण भागात राहणाऱ्या मातंग समुदायातील कुटुंबे ही आपला मुख्य व्यवसाय सांभाळून कुटुंबाच्या आर्थिक उत्पन्नात वाढ व्हावी यासाठी जोडव्यवसाय म्हणून पशुपालन करताना दिसून येतात. मातंग कुटुंबाकडून आर्थिक उत्पन्नात वाढ व्हावी यासाठी ते कोणत्या प्रकारचा पशुपालनाचा व्यवसाय करतात, हे जाणून घेण्याच्या हेतूने संबंधित माहिती संकलित करून तथ्ये संकलित केली, त्यांची मांडणी तक्ता ४.४६ मधून केली जाते.

तक्ता ४.४६ : मातंग स्त्रिया करीत असलेला पशुपालन प्रकार

अ.क्र.	पशुपालन प्रकार	वारंवारिता	टक्केवारी
१.	पशुपालन करीत नाहीत.	१७६	७८.२२
२.	शेळीपालन	३	१०.२२
३.	कोंबड्यापालन	२४	१०.६७
४.	गायपालन	०५	२.२२
५.	म्हैसपालन	०८	३.५६
	एकूण	२२५	१००.००

उपरोक्त तक्ता ४.४६ मधील आकडेवारीवरून असे निदर्शनास येते की, उत्तरदात्या ग्रामीण मातंग स्त्रिया ज्या पशुपालन करतात, त्यांचे प्रमाण हे ७८.२२ टक्के एवढे आहे. तसेच पशुपालनामध्ये कोणत्या प्रकारचे पशुपालन केले जाते त्यामध्ये सर्वाधिक कुटुंबांमध्ये कोंबड्यांचे पालन केले जाते त्याचे प्रमाण हे १०.६७ टक्के एवढे आहे; तर शेळीपालन करणाऱ्यांचे प्रमाण १०.२२ टक्के आहे. म्हैसपालन करणारे ३.५६ टक्के आहेत; तर गायपालन करणारे २.२२ टक्के आहेत. पशुपालन करीत नाहीत असे ७८.२२ टक्के आहेत.

ग्रामीण मातंग स्त्रिया कुटुंबाच्या आर्थिक स्थितीमध्ये सुधारणा व्हावी यासाठी पशुपालनाचा जोडव्यवसाय करताना दिसून येतात. ग्रामीण मातंग स्त्रियांना जीवन जगत असताना त्यांना त्यांच्या कुटुंबातून कोणत्या आर्थिक अडचणी व समस्या आहेत, त्यासंबंधीची माहिती संकलित करून त्याची मांडणी तक्ता ४.४७ मधून केलेली आहे.

तक्ता ४.४७ : मातंग स्त्रियांच्या कुटुंबातील आर्थिक अडचणी व समस्या

अ.क्र.	आर्थिक अडचणी व समस्या	वारंवारिता	टक्केवारी
१.	नियमित मजुरी मिळत नाही.	१५५	६८.८९
२.	मुलांना शिक्षण घेऊन नोकरी नाही.	४५	२०.००
३.	जोडव्यवसाय, पारंपरिक व्यवसायास मदत नाही.	१०९	४८.४४
४.	दाईचे काम करणाऱ्या स्त्रियांना मानधन अपुरे.	२५	११.११
५.	वृद्धापकाळात शेतमजुरी नाही.	४०	१७.७८
६.	ऊस तोडण्यास बाहेर राज्यात जावे लागते, हंगामी स्थलांतर रोजगारासाठी.	१६५	७३.३३
७.	पती बॅण्ड वाजविण्याचे काम करतात.	३५	१५.५५
८.	पारंपरिक व्यवसाय कच्चा माल नाही.	५५	२४.४४
९.	आर्थिक अडचणींमुळे मुलांना शिक्षण देण्यास पैसा नाही.	१४५	६४.४४
१०.	बँकेकडून कर्ज उपलब्ध होत नाही.	४५	२०.००

उपरोक्त तक्ता ४.४७ नुसार जी आकडेवारी आहे त्यावरून असे स्पष्ट होते की, उत्तरदात्या ग्रामीण मातंग स्त्रियांना त्यांच्या कौटुंबिक जीवनात येणाऱ्या आर्थिक अडचणी कोणत्या आहेत, त्यामध्ये गावामध्ये मजुरीचे काम नियमित मिळत नाही, त्यांना श्रमाचा योग्य मोबदला मिळत नाही. त्यामुळे परभणी जिल्ह्यातील मातंग वस्तीमधील बहुसंख्य कुटुंबे हंगामात ऊस तोडण्यासाठी कर्नाटक, आंध्र इ. राज्यामध्ये जातात. त्यांना राज्यात रोजगार उपलब्ध होत नाही त्यामुळे राज्याबाहेर ऊसतोड कामगार म्हणून जावे लागते, असे ७३.३३ टक्के स्त्रियांनी सांगितले आहे. तसेच गावात ज्या शेतमजुरीचे काम करतात त्यांना हंगामाव्यतिरिक्त काम मिळत नाही, असे ६८.८९ टक्के स्त्रियांनी सांगितले आहे. मुलींना व मुलांना हवे तसे त्यांच्या इच्छेप्रमाणे शिक्षण हे आर्थिक अडचणीमुळे देऊ शकत नाही, असे असे ६४.४४ टक्के स्त्रियांनी सांगितले आहे. मातंग जातीतील जे जोडव्यवसाय होते त्यांना कोणतीही मदत केली गेली नाही, असे ४८.४४ टक्के स्त्रियांनी सांगितले आहे. पारंपरिक व्यावसायिक काम करताना त्यांना अडचणी येवू लागल्या आहेत. कच्चा माल त्यांना उपलब्ध होत नाही अशा २४.४४ टक्के स्त्रियांनी सांगितले. बँकांकडून व्यवसाय, उद्योगांना सहजासहजी बँका कर्ज उपलब्ध करून देत नाहीत, असे ४५ टक्के स्त्रियांनी सांगितले आहे. मुलांनी

शिक्षण घेतल्यावर नोकरी त्यांना मिळत नाहीत अशा २०% स्त्रिया आहेत. मातंग जातीत बलुतेदारी, वाद्य वाजविण्याचे काम १५.५५ टक्के स्त्रियांचे पती करतात. दाईचे मानधन अपुरे आहे असे ११.११ टक्के स्त्रियांना वाटते, अशा अनेक अडचणी व समस्या त्यांनी स्पष्ट केल्या आहेत. अनौपचारिक चर्चेतून त्यांनी असे सांगितले की, शेतमजुरी करणाऱ्या स्त्रिया ह्याच मोठ्या प्रमाणात हंगामात स्थलांतरित होतात. ऊसतोड कामगार म्हणून काम करतात.

सारांश

उत्तरदात्या ग्रामीण मातंग स्त्रियांचा शैक्षणिक व आर्थिक दर्जा प्रस्तुत प्रकरणाच्या आधारे स्पष्ट केला आहे. सारांश पुढीलप्रमाणे स्पष्ट करता येतो.

परभणी जिल्ह्यातील उत्तरदात्या म्हणून निवडलेल्या स्त्रियांमध्ये निरक्षरतेचे ७६.८९ टक्के एवढे प्रमाण आहे. तसेच ज्या स्त्रिया शिक्षण घेतात त्यातील २० टक्के स्त्रिया अर्धवट शिक्षण सोडवतात. त्यांना मिळणाऱ्या या शिक्षणामुळे त्या असमाधानी आहेत अशा ३५ टक्के स्त्रिया आहेत. बालवयात विवाह झाल्यामुळे शिक्षण अर्धवट सोडणाऱ्या, पुन्हा शिक्षणाच्या प्रवाहात येणाऱ्यांचे प्रमाण ०.८९ टक्के एवढे अत्यल्प आहे. रोजगाराचे व्यावसायिक प्रशिक्षण मातंग स्त्रियांना मिळण्याचे प्रमाण २.२२ टक्के एवढे अत्यल्प आहे; तर व्यावसायिक प्रशिक्षण मिळाले नाही अशा ९७.७८ टक्के स्त्रिया आहेत.

उत्तरदात्या मातंग स्त्रियांमध्ये लिंगभेदामुळे मुलांच्या शिक्षणाला प्राधान्य दिले जाते. कुटुंबातील मुलांचे शिक्षणाचे प्रमाण २९.७७ टक्के आहे; तर मुलीच्या शिक्षणाचे प्रमाण ९.७८ आहे. तसेच मातंग स्त्रियांची कुटुंबातून ० ते ६ या वयोगटातील लहान मुले-मुली दोघांनाही अंगणवाडीत प्रवेश देण्याचे प्रमाण ३३.३२ टक्के आहे. गावातील शिक्षणाची सुविधा संपल्यानंतर मुलींना उच्च शिक्षणासाठी बाहेरगावी पाठविले जात नाही असे ६८.६७ टक्के स्त्रियांनी सांगितले आहेत. त्यामुळे मुलींचे अर्धवट शिक्षण सोडण्याचे प्रमाण अधिक आहे. बालवयात मुलींच्या विवाहाचे प्रमाण हे १७.३३ टक्के आहे. कुटुंबातून मुलींच्या शिक्षणावर होणारा वार्षिक खर्च जास्तीत जास्त ५०० रुपये एवढा आहे असे २५.२२ टक्के स्त्रियांनी सांगितले आहे; तर मुलांच्या शिक्षणावर वार्षिक खर्च १००० एवढा आहे असे १९.५६ टक्के स्त्रियांनी सांगितले आहे. मुलींच्या शिक्षणात अडचणी म्हणजे पालक निरक्षर असल्यामुळे मुलीच्या शिक्षणाबद्दल जागृती नाही. कुटुंबाची आर्थिक परिस्थिती चांगली नाही त्यामुळे मुलीला शिक्षण देता येत नाही असे ८९.३३ टक्के स्त्रियांनी सांगितले आहेत.

अनुसूचित जातीतील मुलांमधील शिक्षणाचे प्रमाण वाढावे यासाठी काही प्रयत्न केले जातात. त्यामध्ये शासनाच्या समाजकल्याण विभागाच्या वतीने शिष्यवृत्ती दिली जाते. ती शिष्यवृत्ती पुरेशी नाही, त्यामध्ये वाढ करावी असे ७८.२२ टक्के उत्तरदात्या स्त्रियांनी सांगितले आहे. तसेच वसतिगृहाची सोय प्रत्येक तालुक्याच्या ठिकाणी देण्यात यावी असेही त्यांनी सांगितले आहे. तसेच एस.टी. बस व रेल्वेचा पास मोफत असावा असे ७९.५५ टक्के स्त्रियांनी सांगितले आहे.

उत्तरदात्या मातंग स्त्रियांचे प्रमुख व्यवसाय म्हणून शेतमजुरी करणाऱ्या स्त्रियांचे प्रमाण ८१.३४ टक्के एवढे आढळून आले आहे. यामधीलच ऊसतोड कामगार म्हणून हंगामी काम करणाऱ्या स्त्रियांची संख्याही बहुसंख्य आहे. पारंपरिक बलुतेदारीने दिलेली कामे आता मातंग जातीतील कुटुंबांकडून ९८.३२ टक्के केली जात नाहीत. मातंग जातीतील स्त्रियांचे वार्षिक उत्पन्न ५००० रुपयांपर्यंत आहे. ज्यांच्याकडे जमीन आहे, त्यांनी शेतीसाठी कर्ज घेतलेले आहे. पितृसत्ताक कुटुंब पद्धतीप्रमाणे सर्व आर्थिक अधिकार हे पुरुषाकडे आहेत.

आर्थिक अडचणीमध्ये उत्तरदात्या स्त्रियांना नियमित मजुरी मिळत नाही, असे ६८.८८ टक्के स्त्रियांनी सांगितले आहेत. तसेच जोडव्यवसाय व पारंपरिक व्यवसायाला मदत नाही ही अडचण ४८.८८ टक्के स्त्रियांनी सांगितली आहे. नियमित मजुरी नसल्यामुळे राज्याबाहेर हंगामी कामगार म्हणून ऊसतोडणीस जातो असे ७३.३३ टक्के स्त्रियांनी सांगितले आहे. मुलांच्या शिक्षणासाठी पैसा नाही, अशी अडचण ६४.४४ टक्के स्त्रियांनी सांगितली आहे.

आर्थिक स्थिती चांगली नसल्यामुळे अनेक उत्तरदात्या स्त्रियांना शिक्षण सोडावे लागले आहे. निरक्षरतेमुळे शेतमजुरीसारखी कामे स्त्रियांना करावी लागतात. त्याचा परिणाम स्त्रियांच्या आर्थिक स्थितीवर होतो. शिक्षण व आर्थिक दोन्ही घटक परस्पर संबंधित असून त्यावरून स्त्रियांचा आर्थिक दर्जा व शैक्षणिक दर्जा ठरविण्यास हे दोन्ही घटक महत्त्वाचे ठरलेले आहेत.

(९) ग्रामीण मातंग स्त्री: सांस्कृतिक व धार्मिक जीवन

प्रस्तावना

भारतीय व्यक्तीचा दर्जा निश्चित करण्यासाठी धर्म हा महत्त्वाचा घटक असलेला दिसून येतो. मॅक्स वेबर म्हणतात, "भारतातील प्रत्येक व्यक्तीला जात व धर्म ह्यांच्या कडक बंधनांमुळे विशिष्ट दर्जातच आपले जीवन जगावे लागते."[१] भारतातील स्त्री व पुरुष दोघांनाही एक विशिष्ट प्रकारचा दर्जा धर्मसंस्थेने दिल्यामुळे त्यांना विशिष्ट धार्मिक व सांस्कृतिक जीवन जगावे लागते. स्त्रियांच्या सांस्कृतिक व धार्मिक जीवनाचा विचार केला, तर सर्वच धर्मांत स्त्रियांना मिळणारे स्थानमान हे नेहमीच दुय्यम दिलेले आहे. सर्वच धर्मग्रंथ हे पुरुषांनी लिहिले असल्याने त्यामधून स्त्रियांना कनिष्ठ स्थान दिलेले आहे.[२] पुरुषप्रधान व्यवस्थेने स्त्रियांवर धार्मिक बंधने लादून त्यांचा सामाजिक दर्जा निश्चित केला आहे. प्रत्येक धर्मात स्त्रियांच्या बाबतीत न्यायाचा, नि:पक्षपातीपणाचा आणि समतेचा अभाव दिसतो. कोणत्याही धर्मसंस्थापकाने स्त्रीकैवारी भूमिका घेतलेली दिसत नाही. त्यामुळे शतकानुशतके या देशात उपेक्षितांचे, दु:खितांचे एक जग निर्माण झाले. पुरुषाच्या स्वामित्वाच्या भावनेतून पुरुषी अहंभाव व पुरुषप्रधान संस्कृतीची जोपासना होत गेली.[३] स्त्रियांचा दर्जा निश्चित करण्यासाठी धार्मिक व सांस्कृतिक घटक महत्त्वाचे आहेत.

ग्रामीण भागात स्त्रीचे दुय्यम स्थान ही त्यांची मुख्य समस्या आहेच, पण जुन्या धार्मिक व सांस्कृतिक मूल्यांचा, प्रतापैपाळ्यांचा आग्रह, मातृत्वाचा अवास्तव बडेजाव व गौरव, गृहिणी ह्या भूमिकेत स्त्री अडकलेली आहे.[४] अशा रीतीने स्त्रीला धार्मिक व सांस्कृतिक भूमिकेत बंदिस्त केलेले आहे. स्त्रियांसाठी व पुरुषांसाठी धार्मिक व सांस्कृतिक नियम तयार केलेले दिसून येतात. लिंगभेदाच्या भावनेतूनच धर्मग्रंथांमधून

दोघांसाठी वेगवेगळे नियम तयार केले आहेत. धर्मग्रंथांतील नियमांच्या आधारे समाजात अनेक प्रथा, परंपरा, अस्तित्वात आणलेल्या दिसून येतात. पुरुषप्रधान धर्मव्यवस्थेत स्त्रिया पुरुषांच्या गुलाम आहेत. धर्मव्यवस्थेत स्त्रियांच्या विकासाचा विचार न करता पुरुषांच्या विकासासाठी स्त्रियांचा कसा उपयोग करता येईल, यावर पुरुषप्रणित धर्मशास्त्रांनी भर दिलेला आहे. बालविवाह, पुनर्विवाह, सती जाणे इ. यांसारख्या घातक धार्मिक रूढींच्या, परंपरांच्या बेड्या स्त्रियांच्या पायात ठोकून त्यांचे उदात्तीकरण करण्यात आले.[५] अशा पुरुषप्रधान धर्मसंस्थेमुळे स्त्रियांना दुय्यम स्थान प्राप्त झालेले दिसून येते. स्त्रियांना धार्मिक दृष्टीने पुरुषांच्या बरोबरीचे स्थान मिळत नाही.[६] या धार्मिक बंधनांमुळे पुरुषप्रधान संस्कृती सुरू झाली. त्याचा परिणाम म्हणून स्त्रिया ह्या पूर्णत: धार्मिक बंधनात अडकलेल्याच दिसून येतात. भारतीय ग्रामीण हिंदू कुटुंब व्यवस्थेत सात दिवसाच्या व्रतकथा आहेत. पुरुषांनी त्यांना या कथेमध्ये असे फसवले की, त्यामधून त्या बाहेर येणे शक्य वाटत नाही. सात दिवसांचे उपवास स्त्रियांना करावे लागतात. मुलगा प्राप्तीसाठी, पतीचे दीर्घायुष्य, सौभाग्यवती राहण्यासाठीचे व्रत तिला करावे लागते. धर्माच्या या जाळ्यात स्त्री अशी अडकलेली आहे, की तिला यातून बाहेर पडणे अत्यंत अवघड आहे.[७] स्त्रियांवर लादलेली बंधने त्या पाळत असलेल्या रूढी-परंपरा ह्या त्यांच्या धार्मिक भावनांशी निगडित असलेल्या दिसून येतात. धर्मपुजारी किंवा समाजातील शासन वर्ग ह्या अंतर्गत मजबुतीमुळे सर्वसामान्य स्त्री या कठोर धार्मिक बंधनाला विरोध करू शकली नाही; कारण धर्मविरोधी कार्य म्हणजे स्वर्गातील देवतांना विरोध करण्यासारखे आहे, ही भावना माणसाला धर्माची गुलामी करण्यास भाग पाडते. सर्व धर्मांची बंधने ही स्त्रियांवरच सर्वाधिक असतात.[८] भारतीय समाजात स्त्रियांवर धर्मांनी जी बंधने लादली होती, त्याचा परिणाम तिच्या दर्जावर व भूमिकेवर होतो.

स्त्रियांचे सामाजीकरण पुरुषांची गुलाम म्हणूनच केले जाते. त्यासंबंधी विविध कायदे व नियम तसेच तयार केले जातात. सर्व धर्माचे कायदे पुरुषधार्जिणे आहेत; कारण समाज, कायदा, रूढी, परंपरा या साऱ्यानुसार त्याला तशी मुभा मिळते. स्त्रियांवर होणारा अन्याय नैसर्गिक समजला जातो. त्यामुळे समाज व कायद्याबाबत उदासीनता दाखविली जाते.[९] स्त्रियांच्या दर्जावर व भूमिकेवर नियंत्रण ठेवण्यासाठीही धार्मिक कायदे निर्माण केलेले दिसून येतात. प्रत्येक धर्माचे स्वरूप हे वेगवेगळे असते. त्यामधून स्त्रियांवर लादलेली नियमनेदेखील वेगळी असतात. धर्मानुसार स्त्रियांच्या संदर्भात असलेल्या बंधने बदलत गेलेली दिसून येतात. स्त्रिया आणि कुटुंब व्यवस्था यांचा संबंध सांगणारे धर्मसंस्थेचे नियम होते. प्रशासन यंत्रणेच्या आवश्यकतेनुसार स्त्रियांवरील धार्मिक व नैतिक बंधने लादली गेली.[१०] स्त्रियांवर असलेली धार्मिक बंधने

ही धर्मानुसार वेगवेगळी होती. त्यांच्यात भिन्नता आहे.

धर्माचा आधार घेत धर्मग्रंथांनी स्त्रीला दोन प्रकारचा दर्जा दिला होता. भारतीय धर्मग्रंथातून स्त्रियांचा उल्लेख 'देवी' म्हणून केला आहे. स्त्रीला देवी मानलेले आहे. असे असले तरी दुसऱ्या बाजूने स्त्रीला कनिष्ठ स्थान देऊन तिला 'दासी' म्हणूनही तिचा उल्लेख केला आहे.[११] स्त्रियांवर धार्मिक बंधने टाकून तिला दुय्यम स्थान दिलेले दिसून येते. समाजातील सर्व स्त्रिया ह्या सांस्कृतिक व धार्मिक कार्यक्रमात सहभागी होऊ लागल्या, पण या सगळ्यांनी स्त्रीला स्त्री म्हणून न समजता पुन: मुलगी, पत्नी, आई म्हणूनच ठेवले. समाजात स्त्रीचे स्थान कायम दुय्यम ठेवले होते.[१२] समाजातील स्त्रियांवर व कनिष्ठ जातींवर धार्मिक बंधने टाकलेली होती. त्यामुळे स्त्री व शूद्र या दोन्हींना धर्मग्रंथांच्या आधारे अस्पृश्यतेचा व दुय्यमत्वाचा दर्जा दिलेला दिसून येतो. शूद्रांसाठी व महिलांसाठी जे नियम केले, त्यात शूद्र व महिला यांची मुंज होत नाही, ते जानवे घालत नाहीत, शूद्राची व स्त्रीची हत्या केली, तर शिक्षेची तरतूद सारखीच आहे. धार्मिक व सांस्कृतिक कार्यक्रमांत सहभागी होण्यास दोघांवर बंदी आहे.[१३] शूद्र व स्त्री यांच्यावर अशी धार्मिक बंधने टाकलेली होती. त्याचबरोबरच त्यांना शिक्षण घेण्याचा अधिकारदेखील नव्हता. त्याला धार्मिक ग्रंथांचा आधार दिला जात होता. स्त्रियांना कनिष्ठ दर्जा प्राप्त व्हावा, हेच या धार्मिक रूढी-परंपरांमधून रुजवलेले दिसून येते. स्त्रियांचे अनेक हक्क धार्मिक बंधनांनी हिरावून घेतले आहेत. हिंदू स्मृतिकारांनी स्त्रीला कमकुवत करणारे व तिला कमीपण देणारे अनेक गुण तिला चिकटविले आहेत. तिचा शूद्रांमध्ये समावेश केला आहे. त्यामुळे धार्मिक बंधनांमुळे ही स्त्री वेदअध्ययन करू शकत नव्हती.[१४] धार्मिक स्वातंत्र्य आणि धार्मिकतेचा विचार म्हणून अनेक बंधने स्त्रीवर लादून तिला बंदिस्त केले आहे. धार्मिक बंधनांमुळे स्त्रियांच्या स्वातंत्र्याच्या आणि समानतेच्या हक्कांवर बंदी घातली गेली. धार्मिक कायदा अस्तित्वात असल्यामुळे स्त्रियांना कुटुंबात समान हक्क नाही आणि मालमत्तेचा समान वाटा नाही, काहींना पोटगी हक्कापासून वंचित केले आहे, काहींना घटस्फोट मिळविणे कठीण जाते; तर काहींना कायद्याप्रमाणे एखाद्या मुलीला दत्तक घेता येत नाही.[१५] अशा अनेक धार्मिक बंधनात स्त्रिया अडकलेल्या दिसून येतात.

ग्रामीण भागात शहरी भागापेक्षा धार्मिकतेचा प्रभाव असलेला दिसून येतो. भारतात ग्रामीण समुदायात राहणाऱ्या स्त्रिया ह्या रूढी, परंपरा, प्रथा यांवर विश्वास ठेवतात. गावामध्ये धर्मावर विश्वास ठेवणाऱ्या स्त्रिया आढळून येतात. धार्मिक व सामाजिक प्रथा त्यांच्या जीवनाची दिशा निश्चित करतात. प्रथा-परंपराचे पालन न करणे हे पाप समजले जाते. ग्रामीण स्त्री ही उपवास करते तसेच ती ईश्वरी शक्तीवर विश्वास ठेवते.[१६] धार्मिकतेचा प्रभाव ग्रामीण महिलांवर अधिक असलेला दिसून येतो.

त्यामुळे धार्मिक प्रथा व परंपराचे पालनदेखील या स्त्रियांना अधिक प्रमाणात करावे लागते. यावरून असे लक्षात येते की, ग्रामीण स्त्रियांवर धर्माचा प्रभाव अधिक असलेला दिसून येतो.[१७] भारतातील हजारो ग्रामीण स्त्रिया अंधश्रद्धा, कर्मकांड, उपवास, देव, ऋषी, बुवा, भट यांच्यात गुरफटलेल्या आहेत.[१८] ग्रामीण स्त्री ही अधिकच धार्मिक बंधनात बंदिस्त झालेली होती. ग्रामीण स्त्रियांवर धार्मिकतेचा प्रभाव शहरी भागाच्या तुलनेत अधिक आहे.

ग्रामीण भागात राहणाऱ्या अनुसूचित जातीतील दलित म्हणून ओळखल्या जाणाऱ्या स्त्रियांचे जीवन हे धार्मिकतेने अधिकच प्रभावित झालेले दिसून येते. ग्रामीण दलित स्त्री ही स्त्री म्हणून आणि कनिष्ठ अस्पृश्य जातीतील स्त्री म्हणून तिच्यावर अधिकच धार्मिक बंधने असलेली दिसून येतात. ग्रामीण भागात निरक्षरता आणि सामाजिकदृष्ट्या मागासलेपणा यामुळे दलित स्त्रिया ह्या अंधश्रद्धा, अंधविश्वास, रूढी व परंपरांच्या शिकार आहेत. त्यांच्यामध्ये वैज्ञानिक दृष्टिकोनाचा पूर्णपणे अभाव असलेला दिसून येतो. त्यामुळे स्त्रिया अनेक कुप्रथा ह्या धर्म म्हणून पाळतात.[१९] अनुसूचित जातीमध्ये समाविष्ट असलेल्या मातंग जातीतील लोक हे हिंदू धर्माचे पालन करतात. डॉ. भा.की. खडसे म्हणतात, “मातंग जात हिंदू धर्माशी संबंधित आहे.”[२०] मातंग स्त्रिया ह्या हिंदू धर्माचे पालन करतात, पण या हिंदू धर्माने स्त्रियांना कनिष्ठ व दुय्यम स्थान दिलेले आहे. प्राचीन काळापासून स्त्रियांना जी अमानुष वागणूक दिली आणि त्यांच्याशी जी नीच कृत्ये केली आहेत, त्याला सीमा नाही.

भारतात स्त्री जातीवर जेवढा अन्याय-अत्याचार झाला, त्यांची जेवढी विटंबना झाली, तेवढी जगातील कोणत्याही देशात झालेली नाही. उच्च विचार आणि नीच आचार करायला शिकवणारी हिंदू संस्कृती ही जगातील एक बदनाम संस्कृती आहे. तिला श्रेष्ठ संस्कृती म्हणता येत नाही. हिंदू स्त्रियांच्या अवलंबित्वाला आणि रूढींना हिंदू धर्मच जबाबदार आहे.[२१] हिंदू धर्माने अशी बंधने स्त्रियांवर लादलेली असली तरी अनुसूचित जातीतील दलित म्हणून ओळखल्या जाणाऱ्या मातंग स्त्रिया ह्या हिंदू धर्माचे आचरण करतात. हिंदू धर्मातील देव-देवतांचे उपवास, पूजा त्या करतात.[२२] मातंग जातीकडून हिंदू धर्माचे आचरण केले जात होते. जातीव्यवस्थेत मातंग जात ही कनिष्ठ, अस्पृश्य जात होती. त्यामुळे धर्माने आणखी काही बंधने या जातीवर टाकली होती.

हिंदू धर्माने सुरू केलेल्या अनेक प्रथा-परंपरा मातंग स्त्रियांवर लादलेल्या दिसून येतात. देवाधर्माच्या नावावर मुरळ्या व देवदासी सोडण्याची अनिष्ठ रूढी महार, मांग या जातीमध्ये आढळून येतात.[२३] मातंग जातीमध्ये स्त्रियांच्या संदर्भात प्रथा प्रचलित झाल्या, त्याला धार्मिकतेचा आधार मिळाला. त्या प्रथा समाजात रूढ झाल्या आहेत.

मातंग जातीमध्ये हिंदू धर्माने सांगितलेल्या देवीच्या नावाने मुलगी सोडणे, देवदासी, मुरळ्या, जोगतीण, हिजडे सोडण्याची प्रथा होती.[२४] तसेच जोगतीण देवाला वाहिलेल्या असतात. त्या मंदिराच्या देखरेखीची काम करीत असतात. जोगतीण आपल्या आई-वडिलांसोबत जुग्गीत राहते. जमीनदार तिच्यासोबत संबंध ठेवत असत. मुलगी झाली की पुढे ती जोगतीण होत असे. ही धर्मप्रथा पूर्वीपासून चालत आली आहे.[२५] मातंग जातीतील स्त्रियांमध्ये हिंदू धर्माने सांगितल्याप्रमाणे ही प्रथा प्रचलित असलेली दिसून येते. भारतामधील काही राज्यांमधून देवदासी प्रथा प्रचलित होती. ह्या प्रथेनुसार वेगवेगळ्या धार्मिक कथा सांगितल्या जातात, परंतु तिची मुळे हिंदू मंदिरांमधील गीते, संगीत, नृत्य यामुळेच ही प्रथा प्रचलित झाली.[२६] ही प्रचलित प्रथा मातंग समुदायातील स्त्रिया पाळताना दिसून येतात. असे असून मातंग जातीमधील स्त्रियांना ही फार पार पाडावी लागत असे. देवदासी होणे याचा अर्थ प्रत्यक्ष रेणुकेचे रूप घेऊन रेणुकेचा जमदग्नी यांच्याशी विवाह होणे असा विधी असतो. देवाशीच लग्न लावलेले असल्याने व देव चिरंजीव असल्याने देवदासी ही अखंड सौभाग्यवती समजली जाते.[२७] देवदासी प्रथा समाजात रूढ झाली. या देवदासी प्रथेमुळे अनेक स्त्रियांना वेश्याव्यवसायदेखील करावा लागत होता. ''देवदासीच्या नावाखाली अगदी लहान वयात त्यांना वेश्याव्यवसाय करायला लावतात.''[२८] देवदासी प्रथेलाच बिशिष्ट स्वरूप देऊन या व्यवसायात समाजमान्यता मिळून दिलेली दिसून येते. धार्मिकतेतून देवदासी प्रथा सुरू झाली. त्या प्रथेला पुढे आर्थिक व सांस्कृतिक वळण मिळाले. देवदासी प्रथा असणे हे संस्कृतीचे लक्षण आहे असे समजले जाई.[२९] कनिष्ठ जातीसमूहामधून देवदासी प्रथेला समाजमान्यता व धार्मिक मान्यता मिळालेली दिसून येते. देवदासी प्रथा प्रामुख्याने पुरुषांनी आपले वर्चस्व अबाधित राहावे यासाठी अस्तित्वात आणली. देवदासी प्रथा पुरुषप्रधान संस्कृतीची बळी आहे.[३०] असे मानले जाते. दलित जातीतील स्त्रियांमधून देवदासीसारखी प्रथा प्रचलित होती. त्यामुळे दलित स्त्रियांवर धार्मिकतेचा प्रभाव अधिक आहे.

हिंदू धर्माने स्त्रियांच्या संबंधित अनेक बंधने टाकली. तसेच खूप प्रथा, परंपरा अस्तित्वात आणलेल्या दिसून येतात. मातंग जातीचा विचार करता त्यांच्या जातीविषयी धर्माने काही बंधने घातली. त्याचबरोबर मातंग जातीतील स्त्री-पुरुषांसाठी वेगवेगळ्या प्रथा परंपरा, रूढी अस्तित्वात आणल्या आहेत. त्यांचे अनुकरण मातंग स्त्रियांकडून होताना दिसते; कारण आजही बहुसंख्य मातंग समाजातील स्त्रिया ह्या हिंदू धर्माच्या पाईक असलेल्या दिसून येतात.[३१] हिंदू धर्माच्या बंधनातच मातग स्त्रिया आपले जीवन जगताना दिसून येतात. मातंग स्त्रियांचे सांस्कृतिक व धार्मिक जीवन येथे स्पष्ट करता येते. मातंग समाजातील स्त्रियांवर हिंदू धर्माचा व संस्कृतीचा प्रचंड प्रभाव आहे. मातंग समाजाचे सांस्कृतिक जीवन जुन्या रूढी, परंपरांवरच आधारित आहे. त्याशिवाय मातंग

समाजाला स्वत:ची अशी संस्कृती नाही. तेहतीस कोटी देवांच्या मागे लागून उपवास-तापास, पूजा-अर्चा, अंधश्रद्धेतून नवस, जादूटोणा, मंत्र-तंत्र व वाघ्या-मुरळी, डफडे वाजवणे ही संस्कृती असलेला हा समाज आहे.[३२] मातंग जातीतील स्त्रियांवर हिंदू धर्माचा प्रभाव व संस्कृतीचे अनुकरण यामुळे त्या धर्माचे व संस्कृतीचे अनुकरण हिंदूप्रमाणेच आहे. हिंदू धर्मातील देव-देवता, व्रत्तवैकल्ये, प्रार्थना, पूजा, सर्वांचेच मातंग स्त्रिया अनुकरण करताना दिसून येतात.[३३] अनुसूचित जातीमधील दलित म्हणून जीवन जगणाऱ्या ग्रामीण मातंग स्त्रियांचे सांस्कृतिक व धार्मिक जीवन हे पूर्णत: हिंदू धर्माने प्रभावित झालेले दिसून येते. हिंदू धर्मातील इतर स्त्रियांपेक्षाही अधिक कठीण व बंदिस्त जीवन मातंग स्त्रियांना जगावे लागते.

परभणी जिल्ह्यातील मातंग स्त्रियांचा धार्मिक व सांस्कृतिक जीवनातील सहभाग लक्षात घेण्यासाठी धर्माचे आचरण, धर्मांतराविषयी मत, धर्मग्रंथाविषयी ज्ञान, धार्मिक सण, उत्सव, धार्मिक यात्रा, तीर्थक्षेत्रे, धार्मिक प्रथा, रूढी, परंपरा, ग्रामीण देवता, बलुतेदारीने ठरवून दिलेली धार्मिक कार्ये, सार्वजनिक मंदिरातील प्रवेश, धार्मिक अडचणी, समस्या इत्यादी संबंधित तथा संकलित करून त्यांचा आढावा घेऊन मातंग स्त्रियांचे धार्मिक व सांस्कृतिक जीवन मांडण्याचा प्रयत्न प्रस्तुत प्रकरणातून केला आहे.

अनुसूचित जातीमधील मातंग समाज हा अस्पृश्य व दलित जात म्हणूनच ओळखला जातो. मातंग समाज हा अस्पृश्य व दलित असला तरी प्रत्येक जात एका विशिष्ट धर्माचे आचरण करताना दिसून येतात. श्री.व्य. केतकर म्हणतात, ''भारतीय जातीव्यवस्थेत अस्पृश्य समजल्या जाणाऱ्या मातंग समाजातील सर्व संस्कार हिंदू धर्माप्रमाणेच आहेत.''[३४] त्यामुळेच परभणी जिल्ह्यात वास्तव्य करत असलेल्या मातंग जातीतील उत्तरदात्या स्त्रियांच्या कुटुंबाकडून कोणत्या धर्माचे आचरण होते, हे जाणून घेण्यासाठी त्यांच्याकडून संबंधित तथ्ये संकलित करून त्याची मांडणी तक्ता ५.१ मधून केलेली आहे.

तक्ता ५.१ : मातंग स्त्रियांच्या कुटुंबाचे धार्मिक आचरण

अ.क्र.	धर्माचे आचरण	वारंवारिता	टक्केवारी
१.	हिंदू धर्म	२१९	९७.३३
२.	बौद्ध धर्म	०६	२.६७
	एकूण	२२५	१००.००

उपरोक्त तक्ता ५.१ मधील आकडेवारीच्या आधारे असे स्पष्ट करता येते की, ग्रामीण मातंग समाजातील उत्तरदात्या स्त्रियांच्या कुटुंबाकडून हिंदू धर्माचे आचरण करणारी सर्वाधिक कुटुंबे आढळून येतात. त्यामध्ये हिंदू धर्माचे आचरण केले जाते असे ९७.३३ टक्के स्त्रियांनी सांगितले आहे; तर धर्मांतरानंतर बौद्ध धर्म स्वीकारून त्याप्रमाणे आचरण करतो, असे सांगणाऱ्या स्त्रियांचे प्रमाण २.६७ टक्के एवढेच असलेले दिसून येते.

ग्रामीण मातंग स्त्रियांना हिंदू धर्माने टाकलेल्या बंधनातच आपले आचरण करावे लागते. त्यामुळे हिंदू धर्माचा प्रभाव ग्रामीण मातंग स्त्रियांच्या धार्मिक जीवनावर पडलेला दिसून येतो.

धर्मांतरासंबंधी विचार मांडताना असे आढळून आले की, डॉ. बाबासाहेब आंबेडकर यांनी १९५६ साली हिंदू धर्माचा त्याग करून हजारो अनुयायांसह बौद्ध धर्म स्वीकारला आहे; परंतु डॉ. बाबासाहेब आंबेडकर यांच्यासोबत सर्व अस्पृश्य समाजाने धर्मांतर केले नाही. महार जातीने धर्मांतर केले आहे. त्यामुळे त्या जातीने प्रगती केली. त्यामुळे मातंग जातीमधून धर्मांतराचा नवा विचार मांडला जात आहे. त्याविषयी सद्य:स्थितीमध्ये धर्मांतरासंबंधी ग्रामीण मातंग स्त्रियांना धर्मांतर करावे असे वाटते का? धर्मांतराविषयी त्यांचे मत जाणून घेण्याच्या उद्देशानेच्च संबंधित माहिती संकलन करून तक्ता ५.२ मधून मांडलेली आहे.

तक्ता ५.२ : मातंग स्त्रियांचे धर्मांतराविषयी मत

अ.क्र.	मत	वारंवारिता	टक्केवारी
१.	होय	०६	२.६७
२.	नाही	२१९	९७.३३
	एकूण	२२५	१००.००

उपरोक्त तक्ता ५.२ च्या अध्ययनावरून असे लक्षात येते की, उत्तरदात्या ग्रामीण मातंग स्त्रियांमध्ये बहुसंख्य स्त्रिया ह्या सध्या हिंदू धर्माचे आचरण करतात. त्यामध्ये त्या काहीही बदल करणार नाहीत. धर्मांतर करण्याचा कोणताही विचार नाही असे मत ९७.३३ टक्के स्त्रियांनी सांगितले आहे; तर इतर धर्माचा स्वीकार करण्याचा विचार फक्त २.६७ स्त्रियांनी व्यक्त केला.

ग्रामीण मातंग स्त्रियांमध्ये हिंदू धर्माचे आचरण करणाऱ्या बहुसंख्य स्त्रिया आहेत. या ग्रामीण मातंग स्त्रिया हिंदू धर्माचे आचरण करून त्यामध्ये समाधानी आहेत, परंतु काही स्त्रियांनी धर्मांतर करावे व त्या नवीन धर्म स्वीकारण्याची इच्छा

व्यक्त करतात, याविषयी माहिती संकलित करून त्याची मांडणी तक्ता ५.३ मधून केलेली आहे.

तक्ता ५.३ : मातंग स्त्रियांचे धर्मांतरानंतर धर्म स्वीकारण्याविषयी मत

अ.क्र.	धर्मांतरानंतर स्वीकारणारा धर्म	वारंवारिता	टक्केवारी
१.	धर्मांतर करणार नाही	२१९	७.३३
२.	बौद्ध धर्म	०४	१.७८
३.	सत्यशोधक धर्म	०२	०.८९
	एकूण	२२५	१००.००

उपरोक्त तक्ता ५.३ मधील आकडेवारीवरून असे निदर्शनास येते की, ग्रामीण मातंग स्त्रियांनी धर्मांतरासंबंधी जो विचार मांडला त्यामधील १.७८ टक्के स्त्रियांनी सांगितले की आम्हा बौद्ध धर्माचा स्वीकार करणार आहोत; तर सत्यशोधक धर्माचा स्वीकार करणाऱ्यासाठी इच्छुक असलेल्या ०.८९ टक्के स्त्रिया आहेत. कोणत्याही प्रकारचे धर्मांतर करणार नाहीत, असे ९७.३३ टक्के स्त्रियांनी सांगितले आहे.

ग्रामीण मातंग समुदायातील बहुसंख्य स्त्रिया ह्या हिंदू धर्माचे आचरण करतात. हिंदू धर्मातील रामायण, महाभारत, पांडवप्रताप यांसारख्या धार्मिक ग्रंथांची माहिती व त्याविषयीचे ज्ञान स्त्रियांना आहे का? हे जाणून घेण्याच्या उद्देशाने संबंधित माहिती संकलित करून त्याची मांडणी तक्ता ५.४ मधून केलेली आहे.

तक्ता ५.४ : मातंग स्त्रियांमध्ये असलेली धर्मग्रंथांविषयी माहिती

अ.क्र.	धर्मग्रंथांविषयी माहिती	वारंवारिता	टक्केवारी
१.	रामायण	१३०	५७.७८
२.	महाभारत	४५	२०.००
३.	पांडवप्रताप	४०	१७.७८
४.	रामायण व महाभारत	१०	०४.४४
	एकूण	२२५	१००.००

उपरोक्त तक्ता ५.४ च्या सामग्रीच्या आधारे असे स्पष्ट करता येते की, ग्रामीण समुदायातील उत्तरदात्या मातंग स्त्रियांना धर्मग्रंथांसंबंधीचे ज्ञान असलेले दिसून येते.

त्यामध्ये रामायण या धर्मग्रंथांचे ज्ञान व माहिती आहे असे ५७.७८ टक्के स्त्रियांनी सांगितले आहे. तसेच महाभारत या धर्मग्रंथासंबंधी ज्ञान असलेले व धर्मग्रंथ म्हणून माहिती आहे असे २० टक्के स्त्रियांनी सांगितले; तर पांडवप्रताप या धर्मग्रंथाची माहिती आहे असे १७.७८ टक्के स्त्रियांनी सांगितले आहे. तसेच रामायण व महाभारत या धर्मग्रंथांसंबंधी माहिती आहे असे ४.४४ टक्के स्त्रियांनी सांगितले आहे.

महाराष्ट्रामध्ये असलेला मातंग समाज हा जे सण-उत्सव साजरे करतो, ते हिंदू धर्माप्रमाणेच. त्यामध्ये चैत्र ते फाल्गुन या बारा महिन्यात अनुक्रमाने येणाऱ्या सणांचा समावेश होतो. चैत्र महिन्यात गुढी पाडवा, रामनवमी, हनुमान जयंती, वैशाख महिन्यात अक्षय्यतृतिया, ज्येष्ठ महिन्यात वटपौर्णिमा, श्रावण महिन्यात नागपंचमी, रक्षाबंधन, पोळा, भाद्रपद महिन्यात सर्वपित्री अमावस्या, कार्तिक महिन्यात दिवाळी, भाऊबीज, फाल्गुन महिन्यात होळी इ. सण साजरे करण्यात येतात.[३५] हिंदू धर्माने सांगितलेले हे धार्मिक सण मातंग स्त्रिया साजरे करीत असत.

परभणी जिल्ह्यातील मातंग स्त्रियांच्या कुटुंबांमधून कोणत्या प्रकारचे धार्मिक सण साजरे केले जातात, त्यासंबंधीची माहिती संकलित करून तक्ता ५.५ मधून दिलेली आहे.

तक्ता ५.५ : मातंग स्त्रियांच्या कुटुंबात साजरे होणारे धार्मिक सण

अ.क्र.	धार्मिक सण	वारंवारिता	टक्केवारी
१.	गुढी पाडवा	११८	५२.४४
२.	वटपौर्णिमा	५४	२४.००
३.	नागपंचमी	७०	३१.११
४.	सर्वपित्री अमावस्या	३६	१६.००
५.	दिवाळी	१२१	५३.७८
६.	रक्षाबंधन	५६	१४.८९
७.	भाऊबीज	५४	२४.००
८.	होळी	७०	३१.११
९.	हिंदू धर्मातील बारा सण	९९	४४.००

उपरोक्त तक्ता ५.५ मधून असे निदर्शनास येते की, उत्तरदात्या ग्रामीण मातंग स्त्रिया ह्या बहुसंख्य प्रमाणात हिंदू धर्माचे पालन करतात. त्यामुळे हिंदू धर्मातील सर्वच सण-समारंभ त्या साजऱ्या करताना दिसून येतात. त्यामध्ये कार्तिक महिन्यातील

दिवाळी हा सण ५३.७८ टक्के स्त्रियांच्या कुटुंबात साजरा केला जातो; तर चैत्र महिन्यातील गुढी पाडवा हा सण ५२.४४ टक्के स्त्रियांच्या कुटुंबात साजरा केला जातो. हिंदू धर्मातील गुढी पाडवा, रामनवमी, हनुमान जयंती, अक्षय्यतृतिया, वटपौर्णिमा, नागपंचमी, रक्षाबंधन, पोळा, सर्वपित्री अमावस्या, दिवाळी, भाऊबीज, होळी हे बारा सण साजरे करणारी ४४ टक्के स्त्रियांची कुटुंबे आढळून आली. तसेच ३१.११ टक्के स्त्रियांच्या कुटुंबांतून होळी व नागपंचमी हे दोन्ही सण साजरे केले जातात. रक्षाबंधनाचा सण साजरा करणारी २४.८९ टक्के स्त्रियांची कुटुंबे आहेत. वटपौर्णिमा व भाऊबीज हे सण साजरे करणारी २४ टक्के स्त्रियांची कुटुंबे आहेत. सर्वपित्री अमावस्या हा सण १६ टक्के स्त्रियांच्या कुटुंबातून साजरा केला जातो. असे हिंदू धर्माचे असलेले सर्वच सण-समारंभ मातंग स्त्रियांच्या कुटुंबातून साजरे केले जात असतात.

ग्रामीण मातंग समाजात असणाऱ्या स्त्रिया ह्या हिंदू धर्माचे आचरण करतात. हिंदू धर्माप्रमाणेच सण साजरे करतात. महाराष्ट्रात असलेल्या हिंदू धर्माची धार्मिक स्थळे ही तीर्थक्षेत्रे म्हणून ओळखली जातात. तेथे जाणाऱ्या स्त्रियांचे प्रमाण किती आहे? धार्मिक स्थळे व तीर्थक्षेत्रे यासंबंधी त्यांची श्रद्धा कशी आहे? हे जाणून घेण्यासाठी त्यांचे तीर्थक्षेत्राला जाण्याचे प्रमाण किती आहे? तसेच त्या कोणत्या तीर्थक्षेत्राला जातात? यासंबंधीची माहिती गोळा करून संबंधित तक्ता ५.६ मधून मांडली आहे.

तक्ता ५.६ : मातंग स्त्रियांचे धार्मिक स्थळास व तीर्थक्षेत्रास जाण्याचे प्रमाण

अ.क्र.	तीर्थक्षेत्र	वारंवारिता	टक्केवारी
१.	तुळजापूर	६३	२८.००
२.	पंढरपूर	६५	२८.८९
३.	आळंदी	७२	३२.००
४.	तीर्थक्षेत्रास जात नाहीत.	२५	११.११
	एकूण	२२५	१००.००

उपरोक्त तक्ता ५.६ अन्वये असे लक्षात येते की, उत्तरदात्या ग्रामीण मातंग स्त्रिया ह्या सर्वाधिक प्रमाणात तीर्थक्षेत्रास जातात. त्यामध्ये आळंदी येथील ज्ञानेश्वराच्या मंदिरात दर्शनासाठी जातात, त्यांचे प्रमाण ३२ टक्के आहे; तर पंढरपूर येथील विठ्ठल-रुक्मिणीच्या मंदिरात दर्शनासाठी जातात, त्यांचे प्रमाण २८.८९ टक्के एवढे आहे; तर तुळजाभवानी मंदिराला दर्शनासाठी जाणाऱ्या स्त्रिया २८ टक्के आहेत. तसेच कोणत्याही धार्मिक स्थळाला जात नाहीत, तीर्थक्षेत्रास जात नाहीत अशा स्त्रियांचे प्रमाण ११.११ टक्के आहे.

ग्रामीण मातंग समुदायातील स्त्रिया ह्या धार्मिक यात्रेत सहभागी होताना दिसून येतात. धार्मिक यात्रेसाठी या परभणी जिल्ह्यातील स्त्रिया कोणत्या देवाच्या धार्मिक यात्रेला जातात? त्यांचा धार्मिक यात्रेतील सहभाग किती प्रमाणात आहे? यासंबंधीची माहिती संकलित करून ती तक्ता ५.७ मधून मांडलेली आहे.

तक्ता ५.७ : मातंग स्त्रियांचा धार्मिक यात्रेतील सहभाग

अ.क्र.	धार्मिक क्षत्रेतील सहभाग	वारंवारिता	टक्केवारी
१.	मांगीरबाबा (शेंद्रा)	१६३	६२.४४
२.	ग्रामदेवता	०८	३.५६
३.	चांदगडची देवी (चंद्रपूर)	१०७	४७.५६
४.	कुठल्याच यात्रेला जात नाही.	४६	२०.४४

उपरोक्त तक्ता ५.७ मधील आकडेवारीवरून असे निदर्शनास येते की, औरंगाबाद जिल्ह्यातील जालना-औरंगाबाद रोडवरील औरंगाबादपासून शेंद्रा हे गाव बारा कि.मी अंतराबर आहे. तेथे मांगीर बाबा हे मातंग समाजाचे जागृत व पवित्र देवस्थान आहे. त्यामुळे या देवस्थानाच्या धार्मिक यात्रेला जाणाऱ्या स्त्रिया ह्या ७२.४४ टक्के एवढ्या आहेत. चंद्रपूर येथे चांदगडच्या देवीला जाणाऱ्या स्त्रियांचे प्रमाण ४७.५६ टक्के आहे. तसेच कुठल्याच यात्रेला जात नाही असे २०.४४ टक्के स्त्रियांनी सांगितले आहे; तर ग्रामदेवताच्या यात्रेत सहभागी होतो असे ३.४६ टक्के स्त्रियांनी सांगितले आहे.

ग्रामीण मातंग स्त्रियांवर धर्माचा प्रभाव खूप मोठ्या प्रमाणावर पडलेला आहे; कारण बहुसंख्य स्त्रिया मांगीरबाबाच्या यात्रेला जातात. तसेच चंद्रपूरच्या देवीलाही मोठ्या संख्येने मातंग स्त्रिया सहभागी होतात. दोन्ही ठिकाणी या स्त्रिया यात्रेला जातात, असे त्यांनी अनौपचारिक चर्चेतून स्पष्ट केले आहे.

ग्रामीण मातंग स्त्रिया ह्या धार्मिक यात्रेला जातात. धार्मिक यात्रेला गेल्यानंतर तेथे मोठ्या प्रमाणात वेगवेगळे नवसे फेडले जातात. त्यामध्ये बोकडाचा बळी, कोंबड्याचा बळी, गळटोचणी इत्यादींचा समावेश आहे. मांगीर बाबा, चांदगडची देवी यांना नवस करून ते फेडण्यासाठी त्या धार्मिक यात्रेत सहभागी होतात. जी. एस. कांबळे म्हणतात, ''औरंगाबाद जिल्ह्यातील सेंद्रा येथील मांगीरबाबाच्या धार्मिक यात्रेत नवस फेडण्यासाठी आलेल्या लोकांकडून बोकड, कोंबडे यांचे बळी देऊन नवस फेडण्यावर दरवर्षी लाखो रुपयाचा खर्च केला जातो.''[३६] नवस फेडण्याची ही प्रथा परभणी जिल्ह्यातील मातंग समाजातील स्त्रियांमध्ये आहे का? हे जाणून घेऊन त्यासंबंधी मांडणी तक्ता ५.८ मधून केलेली आहे.

तक्ता ५.८ : मातंग स्त्रियांचा धार्मिक यात्रेतील नवस फेडण्याचा विधी

अ.क्र.	नवस फेडण्याचा विधी	वारंवारिता	टक्केवारी
१.	बोकडाचा बळी	२२	९.७८
२.	कोंबड्याचा बळी	६७	२९.७८
३.	गळ टोचणी	१०१	४४.८९
४.	नवस करत नाहीत	९५	४४.८९

उपरोक्त तक्ता ५.८ च्या अध्ययनावरून असे लक्षात येते की, उत्तरदात्या ग्रामीण मातंग स्त्रियांमध्ये धार्मिक यात्रेला गेल्यानंतर जो नवस केला जातो, तो नवस करण्याची प्रथा आजही कायम असलेली दिसून येते. गळटोचणी करून नवस फेडण्याचा विधी केला जातो असे ४४.८९ टक्के स्त्रियांनी सांगितले आहे. यात्रेला जातात पण कोणत्याही प्रकारच नवस करीत नाहीत, असे ४२. २२ टक्के स्त्रियांनी सांगितले आहे. कोंबड्याचा बळी देऊन नरबळीचा नवस फेडला जातो, असे २९.७८ टक्के स्त्रियांनी सांगितले आहे. तसेच बोकडाचा बळी देऊन नरबळीचा नवस फेडणाऱ्या स्त्रिया ह्या ९.७८ टक्के आहेत. नरबळीद्वारे नवस करणे, तो फेडणे; तसेच गळटोचणी करून नवस फेडणे ह्या प्रथा प्रथम कायम असलेल्या दिसून येतात.

ग्रामीण मातंग समाजातील स्त्रियांसाठी अनेक जातीची बंधने लादून त्यांना अनेक धार्मिक प्रथांमध्ये बंदिस्त केलेले होते. देवदासी प्रथेच्या बंधनात मातंग स्त्रियांना टाकलेले होते. उत्तम कांबळे म्हणतात, ''देवदासी प्रथेला आळा घालणे अवघड काम आहे. एक तर समाजाची आणि धर्माची मान्यता या देवदासी प्रथेला होती.[३७] तसेच वाघ्या-मुरळी प्रथेसंबंधी प्रा. रणजित परदेशी म्हणतात, ''महार, मांग, चांभार या जातींमध्ये अपत्यप्राप्तीसाठी पहिले मूल देवाला सोडले जायचे. त्यामध्ये मुलगी असेल तर जेजुरीच्या खंडोबाला वाहिलेली असायची. मुरळी म्हणून ती ओळखली जायची; तर मुलगा वाघ्या म्हणून ओळखला जात असे.[३८] याबरोबरच पोतराज, आराधी, देवकरीण इत्यादी प्रथा मातंग जातीमधील स्त्री-पुरुषांवर धार्मिक प्रथा म्हणून लादलेल्या होत्या. त्या प्रथा परभणी जिल्ह्यातील मातंग समाजात अस्तित्वात आहेत का? यासंबंधीची माहिती संकलित करून त्यांची मांडणी तक्ता ५.९ मधून केलेली आहे.

तक्ता ५.९ : उत्तरदात्या मातंग स्त्रियांच्या जातीसमूहातील धार्मिक प्रथा

अ.क्र.	धार्मिक प्रथा	वारंवारिता	टक्केवारी
१.	आराधी	१६	७.११
२.	देवदासी	०३	१.३३
३.	देवकरीण	८७	३८.६७
४.	वाघ्या-मुरळी	०३	१.३३
५.	पोतराज	२०	८.८९
६.	धार्मिक प्रथा नाही.	९६	४२.६७
	एकूण	२२५	१००.००

उपरोक्त तक्ता ५.९ दिलेल्या सामग्रीच्या आधारे असे स्पष्ट होते की, उत्तरदात्या ग्रामीण मातंग समूहात ज्या काही प्रथा सुरू होत्या, त्यांमधून स्त्रियांवर जी धार्मिक बंधने लादलेली होती, त्या प्रथा काही प्रमाणात आजदेखील जातीच्या धार्मिक बंधनांच्या प्रभावामुळे सुरू असलेल्या दिसून येतात. देवकरणीची प्रथा समाजात सुरू आहे, असे ३८.६७ टक्के स्त्रियांनी सांगितले आहे. तसेच पोतराजसारखी प्रथा सुरू आहे, असे ८.८९ टक्के स्त्रियांनी सांगितले आहे. आराधी प्रथा असल्याचे ७.११ टक्के स्त्रियांनी सांगितले आहे. या धार्मिक प्रथांचे पूर्वीएवढे प्रमाण आज राहिले नसून खूप कमी प्रमाणात ह्या प्रथा अस्तित्वात आहेत.

ग्रामीण मातंग समाजात ओटीत घेण्याची प्रथा अस्तित्वात होती. गावातील कोणत्याही जातीतील मुलगा आजारी असेल आणि त्याचा आजार बरा होत नसेल, तेव्हा त्या मुलास मातंग स्त्रियांच्या ओटीत दिले जात होते. त्यामुळे त्या मुलाचा आजार बरा होत असे. तेव्हापासून त्या मातंग स्त्रीला त्या मुलाच्या आईप्रमाणेच दर्जा मिळत असे. अशी ही ओटीत घेण्याची प्रथा परभणी जिल्ह्यातील मातंग जातीत अस्तित्वात आहे. त्यासंबंधीची माहिती संकलित करून त्यांची मांडणी तक्ता ५.१० मधून मांडलेली आहे.

तक्ता ५.१० : मातंग जातीतील स्त्रियांमध्ये ओटीत घेण्याची प्रथा

अ.क्र.	प्रथा	वारंवारिता	टक्केवारी
१.	होय	८७	३८.६७
२.	नाही	१३८	६१.३३
	एकूण	२२५	१००.००

उपरोक्त तक्ता ५.१० च्या तथ्यांचे विवरण केल्यास असे लक्षात येते की, ग्रामीण मातंग जातीतील आजारी मुलास ओटीत घेण्याची ही प्रथा आज कमी झालेली आहे. प्रथा अस्तित्वात नाही, असे ६१.३३ टक्के स्त्रियांनी सांगितले आहे. ही प्रथा अस्तित्वात नाही, असे ६१.३३ टक्के स्त्रियांनी सांगितले आहे; फक्त ३८.३७ टक्के स्त्रियांनी ही प्रथा अस्तित्वात आहे असे सांगितले आहे.

ग्रामीण समुदायाच्या संदर्भाने एम. एन. श्रीनिवास म्हणतात, प्रत्येक गावामधून काही देव-देवता आढळून येतात; तर काही देवी आहेत. त्यांची पूजा-अर्चा केली, तर त्या गावाला दुष्काळ इत्यादी संकटांपासून वाचवतात. देव-देवता गावाचे कल्याण करतात अशा ग्रामीण देवता आहेत. त्या ग्रामीण देवतांची पूजा करून मातंग जातीसमूहावरील येणाऱ्या संकटांना त्यांना सामोरे जावे लागू नये म्हणून त्या कोणत्या देव-देवतांची पूजा करतात, यासंबंधीची माहिती संकलित करून त्याची मांडणी तक्ता ५.११ मधून केलेली आहे.

तक्ता ५.११ : उत्तरदात्या ग्रामीण मातंग स्त्रियांच्या देव-देवतांची माहिती

अ.क्र.	देव-देवता पूजा	वारंवारिता	टक्केवारी
१.	महादेव	५०	२२.२२
२.	खंडोबा	५८	२५.७८
३.	पीर	१००	४४.४४
४.	सैलानी बाबा	२१	९.३३
५.	गणपती	११२	४९.७८
६.	दुर्गामाता	३५	१५.५६
७.	लक्ष्मीआई / मरीआई	१९१	८४.८९

उपरोक्त तक्ता ५.११ मधील आकडेवारीच्या अध्ययनावरून असे स्पष्ट होते की, उत्तरदात्या ग्रामीण समुदायातील मातंग स्त्रिया ह्या गावाला दुष्काळापासून व संकटांपासून वाचविण्यासाठी मातंग समुदायांच्या वस्तीला, संकटांपासून वाचविण्यासाठी अनेक ग्रामदेवतांची पूजा-अर्चा या मातंग स्त्रिया करताना दिसून येतात. वेगवेगळ्या देव-देवतांची पूजा करतात. त्यामध्ये मरीआईची पूजा करणाऱ्यांचे प्रमाण सर्वाधिक असलेले दिसून आले. त्यामध्ये ८४.८९ टक्के ह्या मरीआईची पूजा करतात. तसेच गणपती या देवाची पूजा करणाऱ्या ४९.७८ टक्के स्त्रिया आहेत. परभणी येथील पिराची पूजा करतो, असे ४४.४४ टक्के स्त्रियांनी सांगितले आहे. खंडोबा या दैवताची पूजा करणाऱ्या २५.७८ टक्के स्त्रिया आढळून आल्या आहेत. दुर्गामाता या देवतेची पूजा १५.५६ टक्के स्त्रिया करतात. सैलानी बाबा या दैवताची पूजा ९.३३ टक्के स्त्रिया करतात.

ग्रामीण समुदायात जातीनुसार प्रमुख ग्रामदेवता असलेल्या दिसून येतात. मातंग जातीचीदेखील प्रमुख ग्रामदेवता ही मरीआई किंवा मरीमाय असलेली असलेली दिसून येते. मरीमायचे मंदिर किंवा ओटा हा मातंग वस्तीच्या बाजूला असतो. मातंग समाजाची ग्रामदेवता असलेल्या मरीमायचे मंदिर परभणी जिल्ह्यात उत्तरदात्या किती स्त्रियांच्या गावातून आहे, यासंबंधीची माहिती गोळा केली, त्या माहितीची मांडणी तक्ता ५.१२ मधून मांडलेली आहे.

तक्ता ५.१२ : मातंग जातीची ग्रामदेवता मरीआईचे मंदिर

अ.क्र.	प्रतिक्रिया	वारंवारिता	टक्केवारी
१.	आहे	१९१	८४.८९
२.	नाही	३४	१५.११
	एकूण	२२५	१००.००

उपरोक्त तक्ता ५.१२ मधील सामग्रीच्या आधारे असे स्पष्ट होते की, ग्रामीण समुदायात वास्तव्य करणाऱ्या मातंग जातीची ग्रामदेवता म्हणून मरीआई आहे. त्या मरीआईचे मंदिर, त्यांचा ओटा गावात आहे तसे ८४.८९ टक्के स्त्रियांनी सांगितले आहे. मरीआईचे मंदिर किंवा त्यांचा ओटा नाही, असे फक्त १५.११ टक्केच स्त्रियांनी सांगितले आहे.

ग्रामीण मातंग स्त्रियांची ग्रामदेवता ही मरीआई आहे. मरीआईची मंदिरे ही प्रत्येक गावामधून असलेली दिसून येतात. मरीआईची पूजा ग्रामदेवता म्हणून वेगळ्या पद्धतीने केली जाते. फळे, फुले, नारळ अर्पून तसेच कोंबडा- बकरा यांचा बळी देऊन

तिची पूजा केली जाते. परभणी जिल्ह्यातील मातंग स्त्रिया मरीआईची पूजा कशी करतात, यासंबंधीची माहिती संकलित करून तक्ता ५.१३ मध्ये मांडलेली आहे.

तक्ता ५.१३ : उत्तरदात्या मातंग स्त्रियांची मरीआईची पूजा करण्याची पद्धती

अ.क्र.	प्रतिक्रिया	वारंवारिता	टक्केवारी
१.	फळे	७०	३१.११
२.	फुले	८०	३५.५६
३.	नारळ	४७	२०.८९
४.	कोंबडा-बकरा बळी	२८	१२.४४
	एकूण	२२५	१००.००

उपरोक्त तक्ता ५.१३ वरून असे निदर्शनास येते की, उत्तरदात्या ग्रामीण मातंग स्त्रियांची ग्रामदेवता ही मरीआई आहे. या मरीआईची पूजा ही दोन्ही प्रकारे केली जाते. तिला जिवंत प्राण्याचा नरबळी देऊन केली जाते; तसेच फळे, फुले ठेवूनही पूजा केली जाते. त्यामध्ये ३५.५६ टक्के स्त्रियांनी सांगितले की, आम्ही फुले वाहूनच ग्रामदेवता मरीआईची पूजा करतो; तर फळे ठेवून पूजा केली जाते, असे ३१.११ टक्के स्त्रियांनी सांगितले. तसेच नारळ वाहून पूजा केली जाते असे २०.८९ टक्के स्त्रियांनी सांगितले आहे; तर प्राण्याचा, बोकड-कोंबडा यांचा नरबळी देऊन पूजा केली जाते, असे १२.४४ टक्के स्त्रियांनी सांगितले आहे. नरबळी देऊन मरीआईची पूजा करणाऱ्यांचे प्रमाण कमी असलेले दिसून येते.

ग्रामीण भागात प्रत्येक जातीसमूहाला धार्मिक कार्यक्रमात विशिष्ट प्रकारची कामे दिलेली असतात. डॉ. इरावती कर्वे म्हणतात, ‘‘गावातील देवाच्या वार्षिक उत्सवाच्या वेळी गावातील सर्व जाती-जमातीच्या लोकांची जेवणाची व्यवस्था करण्यात येते. त्या वेळी प्रत्येक जातीसमूहांना काम वाटून दिले जाते. त्यामध्ये स्वयंपाक तयार करणे वरच्या जातीकडे असते; तर मंदिराजवळची सफाई करणे, स्वयंपाकासाठी लाकूड आणणे, जेवणानंतर खरकटी उचलणे, जागा साफ करणे इत्यादी कामे खालच्या मागास जातीतील लोकांना करावी लागतात.’’[३९] अशी धार्मिक कार्ये व बलुतेदारांनी ठरवून दिलेली काही कामे कनिष्ठ जातीतील मातंग स्त्रियांना व मातंग जातीला करावी लागतात. मातंग जातींना गावात कोणत्या स्वरूपाची धार्मिक कार्ये करावी लागतात, यासंबंधीची माहिती संकलित करून त्यांची मांडणी तक्ता ५.१४ मधून केलेली आहे.

तक्ता ५.१४ : बलुतेदारीनुसार मातंग जातीला ठरवून दिलेली धार्मिक कामे

अ.क्र.	धार्मिक कार्य	वारंवारिता	टक्केवारी
१.	देवताच्या मिरवणुकांत वाद्य वाजविणे.	१६	६.११
२.	पूजेसाठी लागणारे बांबूचे टोपले तयार करणे.	०४	१.७८
३.	सूप तयार करणे.	०२	०.८९
४.	तोरण बांधणे.	०३	१.३३
५.	कोणतेच धार्मिक कार्य करीत नाहीत.	२००	८८.८९
	एकूण	२२५	१००.००

उपरोक्त तक्ता ५.१४ मधील आकडेवारीच्या आधारे असे लक्षात येते की, उत्तरदात्या ग्रामीण मातंग जातीला पूर्वी बलुतेदारीनुसार ठरवून दिलेली जी कामे होती, ती कामे आज या स्त्रिया अल्पप्रमाणात करताना दिसून येतात. त्यामध्ये देव-देवतेच्या मिरवणुकीच्या कार्यक्रमात वाद्य वाजवण्याचे काम स्त्रियांच्या कुटुंबातील पुरुष एक धार्मिक काम म्हणून करतात असे ६.११ टक्के स्त्रियांनी सांगितले आहे; तर देव-देवतांच्या पूजेसाठी बांबूची टोपली तयार करण्याचे काम मातंग स्त्रिया करतात, असे १.७८ टक्के स्त्रियांनी सांगितले आहे. सणाच्या दिवशी मंदिरास व लोकांच्या घरांना आंब्याच्या झाडाच्या पानाची तोरणे बांधण्याचे काम मातंग स्त्रिया करतात, असे १.३३ टक्के स्त्रियांनी सांगितले आहे. सूप तयार करण्याचे काम ०.८९ टक्के स्त्रियांनी सांगितले आहे.

गावामध्ये बलुतेदारीनुसार जी पारंपरिक कामे मातंग जातीला दिलेली होती, ती पारंपरिक कामे आज मातंग स्त्री- पुरुष करतात अशांचे प्रमाण अल्प दिसून येते.

अनुसूचित जातीमधील मातंग जातीला अस्पृश्य मानत असत. त्यामुळे सवर्ण स्त्रियांचे जे धार्मिक कार्यक्रम होतात, त्यामध्ये हळंदी कुंकवाच्या कार्यक्रमासाठी या मातंग जातीतील स्त्रियांना निमंत्रण दिले जाते का? यासंबंधी माहिती संकलित करून मातंग स्त्रियांसोबत अस्पृश्यता पाळली जाते का? यासंबंधीची माहिती संकलित करून त्याची मांडणी तक्ता ५.१५ मधून केलेली आहे.

तक्ता ५.१५ : मातंग स्त्रियांना हळदी–कुंकवाच्या कार्यक्रमामध्ये दिले जाणारे निमंत्रण

अ.क्र.	निमंत्रण	वारंवारिता	टक्केवारी
१.	नाही	१६७	७४.२२
२.	होय	५८	२५.७८
	एकूण	२२५	१००.००

उपरोक्त तक्ता ५.१५ च्या आकडेवारीवरून असे निदर्शनास येते की, उत्तरदात्या ग्रामीण मातंग स्त्रियांना कनिष्ठ व अस्पृश्य समजत असल्यामुळे बहुसंख्य गावातील सवर्ण समजल्या जाणाऱ्या स्त्रिया ह्या मातंग स्त्रियांना हळदी–कुंकवाच्या कार्यक्रमासाठी निमंत्रण देत नाहीत; त्यांना या सार्वजनिक धार्मिक कार्यक्रमापासून वंचित ठेवले जाते.

हळदी–कुंकवासारख्या कार्यक्रमास निमंत्रण दिले जात नाही असे ७४.२२ टक्के स्त्रियांनी सांगितले आहे; तर हळदी–कुंकवाच्या कार्यक्रमास निमंत्रण दिले जाते असे फक्त २५.७८ टक्के स्त्रियांनी सांगितले आहे.

ग्रामीण भागात धार्मिकतेचा प्रभाव अधिक असलेला दिसून येतो. सुशीला मूलजाधव म्हणतात, ‘‘धर्माचा पगडा भारतीय जनमानसावर कायम असलेला दिसून येतो. त्यामुळे सातत्याने होणाऱ्या ग्रामीण भागातील विविध धार्मिक कार्यक्रमांत स्त्रियांना सहभागी करून घेतले जाते. तसेच तिला गावात होणाऱ्या धार्मिक कार्यक्रमापासून मातंग स्त्री म्हणून वंचित ठेवले जाते.’’ यासंबंधीची माहिती जमा करून ती तक्ता ५.१६ मध्ये मांडलेली आहे.

तक्ता ५.१६ : मातंग स्त्रियांचा गावातील सार्वजनिक धार्मिक कार्यक्रमांत सहभाग

अ.क्र.	कार्यक्रमात सहभाग	वारंवारिता	टक्केवारी
१.	होय	३०	१३.३३
२.	नाही	१९५	८६.६७
	एकूण	२२५	१००.००

उपरोक्त तक्ता ५.१६ मधील तथ्यांच्या आधारे असे स्पष्ट होते की, ग्रामीण भागात धार्मिकतेचा पगडा असल्यामुळे गाव पातळीवर अनेक धार्मिक कार्यक्रम

आयोजित केले जातात. त्या धार्मिक कार्यक्रमांत मातंग स्त्रियांना कनिष्ठ जातीतील व अस्पृश्य असल्यामुळे त्या कार्यक्रमांमधून त्यांना सहभागी करून घेतले जात नाही, असे ८६.६७ टक्के स्त्रियांनी सांगितले आहे. तसेच गावातील सार्वजनिक धार्मिक कार्यक्रमात सहभागी करून घेतले जाते, असे १३.३३ टक्के स्त्रियांनीच सांगितले आहे.

ग्रामीण भागात आयोजित केले जाणारे धार्मिक सार्वजनिक कार्यक्रम हे गावातील सर्व जनतेच्या सहकार्यातून, त्यांच्याकडून वर्गणी जमा करून आयोजित केले जातात. गावातील धार्मिक कार्यक्रमांसाठी जमा करण्यात येणारी वर्गणी ही मातंग स्त्रियांकडून जमा केली जाते का? अस्पृश्य असल्यामुळे त्यांना सार्वजनिक कार्यक्रमांपासून तसेच त्यांची वर्गणी घेण्यापासूनदेखील वंचित ठेवल्या जाते यासंबंधीची तथ्ये संकलित करून त्यांची मांडणी तक्ता ५.१७ मधून केली आहे.

तक्ता ५.१७ : मातंग स्त्रियांचा धार्मिक कार्यक्रमांतील वर्गणीतील सहभाग

अ.क्र.	वर्गणीतील सहभाग	वारंवारिता	टक्केवारी
१.	होय	२५	११.११
२.	नाही	२००	८८.८९
	एकूण	२२५	१००.००

उपरोक्त तक्ता ५.१७ अवलोकन केल्यास असे निदर्शनास येते की, उत्तरदात्या ग्रामीण मातंग स्त्रियांना, गावामध्ये आयोजित होणाऱ्या धार्मिक कार्यक्रमांसाठी जी वर्गणी जमा केली जाते, त्या सार्वजनिक वर्गणीसाठी त्यांचा सहभाग घेतला जात नाही. त्यांना अस्पृश्य व कनिष्ठ समजल्यामुळे ह्या धार्मिक कार्यक्रमांच्या वर्गणीपासून वंचित ठेवले जाते, असे ८८.८९ टक्के स्त्रियांनी सांगितले आहे. तसेच धार्मिक कार्यक्रमांसाठी वर्गणी देतात, असे फक्त ११.११ टक्के स्त्रियांनी सांगितले आहे.

ग्रामीण भागामध्ये अस्पृश्य समजल्या जाणाऱ्या जातींना मंदिरप्रवेशसंबंधी बंदी असलेली दिसून येते. त्यांना सार्वजनिक ठिकाणी प्रवेशबंदी आहे का? यासंबंधीचा अभ्यास केला, त्यामधून मंदिरप्रवेशासंबंधी बंदी असल्याचे आढळून आले आहे.

परभणी जिल्ह्यातील गावांमध्ये असणारी सार्वजनिक मंदिरे – त्यामध्ये हनुमान मंदिर, महादेव, गणपती, विठ्ठल, रुक्मिणी ही जी मंदिरे आहेत – त्यामध्ये मातंग स्त्रियांना प्रवेशबंदी आहे का? याविषयी माहिती संकलित करून त्यांची मांडणी तक्ता ५.१८ मधून केलेली आहे.

तक्ता ५.१८ : उत्तरदात्या मातंग स्त्रियांना सार्वजनिक मंदिरप्रवेश

अ.क्र.	मंदिरप्रवेश	वारंवारिता	टक्केवारी
१.	होय	३७	१६.४४
२.	नाही	१८८	८३.५६
	एकूण	२२५	१००.००

उपरोक्त तक्ता ५.१८ मधील आकडेवारीच्या आधारे असे स्पटपणे दिसून येते की, गावामध्ये अस्पृश्य व दलित असणाऱ्या मातंग स्त्रियांना गावातील सार्वजनिक मंदिरे - त्यामध्ये हनुमान मंदिर, महादेव मंदिर, गणपती मंदिर, विठ्ठल-रुक्मिणी मंदिर - यांमधून गावातील मातंग स्त्रियांना या ठिकाणी प्रवेश मिळत नाही, असे ८३.५६ टक्के स्त्रियांनी सांगितले आहे. तसेच काही ठिकाणी प्रवेश मिळतो, असे १६.४४ टक्के स्त्रियांनी सांगितले आहे.

ग्रामीण भागामध्ये मातंग समुदायातील स्त्रियांना मदिरप्रवेशासंबंधी बंदी असलेली दिसून येते. मातंग स्त्रियांना बहुसंख्य ठिकाणी, गावातील सार्वजनिक मंदिरांत- हनुमान मंदिर, गणपती मंदिर, महादेव मंदिर, विठ्ठल-रुक्मिणी मंदिर- या ठिकाणी प्रवेशासाठी जी बंदी आहे, ती कोणत्या कारणामुळे आहे? त्यांना मंदिरप्रवेशासाठी कोणत्या अडचणी व समस्या येतात, यासंबंधीची माहिती त्यांच्याकडून गोळा केली आहे. त्यांची मांडणी तक्ता ५.१९ मधून केलेली आहे.

तक्ता ५.१९ : मातंग स्त्रियांना गावातील सार्वजनिक मंदिरात प्रवेशासाठी येणाऱ्या अडचणी

अ.क्र.	प्रवेशातील अडचणी	वारंवारिता	टक्केवारी
१.	प्रवेश मिळतो.	३७	१६.४४
२.	कनिष्ठ जात म्हणून प्रवेशबंदी.	१०	०४.४४
३.	कनिष्ठ जातीतील स्त्री असल्यामुळे बंदी	१७७	७८.६८
४.	स्त्री असल्यामुळे बंदी.	०१	०.४४
	एकूण	२२५	१००.००

उपरोक्त तक्ता ५.१९ मधील आकडेवारीच्या आधारे असे स्पष्ट करता येते की, उत्तरदात्या ग्रामीण मातंग स्त्रियांना सार्वजनिक मंदिरप्रवेशापासून वंचित ठेवले जाते. त्यांना अस्पृश्य जातीतील स्त्री असल्यामुळे अशा बंधनात तिला अडकवून

सार्वजनिक मंदिरप्रवेश नाकारला, असे ७८.६८ टक्के स्त्रियांनी सांगितले. तसेच कनिष्ठ जात म्हणून बंदी आहे असे ४.४४ टक्के स्त्रियांनी सांगितले आहे; तर स्त्री म्हणून असलेली बंधने कमी आहेत तरीदेखील ०.४४ टक्के स्त्रियांनी मंदिरप्रवेश नाकारला म्हणून स्पष्ट केले. तसेच सार्वजनिक मंदिरात प्रवेश मिळतो, असे १६.४४ टक्के स्त्रियांनी सांगितले आहे.

अनुसूचित जातींमध्ये समाविष्ट असलेल्या मातंग स्त्रियांची ओळख दलित व अस्पृश्य म्हणून असल्यामुळे या जातीला धार्मिक जीवन जगताना येणाऱ्या अडचणी कोणत्या आहेत? मातंग स्त्रियांना धार्मिक जीवन जगताना येणाऱ्या अडचणींसंबंधी माहिती जमा केली, ती माहिती तक्ता ५.२० मध्ये मांडलेली दिसून येते.

तक्ता ५.२० : मातंग स्त्रियांना येणाऱ्या धार्मिक अडचणी आणि समस्या

अ.क्र.	धार्मिक अडचणी व समस्या	वारंवारिता	टक्केवारी
१.	सार्वजनिक मंदिरात प्रवेशानंतर वाद.	४०	१७.७७
२.	स्वतंत्र समाजमंदिर नाही.	१३०	५७.७७
३.	नवस फेडण्यासाठी व यात्रेला जाण्यासाठी पैसा नाही.	१४३	६३.५५
४.	स्वतः मंदिराचे बाहेरून दर्शन.	१३०	५७.७७
५.	धार्मिक प्रथा देवकरीण, पोतराज, जोगतीण यामधून उदरनिर्वाह.	१०७	४५.५५
६.	धार्मिक कार्यक्रम पंगतीत एकत्र जेवण नाही	१२०	५३.३३
७.	हिंदू धर्मप्रथांना बळी पडतात.	१८५	८२.२२

उपरोक्त तक्ता ५.२० मध्ये अध्ययन केल्यास असे स्पष्ट करता येते की, उत्तरदात्या ग्रामीण मातंग स्त्रियांना जीवन जगत असताना धार्मिकतेच्या संदर्भात कोणत्या अडचणी येतात हे पाहिले असता असे लक्षात येते की, बहुसंख्य मातंग स्त्रियांना हिंदू धर्मातील प्रथा-परंपरांनुसारच आपले जीवन जगावे लागते, असे ८२.२२ टक्के स्त्रियांनी सांगितले आहे.

ग्रामीण मातंग स्त्रिया धार्मिक प्रथेतून जे नवस करतात, ते नवस फेडण्यासाठी धार्मिक यात्रेला जावे लागते. त्यासाठी जाण्याची प्रबळ इच्छा असूनही पैशाच्या अभावामुळे त्या जाऊ शकत नाहीत, असे ६३.५५ टक्के स्त्रियांनी सांगितले आहे. गावात जी मंदिरे आहेत ती मंदिरे सार्वजनिक आहेत, स्वतंत्र अशी समाजमंदिरे नाहीत,

असे ५७.७७ टक्के स्त्रियांनी सांगितले आहे. ग्रामीण मातंग स्त्रियांनी सांगितले की, आम्ही स्वत:च मंदिरप्रवेश न करता सार्वजनिक मंदिराच्या बाहेरूनच दर्शन घेतो, असे ५७.७७ टक्के स्त्रियांनी सांगितले आहे; कारण मंदिरप्रवेशावरून गावात अनेक वाद होतात. त्यामुळे हे वाद टाळण्यासाठी जी परंपरा आहे, तसेच आमचे वर्तन असते; तर धार्मिक कार्यक्रमांमधून पंगतीमध्ये सवर्ण स्त्रियांसोबत एकत्र जेवण घेता येत नाही, असे ५३.३३ टक्के स्त्रियांनी सांगितले आहे. पोतराज, देवकरीण, जोगतीण इत्यादी धार्मिक प्रथांमधून उदरनिर्वाह केला जातो, असे ४५.५५ टक्के स्त्रियांनी सांगितले. सार्वजनिक मंदिरप्रवेशावरून वाद झालेले आहेत, असे १७.७७ टक्के स्त्रियांनी सांगितले आहे.

सारांश

भारतीय समाजामध्ये प्रत्येक व्यक्तीचा दर्जा व तिची भूमिका निश्चित करण्यासाठी धर्माचा मोठा प्रभाव असतो. त्यामुळेच ग्रामीण मातंग स्त्रियांच्या दर्जाचा व भूमिकेचा अभ्यास करताना, त्यांचे असलेले धार्मिक जीवन अत्यंत महत्वाचे आहे. त्यांच्याकडून धार्मिक जीवन स्पष्ट व्हावे यासाठी जी तथ्ये संकलित केली, त्याआधारे त्यांचा धार्मिक व सांस्कृतिक जीवनातील सहभाग दिसून येतो. धार्मिक सांस्कृतिक जीवनातील बदल, सारांश आपणास पुढीलप्रमाणे स्पष्ट करता येतात.

परभणी जिल्ह्यातील उत्तरदात्या ग्रामीण मातंग स्त्रियांपैकी हिंदू धर्माचे आचरण ९७.३३ टक्के स्त्रिया करतात. बहुसंख्य स्त्रियांनी कोणत्याही प्रकारचे धर्मांतर करणार नाहीत असे सांगितले; तर धर्मांतराचा विचार करणाऱ्यांचे प्रमाण २.६७ टक्के एवढे आहे. धर्मग्रंथ म्हणून रामायण ५७.७८ टक्के व महाभारत २० टक्के या दोन ग्रंथांची माहिती उत्तरदात्या स्त्रियांनी दिली आहे.

हिंदू धर्माचे आचरण करून त्यांचे बाराही सण साजरे करणाऱ्या स्त्रियांचे प्रमाण ४४.४४ टक्के एवढे आहे. धार्मिक सणाच्या दिवशी मातंग जातीतील स्त्री-पुरुषांना विशिष्ट प्रकारची काही कामेही करावी लागतात. धार्मिक तीर्थक्षेत्र म्हणून हिंदूंच्या तीर्थक्षेत्री आळंदी ३२ टक्के, तुळजापूर २८ टक्के, पंढरपूर २८.८९ टक्के येथे स्त्रिया दर्शनासाठी जातात. मातंग जातीचे जागृत धार्मिक स्थळ म्हणून मांगीरबाबा असल्याचे बहुतांशी स्त्रियांनी सांगितले आहे. संपूर्ण महाराष्ट्रातून औरंगाबाद जिल्ह्यातील शेंद्रा येथील देवस्थानात मांगीरबाबांची यात्रा दर वर्षी भरते, त्यात उत्तरदात्या स्त्रिया सहभागी होण्याचे प्रमाण ६२.४४ टक्के आहे. चंद्रपूरच्या चांदगडच्या देवीच्या यात्रेत मातंग जातीच्या उत्तरदात्या स्त्रिया ह्या ४७.५६ टक्के सहभागी होतात.

मातंग जातीच्या धार्मिक व पारंपरिकरित्या पाळल्या जाणाऱ्या प्रथा व रूढी

सुरू होत्या, त्यामध्ये आराधी ७.११ टक्के, देवदासी १.३३ टक्के, देवकरीण ३८.६७ टक्के, वाघ्या-मुरळी १.३३ टक्के, पोतराज ८.८९ टक्के यांचा समावेश होतो. धार्मिक प्रथांनी मातंग स्त्रियांचे जीवन प्रभावित झालेले होते. 'ओटीत' घेण्यासारखी धार्मिक प्रथा लोप पावलेली आहे. ग्रामदेवता म्हणून ग्रामीण मातंग स्त्रिया ह्या देव-देवतांची पूजा करतात. त्यामध्ये मरीआईची पूजा करणाऱ्या ८४.२२ टक्के स्त्रिया आहेत. मरीआईला नरबळी देण्याची प्रथा काही प्रमाणात १२.४४ टक्के कायम असलेली दिसून येते.

मातंग जातींना गाव-पातळीवर गावकीची धार्मिक कार्ये म्हणून कुटुंबातील पुरुष देवदेवताच्या मिरवणुकीत वाद्य वाजवणे ७.११ टक्के, तसेच बांबूचे टोपले तयार करणे १.७८ टक्के, सूप तयार करणे ०.८९ टक्के, तोरण बांधणे १.३३ टक्के ही पारंपरिक कामे त्यांना करावी लागतात.

अस्पृश्य जातीची स्त्री म्हणून सार्वजनिक ठिकाणी व धार्मिक कार्यक्रमात सहभागी होण्यासाठी काही बंधने होती, त्यांमुळे त्यांना सहभाग मिळत नाही असे ७४.२२टक्के स्त्रियांनी सांगितले आहे. जरी मातंग जातीतील स्त्री-पुरुष हिंदू धर्माचे आचरण करीत असले, तरीसुद्धा अस्पृश्यता पाळून या जातीला व जातीतील स्त्रियांना अधिकच कनिष्ठतेचा दर्जा मिळतो. त्यामुळे कनिष्ठ जात व त्यामधील स्त्री म्हणून ७८.६८ टक्के स्त्रियांना मंदिरप्रवेश नाकारलेला आहे. धार्मिक जीवनात उत्तरदात्या स्त्रियांना ज्या अडचणी येतात, त्यामध्ये नवस फेडण्यासाठी पैसा नाही असे ६३.५५ टक्के, स्वतंत्र असे समाजमंदिर नाही असे ५७.७७ टक्के स्त्रियांनी सांगितले आहे. मंदिराबाहेरून दर्शन घेतात असे स्त्रियांनी ५७.७७ टक्के असे सांगितले आहे. कार्यक्रमात पंगतीत एकत्र जेवण नाही ५३.३३ टक्के स्त्रियांनी सांगितले आहे इ. अडचणींना मातंग स्त्रियांना सामोरे जावे लागते.

हिंदू धर्माने प्रभावित झालेले जीवन मातंग स्त्रिया जगताना दिसून येतात. त्यांच्यावर लादलेली बंधने अधिकच कडक आहेत. त्यामुळे मातंग स्त्रियांचे जीवन धार्मिकतेने प्रभावित झालेले आहे.

६ ग्रामीण मातंग स्त्री: सामाजिक व राजकीय जीवन

प्रस्तावना

प्रत्येक व्यक्तीला मिळणारा दर्जा जात व लिंगानुसार मिळत असतो. लिंगभेदावर आधारित असलेल्या पुरुषप्रधान संस्कृतीमुळे व्यक्ती जर पुरुष असेल आणि ती जर सवर्ण जातीमध्ये जन्मलेली असेल, तर तिचा सामाजिक व राजकीय दर्जा हा श्रेष्ठ असतो. सवर्ण जातीमध्ये जर स्त्री जन्मलेली असेल, तर तिचा सामाजिक आणि राजकीय दर्जा हा पुरुषापेक्षा कनिष्ठ आहे. तसेच कनिष्ठ जातीतील व्यक्तींना मुळातच जातीच्या श्रेणीरचनेमुळे मिळणारा सामाजिक दर्जा हा कनिष्ठ आहे. कनिष्ठ जातीचा राजकीय व सामाजिक जीवनातील सहभाग कमी असतो. कनिष्ठ जातीतील स्त्रियांना मिळणारा सामाजिक दर्जा त्याहीपेक्षा कनिष्ठ असतो. त्यामुळे त्यांचा राजकीय सहभाग खूपच कमी असल्याचे आढळून आले आहे.

अनुसूचित जातीच्या श्रेणीत मातंग जातीचा सामाजिक दर्जा हा शेवटची जात म्हणून अधिकच कनिष्ठ आहे; तर त्याच जातीतील स्त्रिया पुरुषापेक्षाही कनिष्ठ असतात, त्यामुळे त्याचाही परिणाम सामाजिक व राजकीय जीवनातील सहभागावर झालेला दिसून येतो.

अनुसूचित जातीतील व्यक्तींना मिळणारा सामाजिक दर्जा हा कनिष्ठ असल्यामुळे पूर्वी यांना राजकीय सहभागासंबंधीचे अधिकार दिले जात नव्हते. अनुसूचित जातीतील पुरुषांना दास तर स्त्रियांना दासी म्हणून काम करावे लागत होते. त्यामुळे राजकीय सहभाग कमी प्रमाणात आढळून येत होता. स्त्रियांचा व अनुसूचित जातीचा राजकीय सहभाग वाढविण्यासाठी भारतीय राज्यघटनेतील ७३ व्या घटनादुरुस्तीनुसार समाजातील सर्वच स्तरातील कनिष्ठ जातींना व स्त्रियांना पंचायतराज व्यवस्थेत आरक्षणाची तरतूद

केली गेली. त्यामुळे ह्या जातींना सहभाग मिळू लागला. पंचायतराज व्यवस्थेमध्ये स्त्रियांना असलेल्या आरक्षणामुळे मातंग स्त्रियांचा राजकीय सहभाग वाढला आहे का? कनिष्ठ सामाजिक दर्जा मिळत असल्यामुळे त्यांना राजकीय सहभागासाठी अडचणी येतात का? राजकीय सहभाग मिळत असेल तर त्याचा सामाजिक दर्जावर कोणता परिणाम झाला आहे? त्यामुळे मातंग स्त्रियांचा सामाजिक व राजकीय जीवनातील सहभाग कसा आहे हे स्पष्ट केले आहे.

ग्रामीण मातंग स्त्रियांचा सामाजिक दर्जा

भारतीय समाजात व्यक्तीचा सामाजिक दर्जा निश्चित करणारे वेगवेगळे घटक असलेले दिसून येतात. त्याआधारे प्रत्येकाचा दर्जा निश्चित होतो. भारतीय स्त्रियांना सामाजिक दर्जा हा राज्यघटनेतील कायद्याच्या तरतुदीनुसार समानतेचा दर्जा प्राप्त झालेला आहे, परंतु प्रत्यक्षात मात्र तिला समानतेचा दर्जा मिळत नाही; तर सामाजिक परंपरेनुसार तिला दिलेला दर्जा व त्याला अनुसरून पार पाडावी लागणारी भूमिका यावर स्त्रियांचा सामाजिक दर्जा निश्चित होतो.[१] स्त्रियांचा सामाजिक दर्जा निश्चित करण्यासाठी त्या समाजातील सामाजिक स्तरावर अवलंबून असतात. प्रगत आणि प्रगतिशील समाजातील स्त्रियांचा सामाजिक दर्जा हा समाजातील प्रचलित आदर्श, विश्वास, समाजमान्यता आदि मूल्ये यांवरच निश्चित होतो.[२] समाजात असलेले आदर्श, नियम, मूल्ये, परंपरा ह्याच व्यक्तीचा सामाजिक दर्जा निश्चित करतात. प्राचीन काळापासून ते आधुनिक काळापर्यंत ह्या परंपरा, रुढी, मूल्ये वेगवेगळी होती. त्यामध्ये काळानुरूप मूल्ये बदलल्यास स्त्रियांचा सामाजिक दर्जादेखील बदलतो. वैदिक काळात स्त्रियांचा सामाजिक दर्जा हा पुरुषापेक्षा कनिष्ठ नव्हता. स्वत: पुरुषाकडून स्त्रियांना सामाजिक अधिकार दिलेले होते. तसेच सामाजिक तसेच शिक्षण, विवाह, शास्त्र, ज्ञान इत्यादी सर्वच क्षेत्रात त्यांना पुरुषांच्या बरोबरीचा दर्जा होता.[३] स्त्रियांना समाजातील रूढी, परंपरांमध्ये बंदिस्त करून तिला सन्मानजनक वागणूक दिली जात होती. स्मृतिकारांनीदेखील उच्च दर्जा दिलेला होता. "आईचा दर्जा, आई ही परमगुरू आहे, तिला कुटुंबात व समाजात सर्वोच्च स्थान दिले आहे."[४] या कालखंडामधून स्त्रियांना मिळणारा दर्जा उच्च होता.

स्त्रियांना अशा प्रकारे श्रेष्ठ स्थान असले, तरी पुरुषप्रधान व्यवस्थेतून नियम तयार करून त्यांना विशिष्ट भूमिकेत बंदिस्त केले आहे. समाजात तिचा सामाजिक दर्जा पुरुषांनी निश्चित केला आहे. तिला मिळणारा हा सामाजिक दर्जा वैदिक काळात समानतेचा मिळत होता; परंतु उत्तरवैदिक कालखंडात स्त्रियांचा अधिकार व त्यांना मिळणारा सामाजिक दर्जा निश्चितच कमी झाला.[५] तसेच पुढे मुस्लीम शासन काळातदेखील स्त्रियांची सामाजिक स्थिती अत्यंत दयनीय झालेली दिसून येते.[६]

स्त्रियांच्या सामाजिक स्थितीबद्दल पाण्डेय म्हणतात, "पुरुषांच्या तुलनेत स्त्रियांचा सन्मान कमी झाला. राजाकडून व श्रीमंत वर्गाकडून बहुविवाह प्रथा सुरू झाली. स्त्रियांना फक्त इंद्रियसुखाचे साधन मानले जाऊ लागले. स्त्रियांचे आपापसात मतभेद सुरू झाले. तुर्की जेव्हा आले, तेव्हा समाजाचा आकार वाढत गेला आणि स्त्रियांचा सामाजिक दर्जा क्रमश: घसरत गेलेला दिसून येतो."[७] सामाजिक संरचनेमध्ये स्त्रियांचा दर्जा पुरुषांच्यापेक्षाही अधिक खालच्या स्तरावर गेला. त्यांना कोणतेही सामाजिक अधिकार प्राप्त झाले नाहीत."[८] भारतीय स्त्रियांना समाजातून मिळणारा दर्जा अधिकच खालावलेला दिसून येतो. सामाजिक दर्जाबाबत शहरी व ग्रामीण या भागांमध्येदेखील स्त्रियांचा दर्जा निश्चितपणे वेगवेगळा दिसून येतो. ग्रामीण भागात राहणारी स्त्री आणि तिचा सामाजिक दर्जा ठरविणारे घटक शहरी स्त्रियांपेक्षा वेगळे असलेले दिसून येतात. ग्रामीण स्त्रियांना समाजात कनिष्ठ दर्जा प्राप्त होता. ग्रामीण स्त्री ही पडदा पद्धतीमध्येदेखील अडकलेली होती. तसेच स्त्रियांना पुरुषाचे ऐकावे लागत असे. स्त्रिया ह्या दासीसारख्या कनिष्ठ होत्या. स्त्रियांना समानता नव्हती. स्त्रियांकडे कोणतेही अधिकार नव्हते, ती निर्णय घेऊ शकत नव्हती.[९]

वैदिक काळ सोडला, तर प्राचीन कालखंडापासून ते ब्रिटीश कालखंडापर्यंत स्त्रियांना मिळणारा सामाजिक दर्जा कनिष्ठ व दुय्यमच होता. त्यामुळे दलित स्त्री तर अधिक शोषित आहे. ग्रामीण भागात सामाजिक दर्जा निश्चित करणारे प्रभावी साधन म्हणजे जात होय. जातीव्यवस्थेच्या उतरंडीमध्ये दलित हा जातीव्यस्थेमधील घटक आहे. दलित स्त्री ही त्या श्रेणीरचनेत सर्वांत शेवटचा घटक असते. भारतीय समाजातून दलितांना कनिष्ठतेची व अस्पृश्यतेची वागणूक दिली जाते. दलित स्त्रीचे स्थान तिच्या कुटुंबात पुरुषापेक्षा कमी दर्जाचे असलेले दिसून येते.[१०] त्यामुळे निश्चितच तिचा सामाजिक दर्जाही अत्यंत कनिष्ठ स्वरूपाचा असलेला दिसून येतो. पैसा, जमीन, सत्ता यांपासून वंचित राहिल्यामुळे दलित स्त्रियांचा दर्जा हा अत्यंत दुर्बल असलेला दिसतो.[११] दलित स्त्रियांचा सामाजिक दर्जा अत्यंत दुर्बल असल्यामुळे ती अनेक प्रकारे अधिकारांपासून व हक्कांपासून वंचित राहते. तिचा सामाजिक कार्यक्रमातील सहभागदेखील कमी असतो.

अनुसूचित जातीमधील प्रमुख जात म्हणून महाराष्ट्रात मातंग जातीचा उल्लेख आढळतो. मातंग जातीचे सामाजिक स्थान पाहिले, तर ते अत्यंत कनिष्ठ असलेले दिसून येते. गावपातळीवर तिची ओळख अस्पृश्य व दलित जात म्हणूनच आहे. मातंग जातीतील स्त्री ही शोषित, पीडित, अत्यंत हलाखीची अशी परिस्थिती आहे. परभणी जिल्ह्यातील ग्रामीण मातंग स्त्रियांची सामाजिक स्थिती कशी आहे? परभणी जिल्ह्यातील मातंग स्त्रियांचा सामाजिक दर्जा स्पष्ट करण्यासाठी जातीतील सण-समारंभातील

तिचा सहभाग, गावातील सण, समारंभातील सहभाग, कार्यक्रमात सहभागी होण्यासाठीची जातीची बंधने, जातीची संघटना, वस्तीतील इतर स्त्रियांशी असलेले संबंध जमा करून ग्रामीण मातंग स्त्रीच्या सामाजिक जीवनातील सहभागाचे विश्लेषण केलेले आहे.

भारतीय समाजाने स्त्रियांना कायम दुय्यम दर्जा दिलेला आहे. स्त्रियांवरील बंधने ही जातीने व धर्माने लादलेली होती. प्रत्येक जातीसमूहाकडून काही सार्वजनिक कार्यक्रम आयोजित केले जातात. स्त्रियांचा सार्वजनिक कार्यक्रमातील सहभाग किती आहे? जातीकडून साजरे होणारे सार्वजनिक कार्यक्रम, त्यामधील मातंग स्त्रियांचा सहभाग किती आहे? हे लक्षात घेण्यासाठी माहिती संकलित करून ती तक्ता ६.१ मधून मांडली आहे.

तक्ता ६.१

मातंग जातीतील सार्वजनिक कार्यक्रमातील उत्तरदात्या स्त्रियांचा सहभाग

अ.क्र	समारंभ / कार्यक्रम	धार्मिक सण व उत्सव		यात्रा		हळदी-कुंकू		अंत्यविधी		नामकरण सोहळा		विवाह सोहळा		म.जयंती व पुण्यतिथी	
		वारंवारिता	टक्केवारी	वारंवारिता	टक्केवारी	वारंवारिता	टक्केवारी	वारंवारिता	टक्केवारी	वारंवारिता	टक्केवारी	वारंवारिता	टक्केवारी	वारंवारिता	टक्केवारी
५.	कार्यक्रम होत नाही	११	४.८९	१३	५.७८	११	४.८९	०	०.००	१९	८.४४	०	०.००	१२	५.३३
६.	सहभागी होत नाही	०६	२.६७	६	२.६७	७	३.११	१७	७.५६	७	३.११	१८	८.००	५	२.२२
७.	कधी-कधी सहभागी	५९	२६.२२	६३	२८.००	५८	२५.७८	६२	२७.५६	५९	२६.२२	६०	२६.६७	६३	२८.००
८.	नियमित सहभागी	१४९	६६.२२	१४३	६३.५५	१४९	६६.२२	१४६	६४.८८	१४०	६२.२३	१४७	६५.३३	१४५	६४.४५
	एकूण	२२५	१००	२२५	१००	२२५	१००	२२५	१००	२२५	१००	२२५	१००	२२५	१००

उपरोक्त तक्ता ६.१ मधील आकडेवारीच्या आधारे असे स्पष्ट होते की, उत्तरदात्या मातंग स्त्रियांच्या जातीपुरते काही सार्वजनिक कार्यक्रम आयोजित केले जातात. त्या कार्यक्रमांमधून सहभागी होण्यासाठी स्त्रियांवर असलेली बंधने शिथिल असलेली दिसून येतात. जातीकडून साजरे होणारे धार्मिक सण व उत्सव, यात्रा, हळदी-कुंकू, अंत्यविधी, नामकरण सोहळा, विवाह सोहळा, जयंती व पुण्यतिथी यामधील नियमित सहभागी होतात त्यांचे सरासरी प्रमाण ६४.६९ टक्के आहे. याच कार्यक्रमात कधी-कधी सहभागी होणाऱ्या सरासरी स्त्रियांचे प्रमाण हे २८.१९ टक्के आहे. याच कार्यक्रमांतून सहभागी होत नाहीत त्यांचे सरासरी प्रमाण २.९३ टक्के आहे आणि कार्यक्रम होत नाही असे ४.१९ टक्के स्त्रियांनी सांगितले आहे.

ग्रामीण भागामध्ये प्रत्येक गावामधून दरवर्षी काही सार्वजनिक कार्यक्रमांचे आयोजन केले जाते. त्यामध्ये धार्मिक सण व उत्सव, यात्रा, हळदी-कुंकू, अंत्यविधी, नामकरण सोहळा, विवाह सोहळा, जयंती व पुण्यतिथी यांचा समावेश होतो. गावातील आयोजित या सार्वजनिक कार्यक्रमात, अनुसूचित जातीतील मातंग स्त्रियांना सहभागी होता येते का? तसेच अस्पृश्य म्हणून त्यांना या सार्वजनिक कार्यक्रमात सहभागी होण्यास कोणती बंधने अगदी कडक आहेत का? हे जाणून घेण्यासाठीच संबंधित तथ्ये संकलित केली असून त्यांची मांडणी तक्ता ६.२ मधून केली आहे.

तक्ता ६.२
उत्तरदात्या मातंग स्त्रियांचा गावातील सार्वजनिक कार्यक्रमातील सहभाग

अ.क्र	समारंभ / कार्यक्रम	धार्मिक सण व उत्सव		यात्रा		हळदी-कुंकू		अंत्यविधी		नामकरण सोहळा		विवाह सोहळा		म.जयंती व पुण्यतिथी	
		वारंवारिता	टक्केवारी	वारंवारिता	टक्केवारी	वारंवारिता	टक्केवारी	वारंवारिता	टक्केवारी	वारंवारिता	टक्केवारी	वारंवारिता	टक्केवारी	वारंवारिता	टक्केवारी
५.	कार्यक्रम होत नाही	२०	८.८९	१३	१०.२२	२२	९.७८	०	०.००	२८	१२.४४	०	०.००	२५	११.११
६.	सहभागी होत नाही	१३१	५८.२२	१२३	५४.६७	१३२	५८.६७	१४९	६६.२३	१२८	५६.८९	१४१	६२.६७	१३२	५८.६७
७.	कधी-कधी सहभागी	४७	२०.००	४८	२१.२३	४२	१८.६७	४६	२०.४४	४१	१८.२३	५३	२६.५६	४०	१७.७८
८.	नियमित सहभागी	२७	१२.००	३१	१३.७८	२९	१२.८८	३०	१३.३३	२८	१२.४४	३१	१३.७७	२८	१२.४४
	एकूण	२२५	१००	२२५	१००	२२५	१००	२२५	१००	२२५	१००	२२५	१००	२२५	१००

उपरोक्त तक्ता ६.२ मधून दिलेल्या आकडेवारीच्या आधारे असे निदर्शनास येते की, उत्तरदात्या ग्रामीण मातंग स्त्रियांना ग्रामीण भागामध्ये प्रत्येक गावामधून साजऱ्या होणाऱ्या धार्मिक सण, जयंती व पुण्यतिथी या सर्वच सार्वजनिक कार्यक्रमांतून, मातंग जातीतील स्त्री असल्यामुळे, सहभाग मिळत नाही असे सांगणाऱ्या स्त्रियांचे सरासरी प्रमाण ६९.४३ टक्के आहे, तर कधी या कार्यक्रमांमधून बंधने नसतात असे सरासरी प्रमाण फक्त १२.९६ टक्के स्त्रियांनी सांगितले आहे. गावात असे कार्यक्रम होत नाहीत असे ७.४९ टक्के स्त्रियांनी सांगितले आहे.

ग्रामीण भागामध्ये जातीसमूहानुसार निवास रचना असलेली दिसून येते. प्रत्येक जात आपली वेगळी वस्ती करून राहते. त्या वस्तीमधून त्या त्या जातीच्या नेत्यांच्या जयंत्या ह्या मोठ्या प्रमाणावर साजऱ्या केल्या जातात. ग्रामीण भागामध्ये उत्तरदात्या मातंग स्त्रियांच्या वस्तीमधून कोणत्या जयंत्या साजऱ्या केल्या जातात? त्यामधून मातंग स्त्रिया सहभागी होतात का? याविषयी माहिती गोळा करून त्यांची मांडणी तक्ता ६.३ मधून केलेली आहे.

तक्ता ६.३ : ग्रामीण मातंग स्त्रियांच्या वस्तीवर साजऱ्या होणाऱ्या जयंत्या

अ.क्र.	जयंती	वारंवारिता	टक्केवारी
१.	अण्णाभाऊ साठे जयंती	२१६	९६.००
२.	डॉ. बाबासाहेब आंबेडकर जयंती	७३	३२.४४
३.	शिव जयंती	१०	०४.४४
४.	कोणतीच जयंती होत नाही	०९	०४.००

उपरोक्त तक्ता ६.३ मधील प्रत्यक्ष पाहणीवरून असे लक्षात येते की, उत्तरदात्या ग्रामीण मातंग स्त्रियांच्या वस्तीवर कोणत्या महापुरुषाच्या जयंत्या साजऱ्या केल्या जातात तेव्हा असे लक्षात आले की, मातंग जातीच्या उद्धारासाठी ज्यांनी कार्य केले, असे मातंग जातीमध्ये जन्माला आलेले नेते व लोकशाहीर अण्णाभाऊ साठे व दलितोद्धाराचे कार्य करणारे डॉ. बाबासाहेब आंबेडकर, या दोन्ही महापुरुषांच्या जयंत्या साजऱ्या केल्या जातात. जयंती कार्यक्रमामध्ये मातंग स्त्रिया ह्या सहभागी होतात असेही त्यांनी सांगितले. नमुना म्हणून निवडलेल्या स्त्रियांच्या वस्तीमधूनच अण्णाभाऊ साठे यांची जयंती साजरी होते असे ९६ टक्के स्त्रियांनी सांगितले आहे. डॉ. बाबासाहेब आंबेडकरांची जयंती साजरी होते असे ३२.४४ टक्के स्त्रियांनी सांगितले आहे. शिवजयंती साजरी होते असे ४.४४ टक्के स्त्रियांनी सांगितले; तर कोणतीच जयंती साजरी होत नाही असे ४ टक्के स्त्रियांनी सांगितले आहे.

ग्रामीण समुदायाची रचना ही जातीवर आधारित आहे. प्रत्येक जातीमधून स्त्रियांना असणारा दर्जा हा कनिष्ठ स्वरूपाचा होता. स्त्रियांना मिळणारा दर्जा स्पष्ट करताना डॉ. उर्मिला पवार म्हणतात, ''स्त्री अगदी श्रीमंत, उच्चवर्णीय असली, तरी त्या स्तरात ती दुय्यमच असते; पण गरीब आणि दलित स्त्री तर फारच खालच्या स्तरावर व पायरीवर असते.''[१२] यावरून लक्षात येते की, स्त्रियांच्या दर्जात जातीनुसार फरक असलेला दिसून येतो. सवर्ण व दलित स्त्रियांमधील संबंध कसे आहेत? त्यांची आपापसातील वागणूक कशी आहे? यासंबंधी उत्तरदात्या मातंग स्त्रियांकडून तथ्ये संकलित करून त्याची मांडणी तक्ता ६.४ मधून केलेली आहे

तक्ता ६.४ : मातंग स्त्रियांना सवर्ण स्त्रियांकडून मिळणारी वागणूक

अ.क्र.	वागणूक	वारंवारिता	टक्केवारी
१.	भेदभाव	२०३	९०.२२
२.	चांगली	१८	०८.००
३.	सर्वसाधारण	०४	१.७८
	एकूण	२२५	१००

उपरोक्त तक्ता ६.४ च्या अध्ययनावरून असे स्पष्ट होते की, उत्तरदात्या ग्रामीण मातंग स्त्रियांना गावातील सवर्ण स्त्रियांकडून मिळणारी वागणूक कशी आहे हे पाहिल्यास असे लक्षात येते की, समाजातील सर्वच स्त्रिया ह्या कनिष्ठ आहेत, असे म्हटले जात असले, तरी ग्रामीण भागामधून आजही सवर्ण जातीतील स्त्रियांच्या दर्जापेक्षा कनिष्ठ जातीतील स्त्रियांचा दर्जा आणखी कनिष्ठ आहे. त्यामुळे सवर्ण जातीतील स्त्रिया त्यांना आणखीच कनिष्ठ समजतात, मातंग स्त्रियांसोबत अस्पृश्य समजून त्यांना भेदभावपूर्ण वागणूक दिली जाते असे ९०.२२ टक्के स्त्रियांनी सांगितले आहे. चांगली वागणूक मिळते असे १८ टक्के स्त्रियांनी सांगितले आहे. सर्वसाधारण वागणूक मिळते, असे १.७८ टक्के स्त्रियांनी सांगितले आहे.

ग्रामीण मातंग स्त्रियांचे असलेले विविध प्रश्न सोडविण्यासाठी कोणती संघटना प्रयत्न करते? ग्रामीण मातंग स्त्रियांचे प्रश्न सोडविण्यासाठी मातंग जातीतील स्त्रियांची संघटना आहे का? हे जाणून घेण्याच्या उद्देशाने मातंग स्त्रियांकडून माहिती संकलित केली, त्यांची मांडणी तक्ता ६.६ मधून मांडलेली आहे.

तक्ता ६.६ : मातंग स्त्रियांच्या स्त्री संघटनेची माहिती

अ.क्र.	वागणूक	वारंवारिता	टक्केवारी
१.	मातंग स्त्री संघटना नाही	२२५	१००
	एकूण	२२५	१००

उपरोक्त तक्ता ६.६ मधील आकडेवारीवरून असे निदर्शनास येते की, उत्तरदात्या ग्रामीण मातंग स्त्रियांचे प्रश्न व त्यांच्या समस्या सोडविण्यासाठी मातंग जातीतील स्त्रियांची एकही संघटना परभणी जिल्ह्यातून आढळून आली नाही. त्यामुळे जातीच्या पातळीवरून निर्माण होणारे स्त्रियांचे प्रश्न सोडविण्यासाठी स्त्री संघटनेचा अभाव मातंग जातीमधून दिसून आलेला आहे.

भारतामध्ये स्त्रियांना मिळणारा दर्जा हा कनिष्ठ होता. कनिष्ठ दर्जात बदल होऊन स्त्रियांना समान संधी मिळावी, यासाठी स्त्रीमुक्ती चळवळ व इतर अनेक स्त्री संघटनांनी प्रयत्न केले आहेत. स्त्रियांच्या असलेल्या वेगवेगळ्या संघटना त्यांचे प्रश्न सोडविण्याचा प्रयत्न करतात. स्त्रियांचा दर्जा निश्चित करण्यासाठी स्त्री संघटनांनी केलेले योगदान अगदी महत्त्वाचे आहे. त्यामुळे ग्रामीण स्त्रियांपर्यंत व मातंग स्त्रियांपर्यंत कोणती स्त्री संघटना पोहचली आहे? गावात स्त्रियांची कोणती संघटना काम करते का? हे जाणून घेण्यासाठी उत्तरदात्या मातंग स्त्रियांकडून गावातील स्त्री संघटनांबद्दलची माहिती संकलित करून त्यासंबंधीची मांडणी तक्ता ६.७ मधून केलेली आहे.

तक्ता ६.७ : मातंग स्त्रियांच्या गावातील स्त्री संघटनांची माहिती

अ.क्र.	स्त्री संघटना	वारंवारिता	टक्केवारी
१.	स्त्री संघटना नाही	१७५	७७.७८
२.	नाव माहीत नाही	४३	१९.११
३.	होय	०७	३.११
	एकूण	२२५	१००

उपरोक्त तक्ता ६.७ मधील आकडेवारीच्या आधारे असे स्पष्ट करता येते की, उत्तरदात्या ग्रामीण मातंग स्त्रियांच्या असणाऱ्या समस्या, अडचणी, प्रश्न सोडविण्यासाठी मातंग जातीतील स्त्रियांची संघटना नसली, तरी इतर स्त्रियांची संघटना ग्रामीण स्त्रियांचे व मातंग स्त्रियांचे प्रश्न सोडविण्यासाठी कार्यरत नाही असेच ७७.७८ टक्के स्त्रियांनी सांगितले आहे. तसेच स्त्रियांसाठी संघटना काम करते याविषयी काहीही माहीत नाही

असे १९.११ टक्के स्त्रियांनी सांगितले आहे. गावातील स्त्रियांचे प्रश्न सोडविले जातात. त्यासाठी स्त्रियांची एक संघटना गावपातळीवर बचतगटातून निर्माण झाली आहे असे ३.११ टक्के स्त्रियांनी सांगितले आहे.

ग्रामीण भागात काही ठिकाणी स्त्री संघटना हे आपले काम करताना आढळून येते. त्या स्त्री संघटनांची माहिती स्त्रियांना आहे का? त्या संघटनेचे नाव काय आहे? मातंग स्त्रियांना किती माहिती आहे, याविषयी माहिती संकलित केली. त्या माहितीच्या आधारे त्याची मांडणी तक्ता ६.८ मधून केलेली आहे.

तक्ता ६.८ : ग्रामीण मातंग स्त्रियांच्या गावातील स्त्री संघटनेचे नाव

अ.क्र.	संघटनेचे नाव	वारंवारिता	टक्केवारी
१.	स्त्री संघटना नाही	२१८	९६.८९
२.	नाव माहीत नाही	०७	३.११
	एकूण	२२५	१००

उपरोक्त तक्ता ६.८ मधील आकडेवारीचे अध्ययन केल्यास असे लक्षात येते की, उत्तरदात्या ग्रामीण मातंग स्त्रियांच्या जातीतील स्त्रियांची संघटना, तसेच गावातून स्त्रियांसाठी काम करणारी संघटना आढळून आली नाही, असे ९६.८९ टक्के स्त्रियांनी सांगितले आहे. गावातून जी स्त्री संघटना काम करते, तिचे नावदेखील मातंग स्त्रियांना माहीत नाही असे ३.११ टक्के स्त्रियांनी सांगितले आहे.

ज्या गावामधून स्त्री संघटना आहेत त्या स्त्री संघटना काम करीत असताना, मातंग स्त्रियांना येणाऱ्या अडचणी व समस्या सोडवतात का? हे जाणून घेण्याच्या उद्देशाने संबंधित माहिती संकलित केली, ती माहिती तक्ता ६.९ मधून मांडलेली आहे.

तक्ता ६.९ : मातंग स्त्रियांचे गावातील स्त्री संघटना प्रश्न व अडचणी सोडविण्याविषयी माहिती

अ.क्र.	प्रश्न	वारंवारिता	टक्केवारी
१.	संघटना नाही	२१८	९६.८९
२.	नाही	०६	२.६७
३.	होय	०१	०.४४
	एकूण	२२५	१००

उपरोक्त तक्ता ६.९ मधील आकडेवारीच्या आधारे असे स्पष्ट करता येते की, उत्तरदात्या ग्रामीण मातंग स्त्रियांचे प्रश्न सोडविण्यासाठी गावातील असलेली स्त्री संघटना प्रयत्न करत नाही; कारण अनेक गावांतून स्त्री संघटना नाही असे ९६.८९ टक्के स्त्रियांनी सांगितले आहे; तर ज्या गावांमधून स्त्रियांची संघटना आहे असे ३.११ टक्के स्त्रियांनी सांगितले आहे. त्यापैकी फक्त ०.४४ टक्के स्त्रियांनी सांगितले, की मातंग स्त्रियांचे प्रश्न ही संघटना सोडवते.

ग्रामीण भागामध्ये स्त्रियांसाठी काम करणारी स्त्री संघटना, जातीची स्त्री संघटना, ह्या आढळून आलेल्या नाहीत. त्यामुळे गावातून मातंग जातीसाठी काम करणारी संघटना, स्वयंसेवी संस्था ह्या कार्यरत आहेत का? हे जाणून घेण्यासाठी उत्तरदात्या मातंग स्त्रियांकडून माहिती मिळवून परभणी जिल्ह्यातून कोणती संघटना काम करते याविषयीची मांडणी तक्ता ६.१० मध्ये केलेली आहे.

तक्ता ६.१० : मातंग जातीच्या संघटनांची माहिती

अ.क्र.	जातीची संघटना	वारंवारिता	टक्केवारी
१.	होय	८५	३७.७८
२.	नाही	१४०	६२.२२
	एकूण	२२५	१००

उपरोक्त तक्ता ६.१० च्या आकडेवारीला अनुसरून असे लक्षात येते की, उत्तरदात्या ग्रामीण मातंग स्त्रियांच्या वस्तीमधून, गावामधून स्त्री संघटना, जातीच्या स्त्री संघटना यांचा अभाव असला, तरी जातीची संघटना म्हणून काही संघटना कार्यरत नाहीत असे ६२.२२ टक्के स्त्रियांनी सांगितले आहे; तर अशा संघटना कार्यरत आहेत, असे ३७.७८ टक्के स्त्रियांनी सांगितले आहे.

ग्रामीण भागातील मातंग वस्तीमधून जातीसाठी काम करणाऱ्या संघटना आहेत का? त्या जातीच्या संघटना कोणत्या आहेत? त्यासंबंधीची माहिती जाणून घेण्यासाठी नमुना म्हणून निवडलेल्या जातीच्या संघटनांची माहिती उत्तरदात्या मातंग स्त्रियांकडून प्राप्त केली. त्या माहितीची मांडणी तक्ता ६.११ मधून केलेली आहे.

तक्ता ६.११ : मातंग स्त्रियांच्या वस्तीतील जातीच्या संघटनांची माहिती

अ.क्र.	जातीची संघटना	वारंवारिता	टक्केवारी
१.	संघटना नाही	१४०	६२.२२
२.	मानवी हक्क अभियान	३५	१५.५६
३.	अखिल भारतीय मातंग संघ	२०	०८.८९
४.	सामाजिक न्याय आंदोलन	२५	११.११
५.	लहुजी साळवे क्रांती सेना	०५	०२.२२
	एकूण	२२५	१००

उपरोक्त तक्ता ६.११ च्या आकडेवारीच्या निदर्शनावरून असे लक्षात येते की, उत्तरदात्या ग्रामीण मातंग स्त्रियांच्या मातंग वस्तीमध्ये, त्या राहतात तेथील जातीच्या संघटना कोणत्या आहेत हे पाहिल्यास असे लक्षात येते की, ॲड. एकनाथ आव्हाड यांनी चालविलेली 'मानवी हक्क अभियान' ही एक संघटना वस्तीत असल्याचे १५.५६ टक्के स्त्रियांनी सांगितले आहे. मातंग जातीसाठी परभणी जिल्ह्यातून स्वयंसेवी संस्थेच्या माध्यमातून संघटनात्मक समाजाची बांधणी करण्याचे काम गणपत भिसे यांनी सामाजिक न्याय आंदोलनातून केले आहे. त्यामुळे ही संघटना वस्तीत आहे असे ११.११ टक्के स्त्रियांनी सांगितले आहे. मातंग समाजासाठी डॉ. बाबासाहेब गोपले यांनी स्थापन केलेली अखिल भारतीय मातंग संघ ही संघटना वस्तीत आहे असे ८.८९ टक्के स्त्रियांनी सांगितले आहे. तसेच लहुजी साळवे क्रांती सेनादेखील जातीच्या प्रश्नासाठी काम करीत होती. प्रा. मारोती कसाब, रामचंद्र भराडे, जी.एस. कांबळे इत्यादींच्या नेतृत्वाखाली ही संघटना काम करीत होती, ती संघटना वस्तीत आढळून आली असे २.२२ टक्के स्त्रियांनी सांगितले आहे. सर्व मातंग जातीची कोणतीच संघटना वस्तीमधून काम करीत नाहीत असे ६२.२२ टक्के स्त्रियांनी सांगितले आहे.

ग्रामीण भागामध्ये ज्या मातंग जातीच्या संघटना आहेत, त्यामध्ये ॲड. एकनाथ आव्हाड यांची मानवी हक्क अभियान, गणपत भिसे यांची सामाजिक न्याय आंदोलन, डॉ. बाबासाहेब गोपले यांची अखिल भारतीय मातंग संघ, जी.एस. कांबळे, प्रा. मारोती कसाब यांची लहुजी क्रांती सेना इत्यादी संघटना विविध वस्तींमधून कामे करताना आढळून आल्या आहेत. या संघटना मातंग जातीतील प्रश्न सोडवितात; पण याच संघटनेकडून मातंग जातीतील स्त्रियांना येणाऱ्या अडचणी व प्रश्न सोडविले जातात का? हे जाणून घेण्याच्या हेतूने संबंधित माहिती संकलित करून त्यांची मांडणी

तक्ता ६.१२ मधून केलेली आहे.

तक्ता ६.१२ : मातंग स्त्रियांच्या अडचणी व समस्या सोडविणारी संघटना

अ.क्र.	संघटना	वारंवारिता	टक्केवारी
१.	संघटना नाही	१४०	६२.२
२.	जातीची संघटना	८४	३७.३४
३.	गावातील स्त्री संघटना	०१	०.४४
	एकूण	२२५	१००

उपरोक्त तक्ता ६.१२ चे अध्ययन केल्यास असे स्पष्ट करता येते की, उत्तरदात्या ग्रामीण मातंग स्त्रियांच्या वस्तीमधून आजही प्रत्येक वस्तीतील स्त्रियांपर्यंत जातीची संघटना ही त्यांच्यापर्यंत पोहोचली नाही असे ६२.२२ टक्के स्त्रियांनी सांगितले आहे. तसेच त्या मात्र जातीच्या प्रश्नासोबतच स्त्रियांना येणाऱ्या अडचणी व समस्या सोडविण्याचे काम करतात असेच ३७.३४ टक्के स्त्रियांनी सांगितले आहे; तर एका स्त्रीने फक्त गावातील स्त्रियांची असलेली संघटना त्यांचे प्रश्न व अडचणी सोडवते असे सांगितले आहे. ग्रामीण मातंग जातींना ग्रामीण भागातून मिळणारा दर्जा हा कनिष्ठ होता. मातंग जात ही अनुसूचित जातीमधील अस्पृश्य जात म्हणूनच त्याची ओळख असलेली दिसून येते. त्यामुळे मातंग स्त्रियांना समाजाकडून अस्पृश्य स्त्री म्हणून वागणूक मिळते, तिला कनिष्ठ समजले जाते, तिला अस्पृश्य स्वरूपाची कामे दिली जातात. मातंग स्त्रीचा समाजातील कनिष्ठतेचा दर्जा हा निश्चित झालेला आहे. त्यामुळे समाजाकडून त्यांना मिळणाऱ्या वागणुकीबद्दल त्या समाधानी आहेत की असमाधानी आहेत, याविषयी माहिती संकलित करून त्यांची मांडणी तक्ता ६.१३ मधून केलेली आहे.

तक्ता ६.१३ : मातंग स्त्रियांना समाजातून मिळणाऱ्या वागणुकीबद्दल त्यांचे मत

अ.क्र.	मत	वारंवारिता	टक्केवारी
१.	समाधानी आहे	२०१	८९.३३
२.	असमाधानी आहे	२४	१०.६७
	एकूण	२२५	१००

उपरोक्त तक्ता ६.१३ च्या आकडेवारीच्या आधारे असे स्पष्ट करता येते की, उत्तरदात्या ग्रामीण मातंग स्त्रियांना कनिष्ठतेचा दर्जा दिला जातो. अस्पृश्य म्हणून

त्यांच्यासोबत भेदभाव केला जातो. असे वर्तन त्यांच्यासोबत होत असले, तरी पारंपरिकरित्या चालत आलेल्या नियमांच्या आधारेच स्त्री म्हणून त्यांना जी कनिष्ठतेची वागणूक मिळते, त्याबद्दल त्या स्त्रिया ह्या समाधानी आहेत असे ८९.३३ टक्के स्त्रियांनी सांगितले आहे.

ग्रामीण समाजातील मातंग जातीतील स्त्रियांना आपले सामाजिक जीवन जगत असताना त्यांना येणाऱ्या अडचणी व समस्या कोणत्या आहेत? मातंग स्त्रियांना त्यास कसे सामोरे जावे लागते, यासंबंधी माहिती संकलित करून त्यांची मांडणी तक्ता ६.१४ मधून केलेली आहे.

तक्ता ६.१४ : उत्तरदात्या मातंग स्त्रियांना येणाऱ्या सामाजिक जीवनातील अडचणी

अ.क्र.	मत	वारंवारिता	टक्केवारी
१.	अस्पृश्य असल्यामुळे सार्वजनिक कार्यक्रमास प्रवेश नाही.	२१८	९६.८९
२.	मातंग जातीमध्येदेखील आपापसात छोटे गट आहेत, प्रश्न सोडवत नाही.	०६	२.६७
३.	महारांकडून मांगांना कनिष्ठतेची वागणूक मिळते.	०१	०.४४
४.	मातंग स्त्रियांचे सार्वजनिक प्रश्न सोडवले जात नाहीत.	१३५	६०.००
	एकूण	२२५	१००

उपरोक्त तक्ता ६.१४ मधील आकडेवारीच्या आधारे असे स्पष्ट करता येते की, उत्तरदात्या ग्रामीण मातंग स्त्रियांना सामाजिक जीवन जगत असताना काही अडचणी व समस्या पुढे आलेल्या आहेत. त्यामध्ये प्रामुख्याने अनुसूचित जातीमधीलच महार व मांग या दोन जाती आहेत. महार जातीकडून उत्तरदात्या मातंग स्त्रियांना कनिष्ठतेची वागणूक मिळते, असे ८८.८८ टक्के स्त्रियांनी सांगितले आहे. तसेच उत्तरदात्या मातंग स्त्रियांच्या वस्तीमधून असलेले सार्वजनिक प्रश्न सोडविले जात नाहीत, असे ६०टक्के स्त्रियांनी सांगितले आहे. सामाजिक व सार्वजनिक कार्यक्रमात अस्पृश्य असल्यामुळे प्रवेशबंदी असते व कनिष्ठतेची वागणूक मिळते असे ४८.८८ टक्के स्त्रियांनी सांगितले आहे. मातंग जातीमध्येदेखील जातीतून छोटे-छोटे गट

पडलेले असतात. त्यामुळे मातंग स्त्रियांना अनेक प्रश्न त्यांना सोडवता येत नाहीत असे २५.७७ टक्के स्त्रियांनी सांगितले आहे.

ग्रामीण मातंग स्त्रियांची राजकीय स्थिती / राजकीय दर्जा

स्त्रियांना मिळणारा राजकीय दर्जा म्हणजेच राजकीय घडामोडीचे स्वरूप ठरविण्यात आणि राजकीय सत्ता मिळविण्यात स्त्रियांना मिळालेले स्वातंत्र्य आणि समान हक्क तद्वतच स्त्रियांच्या या भूमिकेला समाजात देत असलेले महत्त्व म्हणजेच स्त्रियांचा राजकीय दर्जा होय[१३] अशा प्रकारे समाजातून स्त्रियांचा राजकीय दर्जा निश्चित केला जातो.

भारतीय स्त्रियांचा, प्राचीन कालखंडापासून ते आधुनिक कालखंडापर्यंत विचार केला, तर स्त्रियांची राजकीय स्थिती व राजकीय दर्जा यांसंबंधी पुढीलप्रमाणे विश्लेषण करता येते. प्राचीन कालखंडात महिलांना राजकारणापासून अलिप्त ठेवून तिला बंदिस्त केले होते; तर त्यानंतर वैदिक कालखंडातसुद्धा स्त्रियांना मोठ्या प्रमाणात राजकारणात सहभागी करून घेतले जायचे, तसेच ऋग्वेदीय कालखंडात तीन प्रकारच्या सभा होत्या-सभा समिती व विदर्भ सभा समिती तथा ग्रामिणी समिती सभा अस्तित्वात होत्या. उत्तर वैदिक कालखंडात मात्र स्त्रियांचे राजकीय महत्त्व कमी झाले, परंतु बौद्ध व जैन धर्माने महिलांच्या सुधारणात्मक कार्यारा बाहून घेतले. त्याचा परिणाम राजकारणातील महिलांचे सहभागीकरण वाढण्यावर झाला आहे.[१४] तसेच मध्ययुगीन कालखंडात मात्र सामान्यपणे राजकारणात स्त्रियांना कोणत्याही प्रकारचे स्थान नव्हते. ग्रामीण राजकीय क्षेत्रात तर त्यांना शून्य स्थान होते.[१५] भारतामध्ये वैदिक कालखंड सोडला, तर स्त्रियांना इतर सर्वच कालखंडामधून स्त्रियांना राजकारणापासून अलिप्त ठेवून तिचा त्यात फारसा सहभाग नव्हता. सामान्य स्त्रियाच या कालखंडापासून दूर होत्या; तर या कालखंडात दलित स्त्रीची ओळख तर समाजात एक दासी म्हणूनच असलेली दिसून येते. भारतीय स्त्रियांना या कालखंडामध्ये राजकीय प्रक्रियेत सहभाग मिळत नव्हता.

जगभरातील व तसेच पाश्चात्त्य देशातील स्त्रियांची राजकीय स्थिती भारतीय स्त्रियांपेक्षा फारशी वेगळी नव्हती. त्यांनादेखील राजकीय प्रकियेपासून दूर ठेवलेलेच दिसून येते. त्यामुळे स्त्रियांच्या राजकीय सहभागाची समस्या निर्माण झाली होती. त्यामुळे प्लेटो यांनी "स्त्री-पुरुषांना समान संधी मिळाली पाहिजे. केवळ पुरुषांना राजकीय प्रकियेत प्रतिनिधित्व करता येणे म्हणजे राज्याचा विकास पूर्ण होणार नाही. स्त्री-पुरुषात कोणताही भेदभाव नसून ती पुरुषाप्रमाणेच राजकारणात व सैनिक क्षेत्रात भाग घेऊ शकते."[१६] प्लेटोसारख्या राजकीय विचारवंताने स्त्रियांच्या राजकीय सहभागाविषयी आपले मत मांडले असले, तरी जगात लोकसंख्येने अर्धी संख्या

असलेल्या स्त्रियांना मात्र राजकीय प्रकियेत सहभागी करून घेतले जात नव्हते. जगभरात स्त्रियांना राजकीय व्यवस्थेत प्रवेश पुरुषाच्या तुलनेत उशिरा मिळाला.[१७] जगभरातील स्त्रियांना भारतीय स्त्रियांपेक्षा राजकीय प्रवेशासाठी संघर्ष करावा लागलेला दिसून येतो. स्वित्झर्लंडसारख्या देशाने स्त्रियांना १९८१मध्ये मतदानाचा हक्क दिला.[१८] पाश्चात्त्य देशातील स्त्रियांनी संघर्षातून मतदानाचा हक्क प्राप्त केला; परंतु भारतीय स्त्रियांना मात्र मतदानाच्या हक्कासाठी फारसा प्रयत्न न करता हा हक्क मिळालेला दिसून येतो. भारतात अखिल भारतीय पातळीवरून प्रयत्न झालेला दिसून येतो. १९१७मध्ये श्रीमती सरोजिनी नायडू यांच्या नेतृत्वाखाली व महात्मा गांधींच्या प्रेरणेतून एक शिष्टमंडळ मॉंटेग्यू, सेक्रेटरी ऑफ स्टेट फॉर इंडिया यांना भेटले, त्यांनी स्त्रियांना मतदानाचा हक्क दिला.[१९] मतदानाचा हक्कच स्त्रियांनी राजकारणात सहभाग घ्यावा व त्यांना राजकीय स्वातंत्र्य मिळावे यासाठी दिला होता.

स्त्रियांनी सामाजिक व आर्थिक स्वातंत्र्याबरोबरच त्यांच्या राजकीय स्वातंत्र्याचा विचार करून मतदानाच्या अधिकाराची मागणी केली.[२०] स्त्रियांच्या मतदानाच्या अधिकारापासून स्त्रियांच्या राजकीय प्रवेशाला प्रारंभ झाला. त्यानंतर राज्य सरकारने मतदान व निवडणूक लढवण्याचा हक्क ब्रिटिश कायदे मंडळाने मंजूर केला. या सामाजिक क्रांतीतून राजकीय क्रांती झाली. १९२८ला अखिल भारतीय महिला सभेने राजकारणात प्रवेश मिळाल्यानंतरही काही स्त्रियांनी राजकीय नेतृत्व केलेले दिसून येते. अशा नेतृत्व करणाऱ्या स्त्रियांची संख्या फार थोडी आहे. त्यामुळे स्त्रियांचा राजकारणातील सहभाग वाढावा यासाठी डॉ. बाबासाहेब आंबेडकर यांनी हिंदू कोड बिलाच्या माध्यमातून व राज्यघटनेतून घटनात्मक तरतूद करून संविधानाने भारतीय स्त्रियांना व शूद्रांना संपूर्ण राजकीय, सामाजिक, आर्थिक समतेची हमी दिली, व्यक्ती म्हणून मूलभूत अधिकार दिले आणि सर्वांत महत्त्वाचे म्हणजे स्त्रीला पुरुषाच्या बरोबरीने समान हक्क दिले,[२२] स्त्रियांना समान हक्क मिळाले असले, तरी राजकीय क्षेत्रातील त्यांचा सहभाग मर्यादित झाला. पती सांगेल त्याला मतदान करणे एवढेच मर्यादित स्वातंत्र्य तिला दिले होते.[२३] त्यामुळे राजकीय क्षेत्रात ग्रामीण समाजातील स्त्रिया म्हणावी तशी प्रगती करू शकल्या नाहीत. ग्रामपंचायत, पंचायत, जिल्हा परिषद इत्यादी लोकनियुक्त संस्थांत स्त्रियांचे प्रमाण अगदी कमी आहे.[२४] याबरोबरच स्त्रियांना संसदेत मिळणारे प्रतिनिधित्वदेखील मर्यादित असलेले दिसून येते. तसेच पंतप्रधान मोरारजी देसाई यांनी आपल्या कॅबिनेटमध्ये लोकसभेत महिला असतानादेखील एखादीही स्त्री मंत्री घेतली नाही.[२५] यावरून असे स्पष्ट होते की, स्थानिक स्वराज्य संस्थांपासून ते लोकसभेपर्यंत राजकीय महिला नेतृत्वाचा अभाव असलेला दिसून येतो. त्यानंतर इ.स. १९७५साली आंतरराष्ट्रीय महिला वर्षात महिलांना कोणत्याच प्रकारच्या राजकीय निर्णयप्रक्रियेत

सहभाग नव्हता.[२६] १९९५च्या बिजिंगच्या आंतरराष्ट्रीय महिला परिषदेच्या निमित्ताने युनोने जो अहवाल तयार केला, त्यात जनतेने निवडून दिलेल्या स्त्रियांचे राजकीय सहभागातील प्रमाण अत्यंत नगण्य होते.[२७] राजकीय क्षेत्रात स्त्रियांना मतदानाच्या अधिकारातून प्रवेश मिळाला, परंतु मतदानाव्यतिरिक्त स्त्रियांचा राजकीय सहभाग फारसा वाढला नाही. स्त्रियांची राजकीय क्षेत्रात फारशी प्रगती झाली नाही.

स्त्रियांचा व अनुसूचित जाती, जमातींचा राजकारणातील सहभाग वाढावा यासाठी युनोच्या सूचनेनुसार भारतात ७३ व ७४ वी घटनादुरुस्ती करून त्याची अंमलबजावणी केलेली आहे.[२८] नवीन पंचायतराज कायदा मंजूर झाला. २४ एप्रिल १९९३ ला नवीन पंचायतराज कायदा मंजूर करून लागू करण्यात आला. स्त्रियांना १/३ आरक्षण मुद्दा समोर आला. ७३ व्या घटनादुरुस्तीनुसार कलम २४८ (३) नुसार ग्रामपंचायत, पंचायत समिती, जिल्हा परिषद या पदांवर महिला निवडून येऊ लागल्या. त्याच प्रकारे ७४ व्या घटनादुरुस्तीनुसार २४३ डी (३) नुसार शहरी भागात स्त्रियांसाठी आरक्षण लागू झाले.[२९] पंचायतराज व्यवस्थेमुळे स्त्रियांना, दलितांना, दलित स्त्रिया इत्यादींना राजकारणात संधी उपलब्ध झाली. त्यामुळेच ग्रामपंचायत, पंचायत समिती, जिल्हा परिषद अशा त्रिस्तरीय पंचायतीमधून ३३ टक्के स्त्रियांचा सत्तेत सहभाग होऊ लागला.[३०] घटनादुरुस्तीची अंमलबजावणी सुरू झाली. त्यामुळे पंचायतराजचे चित्र बदलेले दिसून येते. भारतात महिला प्रतिनिधित्व खूपच कमी आहे. ७३ व ७४ वी घटनादुरुस्ती संशोधन विधेयकामुळे महिलांना पंचायतराज स्तरावर व शहरी संस्थावर १/३ आरक्षण दिले.[३१] त्यातून भारतात स्थानिक स्तरावर महिलांचा राजकीय सहभाग मोठ्या प्रमाणावर वाढला.

पंचायतराज धोरणामुळेच स्त्रिया ग्रामपंचायत सदस्य संख्या ८,५००, सरपंच ९८ तर जिल्हा परिषद अध्यक्ष १० होत्या, असा राजकीय सहभाग वाढला आहे.[३२] पंचायतराज धोरणामुळे स्त्रियांची संख्या सातत्याने वाढताना दिसून येऊ लागली. ७३ व ७४ व्या घटनादुरुस्तीनंतर स्थानिक स्वराज्य संस्थाच्या कारभारात स्त्रियांची संख्या वाढली. देशभरातून आठ लाख स्त्रिया विविध स्तरावर निवडून आल्या. यापैकी सहा लाख स्त्रिया अनुसूचित जाती-जमातीच्या आहेत.[३३] समाजातील स्त्रिया व दलित म्हणून समजल्या जाणाऱ्या अनुसूचित जाती व अनुसूचित जमातीतील जाती यांना पंचायतराजमुळे राजकारणात प्रवेशाची संधी उपलब्ध झाली, त्यांची राजकारणातील संख्या सातत्याने वाढत गेलेली दिसून येते. महाराष्ट्रातील २७,६११ ग्रामपंचायतींपैकी ९,१९३ जागांवर महिला संरपच आहेत; तर त्यातील १,०६७ स्त्रिया अनुसूचित जातीतील आहेत.[३४] पंचायतराजमुळे स्त्रियांचा राजकीय जीवनात प्रवेश झाला. ग्रामपंचायत, नगरपालिका, पंचायत समिती, नगरपालिका या स्थानिक स्वराज्य

संस्थांकडून ओबीसी , अनुसूचित जाती-जमातीतील स्त्रियांना स्वतंत्र आरक्षण असल्यामुळे गावगाड्यातील सर्वांत उपेक्षित, शोषित महिलांना प्रथमच राजकारणाचे आकाश मोकळे झाले.[३५] तसेच रेखा ठाकूर म्हणतात, ''सत्तेच्या जवळपासही न फिरकू शकलेल्या बहुजन समाजातील छोट्या दुर्बल जातीवर्गातील स्त्री-पुरुष निवडून आले.''[३६] तर रेड्डी म्हणतात, ''समाजातील वंचित, दुर्लक्षित घटक, विशेषत: महिलांना, ओबीसी व भटक्या विमुक्तांना किमान राजकीय सत्तेत स्थान प्राप्त झाले आहे.''[३७] ७३ व्या राज्यघटना दुरुस्तीमुळे अनुसूचित जातीतील स्त्रिया ह्या सत्तेत सहभागी झाल्या आहेत.

स्थानिक स्वराज्य संस्थांच्या औपचारिक राजकारणात स्त्रियांना संधी मिळाली. विशेषत: ग्रामीण जीवनात त्याचे वेगळे पडसाद उमटत आहेत. ३३ टक्के आरक्षणामुळे एक नवीन संधी प्राप्त झाली आहे.[३८] राजकारणातील प्रवेशामुळे नवीन अधिकार व भूमिका या स्त्रिया पार पाडत होत्या. २६ जानेवारी २००३ रोजी संपूर्ण महाराष्ट्रात, ९,७०० गावांत, महिला सरपंचांनी ध्वजारोहण करून एक ऐतिहासिक घटना घडविली.[३९] पंचायतराजमुळेच आज हरिजन व दलित समाजातील स्त्री-पुरुष यांचा दर्जा बदलला, त्यांच्या सामाजिक दर्जात व त्यांना मिळणाऱ्या सामाजिक प्रतिष्ठेमध्ये बदल झाला आहे. हरिजन व दलित स्त्रियांच्या भूमिकेत बदल झाला आहे. हरिजन महिला राजकीय क्षेत्रात सक्रिय आहेत, त्यांचे उद्दिष्ट त्यांचे सामाजिक स्थानमान उंचावणे हेच असते.[४०] राजकीय सहभागातून दलित स्त्रियांचा सामाजिक दर्जा उंचावत आहे. त्यांना राजकारणातील विविध पदे प्राप्त होत आहेत. पंचायतराजमुळे सत्तेत दलित महिला जास्तीत जास्त येऊ लागल्या आहेत. कोणी संरपच म्हणून; तर कोणी पंचायत समिती सभापती, सदस्य म्हणून नवीन ज्ञानप्राप्तीच्या प्रक्रियेत यापुढेही येऊ लागल्या आहेत. तसेच उच्चवर्णीय महिलांच्या तुलनेत दलित महिला राजकीयदृष्ट्या जास्त जागरुक आहेत.[४१] पंचायतराजमुळे स्त्रियांचा सहभाग वाढला असला, तरी गावपातळीवर असलेल्या अनुसूचित जातीमधील सर्वच जातींना त्यामधून प्रतिनिधित्व मिळत नाही. निवडून आलेल्या स्त्रियांचे अधिकार त्यांचे पती, कुटुंबातील पुरुष व उच्चवर्णीय जाती हे वापरताना दिसून येतात. तामिळनाडू राज्याच्या अभ्यासातून ह्यूमन राईटस् ॲडव्होकसी ॲन्ड रिसर्च फांऊडेशनने स्पष्ट केले की, दलित स्त्री सरपंचांना तेथील वरिष्ठ जातीतील दबावाखाली सतत राहावे लागते. तसेच निवडून आलेल्या सदस्यांना सतत दबावाखालीच काम करावे लागते.[४२] त्याच बरोबर निवडून आलेल्या महिला सदस्यांचे पती किंवा कुटुंबातील पुरुषच त्यांच्या नावावर राजकारण करताना दिसून येतात.[४३] पंचायतराजमुळे स्त्रियांचा सहभाग वाढला, परंतु तो वाढूनही स्त्रियांना हवे तसे प्रतिनिधित्व मिळाले नाही.

भारतीय राजकारणात स्त्रियांचे प्रतिनिधित्व खूप कमी आहे. काही मोजकी नावे सोडली, तर राजकारणात या स्त्रिया सहभागी नसल्यातच जमा आहेत.[४४] कारण मागास

जाती-जमातींच्या स्त्रिया आता ग्रामीण भागात राजकारणाकडे वळत आहेत. पुरुषांच्या समवेत पाय रोवून उभे राहण्याची स्त्री परंपरा या देशात नसल्याने संधी असूनही महिला राजकारणात अपयशी होत आहेत.[४५] ग्रामीण भागातील पंचायत राजमुळे अनुसूचित जातीतील महिला निवडून येऊन राजकीय प्रक्रियेत सहभागी झाल्या असल्या, तरी त्यांच्यातील सर्वसामान्य स्त्रियांना सहभागी होता यावे, यासाठी ग्रामसभेचे आयोजन केले जाते. पंचायतीचे खरे शक्तिस्थान ग्रामसभाच आहेत. गावातील सर्व मतदार ग्रामपंचायत निवडतात. व या सर्व मतदारांची मिळून ग्रामसभा बनते.[४६] राजकीय निर्णयप्रक्रियेतून ग्रामसभेतून महिलांचा सहभाग वाढावा म्हणूनच महाराष्ट्र हे भारतातील पहिले राज्य आहे ज्याने महिला ग्रामसभेची तरतूद केली. महिलांना केवळ सामाजिक, आर्थिक, शैक्षणिक, सांस्कृतिक, क्रीडा या क्षेत्रापुरते मर्यादित न ठेवता त्यांचा राजकीय क्षेत्रातील सहभाग वाढावा म्हणून महिला ग्रामसभेची संकल्पना अस्तित्वात आणली.[४७] परंतु यामधून स्त्रिया व दलित स्त्रिया मोठ्या प्रमाणावर ग्रामसभेत उपस्थित राहत नाहीत. उपस्थित न राहिल्यामुळे ग्रामसभेतून त्यांचे प्रश्न मांडले जात नाहीत. गावामधील वंचित, दुर्लक्षित घटक मोठ्या प्रमाणात ग्रामसभेत गैरहजर असतात. त्यामुळे त्यांच्याबाबत विकासाचे उपक्रम राबवण्यास त्यांच्या सूचना ग्रामसभेतून येत नाहीत.[४८] त्यामुळे दलित स्त्रिया ह्या ग्रामसभेपासून वंचित राहताना दिसून येतात.

पंचायतराजमधून दलित स्त्रियांना प्रतिनिधित्व मिळाले; परंतु राजकीय पक्षांनी मात्र तिच्याकडे दुर्लक्ष केलेले दिसून येते. राजकीय पक्षाचे सभासदत्व व निवडणुकांमध्ये स्त्रिया व दलित स्त्रियांना फार थोड्या प्रमाणात उमेदवारी दिली जाते. बहुसंख्य स्त्रिया ह्या राजकीय पक्षाच्या सभासदत्वापासून वंचित आहेत; कारण राजकीय पक्षांवर पुरुषाचे प्रभुत्व असलेले दिसून येते. त्यामुळेच पुरुषांचे प्राबल्य असणारे पक्ष महिलांना अधिकार देऊन आपले महत्त्व कमी होऊ द्यायला तयार नाहीत.[४९] तसेच दलित पक्षांनीदेखील दलित स्त्रीला बाजूला ठेवून पक्षावर पुरुषांचे वर्चस्व कायम केलेले दिसून येते. दलित राजकीय पक्षांनी राजकीय संघर्षात दलित स्त्रियांच्या प्रश्नांना गौण स्थान दिले; तर सामाजिक, सांस्कृतिक पातळीवर दलित पुरुष वर्चस्व कायम राहिले.[५०] राजकीय सहभागापासून स्त्रिया ह्या मुळातच वंचित होत्या. पंचायतराज व्यवस्थेमुळे त्यांच्या दर्जात सुधारणा झालेली दिसून येते. दलित स्त्रियांमध्येदेखील राजकीय जीवनातील सहभाग थोडा वाढलेला दिसून येतो, परंतु ज्या स्त्रिया निवडून येतात तेवढ्यांचा राजकीय सहभाग वाढलेला दिसून येतो. आजही अनेक दलित स्त्रिया राजकीय सहभागापासून वंचित असलेल्या दिसून येतात. मतदान करताना इतरांचा दबाव, निवडून आल्यानंतर उच्चवर्णीय सदस्य व पुरुष यांच्या मताप्रमाणे वर्तन, राजकीय पक्षाच्या सभासदत्वाचा अभाव, ग्रामसभेत अपुरा सहभाग अशा प्रकारचे राजकीय

सहभागापासून वंचिततेचे जीवन दलित स्त्रियांना जगावे लागते.

अनुसूचित जातीमधील दलित स्त्री म्हणून ओळखली जाणारी मातंग स्त्रीदेखील राजकीय जीवनात वंचिततेचे जीवन जगते.

अनुसूचित जातींमध्ये समाविष्ट असलेली मांग जात मुळातच राजकीय क्षेत्रातील अधिकाराच्या व सत्तेच्या संदर्भात उपेक्षित व वंचित होती.[५१] अनुसूचित जातीतील शेवटची जात म्हणून मांग जातीचा उल्लेख आढळतो. मांग जातीतील स्त्री-पुरुष भेदामुळे त्यामध्ये खालच्या स्तरात ही मांग जातीतील स्त्री येते. त्यामुळे राजकीय जीवनात तिचा सहभाग अत्यल्प व राजकीय प्रक्रियेपासून व राजकीय जीवनापासून ती वंचित असलेलीच दिसून येते. परभणी जिल्ह्यातील मातंग स्त्रियांच्या राजकीय जीवनातील सहभागाविषयीचे विश्लेषण सदरील प्रकरणातून स्पष्ट करण्याचा प्रयत्न केलेला आहे.

लोकसभा, विधानसभा, जिल्हा परिषद, पंचायत समिती, ग्रामपंचायत इत्यादी निवडणुका ह्या दर पाच वर्षांनी होतात. या निवडणुकांमध्ये १८ वर्षांवरील नोंदणी केलेल्या प्रत्येक मतदारास मतदानाचा हक्क असतो. मतदानाच्या हक्काच्या संदर्भात कुठेही जात, लिंग यावर आधारित भेदभाव केलेला नसतो. प्रत्येक नोंदणीकृत मतदार हा आपले हक्क निवडणुकांमधून मतदान करून पूर्ण करतो. मतदान करणाऱ्यांचे प्रमाण हे ६० ते ७० टक्क्यापर्यंत सरासरी आहे. यामध्ये ग्रामीण भागातून मतदान होण्याचे प्रमाण अधिक आहे. या निवडणुकांमधील मातंग स्त्रिया मतदान करतात का? या संस्थाच्या निवडणुकांतून मातंग स्त्रियांचे मतदानाचे प्रमाण किती आहे? हे जाणून घेण्याच्या उद्देशाने संबंधित माहिती संकलित केली, त्यांची मांडणी तक्ता ६.१५ मधून केलेली आहे.

तक्ता ६.१५ : मातंग स्त्रियांचे निवडणुकांत मतदान करण्याचे प्रमाण

अ.क्र.	मतदान करतात	वारंवारिता	टक्केवारी
१.	होय	२२१	९८.२२
२.	नाही	०४	१.७८
	एकूण	२२५	१००

उपरोक्त तक्ता ६.१५ मधील आकडेवारीवरून असे निदर्शनास येते की, उत्तरदात्या ग्रामीण मातंग स्त्रिया ह्या लोकसभा, विधानसभा, जिल्हा परिषद, पंचायत समिती, ग्रामपंचायत इत्यादी संस्थांच्या निवडणुकांतून मतदान करून आपल्या राजकीय प्रक्रियेत सहभागी होतात. मतदान करणाऱ्या मातंग स्त्रिया ९८.२२ टक्के आहेत, तर मतदान करीत नाहीत अशा खूप कमी स्त्रिया आहेत, त्यांचे प्रमाण १.७८ टक्के आहे.

ग्रामीण मातंग स्त्रिया ह्या मतदान करून राजकीय प्रक्रियेत आपला सहभाग नोंदवितात. मतदान करण्याचे प्रमाण ९८.२२ टक्के आहे. असे असले, तरी मतदान करताना या मातंग स्त्रिया स्वत:च्या इच्छेप्रमाणे मतदान करतात का? मतदान करताना कुटुंबातील इतर सदस्यांचा सल्ला घेतात का? याविषयीची माहिती मातंग स्त्रियांकडून जमा करून त्यांची मांडणी तक्ता ६.१६ मधून केलेली आहे.

तक्ता ६.१६ : मातंग स्त्रियांना निवडणुकांत मतदान करण्यासाठी सल्ला देणारी व्यक्ती

अ.क्र.	सल्ला देणारी व्यक्ती	वारंवारिता	टक्केवारी
१.	सल्ला घेत नाही	४९	२१.७७
२.	पती	१३२	५८.६७
३.	सासरे	०२	०.८९
४.	मुलगा	३०	१३.३३
५.	वस्तीवरील नेते	०८	३.५६
६.	लागू नाही	०४	१.७८
	एकूण	२२५	१००

उपरोक्त तक्ता ६.१६ मधील आकडेवारीच्या आधारे असे स्पष्ट होते की, उत्तरदात्या ग्रामीण मातंग स्त्रिया ह्या करून राजकीय प्रक्रियेत सहभाग नोंदवत असल्या, तरी एक स्त्री म्हणून तिला इच्छेप्रमाणे मतदान करता येत नाही. कुटुंबातील सदस्यांच्या मतानुसारच ती आपले मतदान करते. मतदानासंबंधी पतीकडून सल्ला घेऊन मतदान करणाऱ्या स्त्रिया ५८.६७ टक्के आहेत; तर कोणाचाही सल्ला न घेता स्वत:च्या इच्छेनुसार मतदान करतात अशा २१.७७ टक्के स्त्रिया आहेत. मतदानाच्या वेळी मुलगा सल्ला देतो त्यानुसार मतदान करतो असे १३.३३ टक्के स्त्रियांनी सांगितले आहे. वस्तीवरील नेते जे सांगतात त्यानुसार मतदान करतो असे ३.५६ टक्के स्त्रियांनी सांगितले; तर मतदान करत नाही म्हणून लागू नाही अशा १.७८ टक्के आहेत; तर सासरे यांच्या सल्ल्यानुसार मतदान करतो असे ०.८९ टक्के स्त्रियांनी सांगितले आहे. मातंग स्त्रिया ह्या कुटुंबातील पुरुषाच्या सल्ल्याने मतदान करतात.

लोकसभा, विधानसभा, जिल्हा परिषद, पंचायत समिती, ग्रामपंचायत इत्यादी निवडणुकांच्या वेळी मातंग स्त्रिया ज्या वस्तीमध्ये राहतात, त्या वस्तींमधून निवडणुकांच्या काळात मतदान मिळविण्यासाठी उमेदवार पैसा, दारू, धान्य यांपैकी कशाचा वापर

करतात का? या संबंधीची माहिती नमुना म्हणून निवडलेल्या उत्तरदात्या मातंग स्त्रियांकडून संकलित केली. त्याची मांडणी तक्ता ६.१७ मधून केलेली आहे.

तक्ता ६.१७ : निवडणुकांमध्ये मतदानासाठी मातंग वस्तीत देण्यात येणारी प्रलोभने

अ.क्र.	वापर	वारंवारिता	टक्केवारी
१.	कशाचे नाही	११७	५२.००
२.	दारू	१०२	४५.३३
३.	पैसा	७१	३१.५६
४.	धान्य	१५	६.६७

उपरोक्त तक्ता ६.१७ मधील आकडेवारीवरून असे दिसून येते की, उत्तरदात्या ग्रामीण मातंग स्त्रिया ह्या ज्या वस्तीमधून राहतात, तेथे निवडणुकांच्या काळात मतदान मिळावे म्हणून उमेदवार दारू, पैसा, धान्य यांचा मोठ्या प्रमाणावर वापर करून प्रलोभने देऊन मतदान मिळविण्याचा प्रयत्न करतात. मतदान आपल्याकडे वळविण्याचा प्रयत्न होतो. दारूचे वाटप करून मातंग वस्तीमध्ये मतदान घेतले जाते असे ४५.३३ टक्के स्त्रियांनी सांगितले आहे. पैसा वाटप करून मतदान विकत घेतात असे ३१.५६ टक्के स्त्रियांनी सांगितले आहे. मतदान करण्यासाठी कशाचाही वापर वस्तीवर होत नाही असे सांगणाऱ्या ५२ टक्के स्त्रिया आहेत.

ग्रामसभा हा लोकशाहीचा मूलभूत पाया आहे. ग्रामसभेतून गावातील महिला व पुरुष यांनी एकत्रित येऊन ग्रामसभेत विकास कामाबद्दल चर्चा करून निर्णय घ्यावयाचा असतो. गावाच्या विकास कार्यक्रमात महिलांनी मांडलेले विचार, प्रस्ताव ग्रामसभेत विचारात घेणे आवश्यक आहेत. महिलांनी गावाचा विकास कार्यक्रमात फक्त निर्णयापुरते मर्यादित राहू नये. निर्णय प्रक्रियेतील महिलांची क्षमता वाढवावी, हाच महिला ग्रामसभांचा हेतू आहे.[५२] याबरोबर अनुसूचित जातीतील स्त्रियांचे प्रश्न काय आहेत? हे मांडण्याची संधीदेखील त्यांना ग्रामसभेतून असते. त्यामुळे परभणी जिल्ह्यातील नमुना म्हणून निवडलेल्या गावांमधून मातंग स्त्रियांचा ग्रामसभेत सहभाग किती आहे? याविषयीची माहिती संकलित करून तक्ता ६.१८ मधून मांडली आहे.

तक्ता ६.१८ : ग्रामीण मातंग स्त्रियांचा ग्रामसभेतून सहभाग

अ.क्र.	सहभाग	वारंवारिता	टक्केवारी
१.	नाही	१२७	५६.४४
२.	होय	४८	२१.३४
३.	कधी-कधी	५०	२२.२२
	एकूण	२२५	१००

उपरोक्त तक्ता ६.१८ मधील आकडेवारीच्या आधारे असे लक्षात येते की, उत्तरदात्या मातंग स्त्रिया ह्या आज मोठ्या प्रमाणावर ग्रामसभेत सहभागी होत नाहीत असेच चित्र आढळून येते. त्यांना ग्रामसभेत निमंत्रण दिले जाते, पण बहुसंख्य स्त्रिया त्याकडे दुर्लक्ष करतात. आपला सहभाग ग्रामसभेत नोंदवत नाहीत. त्यामुळे त्या गावाच्या विकासाच्या निर्णय प्रक्रियेपासून दूर राहिलेल्या दिसून येतात. अनुसूचित जातीतील स्त्रियांचे प्रश्न मांडले जात नाहीत. ग्रामसभेत सहभागी होत नाहीत असे ज्या मातंग जातीच्या स्त्रियांनी सांगितले आहे, त्यांचे प्रमाण हे ५६.४४ टक्के आहे; तर कधी-कधी काम असेल तर सहभागी होतात असे २२.२२ टक्के स्त्रियांनी सांगितले आहे. तसेच नियमित निमंत्रण मिळाले की ग्रामसभेला उपस्थित राहतो असे २१.३४ टक्के स्त्रियांनी सांगितले आहे.

ग्रामसभेत मातंग स्त्रिया सहभाग घेत असल्याचे प्रमाण कमी आहे. ज्या महिला ग्रामसभेत उपस्थित राहतात, त्यादेखील निर्णयप्रक्रियेत सहभागी होतात का? त्यांच्या विषयीचे प्रश्न व अडचणी त्या मांडतात का? हे जाणून घेण्याच्या हेतूने संबंधित माहिती संकलित करून त्यांची मांडणी तक्ता ६.१९ मधून केलेली आहे.

तक्ता ६.१९ : ग्रामीण मातंग स्त्रियांचे ग्रामसभेत प्रश्न विचारण्याचे प्रमाण

अ.क्र.	प्रश्न विचारण्यात सहभाग	वारंवारिता	टक्केवारी
१.	उपस्थित राहत नाही	१२७	५६.४४
२.	नाही	५५	२४.४४
३.	होय	४३	१९.१२
	एकूण	२२५	१००

उपरोक्त तक्ता ६.१९ मधील आकडेवारीच्या आधारे असे स्पष्ट होते की, उत्तरदात्या ग्रामीण मातंग स्त्रिया ह्या ग्रामसभेत उपस्थित राहतात. त्या स्त्रियांमधून प्रश्न

विचारण्याचे प्रमाण कमी आहे. ग्रामसभेत उपस्थित राहूनदेखील मातंग जातीतील स्त्रिया ह्या आपले प्रश्न ग्रामसभेसमोर मांडू शकत नाहीत असे २४.४४ टक्के स्त्रियांनी सांगितले आहे; तर समस्या व अडचणींविषयी ग्रामसभेतून विविध प्रश्न मांडते असे फक्त १९.१२ टक्के स्त्रियांनी सांगितले आहे. ग्रामसभेत उपस्थित राहत नाहीत त्यामुळे प्रश्न विचारत नाहीत अशा ५६.४४ टक्के स्त्रिया आहे. ग्रामसभेतील सहभाग हा कमी असून त्यामध्ये प्रश्न विचारून सहभागी होणाऱ्या स्त्रिया फारच अल्प प्रमाणात आहेत.

ग्रामीण मातंग स्त्रियांचा ग्रामसभेतील सहभाग आपण पाहिला आहे. ज्या स्त्रिया ग्रामसभेत उपस्थित राहतात, प्रश्न विचारतात अशा स्त्रियांचे प्रमाण कमी आहे, परंतु ग्रामसभेत उपस्थित राहतात, ग्रामसभेतून उपस्थित असणारे इतर सदस्य हे मातंग जातीतील प्रश्नाबद्दल व मातंग स्त्रियांच्या प्रश्नांबाबत प्रश्न विचारून ग्रामसभेतून चर्चा घडवून आणतात का? याविषयी माहिती संकलित करून त्यांची मांडणी तक्ता ६.२० मधून दिलेली आहे.

तक्ता ६.२० : ग्रामीण मातंग स्त्रियांचे ग्रामसभेतून मांडले जाणारे प्रश्न

अ.क्र.	प्रश्न मांडणे	वारंवारिता	टक्केवारी
१.	होय	४३	१९.११
२.	नाही	१८२	८०.८९
	एकूण	२२५	१००

उपरोक्त तक्ता ६.२० मधील आकडेवारीच्या आधारे असे स्पष्ट करता येते की, उत्तरदात्या ग्रामीण मातंग स्त्रिया ह्या ज्या गावामधून राहतात, तेथे ज्या ग्रामसभा आयोजित होतात त्यामधून मातंग स्त्रियांच्या अडचणी व समस्या याबद्दल प्रश्न विचारले जात नाहीत असेच बहुसंख्य स्त्रियांनी, म्हणजेच ८०.८९ टक्के स्त्रियांनी सांगितले आहे. ग्रामसभेतून मातंग स्त्री आणि मातंग जातीबद्दल प्रश्न विचारले जातात असे १९.११ टक्के स्त्रियांनी सांगितले आहे.

जातिव्यवस्थेचा उदयातून आलेली, स्त्रियांवर नियंत्रण ठेवणारी, शोषण करणारी संस्था म्हणजे जातपंचायत ही आहे. जातपंचायतचा कायदा हा तोंडी स्वरूपाचा आहे. पंच म्हणून न्याय करण्याचा अधिकार जातपंचायत पुरुषांना देत असते. ती पुरुषांची असते. त्यात न्याय विकत घेणे सहज शक्य असते, परंतु जातपंचायतचे समर्थन आजही केले जात असून अनेक स्त्रीमुक्ती संघटना, स्त्रीमुक्ती अभ्यासक यांच्या मते यात स्त्रियांना घटस्फोट घेण्याचा, पुनर्विवाह करण्याचा वाव असतो. जातपंचायतचे निर्णय वेळखाऊ नसतात.[५३] जातपंचायत ग्रामीण मातंग जातीमधून अस्तित्वात आहे का?

याविषयी माहिती उत्तरदात्याकडून गोळा करून त्याची मांडणी तक्ता ६.२१ मधून केलेली आहे.

तक्ता ६.२१ : मातंग जातीतील जातपंचायतची माहिती

अ.क्र.	जातपंचायत	वारंवारिता	टक्केवारी
१.	होय	०५	०२.२२
२.	नाही	२२०	९७.७८
	एकूण	२२५	१००

उपरोक्त तक्ता ६.२१ मधील आकडेवारीच्या आधारे असे स्पष्ट करता येते की, उत्तरदात्या ग्रामीण मातंग स्त्रियांच्या जातीमध्ये पारंपरिक जातपंचायत अस्तित्वात होती. त्यामधून न्यायाच्या दृष्टीने स्त्रियांच्या संदर्भाने अनेक महत्त्वपूर्ण निर्णय घेतले जात होते. ती जातपंचायत सद्य:स्थितीत मातंग जातीमध्ये अस्तित्वात नाही असे ९७.७८ टक्के स्त्रियांनी सांगितले आहे; तर जातपंचायत अस्तित्वात आहे असे २.२२ टक्के स्त्रियांनी सांगितले आहे. त्याच स्त्रिया जातपंचायत सदस्यही आहेत. जातपंचायत ही न्याय देणाऱ्या व्यवस्थेत परिवर्तन होऊन कायदा, न्यायालय आता महत्त्वाचा ठरत आहे. त्यामुळे जातपंचायतमधून प्रश्न सोडवले जात नाहीत. जातपंचायतचे महत्त्व कमी झाले आहे.

महाराष्ट्र शासनाच्या वतीने राबविण्यात येणाऱ्या तंटामुक्त गाव समिती योजने-अंतर्गत गावातील होणारे तंटे गावात मिटविले जावेत, प्रशासनावरील अनावश्यक भार कमी व्हावा यासाठी प्रत्येक गावामधून तंटामुक्ती समितीची स्थापना करण्यात आली. या समितीमधून सर्व स्तरातील लोकांची निवड करावी. त्यांना या समितीचे सभासदत्व द्यावे असे स्पष्ट केले आहे.

ग्रामीण भागात राहणाऱ्या या मातंग जातीच्या स्त्रियांना या समितीचे अध्यक्षपद, सदस्यपद मिळालेले आहे का? हे जाणून घेण्याच्या उद्देशाने संबंधित माहिती संकलित केली आहे. त्या माहितीच्या आधारे तक्ता ६.२२ मधून दिलेली आहे.

तक्ता ६.२२ : मातंग स्त्रियांची तंटामुक्ती समितीचे सदस्य म्हणून निवड

अ.क्र.	जातपंचायत	वारंवारिता	टक्केवारी
१.	होय	०२	०.८९
२.	नाही	२२३	९९.९१
	एकूण	२२५	१००

उपरोक्त तक्ता ६.२२ मधील आकडेवारीनुसार असे स्पष्ट करता येते की, उत्तरदात्या ग्रामीण मातंग स्त्रियांना तंटामुक्ती समिती गाव पातळीवर वाद मिटविण्यासाठी तयार केल्या गेलेल्या आहेत, त्यामध्ये मातंग स्त्रियांना मागासवर्गीय अस्पृश्य स्त्री असल्यामुळे सभासदत्व मिळत नाही असेच ९९.११ टक्के स्त्रियांनी सांगितले आहेत. अगदी काही गावांमधून मात्र मातंग स्त्रियांना सदस्यत्व मिळालले आहे, अशांचे प्रमाण हे ०.८९ टक्के एवढेच आहे.

ग्रामीण भागात शेतीला पतपुरवठा व्हावा यासाठी सहकार कायदा अंतर्गत सहकार सेवा सोसायटीची स्थापना झालेली असते. त्या सहकार सोसायटीमधून निवडणुकांच्या माध्यमातून सदस्यत्व प्राप्त होत असते. सहकारी सेवा सोसायटीच्या सभासद मातंग स्त्रिया असतात का? यासंबंधी माहिती संकलित करून तक्ता ७.२३ मधून मांडलेली आहे.

तक्ता ६.२३ : ग्रामीण मातंग स्त्रियांना सहकार सोसायटीचे सभासदत्व

अ.क्र.	सभासदत्व	वारंवारिता	टक्केवारी
१.	होय	०२	०.८९
२.	नाही	२२३	९९.११
	एकूण	२२५	१००

उपरोक्त तक्ता ६.२३ मधील आकडेवारीच्या आधारे असे स्पष्ट करता येते की, उत्तरदात्या ग्रामीण मातंग स्त्रियांना शेतीसाठी पतपुरवठा करण्यासाठी स्थापन केलेल्या सहकारी सोसायटीमधून सभासदत्व मिळत नाही. अस्पृश्य व मातंग जातीतील असल्यामुळे त्यांना यापासून दूर ठेवले जाते, असे ९९.११ टक्के स्त्रियांनी सांगितले आहे. सेवा सहकारी सोसायटीच्या सभासद असलेल्या फक्त ०.८९ टक्केच स्त्रिया ह्या आढळून आल्या आहेत.

ग्रामीण भागामधून ७३ व्या घटनादुरुस्ती पंचायतराज व्यवस्थेमधून अनुसूचित जातीतील स्त्रियांसाठी काही जागा ह्या राखीव ठेवल्या जातात. त्यांना ग्रामपंचायत पंचायत समिती, जिल्हा परिषद या स्थानिक स्वराज्य संस्था निवडणुकांना उमेदवारी देऊन सदस्यत्व देण्याचे प्रयत्न केले जातात, परंतु अनुसूचित जातीमधून असणाऱ्या चांभार, महार, मांग या तिन्ही जाती ग्रामीण भागात संख्येने खूप आहेत त्यामुळे मातंग स्त्रियांना स्थानिक स्वराज्य संस्थाच्या निवडणुकांतून उमेदवारी दिली जाते का? यासंबंधीची माहिती उत्तरदात्याकडून गोळा करून त्याची मांडणी तक्ता ६.२४ मधून केलेली आहे.

तक्ता ६.२४ : ग्रामीण मातंग स्त्रियांना स्थानिक स्वराज्य संस्था निवडणुकांत मिळणारी उमेदवारी

अ.क्र.	उमेदवारी	वारंवारिता	टक्केवारी
१.	होय	७८	३४.६७
२.	नाही	१४७	६५.३३
	एकूण	२२५	१००

उपरोक्त तक्ता ६.२४ मधील माहितीच्या आधारे असे लक्षात येते की, उत्तरदात्या ग्रामीण मातंग स्त्रियांना ग्रामपंचायत, पंचायत समिती, जिल्हा परिषद इ. स्थानिक स्वराज्य संस्थांच्या निवडणुकांमधून उमेदवारी दिली जात नाही असे ६५.३३ टक्के स्त्रियांनी सांगितले; तर उमेदवारी दिली जाते असे ३४.६७ टक्के स्त्रियांनी सांगितले आहे. स्थानिक स्वराज्य संस्थांमधून अनुसूचित जातीमधील राखीव जागेवर निवडणुकांमधून महार व चांभार यांना उमेदवारी दिली जाते. मातंग जातीतील स्त्रियांकडे निवडणुकीत खर्च करण्यासाठी पैसाही नसतो. मातंगांचे महारांसारखे संघटनही नसते त्यामुळे आम्हाला उमेदवारीपासूनच डावलेले जाते असेच अनौपचारिक चर्चेतून त्यांनी स्पष्ट केले आहे.

पंचायतराजमुळे ग्रामपंचायत, पंचायत समिती, जिल्हा परिषद या स्थानिक स्वराज्य संस्थांमधून अनुसूचित जातीतील स्त्रियांसाठी ज्या राखीव जागा मिळाल्या आहेत, त्या राखीव जागेवर उमेदवारी मिळाल्यानंतर स्त्रिया निवडणुकीत विजयी होऊन पुढे स्थानिक स्वराज्य संस्थेच्या पदाधिकारी होताना दिसून येतात. त्यामध्ये संरपच, ग्रामपंचायत सदस्य, पंचायत समिती सदस्य, जिल्हा परिषद सदस्य, सभापती इ. पदे त्यांना मिळताना दिसून येतात.

मातंग जातीतील स्त्रिया ह्या स्थानिक स्वराज्य संस्थेच्या पदाधिकारी आहेत का? हे जाणून घेण्याच्या हेतूने माहिती गोळा केली, त्याची मांडणी तक्ता ६.२५ मधून केलेली आहे.

तक्ता ६.२५ : स्थानिक स्वराज्य संस्थांच्या पदाधिकारी असणाऱ्या मातंग स्त्रियांचे प्रमाण

अ.क्र.	पदाधिकारी	वारंवारिता	टक्केवारी
१.	होय	१३	५.७८
२.	नाही	२१२	९४.२२
	एकूण	२२५	१००

उपरोक्त तक्ता ६.२५ मधील आकडेवारीच्या आधारे असे स्पष्ट करता येते की, उत्तरदात्या ग्रामीण मातंग स्त्रियांना स्थानिक स्वराज्य संस्थामध्ये उमेदवारी मिळते, त्यामधून विजय प्राप्त होऊन पदावर जाणाऱ्या स्त्रियांचे प्रमाण खूप कमी आहे. त्यामध्येही ग्रामपंचायत सदस्य, पंचायत समिती सदस्य, जिल्हा परिषद सदस्य, सभापती इ. वेगवेगळ्या पदावर त्या कार्यरत आहेत अशांचे प्रमाण हे ५.७८ टक्के एवढेच आढळून आले आहे; तर पदाधिकारी म्हणून नाहीत असे मातंग स्त्रियांनी सांगितले, त्यांचे प्रमाण ९४.२२ टक्के आहे.

मातंग स्त्रियांना स्थानिक स्वराज्य संस्थांमधून पदाधिकारी म्हणून काम करण्याची संधी त्यांना मिळाल्यानंतर त्या स्त्रिया मातंग जातीतील स्त्रियांचे प्रश्न सोडवतात का? याविषयी माहिती संकलित करून तक्ता ६.२६ मधून मांडलेली आहे.

तक्ता ६.२६ : मातंग स्त्रियांचे प्रश्न स्थानिक पदाधिकारी स्त्रिया सोडवतात त्यांचे प्रमाण

अ.क्र.	प्रश्न सोडवतात	वारंवारिता	टक्केवारी
१.	सदस्य नाहीत	२१२	९४.२२
२.	होय	१०	४.४५
३.	नाही	०३	१.३३
	एकूण	२२५	१००

उपरोक्त तक्ता ६.२६ मधून असे दिसून येते की, उत्तरदात्या ग्रामीण मातंग स्त्रिया ह्या ज्या स्थानिक स्वराज्य संस्थांमधून पदाधिकारी म्हणून काम करतात, त्या स्त्रियांनी मातंग जातीच्या स्त्रियांच्या प्रश्नाकडे विशेष लक्ष दिलेले आहे, असे ४.४५ टक्के स्त्रियांनी सांगितलेले आहे. पदाधिकारी असलेल्यांमध्ये १.३३ टक्के स्त्रियांनी मात्र विशेष दिले नाही; तर पदाधिकारी नाही त्यामुळे लागू नाही असे ९४.२२ टक्के स्त्रियांनी सांगितलेले आहे.

भारतात राजकीय क्षेत्रामध्ये विविध पक्ष आहेत. मातंग स्त्रियांना या राजकीय पक्षातून सभासद म्हणून मान्यता असते का? हे जाणून घेण्याच्या हेतूने संबंधित माहिती संकलित करून तक्ता ६.२७ मधून त्यांची मांडणी केलेली आहे.

तक्ता ६.२७ : मातंग स्त्रिया राजकीय पक्षाच्या सभासद

अ.क्र.	सभासद	वारंवारिता	टक्केवारी
१.	नाही	१४१	६२.६७
२.	होय	४५	२०.००
३.	पूर्वी होते	३९	१७.३३
	एकूण	२२५	१००

उपरोक्त तक्ता ६.२७ मधील आकडेवारीवरून असे निदर्शनास येते की, उत्तरदात्या ग्रामीण मातंग स्त्रिया ह्या कोणत्याच राजकीय पक्षाच्या सभासद नाही असेच ६२.६७ टक्के स्त्रियांनी सांगितले आहे. तसेच राजकीय पक्षाचे सभासदत्व पतीमुळे मिळालेले आहे असे २० टक्के स्त्रियांनी सांगितले आहे. पूर्वी राजकीय पक्षाची सभासद होते असे १७.३३ टक्के स्त्रियांनी सांगितले आहे.

ग्रामीण समुदायात राहणाऱ्या या मातंग स्त्रियांना कोणत्या प्रकारच्या राजकीय जीवनातील अडचणी येतात त्या अडचणी व समस्या जाणून घेण्याच्या उद्देशाने मातंग स्त्रियांकडून संबंधित माहिती संकलित करून त्याची मांडणी तक्ता ६.२८ मधून केलेली आहे.

तक्ता ६.२८ : मातंग स्त्रियांच्या राजकीय जीवनातील अडचणी व समस्या

अ.क्र.	सल्ला देणारी व्यक्ती	वारंवारिता	टक्केवारी
१.	निवडणुकांच्या काळातच उमेदवार वस्तीवर येतात	१३४	५९.५५
२.	निवडणुकीस उभे राहण्याची इच्छा असून पैशामुळे राहता येत नाही	१४०	६२.२२
३.	निवडणुकांतून विजय मिळाला तरी अधिकारी नाहीत	५०	२२.२२
४.	कारखान्यास कामासाठी गेल्यास मतदान नाही	५५	२४.४४
	एकूण	२२५	१००

उपरोक्त तक्ता ६.२८ मधील आकडेवारीनुसार असे स्पष्ट करता येते की, उत्तरदात्या मातंग स्त्रियांनी राजकीय जीवनातील सहभागातील काही अडचणी व समस्या स्पष्ट केल्या आहेत. त्यामध्ये त्यांनी सांगितले की, निवडणुकीच्या काळातच उमेदवार मते मागण्यास वस्तीवर येतात. पुन्हा पाच वर्षे वस्तीकडे कोणी लक्ष देत नाही असे ५९.५५ टक्के स्त्रियांनी सांगितले आहे. निवडणुकांमध्ये खर्च करण्यासाठी पैसा लागतो. त्यामुळे इच्छा असून उभे राहता येत नाही असे ६२.२२ टक्के स्त्रियांनी सांगितले आहे. रोजगारासाठी स्थलांतरित झाल्यास मतदान करता येत नाही असे २४.४४ टक्के स्त्रियांनी सांगितले. निवडणुकांमध्ये आरक्षणामुळे पदही मिळते पण त्या पदाचे अधिकार मात्र गावातील निवडून आणणारा प्रमुख वापरतो, आम्हास ते वापरता येत नाहीत, असे २२.२२ टक्के स्त्रियांनी सांगितले आहे.

सारांश

उत्तरदात्या ग्रामीण मातंग स्त्रियांना जातीच्या वतीने आयोजित करण्यात येणाऱ्या सार्वजनिक कार्यक्रमात ६४.६९ टक्के सहभाग मिळतो असे स्त्रियांनी सांगितले आहे, परंतु जातीच्या कार्यक्रमात पुरुषांनाच प्राधान्य असते. स्त्रियांना दुय्यम स्थान दिलेले आहे. तसेच गावामध्ये आयोजित करण्यात येणाऱ्या सार्वजनिक कार्यक्रमात मातंग जातीतील स्त्रियांना प्रवेश दिला जात नाही. त्यांच्यावर अनेक प्रमाणात बंधने टाकण्यात आली आहेत. एक स्त्री म्हणून आणि तीसुद्धा कनिष्ठ जातीतील स्त्री म्हणून अनेक बंधने या स्त्रियांवर टाकून कार्यक्रमातून प्रवेश नाकारला आहे. मातंग वस्तीमध्ये सर्वाधिक प्रमाणात ९६ टक्के ठिकाणी लोकशाहीर अण्णाभाऊ साठे यांची जयंती साजरी केली जाते. त्या कार्यक्रमात मातंग स्त्रिया सहभागी होतात.

उत्तरदात्या मातंग स्त्रियांना सवर्ण व इतर जातीमधील स्त्रियांकडून मिळणारी वागणूक ही कनिष्ठ जातीतील स्त्री म्हणून ९०.२२ टक्के अस्पृश्यतेची व कनिष्ठतेची मिळते. अनुसूचित जातीतील स्त्रियांसोबत असलेले संबंध हे ६७.५६ टक्के भेदभावपूर्ण असून ते मातंग स्त्रियांना सहन करावे लागते. मातंग जातीतील स्त्रियांची स्वतंत्र अशी एकही स्त्री संघटना आढळून आलेली नाही. मातंग जातीतील स्त्रियांना येणाऱ्या सामाजिक जीवनातील अडचणी पाहिल्यास असे लक्षात येते की, अनुसूचित जातीमधील महार, मांग, चांभार या जाती बहुसंख्येने आढळून येतात. त्यामध्ये तिन्ही गटांमधून श्रेष्ठत्व-कनिष्ठत्वाची भावना असते. त्यामुळे अनुसूचित जातीतील इतर स्त्रियांकडून ८८.८८ टक्के मातंग स्त्रियांना कनिष्ठतेची वागणूक मिळते असे त्यांनी सांगितले आहे. तसेच मातंग जातीमध्ये छोटे-छोटे गट असल्यामुळे कोणीही त्यांच्या सार्वजनिक

प्रश्नांकडे लक्ष देत नाही, असेच दिसून आले. उत्तरदात्या मातंग स्त्रियांचा राजकीय जीवनातील सहभाग पाहताना असे लक्षात येते की, लोकसभा, विधानसभा, जिल्हा परिषद, पंचायत समिती, ग्रामपंचायत या सर्वच निवडणुकांतून ९८.२२ टक्के स्त्रिया मतदान करतात. मतदान करताना मात्र कुटुंबातील पुरुषांचा, पती ५८.६७ टक्के व मुलगा १३.३३ टक्के यांचा सल्ला घेतात. सर्वच निवडणुकांमध्ये मातंग वस्तीवर राजकीय पक्षाचे उमेदवार हे पैसा ३१.५६ टक्के, दारू ४५.३३ टक्के, धान्य ६.६७ इ. प्रलोभनांचा वापर केला जातो. ग्रामसभेतील मातंग स्त्रियांचा सहभाग अत्यल्प २१.३४ टक्के इतका नाममात्र आहे. मातंग जातीमधून सद्य:स्थितीमध्ये जातपंचायत गावात अस्तित्वात आहे, असे २.२२ टक्के स्त्रियांनी सांगितले.

उत्तरदात्या मातंग स्त्रियांना तंटामुक्त समितीचे सभासदत्व ०.८९ टक्के एवढेच मिळते. तसेच सहकारसेवा सोसायटी सभासदत्व ०.८९ टक्के स्त्रियांना मिळते. तसेच मातंग जातीतील ६५.३३ टक्के स्त्रियांना स्थानिक स्वराज्य संस्थांच्या निवडणुकांमधून उमेदवारी मिळत नाही. स्थानिक स्वराज्य संस्थांमधून असलेल्या आरक्षणामुळे ग्रामपंचायत सदस्य, पंचायत समिती, जिल्हा परिषद, सभापती, सभापती इत्यादी पदांवर फक्त ५.७८ टक्के स्त्रिया ह्या कार्यरत असल्याचे आढळून आले आहे. ज्या निवडून आलेल्या स्त्रिया आहेत, त्या स्त्रियांचे प्रश्न सोडवितात. कोणत्याही राजकीय पक्षाच्या सभासद नाहीत अशा ६२.६७ टक्के एवढ्या स्त्रिया आहेत.

उत्तरदात्या मातंग स्त्रियांना राजकीय जीवनातून येणाऱ्या अडचणी व समस्या त्यांनी सांगितल्या आहेत. त्यामध्ये निवडणुकांच्या कालावधीमध्ये उमेदवार वस्तीवर येतात, असे ५९.५५ टक्के स्त्रियांना सांगितले. निवडून आल्यानंतर वस्तीच्या प्रश्नाकडे उमेदवार लक्ष देत नाही अशी अडचण त्यांनी सांगितली. तसेच ज्या मातंग स्त्रियांना आरक्षणामुळे स्थानिक स्वराज्य संस्थांमधून ग्रामपंचायत सरपंच, सदस्य, पंचायत समिती सदस्य, सभापती, जिल्हा परिषद सदस्य ही पदे मिळतात, त्यांना त्या पदाचे अधिकार मिळत नाहीत असे, २२.२२ टक्के स्त्रियांनी सांगितले आहे; कारण गावातील जो सवर्ण व प्रतिष्ठित निवडणुकांत त्यांच्यासाठी पैसा व राजकीय शक्ती पूर्णपणे लावतो, तोच या निवडणुकांत विजय मिळाल्यानंतर त्यांचे अधिकार वापरतो. ऊसतोड कामगार म्हणून स्थलांतर करणाऱ्यांना त्या कालावधीत आलेल्या निवडणुकांमध्ये मतदान करता येत नाही, अशी अडचण २४.४४ टक्के स्त्रियांनी सांगितली आहे. ह्या राजकीय जीवनातील प्रमुख अडचणी असल्याचे आढळून आले.

७ ग्रामीण मातंग स्त्री: सामाजिक कायदे, शासकीय योजना

प्रस्तावना

भारतीय समाजात बदल घडवून आणण्यासाठी समाजातून कायदा व शासकीय योजनांची मदत घेतली जाते. समाजात इष्ट वाटणारे बदल घडवून आणण्यासाठी, मागासलेल्या घटकांना मदत करून सामाजिक न्याय व सामाजिक समता प्रस्थापित करण्याच्या हेतूने कायदे व शासकीय योजना महत्त्वाच्या असलेल्या दिसून येतात. भारतीय समाजात राज्यघटनेतील तरतुदीनुसार लिंग, जात, वर्ण, वंश यावर आधारित भेदभाव कमी करण्यासाठी, सर्वांना हक्क प्राप्त करून देण्यासाठी कायद्याची निर्मिती केली आहे. तसेच जे विकासापासून दूर राहिले, त्यांच्यासाठी शासकीय योजना तयार करण्यात आल्या आहेत.

विकासापासून दूर राहिलेला गट म्हणून अनुसूचित जाती, अनुसूचित जातीतील स्त्रिया आहेत, शासकीय योजनांचा परिणाम ग्रामीण मातंग स्त्रियांच्या दर्जावर व भूमिकेवर कसा झाला? सामाजिक कायदे व शासकीय योजना ग्रामीण मातंग स्त्रियांपर्यंत पोहोचल्या आहेत का? कारण मातंग स्त्री ही समाजातील उतरंडीचा सर्वांत शेवटची घटक आहे. त्यामुळे त्यांच्यातील बदलासाठी असणाऱ्या शासकीय योजना, सामाजिक कायदे ग्रामीण मातंग स्त्रियांपर्यंत पोहोचले आहेत का? सामाजिक कायद्याचा वापर मातंग स्त्रियांकडून केला जातो का? शासकीय योजनांचा लाभ त्यांना झाला आहे का? यासंबंधीचे विवेचन प्रस्तुत प्रकरणात केले आहे.

ग्रामीण मातंग स्त्री – सामाजिक कायदे

भारतीय समाजव्यवस्थेचे, अनुसूचित जाती व स्त्रिया हे दोन्ही समूह वंचित घटक म्हणून ओळखले जातात; कारण काही सांस्कृतिक घटकांचा आधार घेत

समाजाचे काही नियम तयार झालेले असतात, त्या बंधनातून आपले वर्तन त्या समूहांना करावे लागते. अनुसूचित जाती व स्त्रिया ह्या मागासलेल्या व दुर्लक्षित राहिल्या आहेत. त्यांच्यात सुधारणा घडवून आणण्यासाठी, सामाजिक न्याय प्रस्थापित करून दर्जात सुधारणा घडून यावी यासाठी सामाजिक कायदे मंजूर करण्यात आले आहेत.

ब्रिटीश कालखंडात कायदेशीर तरतुदी करून स्त्रियांच्या दर्जात व भूमिकेत सुधारणा घडवून आणण्याचा प्रयत्न झालेला दिसून येतो. समाजसुधारकांनी केलेल्या योगदानातूनदेखील महत्त्वाचे असलेले बदल झाले. भारतीय संस्कृतीच्या परंपरेनुसार पुरुषप्रधानता हाच आदर्श मानला आहे. सतीची प्रथा, आमरण वैधव्यक्रम, विधवा, केशवपन, बालविवाह, लग्नविच्छेदन बंदी, संपत्तीचा-वारसा हक्कांचा अभाव, पडदा प्रथा, इ. स्त्रियांची दास्यचिन्हे नष्ट करण्यासाठी सुधारकांनी सुधारणावादी चळवळ केलेली आहे.[१] सुधारणावादी चळवळीचा आधार घेत ब्रिटीश शासनाने स्त्रीदास्यविरोधी कायदे मंजूर होऊन त्यांची तरतूद करण्यात आली. त्याचा भाग म्हणून विधवा पुनर्विवाह कायदा १८५६ ला मंजूर केला होता.[२] समाजातील बदलासाठी कायदा हा अधिक उपयुक्त आहे. कायद्याच्या माध्यमातून स्त्रियाचा दर्जा व भूमिका यांत परिवर्तन घडवून आणण्यासाठी स्वातंत्र्यप्राप्तीनंतर अनेक घटनात्मक तरतुदी करून कायद्याची निर्मिती केली आहे. राज्यघटनेच्या कलम ४६ नुसार राज्यातील कमजोर वर्ग आणि विशेष अनुसूचित जाती, स्त्रिया यांना समानता प्राप्त करून देऊन त्यांच्यामध्ये शैक्षणिक व आर्थिक विकास घडवून आणण्यासाठी समाजात चांगले स्थान मिळवून आणण्यासाठी शोषणाविरुद्ध सुरक्षेची तरतूद करण्यात आली.[३] राज्यघटनेचा आधार घेत कायदेशीर तरतूद करण्यात आली आहे. न्यायतत्त्व मीमांसेची सामाजिक उद्दिष्टे गाठावयाचे असतील त्यांच्या संदर्भात समाजाच्या नियमाने एक सामाजिक साधन या नात्याने कायद्याची व्यवस्था व्यवहारात कशी काम करते; कारण कायदा हा समाजनियंत्रणाचे विशिष्ट कृत होय. कायदा हा सामाजिक नियम झाल्यामुळे प्रत्येक व्यक्तीच्या जीवनात त्यांचे महत्त्व वाढलेले दिसून येते.

हेगेल म्हणतात, ''कायदा म्हणजे अशा तत्त्वांचा संग्रह, ज्यांमधून व ज्याद्वारे स्वातंत्र्याची कल्पना मानवी अनुभवात साकार होत असते.''[५] कायदा हा अतिशय महत्त्वाचा असल्यामुळे प्रत्येकाचे वर्तन कायद्यानेच निश्चित झालेले आहे. त्यामुळेच हा कायदा हा चांगले नागरिक, चांगली व्यक्ती घडविण्यास सहायक होतो.[६] कायद्याच्या आधारेच आपणाला स्त्रियांच्या जीवनात परिवर्तन घडवून आणता येईल. यासाठी डॉ. बाबासाहेब आंबेडकरांनी हिंदू कोड बिल मांडले होते. जातिभेदविरहित हिंदू समाजव्यवस्था एकजिनसीपणा निर्माण करणे आणि स्त्री-पुरुष भेदविरहित समता स्थापित करणे, यासाठीच त्यांनी हिंदू कोड बिल मांडले.[७] कायद्यातून समाजव्यवस्थेत परिवर्तन घडवून

आणण्याचा प्रयत्न केलेला आहे. स्त्रियांच्या दर्जात व भूमिकेत बदल करून त्यांना समानता द्यावी यासाठीच महात्मा फुले, सावित्रीबाई फुले, डॉ.बाबासाहेब आंबेडकर, राजर्षी शाहू, राजा राममोहन रॉय, आगरकर, महर्षी कर्वे व इतरांनी स्त्रियांना पुरुषांच्या बरोबर समान हक्क आणि समान संधी यासाठी जो लढा सुरू केला, त्यातून हे मागासलेपणा भरून काढण्यासाठी स्त्रियांना काही विशेष कायदे व सवलती असावेत असा विचार पुढे आला. त्या दृष्टीने भारत सरकारने स्त्रियांना मोफत शिक्षण, आर्थिक दर्जात सुधारणासाठी काही खास विशेष योजना, त्यासाठी पैशाची तरतूद केली. स्त्री अन्यायविरोधी कायदे, सवलती जाहीर करून कायदेमंडळ निवड केली आहे.[८] स्त्रियांसाठी काही कायदे केले गेले, त्यामधून दर्जात व भूमिकेत परिवर्तनाचा प्रयत्न झालेला आहे. डॉ. लीला पाटील म्हणतात, ''हिंदू विवाह कायदा (१९५५), हिंदू वारसा हक्क (१९५६), हिंदू अज्ञान पालक (१९५६), हिंदू दत्तक व पोटगी कायदा (१९५६), हुंडा प्रतिबंधक कायदा (१९५६), हुंडा प्रतिबंधक कायदा (१९६१), गर्भपातविषयक कायदा (१९७०,२००३) असे कायदे मंजूर करून स्त्रियांना सन्मानजनक जीवन जगण्याची संधी उपलब्ध करून दिली आहे.[९] तसेच अनुसूचित जातीसाठी देखील अस्पृश्यता निर्मूलन, आरक्षणविषयक धोरण इ. ची तरतूद करून सन्मानपूर्वक जगण्यासाठी संधी उपलब्ध करून दिली आहे. सामाजिक कायदे जीवन जगण्यासाठी अत्यंत आवश्यक असतात. कायद्यांची भूमिका ही प्रत्येक व्यक्तीचा दर्जा व भूमिका ठरविताना महत्त्वाची असते. प्रत्येक व्यक्ती प्राप्त दर्जातून कायद्याचा आधार घेऊन आपले वर्तन करते. कायदा हा एवढा महत्त्वपूर्ण असला, तरी समाजातील सर्व घटकांपर्यंत कायद्याची माहिती नाही. त्यामुळे सर्वच घटकांत फारसे परिवर्तन होताना दिसून येत नाही.

भारत सरकारने राज्यघटनेतील तरतुदींप्रमाणे समाजातील सर्व घटकांना सामाजिक न्याय प्रस्थापित करण्यासाठी जे विविध कायदे मंजूर केले, त्याचा परिणाम समाजजीवनातील स्त्री व पुरुषांबरोबर समाजातील मागासलेल्या गटांवर होतो. अनुसूचित जातीसाठी व स्त्रियांसाठी अनेक कायदे शासकीय पातळीवरून मंजूर करण्यात आले आहेत.

ग्रामीण मातंग स्त्रियांपर्यंत हे कायदे पोहचले आहेत का? त्यांच्याकडून या कायद्यांचे पालन किती प्रमाणात होते? कायद्यांची असलेली माहिती कशी आहे? कायद्यांमुळे त्यांच्या दर्जात व भूमिकेत कोणते बदल झाले आहेत, हे जाणून घेण्यासाठी परभणी जिल्ह्यातील ग्रामीण मातंग स्त्रियांकडून सामाजिक कायदे यासंबंधी माहिती संकलित करून त्याची मांडणी पुढील तक्त्यांच्या आधारे करण्यात आली आहे.

१९५५मध्ये भारतीय राज्यघटनेमध्ये अस्पृश्यता निर्मूलनाचा कायदा करण्यात आला. राज्य घटनेतील कलम १७ नुसार अस्पृश्यता नष्ट करण्यासाठी हॉटेल, विश्रांतीगृहे,

भोजनालय, निवास गृह, कॉफीगृह, कॅफे तसेच सार्वजनिक करमणुकीची ठिकाणे या ठिकाणी प्रवेश देण्यात येऊ लागला.[१०] अस्पृश्यता पालन केल्यास घटनेतील तरतुदीनुसार जो कोणी हक्क प्रतिबंध करील किंवा हक्क वापरीत असताना त्याची छेड काढील, एखाद्या व्यक्तीस अस्पृश्यता पाळण्यास चिथावणी देईल किंवा प्रत्यक्ष वा अप्रत्यक्ष पाळण्यास मदत करील, प्रोत्साहन देईल त्यास अपराधी म्हणून मान्यता देण्यात आली.[११] अस्पृश्यता निर्मूलनाचा हा कायदा ग्रामीण मातंग स्त्रियांना माहीत आहे का? हे जाणून घेण्याच्या हेतूनेच संबंधित माहिती संकलित करून तक्ता ७.१ मधून मांडलेली आहे.

तक्ता ७.१ : मातंग स्त्रियांना अस्पृश्यता निर्मूलन कायद्याची माहिती

अ.क्र.	कायद्याची माहिती	वारंवारिता	टक्केवारी
१.	होय	१४२	६३.११
२.	नाही	८३	३६.८९
	एकूण	२२५	१००

उपरोक्त तक्ता ७.१ मधील आकडेवारीच्या आधारे असे स्पष्ट होते की, उत्तरदात्या ग्रामीण मातंग स्त्रियांना अस्पृश्यता निर्मूलनाचा कायद्याची माहिती आहे असे ६३.११ टक्के स्त्रियांनी सांगितले; तर कायद्याबद्दल काहीही माहीत नाही असे ३६.८९ टक्के स्त्रियांनी सांगितले आहे. त्यामुळे आजही १९५५ ला झालेला अस्पृश्यता निर्मूलनाचा कायदा हा प्रत्येक कुटुंबातील स्त्रियापर्यंत पोहोचला नाही. ज्या स्त्रियांना कायदा माहीत आहे, त्यांनादेखील या कायद्याविषयी सविस्तर माहिती नाही, असे त्यांनी अनौपचारिक चर्चेतून स्पष्ट केले आहे.

भारतीय समाजामध्ये जातिभेदाच्या आधारे अस्पृश्यता पाळली जात होती. सवर्ण व अस्पृश्य अशी दोन प्रकारची विभागणी समाजातून होती. त्यामुळे अस्पृश्यतेचे पालन करण्यात येत होते. त्यामुळेच 'अस्पृश्यता निर्मूलनाचा कायदा १९५५' तयार करण्यात आला आहे. कायद्याचा आधार घेऊन काही प्रमाणात अस्पृश्यता निर्मूलनाचा प्रयत्न झालेला आहे, तरीदेखील सवर्णांकडून मातंग जातीतील व्यक्तींना अस्पृश्यतेची वागणूक दिली जात होती. त्यामुळे मातंग स्त्रियांसोबत सवर्णांची सद्य:स्थितीत वागणूक कशी आहे, हे जाणून घेण्याच्या उद्देशाने ही माहिती संकलित करून तक्ता ७.२ मध्ये दिलेली आहे.

तक्ता ७.२ : मातंग स्त्रियांना सवर्णांकडून मिळणारी वागणूक

अ.क्र.	वागणूक	वारंवारिता	टक्केवारी
१.	अस्पृश्यतेची वागणूक	१०२	४५.३३
२.	अस्पृश्यता नाही	१२३	५४.६७
	एकूण	२२५	१००

उपरोक्त तक्ता ७.२ मधील आकडेवारीच्या आधारे असे स्पष्ट होते की, उत्तरदात्या ग्रामीण मातंग स्त्रियांना अस्पृश्यतेची तीव्रता कमी झाली, असे लक्षात येते. अस्पृश्यतेची वागणूक सवर्णांकडून मातंग स्त्रियांना दिली जात नाही असे सांगणाऱ्या ५४.६७ टक्के स्त्रिया आहेत, परंतु अस्पृश्यता निर्मूलन कायद्याचा प्रभाव आजही प्रत्येक व्यक्तीपर्यंत, वस्तीपर्यंत, गावापर्यंत पोहोचलेला दिसून येत नाही. त्यामुळेच आजही सद्य:स्थितीमध्ये ४५.३३ टक्के स्त्रियांना सवर्णांकडून अस्पृश्यतेची वागणूक मिळते.

अनुसूचित जाती व अनुसूचित जमाती (अत्याचारास प्रतिबंध) अधिनियम १९८९ ला मंजूर करण्यात आला. या कायद्याने अनुसूचित जातीच्या व जमातीच्या लोकांवर अन्याय, अत्याचार केल्यास गुन्ह्याची नोंद केली जाते.[१२]

अनुसूचित जातीसाठी असलेल्या ॲट्रॉसिटी कायद्याचा आधार घेऊन, मातंग जातीतील स्त्रियांनी व त्यांच्या कुटुंबातील व्यक्तींनी सवर्णांवर गुन्हा दाखल केला आहे का? या कायद्याचा वापर मातंग जातीकडून किती प्रमाणात होतो, हे जाणून घेण्याच्या हेतूने संबंधित माहिती संकलित केली, त्या माहितीच्या आधारे तक्ता ७.३ ची मांडणी केली आहे.

तक्ता ७.३ : मातंग स्त्रियांकडून अत्याचार प्रतिबंधक कायद्याचा वापर

अ.क्र.	कायद्याचा वापर	वारंवारिता	टक्केवारी
१.	वापर केला नाही.	२००	८८.८९
२.	होय	२५	११.११
	एकूण	२२५	१००

उपरोक्त तक्ता ७.३ मधील आकडेवारीवरून असे निदर्शनास येते की, उत्तरदात्या ग्रामीण मातंग स्त्रिया ह्या त्यांच्या कुटुंबावर व त्यांच्यावर झालेल्या अन्यायास, अत्याचारास बळी पडल्यास या कायद्याचा वापर करीत नाहीत, असेच ८८.८९ टक्के स्त्रियांनी

सांगितले आहे, तरी काही उत्तरदात्या स्त्रियांकडून व त्यांच्या कुटुंबातील सदस्यांकडून या कायद्याचा वापर केला आहे, असे ११.११ टक्के स्त्रियांनी सांगितले आहे.

ग्रामीण भागातील मातंग स्त्रियांना विधवा पुनर्विवाहाचा असलेला १८५६ चा कायदा माहिती आहे काय? या कायद्यासंबंधी माहिती संकलित करून त्याआधारे तक्ता ७.४ मध्ये तरी मांडलेली आहे.

तक्ता ७.४ : मातंग स्त्रियांना विधवा पुनर्विवाह कायद्याची माहिती

अ.क्र.	कायद्याची माहिती	वारंवारिता	टक्केवारी
१.	माहिती नाही	१६७	७४.२२
२.	होय	५८	२५.७८
	एकूण	२२५	१००

उपरोक्त तक्ता ७.४ मधील आकडेवारीच्या आधारे असे स्पष्ट करता येते की, उत्तरादात्या ग्रामीण मातंग स्त्रियांकडून जी माहिती उपलब्ध झाली, त्यावरून असे लक्षात येते की, विधवा पुनर्विवाहाचा कायदा बहुसंख्य स्त्रियांना माहीत नाही असेच ७४.२२ टक्के स्त्रियांनी सांगितले आहे; तर विधवा पुनर्विवाह कायदा माहीत आहे, असे फक्त २५.७८ टक्के स्त्रियांनी सांगितले आहे.

ग्रामीण भागातील ज्या स्त्रियांचे विवाह होतात, त्या स्त्रियांना विवाहविषयक कायद्याच्या माहितीचा अभाव असलेला दिसून येतो. विवाह कायद्यातील तरतुदी ह्याविषयी स्त्रियांना फारशी माहिती नाही. हिंदू विवाह कायदा १९५५ ला जो मंजूर झाला आहे, त्यामध्ये दोन्ही पक्षांसाठी घटस्फोटाची तरतूद केली आहे.[१३] घटस्फोटाविषयी असलेल्या तरतुदी महिलांना माहीत आहे का? यासंबंधीची माहिती उत्तरदात्या मातंग स्त्रियांकडून जमा केली. त्यांची मांडणी तक्ता ७.५ मधून केली आहे.

तक्ता ७.५ : मातंग स्त्रियांना घटस्फोट कायद्यासंबंधी माहिती

अ.क्र.	कायद्याची माहिती	वारंवारिता	टक्केवारी
१.	नाही	१७२	७६.४४
२.	होय	५३	२३.५
	एकूण	२२५	१००

उपरोक्त तक्ता ८.५ मधील आकडेवारीच्या आधारे असे स्पष्ट करता येते की, उत्तरदात्या ग्रामीण मातंग स्त्रियांना १९५५च्या हिंदू विवाह कायद्यातून जी घटस्फोटासंबंधीची तरतूद केली आहे, त्याविषयी कोणतेही ज्ञान नाही असे ७६.४४ टक्के स्त्रियांनी

सांगितले आहे; तर कायदा माहीत असलेल्या स्त्रिया ह्या खूप कमी आहेत. अशा स्त्रिया फक्त २३.५६ टक्के आहेत.

ग्रामीण मातंग स्त्रियांना त्यांच्या कौटुंबिक जीवनातून संपत्तीचा वारसदार कोण आहे? उत्तरदात्या मातंग स्त्रिया ह्या त्यांची संपत्ती कोणाला देणार आहेत? यासंबंधीची माहिती गोळा करून मांडणी तक्ता ८.६ मधून केलेली आहे.

तक्ता ७.६ : मातंग स्त्रियांच्या संपत्तीचा वारसदार

अ.क्र.	कायद्याची माहिती	वारंवारिता	टक्केवारी
१.	मुलगा	२०८	९२.४५
२.	मुलगी	०८	३.५६
३.	पती	०५	२.२२
४.	कोणीच नाही	०४	१.७७
	एकूण	२२५	१००

उपरोक्त तक्ता ७.६ मधील आकडेवारीच्या अध्ययनावरून असे लक्षात येते की, उत्तरदात्या ग्रामीण मातंग स्त्रियांना संपत्तीचा वारसदार म्हणून आजही पुरुषाकडेच पाहिले जाते. कुटुंबातील मुलगाच आपल्या संपत्तीचा वारस आहे असे ९२.४५ टक्के स्त्रियांनी सांगितले आहे; तर मुलगी वारस आहे असे सांगणाऱ्या केवळ ३.५६ टक्के स्त्रिया आहेत. पती वारस आहे, असे २.२२ टक्के स्त्रियांनी सांगितले आहे. संपत्तीचा वारस कोणीही नाही, असे १.७७ टक्के स्त्रियांनी सांगितले आहे.

संपत्तीविषयक कायद्यातील तरतुदीनुसार लिंगभेद न करता कुटुंबातील मुला-मुलींना वडिलांच्या संपत्तीमध्ये समान हक्क प्राप्त होत होता. असा कायदादेखील झालेला असला तरी मातंग स्त्रियांना त्यांच्या वडिलांच्या संपत्तीमध्ये वाटा मिळतो का? याविषयी माहिती संकलित करून त्याची मांडणी तक्ता ७.७ मधून केलेली आहे.

तक्ता ७.७ : मातंग स्त्रियांना वडिलांच्या संपत्तीमध्ये मिळणारा वाटा

अ.क्र.	संपत्तीतील हक्क / वाटा	वारंवारिता	टक्केवारी
१.	संपत्तीत वाटा मिळतो.	१३	५.७८
२.	वाटा मिळत नाही.	१७१	७६.००
३.	आम्ही मागत नाही.	४१	१८.२२
	एकूण	२२५	१००

उपरोक्त तक्ता ७.७ मधील आकडेवारीच्या आधारे असे स्पष्ट केले जाते की, उत्तरदात्या मातंग स्त्रियांना त्यांच्या वडिलांच्या संपत्तीमध्ये वाटा मिळण्याचा जो हक्क आहे त्याविषयीचा जो कायदा आहे, हे सर्व असूनही सद्य:स्थितीत मातंग स्त्रियांना त्यांच्या वडिलांच्या संपत्तीमध्ये वाटा/हिस्सा मिळत नाही, असे ७६.०० टक्के स्त्रियांनी सांगितले आहे. वडिलांच्या संपत्तीमध्ये हिस्सा/वाटा मिळतो हे माहीत असूनही आम्ही त्यांना वाटा/हिस्सा मागत नाही, असे १८.२२ टक्के स्त्रियांनी सांगितले आहे. वडिलांच्या संपत्तीमध्ये वाटा/हिस्सा मिळाला आहे, असे ५.७८ टक्के स्त्रियांनी सांगितले आहे.

पतीच्या संपत्तीमध्ये स्त्रियांना समान हक्क मिळतो. समान हक्कासाठी कायदेशीर तरतूदही करण्यात आली आहे. असे असले तरी मातंग स्त्रियांना त्यांच्या पतीच्या संपत्तीमधून समान हक्क मिळतो का? हे जाणून घेण्यासाठी माहिती संकलित केली आहे. त्याआधारे मातंग स्त्रियांची सद्य:स्थिती कशी आहे त्याची मांडणी तक्ता ७.८ मधून केलेली आहे..

तक्ता ७.८ : मातंग स्त्रियांना पतीच्या संपत्तीत मिळणारा वाटा

अ.क्र.	संपत्तीतील हक्क / वाटा	वारंवारिता	टक्केवारी
१.	होय	१३३	५९.११
२.	नाही	९२	४०.८९
	एकूण	२२५	१००

उपरोक्त तक्ता ७.८ मधील आकडेवारीवरून असे निदर्शनास येते की, उत्तरदात्या ग्रामीण मातंग स्त्रियांना त्यांच्या पतीच्या संपत्तीमध्ये हिस्सा/वाटा मिळतो, असे ५९.११ टक्के स्त्रियांनी सांगितले असले तरी आजही अनेक स्त्रियांना पतीच्या संपत्तीमध्ये समान हिस्सा याविषयी कायदेशीर तरतूद असली तरी बहुसंख्य स्त्रियांना त्यात वाटा मिळत नाही अशा ४०.८९ टक्के स्त्रिया आहेत.

ग्रामीण मातंग स्त्रिया ह्या हिंदू धर्माचे आचरण करताना दिसून येतात. मातंग स्त्रियांच्या कुटुंबांकडून रीतिरिवाज, रूढी, परंपरा याविषयीचे आचरण हिंदूप्रमाणेच आहे. हिंदू वारसा हक्काचा इ.स. १९५६ चा कायदा मातंग स्त्रियांना माहीत आहे का? याविषयी माहिती संकलित करून त्याची मांडणी तक्ता ७.९ मधून केलेली आहे.

तक्ता ७.९ : मातंग स्त्रियांना हिंदू वारसा हक्काच्या कायद्याची माहिती

अ.क्र.	कायदा	वारंवारिता	टक्केवारी
१.	होय	२२	९.७८
२.	नाही	२०३	९०.२२
	एकूण	२२५	१००

उपरोक्त तक्ता ७.९ मधील आकडेवारीच्या आधारे असे स्पष्ट करता येते की, उत्तरदात्या ग्रामीण मातंग स्त्रियांना इ.स. १९५६चा हिंदू वारसा हक्काचा कायदा माहीत नाही, असे ९०.२२ टक्के स्त्रियांनी सांगितले आहे. हिंदू वारसा हक्काचा कायदा माहीत असलेल्या स्त्रियांचे प्रमाण हे ९.७८ टक्के आहे.

स्त्रिया आणि घरकाम अशी जी पारंपरिक भूमिका स्त्रियांना पार पाडावी लागत होती त्यात आधुनिक कालखंडात स्त्रियांच्या भूमिकेत अनेक बदल झाले आहेत. स्त्रिया ह्या शिक्षणामुळे वेगवेगळ्या औद्योगिक कारखान्यांमधून, कंपन्यांमधून काम करताना आढळून येत आहेत. त्यामुळे कामाच्या ठिकाणी स्त्रियांचे संरक्षण व्हावे यासाठी शासनाच्या वतीने विविध कायदे मंजूर करण्यात आली आहेत. कायद्याची माहिती सद्य:स्थितीमध्ये मातंग स्त्रियांना किती प्रमाणात आहे, याविषयी माहिती संकलित करून तक्ता ७.१० मधून दिलेली आहे.

तक्ता ७.१० : मातंग स्त्रियांच्या कामाच्या ठिकाणी असणाऱ्या कायद्यांची माहिती

अ.क्र.	कायद्या	वारंवारिता	टक्केवारी
१.	होय	२३	१०.२२
२.	नाही	२०२	८९.७८
	एकूण	२२५	१००

उपरोक्त तक्ता ७.१० मधील आकडेवारीवरून असे निदर्शनास येते की, उत्तरदात्या ग्रामीण मातंग स्त्रियांना कामाच्या ठिकाणी असणारे विविध कायदे आहेत, यासंबंधीची माहिती आढळून येत नाही. अनेक स्त्रियांनी हे कायदे माहीत नाहीत असे सांगितले. अशा ८९.७८ टक्के स्त्रिया आहेत; तर कायदा माहीत आहे, असे सांगणाऱ्या फक्त १०.२२ टक्के स्त्रिया आहेत.

पुरुष व स्त्रिया यांच्यामध्ये कामाच्या ठिकाणी कामाचा मोबदला देताना

भेदभाव केला जातो. पुरुषांना अधिक तर स्त्रियांना कामाचा कमी मोबदला दिला जातो. त्यामुळे समान वेतन कायदा भारतात अंमलात आणला आहे. ग्रामीण भागात शेतीकाम करताना ही तफावत असते. त्यामुळेच समान वेतन कायद्याविषयीचे ज्ञान मातंग स्त्रियांना किती प्रमाणात आहे, याविषयी त्यांच्याकडून माहिती मिळवली, त्याची मांडणी तक्ता ७.११ मधून केलेली आहे.

तक्ता ७.११ : मातंग स्त्रियांना समान वेतन कायद्याची माहिती

अ.क्र.	समान वेतन	वारंवारिता	टक्केवारी
१.	होय	२६	११.५६
२.	नाही	१९९	८४.४४
	एकूण	२२५	१००

उपरोक्त तक्ता ७.११ मधील आकडेवारीच्या आधारे असे स्पष्ट करता येते की, उत्तरदात्या ग्रामीण मातंग स्त्रियांना कामाच्या ठिकाणी समान वेतन कायदा आहे याची माहिती नाही. मातंग स्त्रिया जेथे काम करतात, त्या ठिकाणी समान वेतन कायदा पाळला जात नाही. पुरुषांना कामाचा मोबदला वेगळा मिळतो असे ८८.४४ टक्के स्त्रियांनी सांगितले आहे; तर समान वेतन कायदा कामाच्या ठिकाणी पाळला जातो, असे ११.५६ टक्के मातंग स्त्रियांनी सांगितले आहे. मातंग स्त्रियांनी अनौपचारिक चर्चेतून मातंग स्त्रियांनी सांगितले. या स्त्रिया नोकरी करतात ती शासकीय, निमशासकीय कार्यालये आहेत, तेथीलच स्त्रियांनी समान वेतन कायदा पाळला जातो असे सांगितले आहे.

स्त्रियांना गर्भधारणा झाल्यानंतर तिच्या गर्भाचे निदान करणे, मुलगी असल्यास गर्भपात करणे याविषयीचा 'गर्भपात व गर्भलिंगनिदान प्रतिबंधक कायदा' अंमलात आणला आहे. इ.स. १९९६ व २००३ मधील गर्भधारणापूर्व व प्रसूतीपूर्व निदान तंत्र, लिंगनिवड प्रतिबंधक अधिनियम मंजूर झाले आहेत.[१४] याचे उल्लंघन करणाऱ्यास दहा हजार रुपये दंड, तीन वर्षे कारावासाच्या शिक्षेची तरतूद केली आहे.[१५] असा गर्भनिदान व गर्भपात कायदा हा मातंग स्त्रियांना माहीत आहे का? हे जाणून घेण्याच्या उद्देशानेच संबंधित माहिती संकलित करून त्यांची मांडणी तक्ता ७.१२ मधून मांडलेली आहे.

तक्ता ७.१२ : मातंग स्त्रियांना गर्भलिंगनिदान व गर्भपात कायद्याची माहिती

अ.क्र.	समान वेतन	वारंवारिता	टक्केवारी
१.	होय	९७	४३.११
२.	नाही	१२८	५६.८९
	एकूण	२२५	१००

उपरोक्त तक्ता ७.१२ च्या आधारे असे स्पष्ट करता येते की, उत्तरदात्या ग्रामीण मातंग स्त्रियांना इ.स. १९९६ व इ.स. २००३ च्या गर्भलिंगनिदान व गर्भपात कायद्याची माहिती त्यांना नाही असे ५६.८९ टक्के स्त्रियांनी सांगितले आहे; तर या कायद्याची माहिती आहे, असे ४३.११ टक्के स्त्रियांनी सांगितले आहे.

भारतीय समाजात कुटुंबाद्वारे सामाजीकरणाच्या प्रक्रियेतून स्त्री-पुरुष भेदाची भावना रुजवली जाते. पुरुष हा श्रेष्ठ तर स्त्री ही कनिष्ठ आहे. त्यामुळे समाजातून मुलांचे महत्त्व वाढलेले दिसून येते. जर मुलीच्या जन्माचे प्रमाण अधिक असेल, एखाद्या जोडप्याला एकापेक्षा अधिक मुली जन्माला येत असतील तर अशा वेळी गर्भलिंगनिदान केले जाते. गर्भलिंगनिदान करण्याचे प्रमाण मातंग स्त्रियांमध्ये किती आहे? यासंबंधीची माहिती संकलित करून तक्ता ७.१३ ची मांडणी केली आहे.

तक्ता ७.१३ : मातंग स्त्रियांमध्ये गर्भलिंगनिदान चाचणीचे प्रमाण

अ.क्र.	गर्भलिंगनिदान चाचणी	वारंवारिता	टक्केवारी
१.	होय	२५	११.११
२.	नाही	२००	८८.८९
	एकूण	२२५	१००

उपरोक्त तक्ता ७.१३ च्या आकडेवारीमधून असे स्पष्ट करता येते की, उत्तरदात्या ग्रामीण मातंग स्त्रियांनी मुलगा हा वंशाचा दिवा आहे, मुलींना मिळणारे समाजातील कनिष्ठ स्थान, एकापेक्षा अधिक मुली जन्माला येण्याचे प्रमाण, यामुळे मातंग स्त्रियांमधून गर्भलिंगनिदान केले जाते, असे ११.११ टक्के स्त्रियांनी सांगितले आहे. तसेच गर्भलिंगनिदानाबद्दल काही माहिती नाही, अशा अशिक्षित स्त्रियांकडून कोणतीही गर्भलिंगनिदान चाचणी होत नाही, असे ८८.८९ टक्के स्त्रियांनी सांगितले आहे.

भारतीय समाजात पितृप्रधान कुटुंबपद्धती आहे त्यामुळे कुटुंबातील पुरुषाचे असलेले वर्चस्व सातत्याने अबाधित राहिले आहे. त्यासाठी वंशाचा दिवा म्हणून मुलगा असणे आवश्यक मानले जाते. परिणामी मुलीचे महत्त्व कमी झालेले दिसून येते. मुलगा-मुलगी असा लिंगभेद करणाऱ्यांचे प्रमाणदेखील अधिक असल्यामुळे गर्भपात करून मुलीला जन्माला येण्यापूर्वीच मारले जाते. मुलीचा गर्भ असल्यामुळे गर्भपात करणाऱ्या मातंग स्त्रियांचे प्रमाण किती आहे? हे जाणून घेण्यासाठी माहिती संकलित केली, त्यांची मांडणी तक्ता ८.१४ मधून केलेली आहे.

तक्ता ७.१४ : मातंग स्त्रियांमध्ये मुलीच्या गर्भपाताचे प्रमाण

अ.क्र.	गर्भपात	वारंवारिता	टक्केवारी
१.	नाही	२११	९३.७८
२.	होय	१४	६.२२
	एकूण	२२५	१००

उपरोक्त तक्ता ७.१४ मधील आकडेवारीच्या आधारे असे स्पष्ट करता येते की, उत्तरदात्या ग्रागीण मातंग स्त्रियांमध्ये गर्भलिंगनिदान करून घेणे, गर्भपात करणे असे वर्तन अनेक स्त्रियांकडून होत नाही. त्यांना याविषयी फारशी माहितीदेखील नाही. त्यामुळेच गर्भवती असताना गर्भलिंगनिदान चाचणी करणे व मुलीचा जन्म असेल तर गर्भपात करणाऱ्या स्त्रियांचे प्रमाण ६.२२ टक्के एवढेच आहे. कोणत्याच प्रकारची चाचणी करत नाहीत, गर्भपातही करीत नाहीत, असे सांगणाऱ्या ९३.७८ टक्के स्त्रिया आहेत.

स्त्रियांचा होणारा कौटुंबिक छळ थांबावा यासाठी स्त्रियांचे या छळापासून संरक्षण करणारा कौटुंबिक हिंसाचार प्रतिबंधक कायदा (pwdvA) भारत सरकारने २००५ मध्ये संमत केला आहे.[१६] कायद्यामधून हिंसा म्हणजे काय हे स्पष्ट करताना असे सांगितले की, एखाद्या व्यक्तीला सन्मानाने जगू न देणे होय. शारीरिक, मानसिक छळ, टाकून बोलणे, संशय घेणे, आर्थिक कुचंबणा करणे, लैंगिक बळजबरी अत्याचार करणे, मनाविरुद्ध वागायला लावणे, एखाद्या गोष्टीपासून वंचित करणे इ. चा समावेश हिंसेत केला जातो.[१७] कौटुंबिक हिंसाचाराचा हा कायदा ग्रामीण मातंग स्त्रियांना माहीत आहे का? हे जाणून घेण्यासाठी संबंधित माहिती जमा करून त्याची मांडणी तक्ता ७.१५ मधून मांडलेली आहे.

तक्ता ७.१५ : मातंग स्त्रियांना कौटुंबिक हिंसाचार प्रतिबंधक कायद्याची माहिती

अ.क्र.	कायदा	वारंवारिता	टक्केवारी
१.	होय	१९	८.४४
२.	नाही	२०६	९१.५६
	एकूण	२२५	१००

उपरोक्त तक्ता ७.१५ मधील आकडेवारीच्या आधारे असे स्पष्ट करता येते की, उत्तरदात्या ग्रामीण मातंग स्त्रियांना इ.स. २००५ रोजी करण्यात आलेल्या कौटुंबिक हिंसाचार प्रतिबंधक कायद्याची माहिती पोहोचलेली दिसून येत नाही, त्यामुळेच ९१.५६ टक्के स्त्रियांना या कायद्याची माहिती आढळून आली नाही. ज्या स्त्रियांना कायदा माहीत आहे अशा ८.४४ टक्के आहेत; पण त्यांना त्याची सविस्तर माहिती असलेली दिसून येत नाही.

भारतातील स्त्रियांची छळाची स्थिती पाहिल्यास असे लक्षात येते की, भारतात दररोज कमीत कमी १८ स्त्रिया ह्या हुंड्यासाठी मारल्या जातात, ८७ स्त्रिया ह्या लैंगिक छळास बळी पडतात, १३२ स्त्रिया विविध छळाच्या बळी पडतात; तर अत्याचारास ४४ स्त्रिया ह्या बळी पडतात.[१८] स्त्रियांच्या छळाची संख्या सातत्याने वाढताना दिसून येते. अशा परिस्थितीमुळे मातंग स्त्रियांच्या कुटुंबामध्ये छळाचे प्रमाण किती आहे? हे जाणून घेण्यासाठी माहिती संकलित करून त्याची मांडणी तक्ता ७.१६ मधून केली आहे.

तक्ता ७.१६ : मातंग स्त्रियांच्या छळाचे प्रमाण

अ.क्र.	छळ	वारंवारिता	टक्केवारी
१.	होय	५१	२२.६७
२.	नाही	१७४	७७.३३
	एकूण	२२५	१००

उपरोक्त तक्ता ७.१६ मधील आकडेवारीच्या अध्ययनावरून असे लक्षात येते की, उत्तरदात्या ग्रामीण मातंग स्त्रियामध्ये ज्या स्त्रिया कौटुंबिक छळास बळी पडत नाहीत, त्यांचा कुटुंबातून कोणताही छळ होत नाही असे ७७.३३ टक्के स्त्रियांनी सांगितले आहे. कौटुंबिक छळ केला जाणाऱ्या स्त्रियांचे प्रमाण मातंग समाजातील स्त्रियांमध्ये आज २२.६७ टक्के आहे.

'माहिती अधिकार कायदा' आज मोठ्या प्रमाणावर वापरला जात आहे. भारतात हा कायदा केंद्र सरकारने १२ ऑक्टोबर २००५ला लागू केला आहे. माहितीच्या अधिकाराचा कायदा लागू करून हा महत्त्वाचा असलेला माहिती अधिकाराचा कायदा मातंग स्त्रियांपर्यंत पोहोचला आहे का? त्यांना या कायद्याची माहिती आहे का? हे जाणून घेण्याच्या उद्देशाने सबंधित माहिती संकलित करून त्याची मांडणी तक्ता ७.१७ मधून केलेली आहे.

तक्ता ७.१७ : मातंग स्त्रियांना माहितीचा अधिकार कायद्याची माहिती

अ.क्र.	माहिती	वारंवारिता	टक्केवारी
१.	नाही	२०५	९१.११
२.	होय	२०	८.८९
	एकूण	२२५	१००

उपरोक्त तक्ता ७.१७ मधून असे स्पष्ट करता येते की, उत्तरदात्या ग्रामीण मातंग स्त्रियांना १२ ऑक्टोबर २००५ला केंद्र सरकारने लागू केलेला 'माहिती अधिकार कायदा' या कायद्याची माहिती नव्हती अशा स्त्रियांचे प्रमाण ९१.११ टक्के एवढे आहे; तर माहिती अधिकार कायदा माहीत असलेल्या स्त्रियांचे प्रमाण ८.८९ टक्के एवढे असून हे खूप कमी आहे. माहिती अधिकाराच्या माहितीपासून या स्त्रिया दूर आहेत.

ग्रामीण मातंग स्त्रियांना जीवन जगत असताना अस्तित्वात असलेल्या विविध सामाजिक कायद्यांबद्दल कोणत्या अडचणी येतात, कोणत्या समस्यांना त्यांना समोरे जावे लागते, त्यासाठी असणाऱ्या सामाजिक कायद्यांची माहितीच त्यांच्यापर्यंत पोहचत नाही. त्याची कारणे लक्षात घेण्यासाठी त्यांच्याकडून सामाजिक कायद्याची माहिती संकलित करून त्याची मांडणी तक्ता ७.१८ मधून केलेली आहे.

तक्ता ७.१८ : मातंग स्त्रियांना सामाजिक कायद्याबाबत अडचणी

अ.क्र.	अडचणी व समस्या	वारंवारिता	टक्केवारी
१.	सामाजिक कायदे माहीत नाहीत.	२००	८८.८८
२.	कायदे माहीत नाहीत, त्यामुळे पालन नाही.	१९५	८६.६६
३.	कायदे माहितीचा प्रचार वस्तीपर्यंत नाही.	२२५	१००
४.	सामाजिक कायदे सविस्तर माहिती नाहीत.	२२०	९७.७७

उपरोक्त तक्ता ७.१८ मधून असे निदर्शनास येते की, उत्तरदात्या ग्रामीण मातंग स्त्रियांना अनेक प्रकारच्या अडचणींना व समस्यांना सामोरे जावे लागते. त्यामध्ये

प्रामुख्याने जे सामाजिक कायदे आहेत, ते सामाजिक कायदे आमच्या वस्तीपर्यंत पोहोचत नाहीत, त्यामुळे आम्हाला ते माहीत होत नाहीत, असे सर्वच उत्तरदात्या स्त्रियांना सांगितले. तसेच ज्यांना काही सामाजिक कायदे माहीत आहेत. ती माहितीदेखील अर्धवट असलेली दिसून येते, असे सांगणाऱ्या ९७.७७ टक्के स्त्रिया आहेत. सामाजिक कायदे व माहिती यांचा अभाव आहे असे ८८.८८ टक्के स्त्रियांनी सांगितले आहे; तर कायदे माहीत नाहीत, त्यामुळे ते पाळण्याचा प्रश्न नाही, असे सांगणाऱ्या ८६.६६ टक्के स्त्रिया आहेत.

ग्रामीण मातंग स्त्री आणि शासकीय योजना

शासकीय पातळीवरून नागरिकांच्या विकासासाठी अनेक योजना राबविल्या जातात. नागरिकांचा विकास साधण्याचा प्रयत्न त्यामधून होतो. शासकीय योजना तयार करत असताना या योजना समाजातील सर्व घटकापर्यंत पोहोचल्या पाहिजेत यासाठी प्रयत्न केलेले दिसून येतात, परंतु या योजनांची प्रत्यक्ष अंमलबजावणी केली असता त्याचा अनुभव वेगळाच दिसतो. केंद्र व राज्यशासन नागरिकांच्या विकासासाठी अनेक योजना राबवीत असते. दरवर्षी अर्थसंकल्पात या योजनांवर कोट्यवधी रुपये खर्ची पडतात, परंतु दुर्दैवाने त्याचा लाभ नागरिकांना होत नाही, शासन केवळ योजना जाहीर करते, परंतु त्या नागरिकापर्यंत पोहचविणारी यंत्रणाच मुळात लालफितीची असल्याने अनेक योजना कागदावरच राहतात.[२०] यामुळेच शासनाने प्रत्येक घटकापर्यंत या योजना गेल्या पाहिजेत, त्यासाठी विशेष प्रयत्न केले. त्यामधून नव्याने आणखी काही योजना अंमलात आणण्याचा प्रयत्न केला आहे.

राज्यघटनेतील तत्त्वानुसार अस्पृश्य व मागासवर्गीय जातींसाठी समाजातील सर्वच दुर्बल घटकांना, स्त्रियांना, अनुसूचित जाती-जमातीच्या लोकांना सर्वांनाच शासकीय योजनांतून सामावून घेणे शक्य नाही. त्यामुळे अशा कुटुंबाचा सामाजिक व आर्थिक स्तर उंचावण्यासाठी विकास प्रक्रियेत सहभागी होता यावे यासाठी आणखी काही योजना केंद्र व राज्य सरकारने सुरू केल्या आहेत.[२१] या योजनांच्या अंमलबजावणीसाठी स्वतंत्र यंत्रणा तयार करून ते राबविण्यासाठी वेगवेगळे विभाग स्थापन करण्यात आले. त्यामार्फत या यंत्रणांची प्रभावी अंमलबजावणी करण्याचा प्रयत्न केलेला आहे. समाजकल्याण विभागाकडून अनुसूचित जातीसाठी तर विशेष मागासप्रवर्गाकडून इतर मागासवर्गीय, अपंग, भिक्षेकरी, वृद्ध यांच्या कल्याणासाठी अनेक योजना तयार करून राबविण्यात आल्या आहेत. तळागाळातील दुर्बल घटकांना योजनांचा यथायोग्य लाभ मिळावा यासाठी खात्याची राज्य पातळीपासून ते गावपातळीपर्यंत स्वतंत्र यंत्रणा निर्माण केलेली आहे.[२२] मागासवर्गीयांबरोबरच स्त्रियांनादेखील मुख्य प्रवाहात आणण्यासाठी शासकीय पातळीवरून शासकीय यंत्रणा

निर्माण केली. त्यासाठी महिला व बालकल्याण विभागाची निर्मिती करून ही एक स्वतंत्र यंत्रणा अस्तित्वात आणली.[२३] त्यामार्फत स्त्रियांच्या विकासासाठी काही योजना राबविण्यास सुरुवात केली. समाजातील मागासलेल्या जाती व स्त्रिया यांच्यासाठी वेगवेगळ्या विभागामार्फत काही योजना सुरू करण्यात आल्या आहेत. अनुसूचित जातीसाठी समाजकल्याण विभाग तर स्त्रियांसाठी महिला व बालकल्याण विभाग यांनी राबवलेल्या योजनेतून प्रामुख्याने स्त्री-पुरुष समानता, सामाजिक न्याय देऊन उपेक्षित गटांना विकासाच्या मुख्य प्रवाहात आणणे हेच उद्दिष्ट होते.[२४] परंतु या शासकीय योजनांचा सर्वांना सारखा फायदा झाला नाही.

अनुसूचित जातीमध्ये समाविष्ट असलेल्या सर्वच जातींना या योजनांचा लाभ सारख्याच प्रमाणात झाला नाही. डॉ. शंकर गायकवाड या संदर्भाने असे स्पष्ट करतात की, ''सवलतींचा फायदा उचलण्याच्या बाबतीत त्या-त्या राज्यातील काही विशिष्ट जातींनी जास्त प्रतिसाद दिला आहे. जातीतील या सवलतींचा फायदा घेण्याचे प्रमाण समान नाही. जसे महाराष्ट्रात महार, केरळात फुल्या, उत्तरप्रदेशात चांभार व जाट या जातींनी राज्यातील इतर जातींच्या तुलनेत अधिक शासकीय योजनांचा लाभ घेऊन प्रगती केली आहे.''[२५] यावरून महाराष्ट्रात अनुसूचित जातींमध्ये योजनांचा लाभ घेण्याचे प्रमाण हे महार जातीमध्ये मांग जातीच्या तुलनेने अधिक आहे. मांग हे अधिकच मागे आहेत.[२६] अनुसूचित जातीसाठी असणाऱ्या योजनांचा लाभ अनुसूचित जातीमध्ये असणाऱ्या सर्वच जातींना समान झाला. त्यामध्ये मातंग जातीतील स्त्री-पुरुष तसेच महिलांच्या योजनांचा लाभदेखील स्त्रियांना फारसा झाला नाही. त्यामुळे असे लक्षात येते की, शासकीय योजनांच्या लाभापासून मातंग जातीतील स्त्री व पुरुष वंचित आहेत.

परभणी जिल्ह्यातील ग्रामीण भागात वास्तव्य करणाऱ्या मातंग स्त्रियांना केंद्र व राज्य सरकारच्या शासकीय योजनांमध्ये अनुसूचित जातीच्या योजना, महिला व बालकल्याण विभाग, समाजकल्याण विभाग, विशेष घटक पीक संवर्धन योजना, एकात्मिक ग्रामीण विकास योजना, नोकरीतील आरक्षणाचा लाभ, शासनाच्या महिलांसाठी असणाऱ्या योजना इत्यादींचा लाभ किती प्रमाणात झाला, याचा आढावा त्यांनी दिलेल्या माहितीच्या आधारे घेतला आहे.

अनुसूचित जातींसाठी व अनुसूचित जातीतील स्त्रियांसाठी तसेच महिला यांच्यासाठी असणाऱ्या केंद्र व राज्य सरकार, समाजकल्याण विभाग, जिल्हा परिषद या विभागांच्या असलेल्या विविध योजनांची माहिती मातंग स्त्रियांना आहे का? योजनांच्या माहितीविषयी माहिती संकलित करून ती तक्ता ७.१९ मधून दिलेली आहे.

तक्ता ७.१९ : शासकीय योजना माहिती असणाऱ्या उत्तरदात्या मातंग स्त्रिया

अ.क्र.	योजना	वारंवारिता	टक्केवारी
१.	होय	९४	४१.७८
२.	नाही	१३१	५८.२२
	एकूण	२२५	१००

उपरोक्त तक्ता ७.१९ मधील माहितीच्या आधारे असे स्पष्ट करता येते की, उत्तरदात्या ग्रामीण मातंग स्त्रियाना केंद्र व राज्य सरकार, समाजकल्याण विभाग, महिला व बालकल्याण विभाग, जिल्हा परिषद, इ. विभागांच्या वतीने असलेल्या योजनांची माहिती नाही असे सांगणाऱ्या ५८.२२ टक्के स्त्रिया आहेत; तर शासनाच्या या योजनेची माहिती आहे असे सांगणाऱ्या ४१.७८ टक्के स्त्रिया आहेत. या स्त्रियांना सर्वच योजनांची माहिती नव्हती, तर वेगवेगळ्या विभागाच्या एखाद्या योजनेची माहिती असलेली दिसून येते. त्या योजनेचीदेखील पूर्ण माहिती त्यांना नाही, असे त्यांच्यासोबत केलेल्या अनौपचारिक चर्चेतून स्पष्ट झाले आहे.

केंद्र व राज्य सरकार यांच्या असणाऱ्या विविध योजना ह्या लाभधारक वर्गापर्यंत पोहोचवणारी शासकीय यंत्रणा असते, परंतु लाभधारकापर्यंत कोणत्या यंत्रणेमार्फत ही माहिती प्रत्यक्ष पोहोचविली जाते? मातंग स्त्रियांना शासकीय योजनांची माहिती कोण देते? हे जाणून घेण्याच्या दृष्टीने संबंधित तथ्ये संकलित करून त्यांची मांडणी तक्ता ७.२० मधून दिलेली आहे.

तक्ता ७.२० : मातंग स्त्रियांपर्यंत शासकीय योजनांची माहिती देणारी यंत्रणा

अ.क्र.	माहिती देणारी व्यक्ती	वारंवारिता	टक्केवारी
१.	लागू नाही	१३१	५८.२२
२.	कुटुंबातील व्यक्ती	३५	१५.५६
३.	ग्रामसेवक	२२	९.७८
४.	सरपंच	३०	१३.३३
५.	ग्रामपंचायत सदस्य	०६	२.६७
६.	जातीतील पुढारी	०९	४.००

७.	स्वयंसेवी संस्था	०५	२.२२
८.	स्वतः माहिती मिळवते	०८	३.५६

उपरोक्त तक्ता ७.२० मधून असे निदर्शनास येते की, उत्तरदात्या ग्रामीण मातंग स्त्रियांपर्यंत शासकीय योजनांची माहिती पोहोचविणारी यंत्रणा असली तरी प्रत्यक्ष मात्र या स्त्रियापर्यंत जी माहिती पोहोचविली जाते, त्यामध्ये विविध व्यक्तींचा समावेश असतो. शासकीय योजनाची माहिती ही प्रामुख्याने कुटुंबातील प्रमुख व्यक्ती देतात, असे १५.५६ टक्के स्त्रियांनी सांगितले आहे. गावातील सरपंचदेखील योजनाची माहिती त्यांना देतो, असे १३.३३ टक्के स्त्रियांनी सांगितले आहे. ग्रामपंचायतीचा कर्मचारी ग्रामसेवक ही योजना सांगतो, असे ९.७८ टक्के स्त्रियांनी सांगितले आहे.

गावपातळीवर जातीचा नेता म्हणून ज्या काही व्यक्ती असतात, ते माहिती देतात, असे ४ टक्के स्त्रियांनी सांगितले आहे. स्वतः शासकीय योजनांची माहिती मिळवतो असे ३.५६ टक्के स्त्रियांनी सांगितले आहे. जातीतून निवडून दिलेले ग्रामपंचायत सदस्य हे योजनांची माहिती देतात, असे २.६७ टक्के स्त्रियांनी सांगितले आहे. स्वयंसेवी संस्थांच्या माध्यमातून माहिती मिळते, असे २.२२ टक्के स्त्रियांनी सांगितले आहे. शासकीय योजनांची माहिती एकाच व्यक्तीकडून पूर्णपणे मिळते असे नाही तर अनेक यंत्रणांमार्फत ही माहिती पोहोचविली जाते. शासकीय योजना त्या लाभधारकापर्यंत पोहचविण्यासाठी शासनाची कोणतीही प्रभावी यंत्रणा कार्यरत असलेली दिसून येत नाही. त्यामुळेच बहुसंख्य स्त्रियांना शासकीय योजनांची माहिती नाही, असे ५८.३२ टक्के स्त्रियांनी सांगितले आहे.

अनुसूचित जातीमध्ये समाविष्ट असलेली मातंग जातीची कुटुंबे ही दारिद्र्यामध्ये जीवन जगताना आढळून आली आहेत. त्यामध्ये महाराष्ट्रात दारिद्र्यात जीवन जगणाऱ्या मातंग स्त्रियांचे प्रमाण हे ९४.४४ टक्के एवढे आहे.[२७] परभणी जिल्ह्यातील मातंग स्त्रियांची कुटुंबे कोणत्या आर्थिक परिस्थितीमध्ये जीवन जगतात? त्यामध्ये दारिद्र्यात जीवन जगणारी दारिद्र्यरेषेखालील गावातील यादीत नाव असलेली कुटुंबे किती आहेत? यासंबंधीची माहिती मिळविली, त्याची मांडणी तक्ता ८.२१ मधून केलेली आहे.

तक्ता ७.२१ : मातंग स्त्रियांचे दारिद्र्यरेषेच्या यादीतील कुटुंबाचे प्रमाण

अ.क्र.	दारिद्र्यरेषेत समाविष्ट कुटुंब	वारंवारिता	टक्केवारी
१.	होय	१७३	७६.८९
२.	नाही	५२	२३.११
	एकूण	२२५	१००

उपरोक्त तक्ता ७.२१ मधील आकडेवारीवरून असे स्पष्ट होते की, उत्तरदात्या ग्रामीण मातंग स्त्रियांची कुटुंबे ही दारिद्र्यरेषेखालील यादीत समाविष्ट आहेत. त्यांचे असलेले ७६.८९ टक्के हे प्रमाण मातंगाच्या महाराष्ट्रातील दारिद्र्याच्या प्रमाणापेक्षा ९४.४४ टक्के पेक्षा कमी आहे हेच लक्षात येते. दारिद्र्यरेषेखाली यादीत समाविष्ट नसलेली २३.११ टक्के कुटुंबे आढळून आली. ही कुटुंबेसुद्धा दारिद्र्यातच जीवन जगत होती असे त्यांनी सांगितले. दारिद्र्याच्या रेषेखाली यादीत आपले नाव यावे, ही अपेक्षा त्यांनी व्यक्त केली आहे.

अनुसूचित जातींसाठी विविध शासकीय योजना राबवून त्यांच्यामध्ये प्रगती साधण्याचा प्रयत्न शासकीय पातळीवरून झालेला दिसून येतो. दिनांक १० जुलै १९७८ रोजी कंपनी अधिनियम १९५६ नुसार 'महात्मा फुले मागासवर्गीय विकास महामंडळ' या संस्थेची स्थापना केली.

महात्मा फुले मागासवर्गीय विकास महामंडळाचा लाभ अनुसूचित जाती, जमाती व नवबौद्ध, विमुक्त व भटक्या जाती यांना घेता येत होता. महामंडळाकडून अनुदान व ६ ते ७ टक्के दराने कर्जपुरवठा करून अर्थसाह्य केले जात होते. महात्मा फुले महामंडळाकडून कर्ज अनुदान योजनेअंतर्गत ५० टक्के अनुदान; तर ५० टक्के कर्ज राष्ट्रीय बँकेकडून दिले जात होते. बीज भांडवल योजनेअंतर्गत ३,५०० रुपयांपर्यंत प्रकल्पांना २५ टक्के बीज भांडवल दिले जाते; तर ३५,००० रुपयापर्यंत प्रकल्पांना २० टक्के अनुदान दिले जाते. व्यवसायासाठी चार टक्के व्याजाने कर्जपुरवठा केला जातो. अस्वच्छ कामगारासाठी मुक्ती व पुनर्वसन करण्यासाठी रू.५०,००० पर्यंत अर्थसाह्य या योजनेतून केले जाते. या योजना महामंडळामार्फत राबविण्यात येतात. अनुसूचित जातीसाठी असल्यामुळे उत्तरदात्या मातंग स्त्रियांना या योजनांचा लाभ किती प्रमाणात झाला, यासंबंधी माहिती मिळवली, ती तक्ता ७.२२ मध्ये मांडलेली आहे.

तक्ता ७.२२ : मातंग स्त्रियांना महात्मा फुले विकास महामंडळ योजनेचा लाभ

अ.क्र.	लाभधारक व्यक्ती	व्यवसायासाठी कर्ज अनुदान योजना		बीज भांडवल योजना		अस्वच्छ कामगारांसाठी मुक्ती व पुनर्वसन योजना	
		वारंवारिता	टक्केवारी	वारंवारिता	टक्केवारी	वारंवारिता	टक्केवारी
१.	लाभ मिळाला नाही	२२४	९९.५६	२२४	९९.५६	२२४	९९.५६
२.	स्वतः	०१	०.४४	००	०.००	००	०.००
३.	पती	००	०.००	०१	०.४४	०१	०.४४

उपरोक्त तक्ता ७.२२ मध्ये दिलेल्या सामग्रीच्या आधारे असे स्पष्ट होते की, उत्तरदात्या ग्रामीण मातंग स्त्रियांना शासनाच्या वतीने राबविण्यात येणाऱ्या महात्मा फुले मागासवर्गीय विकास महामंडळाच्या योजनांचा लाभ त्यांना व कुटुंबातील सदस्यांना किती प्रमाणात झाला हे पाहिले तेव्हा व्यवसायासाठी कर्ज, बीज भांडवल योजना, अस्वच्छ कामगार मुक्ती आणि पुनर्वसन या तिन्ही योजानांचा लाभ मिळाला नाही, असे सांगणाऱ्या सर्वाधिक ९९.५६ टक्के स्त्रिया आढळून आल्या आहेत.

महात्मा फुले मागासवर्गीय विकास महामंडळ योजनांमध्ये व्यवसायासाठी ६ ते ७ टक्के दराने कर्ज देणाऱ्या या योजनांमध्ये ०.४४ टक्के टक्के लाभ मिळाला आहे. बीज भांडवल योजना ज्यामधून २५ टक्के बीज भांडवल अनुदान म्हणून मिळते, याचा लाभ उत्तरदात्या मातंग स्त्रियांच्या पतीस झालेला आहे, त्यांचे प्रमाण ०.४४ टक्के एवढे आहे. अस्वच्छ कामगारासाठी मुक्ती व पुनर्वसन योजनेतून ५०,००० रुपयांपर्यंत अर्थसाह्य केले जाते. या योजनेचा लाभ उत्तरदात्या मातंग स्त्रियांच्या पतीस झाला आहे, त्यांचे प्रमाण हे ०.४४ टक्के एवढेच आहे.

अनुसूचित जातीमधील मातंग जातीच्या विकासासाठी स्वतंत्र असे 'लोकशाहीर अण्णाभाऊ साठे विकास महामंडळ' काढण्यात आले. महामंडळाकडून मातंग जातीतील सुशिक्षित बेरोजगारास व्यवसायासाठी अर्थसाह्य केले जाते. विशेष केंद्रीय अर्थसाह्य योजनेअंतर्गत बँकेकडून व महामंडळाकडून कर्ज दिले जाते. कर्जफेड ३६ ते ६० मासिक समान हप्त्याने बँकेकडे करावी लागते. या प्रकारे शासकीय योजनेतून मातंग जातीच्या आर्थिक स्थितीत सुधारणा घडवून आणण्याचा प्रयत्न केला आहे. या योजनेचा लाभ उत्तरदात्या मातंग स्त्रियांच्या कुटुंबातील सदस्यांना किती प्रमाणात झाला आहे, याची माहिती संकलित करून त्यांची मांडणी तक्ता ७.२३ मधून केली आहे.

तक्ता ७.२३ : अण्णाभाऊ साठे विकास महामंडळाचे लाभधारक कुटुंब

अ.क्र.	लाभधारक व्यक्ती	वारंवारिता	टक्केवारी
१.	लाभ नाही	२०६	९१.५६
२.	स्वतः	१६	७.११
३.	मुलगा	०१	०.४४
४.	पती	०२	०.८९
	एकूण	२२५	१००

उपरोक्त तक्ता ७.२३ चे अध्ययन केले असता असे दिसून येते की, उत्तरदात्या ग्रामीण मातंग स्त्रियांना अण्णाभाऊ साठे विकास महामंडळाचा लाभ किती झाला आहे. त्यामध्ये लाभाचे प्रमाण कमी असलेले दिसून येते. ज्यांना लाभ झाला त्यामध्ये ८.४४ टक्के उत्तरदात्या मातंग स्त्रियांनी बँकेकडून स्वत: कर्ज घेतलेले आहे. लाभ झाला नाही असे ९१.५६ टक्के स्त्रियांनी सांगितले, तर पतीला लाभ झाला असे ०.८९ टक्के स्त्रियांनी सांगितले. तसेच मुलांनी लाभ घेतला असे ०.४४ टक्के स्त्रियांनी सांगितले आहे.

लोकशाहीर अण्णाभाऊ साठे विकास महामंडळ यांच्याकडून व्यवसायासाठी कर्ज दिले जाते. या योजनेबरोबर व्यावसायिक प्रशिक्षणाच्या काही योजना आहेत. त्यामध्ये मातंग जातीतील विद्यार्थ्यांना, विद्यार्थिनींना सहा ते बारा महिने कालावधीसाठी प्रशिक्षण दिले जाते. त्यामध्ये संगणक प्रशिक्षण (रु.३,५००), ब्युटी पार्लर (रु.३५००), शिवणकला (रु.३,५००), वाहन चालक (रु.२,३००) या प्रशिक्षणासाठी संबंधित फीस संस्थेला दिली जाते; तर विद्यार्थ्यांना दरमहा रु.१५०, महानगरपालिका क्षेत्रात रु. २५० तसेच स्वत:चे गाव सोडून इतरत्र प्रशिक्षण घेतल्यास रु.३०० विद्यावेतन दिले जाते. या व्यावसायिक प्रशिक्षण कार्यक्रमाचा लाभ मातंग स्त्रियांच्या कुटुंबातील सदस्यांना किती प्रमाणात झाला याची माहिती संकलित करून ती तक्ता ७.२४ मधून मांडलेली आहे.

तक्ता ७.२४ : मातंग स्त्रियांच्या कुटुंबातील सदस्यांना व्यावसायिक प्रशिक्षणाचा लाभ

अ.क्र.	लाभधारक व्यक्ती	वारंवारिता	टक्केवारी
१.	लाभ मिळाला नाही	२२२	९८.६७
२.	मुलगा (संगणक प्रशिक्षण)	०२	०.८९
३.	मुलगी (शिवणकला प्रशिक्षण)	०१	०.४४
	एकूण	२२५	१००

उपरोक्त तक्ता ७.२४ मधील आकडेवारीच्या आधारे असे स्पष्ट करता येते की, उत्तरदात्या ग्रामीण मातंग स्त्रियांच्या कुटुंबातील सदस्यांना व्यावसायिक प्रशिक्षणाचा लाभ बहुसंख्य सदस्यांनी घेतला नाही असे ९८.६७ टक्के स्त्रियांनी सांगितले आहे, तर संगणक प्रशिक्षण योजनाचा लाभ मुलांनी घेतला, असे ०.८९ टक्के स्त्रियांनी सांगितले आहे. शिवणकला प्रशिक्षणाचा लाभ घेतला असे ०.४४ टक्के स्त्रियांनी सांगितले आहे.

अनुसूचित जातीसाठी जिल्हा परिषदेच्या वतीने स्वयंरोजगारासाठी स्टॉलचे वाटप करणे, चारचाकी गाडीचे वाटप करणे, जिल्हा परिषदेमार्फत उद्योगासाठी अर्थसाह्य केले जाते. शिलाई मशीनचे वाटप, ग्रामोद्योग इ. योजनांचा लाभ किती प्रमाणात झाला आहे, याविषयी उत्तरदात्या मातंग स्त्रियांकडून माहिती संकलित करून त्यांची मांडणी तक्ता ७.२५ मधून दिली आहे.

तक्ता ७.२५ : मातंग स्त्रियांना जिल्हा परिषद योजनांचा लाभ

अ.क्र.	लाभधारक व्यक्ती	वारंवारिता	टक्केवारी
१.	लाभ नाही	२१९	९७.३३
२.	स्वतः लाभ (शिलाई मशीन)	०६	०२.६७
	एकूण	२२५	१००

उपरोक्त तक्ता ७.२५ मधील आकडेवारीला अनुसरून असे स्पष्ट करता येते की, उत्तरदात्या ग्रामीण मातंग स्त्रियांना जिल्हा परिषदेच्या असणाऱ्या स्टॉलचे वाटप करणे, चार चाकी गाडीचे वाटप करणे, उद्योगासाठी अर्थसाह्य या योजनांचा लाभ हा उत्तरदात्या स्त्रियांना व कुटुंबातील एकाही सदस्याला झाला नाही; तर जिल्हा परिषदेमार्फत शिलाई मशीनचे वाटप केले जाते या योजनेचा लाभ हा २.६७ टक्के स्त्रियांना झाला

आहे असे त्यांनी सांगितले, तर लाभ झाला नाही असे ९७.३३ टक्के स्त्रियांनी सांगितले आहे.

केंद्र व राज्य सरकार यांच्या माध्यमातून जिल्हा परिषदेच्या शिक्षण विभागाच्या वतीने अनुसूचित जातीमधील मुला-मुलींचे शिक्षणाच्या प्रवाहात येण्याचे प्रमाण वाढावे, शिक्षणाच्या प्रवाहात आलेल्या अनुसूचित जातीमधील मुले-मुली टिकून राहावीत, शिक्षणातील असलेले गळतीचे प्रमाण कमी करता यावे यासाठी ह्या विविध योजना राबवण्यात येतात.

त्यामध्ये इ.स. १९९५-९६ या शैक्षणिक वर्षापासून 'सावित्रीबाई फुले शिष्यवृत्ती योजना' प्राथमिक विभागातील अनुसूचित जातीतील मुलींसाठी सुरू केली आहे; तर इ.स. २००३-०४ पासून हीच योजना माध्यमिक विभागासाठी सुरू केली. योजनेअंतर्गत अनुसूचित जातीतील मुलीस दरमहा १००रु शिष्यवृत्ती सुरू केली आहे.

अनुसूचित जातीच्या विद्यार्थ्यांच्या शैक्षणिक दर्जात सुधारणा व्हावी, या उद्देशाने इ.स. २००३-०४ या शैक्षणिक वर्षापासून अकरावी व बारावीत शिक्षण घेणाऱ्या मुला-मुलींना दहावीच्या वर्गात जर ७५ टक्के गुण असतील, तर त्यांना 'राजर्षी शाहू गुणवत्ता शिष्यवृत्ती' देण्यात येत आहे. यामध्ये दरमहा रु.३०० प्रमाणे दहा महिन्याचे रु.३,०००शिष्यवृत्ती दिली जाते. अनुसूचित जातीमधील मुला-मुलींना शिक्षणासाठी देशात व विदेशात जाण्यासाठी रु.२,५०,००० शिष्यवृत्ती दिली जाते.

अनुसूचित जातीमधील मुलींना त्याचे कुटुंब दारिद्र्यरेषेखाली असेल, तर प्रतिदिन १ रुपये याप्रमाणे उपस्थिती भत्ता दिला जातो. भत्ता मिळविण्यासाठी ही मुलगी शाळेत ७५ टक्के उपस्थित राहणे आवश्यक आहे.

जिल्हा परिषद, समाजकल्याण व शिक्षण विभागाच्या वतीने अनुसूचित जातीमधील मुलींना शाळेत जाण्यासाठी १ ते २ कि.मी. अंतर चालत जावे लागत असेल तर मोफत सायकल पुरवठा केला जातो.

राज्यात एकूण ३४७ औद्योगिक प्रशिक्षण संस्थांकडून अनुसूचित जातींमधील मुला-मुलींना त्याच्या मागणीनुसार व्यवसाय प्रशिक्षण दिले जाते. प्रशिक्षणानंतर एक हजार रुपयांचा एक टूलकीट संच दिला जातो.

अनुसूचित जातीमध्ये समाविष्ट असलेल्या मातंग स्त्रियांच्या कुटुंबातील मुला-मुलींना त्यांचा लाभ किती प्रमाणात झाला, याची माहिती संकलित करून तक्ता ७.२६ मधून मांडली आहे.

तक्ता ७.२६

मातंग स्त्रियांच्या कुटुंबांना अनुसूचित जातीसाठी असणाऱ्या शिक्षण विभागाच्या योजनांचा लाभ

अ.क्र	लाभधारक व्यक्ती	सावित्रीबाई फुले शिष्यवृत्ती योजना		राजर्षी शाहू शिष्यवृत्ती योजना		मुलींना शालेय उपस्थिती भत्ता		मुलींना शाळेत जाण्यासाठी सायकल			
		वारंवारिता	टक्केवारी	वारंवारिता	टक्केवारी	वारंवारिता	टक्केवारी	वारंवारिता	टक्केवारी	वारंवारिता	टक्केवारी
१.	लाभ मिळाला नाही	१९७	८७.५६	२२५	१००.००	१५४	६८.४४	२२४	९९.५६	२२१	९८.२३
२.	स्वत:	००	०.००	००	०.००	००	०.००	००	०.००	००	०.००
३.	पती	००	०.००	००	०.००	००	०.००	००	०.००	०१	०.००
४.	मुलगा	००	०.००	००	०.००	००	०.००	००	०.००	०२	०.४४
५.	मुलगी	२८	१२.४४	००	०.००	६१	२७.११	०१	०.४४	०१	०.४४
	एकूण	२२५	१००.००	२२५	१००.००	२२५	१००.००	२२५	१००.००	२२५	१००.००

उपरोक्त तक्ता ७.२६ मधून दिलेल्या आकडेवारीवरून असे स्पष्ट करता येते की, उत्तरदात्या मातंग स्त्रियांना केंद्र व राज्य सरकारमार्फत जिल्हा परिषद शिक्षण विभागाच्या राबविण्यात येणाऱ्या या विविध योजनांची लाभ किती झाला, हे पाहिल्यास त्यामध्ये सावित्रीबाई फुले शिष्यवृत्ती योजनेचा लाभ उत्तरदात्या मातंग स्त्रियांच्या मुलींना झाला, असे १२.४४ टक्के स्त्रियांनी सांगितले आहे. लाभ मिळाला नाही, असे ८७.५६ टक्के स्त्रियांनी सांगितले आहे.

अनुसूचित जातीमधील दारिद्र्यरेषेखाली असलेल्या मुलींना उपस्थिती भत्ता दिला जातो. या योजनेचा लाभ उत्तरदात्या मातंग स्त्रियांच्या मुलीस झाला आहे, असे २७.११ टक्के स्त्रियांनी सांगितले आहे.

अनुसूचित जातीमध्ये मुला-मुलींना मागेल ते व्यावसायिक प्रशिक्षण दिले जाते. याचा लाभ उत्तरदात्या मातंग स्त्रियांच्या मुलास झाला आहे, असे ०.८९ टक्के स्त्रियांनी सांगितले आहे. पतीला लाभ झाला आहे ०.४४ टक्के स्त्रियांनी सांगितले; तर मुलीस लाभ झाला, असे ०.४४ टक्के स्त्रियांनी सांगितले आहे. लाभ मिळाला नाही, असे ९८.२२ टक्के स्त्रियांनी सांगितले. राजर्षी शाहू शिष्यवृत्ती योजनेचा लाभ हा एकाही कुटुंबास झालेला नाही.

अनुसूचित जातीतील लोकांसाठी शासनाच्या वतीने पशुसंवर्धन विभागाच्या वतीने विशेष घटक योजनेअंतर्गत अनुसूचित जातीमधील लोकांचे आर्थिक उत्पन्न वाढवणे, तसेच स्वयंरोजगार निर्माण करणे, यासाठी तीन संकरित गायी किंवा म्हशी ह्या ५० टक्के अनुदानावर दिल्या जातात. शेळीपालन करण्यासाठी १०० टक्के अनुदानावर शेळ्या वाटप केल्या जातात. तसेच कुक्कुटपालनासाठीदेखील अनुदान दिले जाते. तसेच यासाठी लाभार्थींना तीन दिवसांचे प्रशिक्षण दिले जाते. ते प्रशिक्षण पशुधन विकास अधिकारी व पंचायत समिती विस्तार अधिकारी यांच्यामार्फत देण्यात येते. या योजनेचा लाभ ग्रामीण मातंग स्त्रियांच्या कुटुंबांना किती प्रमाणात झाला, यासंबंधी त्यांच्याकडून माहिती संकलित करून ती तक्ता ७.२७ मधून मांडलेली आहे.

तक्ता ७.२७
मातंग स्त्रियांना पशुसंवर्धन योजनेचा लाभ

अ.क्र	लाभधारक व्यक्ती	तीन गायी		शेळी वाटप		कोंबड्यांचा पुरवठा		पशुसंवर्धन प्रशिक्षण	
		वारंवारिता	टक्केवारी	वारंवारिता	टक्केवारी	वारंवारिता	टक्केवारी	वारंवारिता	टक्केवारी
१.	लाभ मिळाला नाही	२२०	९७.७९	२२४	९९.६६	२२५	१००.००	२२५	१००.००
२.	स्वतः	०१	०.४४	००	०.४४	००	०.००	००	०.००
३.	पती	०३	१.३३	००	०.००	००	०.००	००	०.००
४.	मुलगी	०१	०.४४	००	०.००	००	०.००	००	०.००
	एकूण	२२५	१००.००	२२५	१००.००	२२५	१००.००	२२५	१००.००

उपरोक्त तक्ता ७.२७ मधील आकडेवारीवरून असे निदर्शनास येते की, उत्तरदात्या ग्रामीण मातंग स्त्रियांना पशुसंवर्धन विभागांतर्गत असलेल्या विशेष घटक योजनेचा लाभ २.६७ टक्के एवढाच, खूपच अल्प प्रमाणात झालेला आहे.

पशुसंवर्धन विभागाच्या वतीने तीन गायी किंवा म्हशींचे जे ५० टक्के अनुदानावर वाटप केले जाते त्या योजनेचा पतीला लाभ झाला असे १.३३ टक्के स्त्रियांनी सांगितले, तर उत्तरदात्या स्त्रियांना स्वत:ला हा लाभ मिळाला अशा ०.४४ टक्के स्त्रिया आहेत. मुलास लाभ मिळाला, असे ०.४४ टक्के स्त्रियांनी सांगितले आहे. योजनेचा लाभ मिळाला नाही, अशा ९७.७८ टक्के स्त्रिया आहेत.

अनुसूचित जातीसाठीच १०० टक्के अनुदानावर पशुसंवर्धन विभागाच्या वतीने शेळ्यांचे वाटप केले जाते. त्यामध्ये उत्तरदात्या स्त्रियांना स्वत:लाच लाभ मिळाला अशा फक्त ०.४४ टक्के स्त्रिया आहेत तर लाभ मिळालाच नाही अशा ९९.६६ टक्के स्त्रिया आहेत.

अनुसूचित जातीसाठी अनुदानावर कोंबड्यांचे वाटप व पशुसंवर्धनाचे प्रशिक्षण याचा लाभ उत्तरदात्या मातंग स्त्रियांच्या एकाही कुटुंबाला झाला नाही, त्याचे प्रमाण हे निरंक आहे.

अनुसूचित जातीमधील उत्तरदात्या मातंग स्त्रियांनी सांगितले की ५० टक्के अनुदान मिळते, पण जनावरे घेण्यासाठी ५० टक्के रक्कम आमच्याकडे नसते. त्यामुळे भरावयाची ५० टक्के रक्कम गावातील सवर्ण व ग्रामपंचायत पदाधिकारी आमच्या नावावर भरतात, आमचे नाव दाखवून सही घेऊन अनुदान तेच घेतात. त्यामुळे ही योजना १०० टक्के अनुदानावर करावी अशी मागणी या उत्तरदात्या मातंग स्त्रियांनी अनौपचारिक चर्चेतून केली आहे.

अनुसूचित जातीमधील व्यक्तींना दारिद्र्यरेषेच्या वर आणण्यासाठी इ.स. १९८२-८३ पासून विशेष घटक योजना सुरू करण्यात आली. विशेष घटक योजनेनुसार पीकसंवर्धन योजना राबवण्यास सुरुवात झाली आहे. या योजनेअंतर्गत पीक संरक्षण अवजारे, शेतीची सुधारित अवजारे, बैलजोडी, रेडे जोडी, जुनी विहीर दुरुस्ती, पाईपलाईन करणे, पंपसेट इ. चे वाटप करण्यात येते.

मातंग स्त्रियांना त्यांच्या कुटुंबातील सदस्यांना या योजनेचा लाभ किती प्रमाणात झाला याची माहिती त्यांच्याकडून जमा केली, त्याच्या आधारे तक्ता ७.२८ मधून मांडली आहे.

तक्ता ७.२८
मातंग स्त्रियांना पीकसंवर्धन योजनेचा लाभ

अ. क्र.	लाभ	पीक्संरक्षण अवजारे		शेती सुधारित अवजारे		बैलजोडी		रेडेजोडी		बैलजोडी		जुनी विहीर दुरुस्ती		पाईपलाईन		पंपसेट	
		वारंवारिता	टक्केवारी	वारंवारिता	टक्केवारी	वारंवारिता	टक्केवारी	वारंवारिता	टक्केवारी	वारंवारिता	टक्केवारी	वारंवारिता	टक्केवारी	वारंवारिता	टक्केवारी	वारंवारिता	टक्केवारी
१)	होय	००	०.००	००	०.००	००	०.००	००	०.००	००	०.००	००	०.००	००	०.००	००	०.००
२)	नाही	२२५	१००	२२५	१००	२२५	१००	२२५	१००	२२५	१००	२२५	१००	२२५	१००	२२५	१००
३)	एकूण	२२५	१००	२२५	१००	२२५	१००	२२५	१००	२२५	१००	२२५	१००	२२५	१००	२२५	१००

उपरोक्त तक्ता ७.२८ मधून दिलेल्या माहितीच्या आधारे उत्तरदात्या ग्रामीण मातंग स्त्रियांना विशेष घटक पीकसंवर्धन योजनेअंतर्गत असणाऱ्या पीकसंरक्षण अवजारे, शेती सुधारणा अवजारे, बैलजोडी वाटप, रेडे वाटप, बैलगाडी, जुनी विहीर दुरुस्ती, पाईपलाईन, पंपसेट वाटप इ. योजानांचा लाभ एकाही उत्तरदात्या मातंग स्त्रियांना झाला नाही. लाभापासून ही कुटुंबे १०० टक्के वंचित आहेत.

एकात्मिक ग्रामीण विकास योजना कार्यक्रम दिनांक २ ऑक्टोबर १९८० पासून राज्यातील २९६ गावांमधून राबवण्यास सुरुवात झाली आहे. गावपातळीवरील दारिद्र्यरेषेखालील कुटुंबाचे वार्षिक उत्पन्न वाढविण्यासाठी शासनाकडून अर्थसाह्य व बँकांकडून कर्ज दिले जाते. या योजनेअंतर्गत कमीतकमी लाभार्थी हे ५० टक्के अनुसूचित जातीतील आहेत.

एकात्मिक ग्रामीण विकास योजनेअंतर्गत विहीर खोदणे, जुनी विहीर खोल करणे, पंपसेट घेणे, इलेक्ट्रीकल मोटार घेणे, डिझेल इंजिन, कृषी पंपांना वीज पुरवठा, विहीर अनुदान, शेती अवजार, जमीन सुधारणा, भूसंपादन, नांगरास बैलजोडी पुरवठा इ. योजनांचा लाभ मिळत होता. उत्तरदात्या ग्रामीण मातंग स्त्रियांना एकात्मिक ग्रामीण विकास योजनांचा लाभ किती झाला यासंबंधी माहिती संकलित केली आहे. त्याची मांडणी तक्ता ७.२९ मधून केलेली आहे.

तक्ता ७.२९ : मातंग स्त्रियांना एकात्मिक ग्रामीण विकास योजनांचा लाभ

अ.क्र.	लाभ	वारंवारिता	टक्केवारी
१.	होय	१२	०५.३३
२.	नाही	२१३	९४.६७
	एकूण	२२५	१००

उपरोक्त तक्ता ७.२९ मधील आकडेवारीच्या आधारे असे स्पष्ट करता येते की, उत्तरदात्या ग्रामीण मातंग स्त्रियांना एकात्मिक ग्रामीण विकास योजनेचा लाभ झाला आहे अशी ५.३३ टक्के कुटुंबे आहेत. लाभामध्ये प्रत्येक योजनेमधून कुटुंबातील एका लाभार्थीला या योजनेचा लाभ झाला आहे त्याचे प्रत्येकी प्रमाण हे ०.४४ टक्के एवढेच आहे, तर लाभ झाला नाही असे ९४.६७ टक्के आहेत. प्रत्येक योजनेतून लाभ न झालेल्यांचे प्रमाण हे ९९.५६ टक्के एवढे आहे.

अनुसूचित जातींसाठी असणाऱ्या शासकीय योजनांमध्ये इंदिरा आवास योजना, घरकुल योजना म्हणून ग्रामीण भागात माहीत आहे. घरकुल योजनेमधून घरबांधणीसाठी २८,००० रुपयांचे अनुदान दिले जाते. या योजनेसाठी लाभार्थींची निवड ही ग्रामसभेमधून

केली जाते.

अनुसूचित जातीतील भूमिहीन शेतमजुराला स्वत:चीच जमीन देऊन, त्यांना स्वत:च्या पायावर उभे करण्यासाठी ही योजना राबवली जाते. यासाठी कर्मवीर दादासाहेब गायकवाड सबलीकरण व स्वाभिमान योजना राबवली जाते. या योजनेमधून चार एकर कोरडवाहू जमीन व दोन एकर ओलिताखाली जमीन उपलब्ध करून देण्यात येते. पन्नास टक्के अनुदान म्हणूनही रक्कम देण्यात येते. शेतीशी संबंधित अनुसूचित जातीतील जे शेतकरी आहेत त्यांना शेतीसाठी मोटारपंप घेण्यासाठी दहा हजार रुपये अनुदानाची रक्कम दिली जाते. घरदुरुस्तीसाठी जिल्हा परिषदेकडून सात हजार रुपये अनुदान दिले जाते. अनुसूचित जातीसाठी शासकीय व निमशासकीय कार्यालयांमधून नोकरीसाठी १३ टक्के आरक्षण दिले जाते. महिलांना नोकरीत ३० टक्के जागा राखीव ठेवल्या आहेत.

शासनाच्या असणाऱ्या विविध योजनांचा लाभ उत्तरदात्या ग्रामीण मातंग स्त्रियांना किती झाला आहे, हे जाणून घेण्याच्या उद्देशाने संबंधित माहिती संकलित करून तक्ता ७.३० मधून दिलेली आहे.

उपरोक्त तक्ता ७.३० मधील आकडेवारीच्या आधारे असे स्पष्ट करता येते

तक्ता ७.३०

मातंग स्त्रियांना विविध शासकीय योजनांच्या लाभाचे प्रमाण

अ.क्र.	लाभधारक व्यक्ती	इंदिरा आवास घरकुल योजना		कर्मवीर दादासाहेब गायकवाड जमीन सबलीकरण योजना		शेतीसाठी मोटारपंप		घरदुरूस्ती अनुदान		घरावरील छप्पर बदलणे अनुदान		अ.जा.आरक्षण १३ टक्के नोकरीचा लाभ		महिला ३० टक्के आरक्षण नोकरीचा लाभ	
		वारंवारिता	टक्केवारी	वारंवारिता	टक्केवारी	वारंवारिता	टक्केवारी	वारंवारिता	टक्केवारी	वारंवारिता	टक्केवारी	वारंवारिता	टक्केवारी	वारंवारिता	टक्केवारी
१.	लाभ मिळाला नाही	१८४	८१.७८	२२५	१००	२२५	१००	२२१	९८.२२	२२५	१००	२१४	९५.५७	२३३	९९.११
२.	स्वतः	२३	१०.२२	००	०.००	००	०.००	०१	०.४४	००	०.००	०५	२.२२	०२	०.८९
३.	पती	१५	६.६७	००	०.००	००	०.००	०३	१.३४	००	०.००	०१	०.४४	००	०.००
४.	मुलगा	०२	०.८९	००	०.००	००	०.००	००	०.००	००	०.००	०३	१.३३	००	०.००
५.	मुलगी	०१	०.४४	००	०.००	००	०.००	००	०.००	००	०.००	००	०.००	००	०.००
६.	वडील	००	०.००	००	०.००	००	०.००	००	०.००	००	०.००	०१	०.४४	००	०.००
७.	एकूण	२२५	१००	२२५	१००	२२५	१००	२२५	१००	२२५	१००	२२५	१००	२२५	१००

की, उत्तरदात्या ग्रामीण मातंग स्त्रियांना अनुसूचित जातीसाठी असणाऱ्या इंदिरा आवास घरकुल योजना, कर्मवीर दादासाहेब गायकवाड सबलीकरण योजना, मोटारपंप, घरदुरुस्ती अनुदान, घरावरील छप्पर बदलण्यासाठी अनुदान, अनुसूचित जातीसाठी असलेले नोकरीतील १३ टक्के आरक्षण, स्त्रियांसाठी असलेले नोकरीतील ३० टक्के आरक्षण या योजनांचा लाभ मिळणाऱ्या स्त्रियांचे प्रमाण खूप कमी असल्याचे आढळून आले आहे.

इंदिरा आवास घरकुल योजनांमधून मातंग स्त्रियांना स्वत:ला लाभ झाला असे १०.२२ टक्के स्त्रियांनी सांगितले, तर पतीला लाभ मिळाला असे ६.६७ टक्के स्त्रियांनी सांगितले आहे. मुलांनी लाभ घेतला असे ०.८९ टक्के आहेत. मुलीने लाभ घेतलेले ०.४४ टक्के आहेत; तर ८१.७८ टक्के स्त्रियांनी लाभ मिळाला नाही, असे सांगितले आहे.

घरदुरुस्तीसाठी शासकीय योजनेतून रुपये दहा हजार अनुदान दिले जाते. त्याचा लाभ म्हणून मातंग स्त्रियांच्या पतीच्या नावावर अनुदान मिळाले, असे १.३४ टक्के स्त्रियांनी सांगितले आहे. स्वत:च्या नावावर अनुदान मिळाले असे ०.४४ टक्के स्त्रियांनी सांगितले तर योजनेचा लाभ मिळालाच नाही, असे ९८.२२ टक्के स्त्रियांनी सांगितले आहे.

अनुसूचित जातीसाठी घटनात्मक तरतुदींप्रमाणे नोकरीत १३ टक्के आरक्षण दिले जाते. या आरक्षणाचा लाभ उत्तरदात्या मातंग स्त्रियांच्या कुटुंबात किती प्रमाणात झाला आहे, त्यामध्ये स्वत:ला लाभ झाला असे सांगणाऱ्या २.२२ टक्के स्त्रिया आहेत. मुलाला लाभ झाला, असे सांगणाऱ्या १.३३ टक्के स्त्रिया आहेत. पुतण्याला लाभ झाला, असे सांगणाऱ्या ०.८९ टक्के आहेत. पतीला लाभ झाला, असे सांगणाऱ्या ०.४४ टक्के आहेत. वडिलांना लाभ झाला, असे सांगणाऱ्या ०.४४ टक्के आहेत. आरक्षणाचा कोणालाही लाभ झाला नाही, असे सांगणाऱ्या ९४.६७ टक्के आहेत.

महिलांसाठी नोकरीमध्ये ३० टक्के जागा राखीव आहेत. उत्तरदात्या मातंग स्त्रियांना आरक्षणातून नोकरी लागली असे सांगणाऱ्या ०.८९ टक्के स्त्रिया आहेत, तर या आरक्षणाचा कोणताही लाभ झाला नाही, असे सांगणाऱ्या ९९.११ टक्के स्त्रिया आहेत.

महिलांसाठी नोकरीमध्ये ३० टक्के जागा राखीव आहेत. उत्तरदात्या मातंग स्त्रियांना आरक्षणातून नोकरी लागली असे सांगणाऱ्या ०.८९ टक्के स्त्रिया आहेत, तर या आरक्षणाचा कोणताही लाभ झाला नाही, असे सांगणाऱ्या ९९.११ टक्के स्त्रिया आहेत.

तसेच कर्मवीर दादासाहेब गायकवाड सबलीकरण योजना, शेतीसाठी मोटार पंप

खरेदी योजना, घरावरील जुने छप्पर बदलण्यासाठी अनुदान योजना यांचा १०० टक्के लाभ झाला नाही, असे उत्तरदात्या मातंग स्त्रियांनी सांगितले आहे.

शासनाच्या वतीने महिलांना आर्थिकदृष्ट्या स्वावलंबी करून त्यांचा आर्थिक विकासातील सहभाग वाढविण्यासाठी दिनांक २४ फेब्रुवारी १९७५ रोजी महिला आर्थिक विकास महामंडळाची स्थापना करण्यात आली आहे. केंद्र व राज्य दोन्हींच्या सहकार्याने ग्रामीण भागामधील महिलांचे सक्षमीकरण करण्यासाठी महाराष्ट्र पतपुरवठा, महिला स्वावलंबन निधी, महिलांसाठी जनजागृती कार्यक्रम राबविण्यात येतात. याशिवाय स्वर्ण जयंती ग्राम स्वयंरोजगार व शहरी स्वयंरोजगार योजनेअंतर्गत प्रशिक्षण संस्था म्हणून 'माविम' कार्य करते. या महामंडळाचा लाभ उत्तरदात्या ग्रामीण मातंग स्त्रियांना किती प्रमाणात झाला याची माहिती त्यांच्याकडून जमा केली, ती तक्ता ७.३१ मधून मांडली आहे.

तक्ता ७.३१ : ग्रामीण मातंग स्त्रियांना महिला आर्थिक विकास महामंडळाचा लाभ

अ.क्र.	योजना लाभ	वारंवारिता	टक्केवारी
१.	होय	०६	२.६७
२.	लाभ नाही	२१९	९७.३३
	एकूण	२२५	१००

उपरोक्त तक्ता ७.३१ मधील आकडेवारीवरून असे स्पष्ट करता येते की, उत्तरदात्या ग्रामीण मातंग स्त्रियांना आजही महिला आर्थिक विकास महामंडळाच्या योजनेचा लाभ होत नाही असेच ९७.३३ टक्के स्त्रियांनी सांगितले आहे, तर महिला आर्थिक विकास महामंडळाचा लाभ झाला आहे, असे २.६७ टक्के स्त्रियांनी सांगितले आहे.

केंद्र शासनाच्या व राज्य शासनाच्या वतीने अनुसूचित जातीच्या स्त्री-पुरुषांच्या विकासासाठी विविध योजना राबवून काही प्रयत्न झाले आहेत. तसेच जिल्हा परिषदेच्या महिला व बालकल्याण विभागाच्या वतीने स्त्रियांना सक्षम करण्यासाठी विविध योजना राबविल्या जातात. त्यामध्ये कन्यादान योजना, गर्भवती मातांना एकात्मिक योजना, दारिद्र्यरेषेखालील बालिका योजना इ. योजनांचा लाभ उत्तरदात्या ग्रामीण मातंग स्त्रियांना किती प्रमाणात झाला आहे, हे जाणून घेण्याच्या उद्देशाने संबंधित माहिती संकलित करून त्याची मांडणी तक्ता ७.३२ मधून केली आहे.

तक्ता ७.३२ : जिल्हा परिषद, महिला व बाल कल्याण विभागाच्या योजनांचा मातंग स्त्रियांना लाभ

अ.क्र.	लाभधारक व्यक्ती	कन्यादान योजना		गर्भवती मातांना एकात्मिक योजना	
		वारंवारिता	टक्केवारी	वारंवारिता	टक्केवारी
१.	लाभ मिळाला नाही	२२२	९८.६७	१७५	७७.७८
२.	स्वतः	००	०.००	३४	१५.११
३.	मुलगी	०३	१.३३	१५	६.६७
४.	सासू	००	०.००	०१	०.४४
	एकूण	२२५	१००.००	२२५	१००.००

उपरोक्त तक्ता ७.३२ मधील आकडेवारीच्या आधारे असे स्पष्ट करता येते की, उत्तरदात्या ग्रामीण मातंग स्त्रियांना जिल्हा परिषद व महिला बालकल्याण विभागाच्या ज्या विविध योजना आहेत, त्यामध्ये कन्यादान योजना, गर्भवती मातांना एकात्मिक विकास योजना लाभांचे प्रमाण अत्यल्प आहे. कन्यादान योजनेचा लाभ मिळाला नाही, असे ९८.६७ टक्के स्त्रियांनी सांगितले आहे. लाभ मिळाला, असे १.३३ टक्के स्त्रियांनी सांगितले. गर्भवती मातांना योजनेचा लाभ स्वत:ला मिळाला असे सांगणाऱ्या १५.११ टक्के स्त्रिया आहेत. तर मुलीला लाभ मिळाला, असे ६.६७ टक्के स्त्रियांनी सांगितले आहे. सासूने लाभ घेतला आहे, असे ०.४४ टक्के स्त्रियांनी सांगितले आहे, दारिद्र्यरेषेखालील मुलींना बालिका योजनेचा लाभ मिळाला, असे १.३३ टक्के सांगितले आहे. लाभ नाही, असे ९६.८९ टक्के स्त्रियांनी सांगितले.

जिल्हा बहुउद्देशीय महिला केंद्रातून महिलांना केंद्र व राज्य शासनाच्या वतीने चालविण्यात येणाऱ्या विविध योजना व उपक्रमांची माहिती देणे, कायदेविषयक सल्ला देणे, व्यावसायिक प्रशिक्षण देणे, शिक्षणाची शाखा निवडण्यास सल्ला देणे, व्यवसाय व नोकरीबाबत सल्ला देणे, महिलांना मोकळ्या वातावरणात विचारविनिमय करून विचारांचे आदान-प्रदान करणे, वाचनालय, आपद्ग्रस्त महिलेस आधार देणे अशा सेवा या केंद्रातून देण्यात येतात. या केंद्रातील सेवांचा ग्रामीण मातंग स्त्रियांनी किती प्रमाणात उपयोग करून घेतला, याची माहिती संकलित करून त्यांची मांडणी तक्ता ७.३३ मधून केली आहे.

तक्ता ७.३३ : ग्रामीण मातंग स्त्रियांना जिल्हा परिषद जिल्हा बहुउद्देशीय केंद्राचा लाभ

अ.क्र.	महिला केंद्र लाभ	वारंवारिता	टक्केवारी
१.	लाभ नाही	२२०	९७.७८
२.	सल्ला	०२	०.८९
३.	मार्गदर्शन	०३	१.३३
	एकूण	२२५	१००

उपरोक्त तक्ता ७.३३ मधील आकडेवारीच्या आधारे असे स्पष्ट करता येते की, उत्तरदात्या ग्रामीण मातंग स्त्रियांनी जिल्हा बहुउद्देशीय महिला केंद्राचा लाभ घेतला नाही असे ९७.७८ टक्के स्त्रियांनी सांगितले आहे, तर बहुउद्देशीय केंद्रात जाऊन सल्ला घेतो, असे ०.८९ टक्के स्त्रियांनी सांगितले आहे. बहुउद्देशीय केंद्रात जाऊन मार्गदर्शन घेतो, असे १.३३ टक्के स्त्रियांनी सांगितले आहे.

शासनाच्या वतीने महिलांसाठी वसतिगृहे सुरू करण्यात आली आहेत. या वसतिगृहात १८ वर्षांवरील निराश्रित परित्यक्ता, कुमारी माता, बलात्कारित व संकटग्रस्त महिला इ. ना संरक्षण व मूलभूत सुविधा पुरवून त्यांचे नोकरी, व्यवसाय व विवाह यामार्गे पुनर्वसन करण्यासाठी शासनामार्फत वेगवेगळ्या जिल्ह्यांत ही वसतिगृहे सुरू आहेत. महिला स्वेच्छेने वसतिगृहात प्रवेश घेऊ शकतात. वसतिगृहात असलेल्या सुविधेचा लाभ उत्तरदात्या ग्रामीण मातंग स्त्रियांना झालेला आहे का? हे जाणून घेण्याच्या उद्देशाने ही माहिती संकलित करून त्यांची मांडणी तक्ता ७.३४ मधून केली आहे.

तक्ता ७.३४ : मातंग स्त्रियांना शासकीय महिला वसतिगृहाचा लाभ

अ.क्र.	लाभ	वारंवारिता	टक्केवारी
१.	होय	०१	०.४४
२.	नाही	२२४	९९.५६
	एकूण	२२५	१००

उपरोक्त तक्ता ७.३४ चे अध्ययन केले असता असे स्पष्ट होते की, उत्तरदात्या ग्रामीण मातंग स्त्रियांना शासकीय महिला वसतिगृहाचा लाभ झाला नाही, असे ९९.५६ टक्के स्त्रियांनी सांगितले आहे. वसतिगृहाचा लाभ घेतलेली फक्त एकच महिला आढळून आली, त्याचे प्रमाण ०.४४ टक्के आहे.

अनुसूचित जातीमधील 'देवदासी' प्रथा खूप मोठ्या प्रमाणावर असलेली दिसून येते. देवदासी प्रथा निर्मूलनासाठी शासकीय पातळीवरून काही प्रयत्न झाले आहेत. शासनाने देवदासी कल्याणासाठी विवाह अनुदान योजना, निर्वाह अनुदान, शैक्षणिक मदत, बीज भांडवल योजना, प्रशिक्षण केंद्र, वसतिगृहे, स्वयंसेवी संसथांमार्फत देवदासी निर्मूलन कार्याम राबवले आहेत.

तक्ता ७.३५ : मातंग स्त्रियांना देवदासी कल्याण विवाह अनुदान योजनेचा लाभ

अ.क्र	योजनाचा लाभ	वारंवारिता	टक्केवारी
१.	लागू नाही	२२०	९७.७८
२.	विवाह अनुदान	०५	०२.२२
	एकूण	२२५	१००

उपरोक्त तक्ता ७.३५ मधील अध्ययनावरून असे स्पष्ट करता येते की, उत्तरदात्या मातंग स्त्रियांना देवदासी कल्याणाच्या विविध योजनांपैकी देवदासीला विवाह कल्याण योजनाचा लाभ घेता येतो. या योजनेअंतर्गत १८ वर्षांवरील आर्थिकदृष्ट्या मागास अविवाहित देवदासींच्या व देवदासींच्या मुलींसाठी दहा हजार रुपये अनुदान देण्यात येते, याचा लाभ २.२२ टक्के स्त्रियांनी घेतला आहे. देवदासी कल्याण योजनेचा लाभ घेतला नाही, म्हणजे तेथे ही प्रथा नसल्यामुळे लागू नाही, असे ९७.७८ टक्के स्त्रियांनी सांगितले आहे.

अनुसूचित जातीमधील देवदासी प्रथेचे निर्मूलन करण्यासाठी शासनाच्या पातळीवरून प्रयत्न केले जातात. देवदासी प्रथा निर्मूलनासाठी काम करणाऱ्या स्वयंसेवी संस्थाना दहा हजार रुपये प्रोत्साहनपर अनुदान देण्यात येते. गावपातळीवर देवदासी प्रथा नष्ट होण्यासाठी विविध उपक्रम राबविण्याचे काम एखादी संस्था करते का? यासंबंधीची माहिती मातंग स्त्रियांकडून जमा केली, त्याची मांडणी तक्ता ७.३६ मधून केली आहे.

तक्ता ७.३६ : मातंग स्त्रियांच्या वस्तीतून देवदासी निर्मूलन करण्याचे काम करणारी स्वयंसेवी संस्था

अ.क्र.	स्वयंसेवी संस्था	वारंवारिता	टक्केवारी
१.	लागू नाही	२२०	९७.७८
२.	संस्था काम करत नाही	०५	२.२२
	एकूण	२२५	१००

उपरोक्त ७.३६ मधील आकडेवारी अनुसरून असे स्पष्ट करता येते की, उत्तरदात्या मातंग स्त्रियांनी त्यांच्या गावामधून देवदासी प्रथा सध्या अस्तित्वात नाही आणि स्वयंसेवी संस्था नाही त्यामुळे लागू नाही असे सांगणाऱ्या ९७.७८ टक्के स्त्रिया आहेत, तर देवदासी प्रथा आहे पण त्यासाठी एकही स्वयंसेवी संस्था काम करीत नाही, असे २.२२ टक्के स्त्रियांनी सांगितले आहे.

केंद्र शासनाच्या धोरणानुसार इ.स. १९७७ ला जाहीर करण्यात आलेल्या औद्योगिक धोरणानुसार ग्रामीण भागात उद्योगधंद्यांना चालना मिळावी यासाठी प्रत्येक जिल्ह्याच्या ठिकाणी एक जिल्हा उद्योग केंद्र स्थापन केले. जिल्हा उद्योग केंद्रामार्फत वेगवेगळ्या व्यवसायांचे प्रशिक्षण आयोजित केले जाते. या प्रशिक्षणाचा लाभ उत्तरदात्या मातंग स्त्रियांना किती प्रमाणात झाला आहे? मातंग स्त्रियांनी जिल्हा उद्योग केंद्राचे प्रशिक्षण घेतले आहे का? हे जाणून घेण्याच्या हेतूने संबंधित तथ्ये संकलित करून त्यासंबंधीची मांडणी तक्ता ७.३७ मधून केली आहे.

तक्ता ७.३७ : जिल्हा उद्योग केंद्राच्या प्रशिक्षण योजनेचा लाभ घेतलेल्या मातंग स्त्रिया

अ.क्र.	प्रशिक्षण लाभ	वारंवारिता	टक्केवारी
१.	होय	०१	०.४४
२.	नाही	२२४	९९.५६
	एकूण	२२५	१००

उपरोक्त तक्ता ७.३७ च्या आकडेवारीवरून असे निदर्शनास येते की, उत्तरदात्या ग्रामीण मातंग स्त्रियांना जिल्हा उद्योग केंद्रामार्फत देण्यात येणाऱ्या प्रशिक्षणाचा लाभ झाला नाही, त्यांनी प्रशिक्षण घेतले नाही असे ९९.५६ टक्के स्त्रियांनी सांगितले आहे, तर प्रशिक्षणाचा लाभ घेतला आहे असे ०.४४ टक्के स्त्रियांनी सांगितले आहे.

शासनाच्या वतीने प्रत्येक कुटुंबाला हमी भावामध्ये धान्य उपलब्ध व्हावे

यासाठी स्वस्त धान्य पुरवठा योजना तयार करण्यात आली आहे. स्वस्त धान्य पुरवठा योजनेअंतर्गत विविध योजना आहेत. त्यांच्यामार्फत गरजू कुटुंबांना धान्य वाटप केले जाते. दारिद्र्यरेषेखालील कुटुंबांना स्वस्त दराने धान्य पुरवठा केला जातो. अशा या स्वस्त धान्य पुरवठा योजनांचा लाभ उत्तरदात्या मातंग स्त्रियांना होतो का? त्यांच्यापर्यंत ही योजना किती प्रमाणात पोहचते? यासाठी ही माहिती संकलित करून ती तक्ता ७.३८ मधून मांडलेली आहे.

तक्ता ७.३८ : मातंग स्त्रियांना स्वस्त धान्य पुरवठा योजनेचा लाभ

अ.क्र.	धान्य पुरवठा	वारंवारिता	टक्केवारी
१.	होय	९९	४४.००
२.	नाही	९३	४१.३३
३.	आम्ही आणत नाही.	३३	१४.६७
	एकूण	२२५	१००

उपरोक्त तक्ता ७.३८ चे अध्ययन केल्यास असे लक्षात येते की, उत्तरदात्या ग्रामीण मातंग स्त्रियांना शासनाच्या वतीने गावपातळीवर स्वस्त व हमी भावामध्ये धान्य मिळावे यासाठी स्वस्त धान्य दुकाने असलेली दिसून येतात. मातंग स्त्रियांच्या कुटुंबांचे दारिद्र्यामध्ये असण्याचे प्रमाण अधिक आहे. त्यामुळे त्यांना आणखी स्वस्त दरात धान्य मिळते. त्यामुळे धान्य आणतो असे सांगणाऱ्या स्त्रिया ह्या ४४.०० टक्के आहेत, तर धान्य पुरवठा होत नाही, असे सांगणारे ४१.३३ टक्के आहेत. आम्ही स्वत: ते धान्य आणत नाही, असे सांगणाऱ्या १४.६७ टक्के स्त्रिया आहेत.

धान्य पुरवठा नियमित व व्यवस्थित किमतीत होत नाही, अनेक वेळा धान्य परस्परच विकले जाते, आमच्यापर्यंत ते येत नाही, अशी माहिती अनौपचारिक चर्चेतून त्यांनी दिली आहे.

गावपातळीवर गरिबांसाठी रॉकेलचा पुरवठा करणारी एक यंत्रणा असते. रॉकेल पुरवठा करण्याचे काम स्वस्त धान्य दुकानदाराकडे दिलेले असते. रॉकेलचा वापर जास्त प्रमाणात गरीब जनता करते. रॉकेलवर घरात रात्री दिवे लागतात. त्यामुळे रॉकेल उपलब्ध होणे अत्यंत गरजेचे आहे. त्यामुळे उत्तरदात्या ग्रामीण मातंग स्त्रियांना वेळेवर रॉकेल उपलब्ध असते का? हे जाणून घेण्यासाठी उत्तरदात्या मातंग स्त्रियांकडून माहिती संकलित करून ती तक्ता ७.३९ मधून दिली आहे.

तक्ता ७.३९ : मातंग स्त्रियांना रॉकेल पुरवठा योजनेचा लाभ

अ.क्र.	रॉकेल पुरवठा	वारंवारिता	टक्केवारी
१.	होय	१०२	४५.३४
२.	नाही	८९	३९.५६
३.	आम्ही आणत नाही.	३४	१५.११
	एकूण	२२५	१००

उपरोक्त तक्ता ७.३९ चे अध्ययन केल्यास असे लक्षात येते की, उत्तरदात्या ग्रामीण मातंग स्त्रियांना जीवनावश्यक बाब म्हणून रॉकेलकडे पाहावे लागत आहे; कारण रात्रीच्या दिवाबत्तीसाठी हे अत्यंत आवश्यक आहे. त्यासाठी रॉकेल मिळते असे ४५.३३ टक्के स्त्रियांनी सांगितले आहे, तर रॉकेल मिळत नाही असे ३९.५६ टक्के स्त्रियांनी सांगितले आहेत. रॉकेल आणत नाही, असे सांगणाऱ्या १५.११ टक्के स्त्रिया आहेत.

ग्रामीण भागात राहणाऱ्यांसाठी स्वयंपाक करण्यासाठी गॅसची सुविधा उपलब्ध व्हावी, यासाठी बायोगॅस दिलेले दिसून येतात. बायोगॅस पुरवठ्याची शासकीय योजना राबविली आहे. या योजनांचा लाभ ग्रामीण मातंग स्त्रियांना किती प्रमाणात झाला, यासंबंधीची संकलित करून तक्ता ७.४० मधून ती मांडलेली आहे.

तक्ता ७.४० : मातंग स्त्रियांना बायोगॅस योजनेचा लाभ

अ.क्र.	योजना	वारंवारिता	टक्केवारी
१.	होय	०१	०.४४
२.	नाही	२२४	९९.५६
	एकूण	२२५	१००

उपरोक्त तक्ता ७.४० मधून असे दिसून येते की, ग्रामीण भागात स्वयंपाकाचे साधन उपलब्ध व्हावे, यासाठी बायोगॅसची योजना राबविली आहे. या योजनेचा लाभ फक्त एकाच उत्तरदात्या स्त्रीने घेतला आहे. बहुसंख्य स्त्रियांनी, ही योजना माहीत नाही, लाभ मिळत नाही असेच सांगितले. अशांचे प्रमाण ९९.५६ टक्के आहे.

गावामधून दारूबंदीसाठी आंदोलन करण्यासाठी स्त्रियांचा वाटा महत्त्वाचा असतो. स्त्रियांच्या पुढाकारातून अशी काही आंदोलने करण्यात आलेली असतील, तर या आंदोलनात मातंग स्त्रियांचा सहभाग किती होता, हे जाणून घेण्याच्या दृष्टीने त्यांच्याकडून मिळालेली माहिती तक्ता ७.४१ मधून दिली आहे.

तक्ता ७.४१ : मातंग स्त्रियांचा दारूबंदी आंदोलनात सहभाग

अ.क्र.	दारूबंदी आंदोलन	वारंवारिता	टक्केवारी
१.	होय	६३	२८.००
२.	नाही	१६२	७२.००
	एकूण	२२५	१००

उपरोक्त तक्ता ७.४१ नुसार असे लक्षात येते की, उत्तरदात्या ग्रामीण मातंग स्त्रियांच्या गावातून झालेले दारूबंदीचे प्रमाण हे २८ टक्के एवढे आहे. दारूबंदीसंबंधी माहिती नाही, आंदोलनात सहभाग घेत नाही, असे ७२ टक्के स्त्रियांनी सांगितले आहे. आंदोलनात सहभागी होणाऱ्या स्त्रियांमध्ये दारूबंदी आंदोलनात सहभाग घेतलेल्या फक्त १०.६७ टक्के एवढ्या स्त्रिया होत्या, असेच दिसून आले आहे.

अनुसूचित जातीमधील मातंग स्त्रियांना लक्षात येते की, महाराष्ट्र शासनाच्या वतीने मातंग जातीसाठी, मातंग जाती समान अधिकार प्राप्त करून देण्यासाठी ज्या व्यक्ती काम करतात अशा व्यक्तींना महाराष्ट्र शासनाच्या वतीने 'अण्णाभाऊ साठे पुरस्कार' देऊन सन्मान केला जातो. मातंग स्त्रियांच्या वस्तीमधून, कुटुंबामधून एखाद्या व्यक्तीस असा पुरस्कार मिळाला आहे का? याविषयीची माहिती संकलित करून त्यांची मांडणी तक्ता ७.४२ मधून मांडली आहे.

तक्ता ७.४२ : मातंग स्त्रियांना अण्णाभाऊ साठे पुरस्कार योजनेचा लाभ

अ.क्र.	पुरस्कार	वारंवारिता	टक्केवारी
१.	लागू नाही	२२५	१००.००
	एकूण	२२५	१००.००

उपरोक्त तक्ता ७.४२ मधील आकडेवारीच्या आधारे स्पष्ट होते की, उत्तरदात्या मातंग स्त्रियांमधून असे लक्षात येते की, 'लोकशाहीर अण्णाभाऊ साठे' हा पुरस्कार कोणत्याही व्यक्तीस मिळालेला नाही, असे सर्वच १०० टक्के स्त्रियांनी सांगितले आहे.

अनुसूचित जाती, अनुसूचित जातीतील महिला, महिलांसाठी असणाऱ्या केंद्र व राज्य सरकार, जिल्हा परिषद यांच्या विविध योजनांचा आढावा आपण घेतला आहे. या योजना ग्रामीण मातंग स्त्रियांपर्यंत पोहोचण्याकरिता त्यांना कोणत्या अडचणी येतात, शासकीय योजनांच्या संदर्भातील मातंग स्त्रियांच्या समस्या कोणत्या आहेत,

हे जाणून घेण्यासाठी त्यांना येणाऱ्या अडचणींची व समस्यांची माहिती संकलित करून त्यांनी मांडणी तक्ता ७.४३ मधून केलेली आहे.

तक्ता ७.४३ : मातंग स्त्रियांना शासकीय योजनांच्या लाभासाठी अडचणी

अ.क्र.	अडचणी व समस्या	वारंवारिता	टक्केवारी
१.	गावपातळीवर शासकीय योजना माहिती पूर्णपणे मिळत नाही.	२२०	९७.७८
२.	शासकीय योजना माहिती केंद्राचा अभाव.	१७५	७७.७८
३.	महामंडळाकडे अनुदान रक्कम नाही.	१२५	५५.५५
४.	महिलांना शासकीय योजना माहिती देत नाही.	२२१	९८.२२
५.	अनुसूचित जातीतील योजनांचा लाभ महारांना व नवबौद्धांना जास्त.	२२२	९८.६६
६.	संजय गांधी निराधार, पगार नाही.	२५	११.११
७.	बँकेकडून कर्जाची रक्कम कमी.	४४	१९.५५
८.	आरक्षणाचा लाभ मुलांना मिळावा.	१८३	८१.३३
९.	आर्थिक परिस्थितीमुळे शासकीय योजना अर्ज नाही.	१९०	८४.४४
१०.	अर्जानंतर कार्यालयात चकरा मरल्या तरच अनुदान.	१३०	५७.७८

उपरोक्त तक्ता ७.४३ मधील आकडेवारीच्या अध्ययनावरून असे स्पष्ट करता येते की, उत्तरदात्या ग्रामीण मातंग स्त्रियांना शासकीय योजनांबद्दल असलेल्या अडचणी व समस्या ह्या वेगवेगळ्या स्वरूपाच्या आढळून आल्या आहेत. अनुसूचित जातींमध्ये महाराष्ट्रात प्रामुख्याने महार, मांग, चांभार या तीन प्रमुख जाती आढळून येतात. अनुसूचित जातीसाठी असणाऱ्या योजनांचा लाभ हा महार व नवबौद्ध जातींनी घेतला. त्यामुळे मातंगांचे लाभाचे प्रमाण कमी आहे, असे ९८.६६ टक्के स्त्रियांनी सांगितले. गावपातळीवर शासकीय योजनांची माहिती देणारी यंत्रणा नसते, असे ९७.७७ टक्के स्त्रियांनी सांगितले आहे. ग्रामीण मातंग स्त्रियांची आर्थिक परिस्थिती चांगली नसल्यामुळे ते शासकीय योजनांचा अर्ज भरू शकत नाहीत, असे ८४.४४ टक्के स्त्रियांनी सांगितले आहे. तसेच मातंग स्त्रियांच्या कुटुंबातील मुले-मुली शिक्षण घेत आहेत, त्यांना तरी नोकरी लागावी, आरक्षणाचा लाभ मिळावा, असे ८१.३३ टक्के स्त्रियांनी सांगितले

आहे. शासनाच्या सर्व योजनांची माहिती असलेल्या केंद्रांचा अभाव आहे, असे ७७.७७ टक्के स्त्रियांनी सांगितले आहे. अनुसूचित जातीसाठी असणारे महामंडळ यांच्या कार्यालयाकडे योजनांसाठी खूप चकरा माराव्या लागतात तरच अनुदान मिळते; कारण बजेटची तरतूद महामंडळाकडे कमी आहे. महामंडळाकडे अनुदानास रक्कम अपुरी आहे, असे ५५.५५ टक्के स्त्रियांनी सांगितले आहे. उद्योगासाठी बँकांकडून कर्ज प्राप्त झाले तरी महामंडळाचे अनुदान दहा हजारच अनुदानाची रक्कम देतात, असे १९.५५ टक्के स्त्रियांनी सांगितले आहे. तसेच घरातील वृद्ध व्यक्तींना ज्या उत्तरदात्या वृद्ध आहेत त्यांना वृद्धापकाळ साहाय्यतेच्या असलेल्या संजय गांधी निराधार योजना, श्रावण बाळ योजना यांचा लाभ मिळाला नाही, असे ११.११ टक्के स्त्रियांनी सांगितले आहे.

सारांश

स्त्रियांच्या दर्जावर प्रभाव टाकणारा एक घटक म्हणून कायद्याकडे पाहावे लागते. कायद्यामुळेच स्त्रियांच्या दर्जात परिवर्तन होते. आधुनिक समाजाचे एक वैशिष्ट्य म्हणून कायदा हा ओळखला जातो. आपल्या समाजातही स्त्रियांचा दर्जा निश्चित करण्यासाठी सामाजिक कायदे महत्त्वाची भूमिका पार पाडतात.

अस्पृश्यता निर्मूलनाच्या कायद्याविषयी ६३.११ टक्के स्त्रियांना माहिती आहे, तर अनुसूचित जातीसाठी - त्यांच्यावर होणारा अन्याय, अत्याचार यांपासून संरक्षण करण्यासाठी असणाऱ्या कायद्याचा वापर फक्त ११.११ टक्के उत्तरदात्या स्त्रियांनी केला आहे. संपत्तीमध्ये समान हिस्सा मिळावा यासाठीचा कायदा असला, तरी पुरुषप्रधानतेमुळे स्त्रियांना कनिष्ठ दर्जाच प्राप्त होतो. संपत्तीत वाटा मिळत नाही, समान कामास समान वेतन ८८.४४ टक्के स्त्रियांना मिळत नाही, असे सांगितले आहे.

समाजातून स्त्रियांना मिळणारा कनिष्ठ दर्जा, त्यांच्यावर होणारा अन्याय-अत्याचार यामुळे गर्भलिंग निदान ११.११ टक्के केले. मुलींचा गर्भ असल्यामुळे गर्भपात ६.२२ टक्के केला. इ.स. १९५६ चा विधवा पुर्विवाह कायदा व घटस्फोट कायदा, हिंदू वारसा हक्काचा कायदा, कामाच्या ठिकाणी असणारा स्त्री संरक्षणाचा कायदा, गर्भलिंगनिदान व गर्भपाताचा कायदा, इ.स. २००५ चा कौटुंबिक हिंसाचार प्रतिबंधक कायदा, माहिती अधिकाराचा कायदा हे सर्व कायदे स्त्रियांच्या जीवनात अत्यंत महत्त्वाचे असलेले दिसून येतात, परंतु या सर्वच कायद्यांचे ज्ञान नाही अशाच बहुसंख्य स्त्रिया आढळून आल्या आहेत. कायद्याची माहिती नसल्यामुळे बहुसंख्य स्त्रिया त्याआधारे वर्तन करताना आढळून आल्या नाहीत.

उत्तरदात्या ग्रामीण मातंग स्त्रियांना दैनंदिन जीवन जगत असताना सामाजिक कायद्याच्या संदर्भात कोणत्या अडचणी व समस्या येतात, त्यामध्ये प्रामुख्याने सामाजिक कायदे ८८.८९ टक्के स्त्रियांना माहिती नाही अशा बहुसंख्य स्त्रिया आहे. वस्तीपर्यंत कायद्याची माहिती ९७.७७ टक्के स्त्रियांपर्यंत पोहोचत नाही, सामाजिक कायद्याची सखोल माहिती ८८.८८ टक्के उपलब्ध होत नाही अशा अनेक अडचणी व समस्या त्यांनी सांगितल्या आहेत.

उत्तरदात्या ग्रामीण मातंग स्त्रियांना या विविध योजनांची माहिती नाही अशा बहुसंख्य ५८.२२ टक्के स्त्रिया आढळून आल्या आहेत. विविध योजनांची माहिती आहे अशा स्त्रिया कमी, ४१.७८ टक्के आहेत. शासनाच्या विविध योजनांची माहितीही प्रामुख्याने सरपंच, ग्रामसेवक, कुटुंबातील व्यक्ती हेच स्त्रियांना देतात. उत्तरदात्या मातंग स्त्रियांचे कुटुंब दारिद्र्यरेषेखालील असणाऱ्यांचे प्रमाण हे ७६.८६ टक्के आहे.

अनुसूचित जातींसाठी व मागासवर्गीयांसाठी असणाऱ्या महात्मा फुले विकास महामंडळ मर्यदित याची स्थापना करण्यात आली. या योजनांचा लाभ झाला नाही असे सांगणारी ९९.५६ टक्के स्त्रियांची कुटुंबे आहेत; तर लाभ झालेला आहे अशी ०.४४ टक्के कुटुंब आहेत. अण्णाभाऊ साठे विकास महामंडळ मार्फतच्या योजनांचा लाभ मिळाला नाही अशी ९१.५६ टक्के स्त्रियांची कुटुंबे आहेत. लाभ मिळाला आहे अशी ८.४४ टक्के कुटुंबे आहेत. जिल्हा परिषद विभागाच्या वतीने महिलांसाठी मोफत शिलाई मशीन वाटप अंतर्गत मातंग स्त्रियांना लाभ झाला नाही अशा ९७.२३ टक्के आहेत; तर लाभ झाला आहे अशा २.६७ टक्के आहेत.

अनुसूचित जातीसाठी असणाऱ्या शैक्षणिक विभागाच्या विविध योजनांच्या लाभाचे प्रमाण पाहिले, तर सावित्रीबाई फुले शिष्यवृत्ती योजनेचा लाभ झाला नाही असे सांगणाऱ्या ८७.५६ टक्के स्त्रिया आहेत; तर लाभ झाला आहे असे सांगणाऱ्या १२.७८ टक्के स्त्रिया आहेत.

'शिक्षण घेणाऱ्या अनुसूचित जातीतील मुलांना उपस्थिती भत्ता' या योजनेचा लाभ झाला नाही अशा ६२.८६ टक्के स्त्रिया आहेत; तर लाभ झाला अशा २७.११ टक्के स्त्रिया आहेत. 'मागेल त्याला व्यावसायिक प्रशिक्षण' या योजनेचा लाभ झाला नाही अशा ९८.२२ टक्के स्त्रिया आहेत; तर लाभ झाला असे सांगणाऱ्या १.७८ टक्के स्त्रिया आहेत. राजर्षी शाहू शिष्यवृत्ती योजनेचा लाभ एकाही स्त्रीला व तिच्या कुटुंबातील सदस्यांना झालेला नाही.

पशुसंवर्धन विभागाच्या योजनेचा लाभ झाला नाही अशा ९७.७८ टक्के स्त्रिया आहेत. तर विशेष घटक योजनेअंतर्गत पीक संवर्धन योजनेचा लाभ एकाही कुटुंबाला झाला नाही. एकात्मिक ग्रामीण विकास योजनेचा लाभ झालेला नाही अशा ९४.६७

टक्के स्त्रिया आहेत. इंदिरा आवास घरकुल योजनांचा लाभ ९१.७८ टक्के स्त्रियांना झाला नाही; लाभ झाला आहे, असे १८.२२ टक्के स्त्रियांनी सांगितले. अनुसूचित जातीसाठी नोकरीत ठेवण्यात आलेल्या १३ टक्के आरक्षणाचा लाभ ९४.६७ टक्के स्त्रियांना झाला नाही. कुटुंबातील सदस्यांना त्यांचा लाभ झाला आहे अशा ५.३३ टक्के स्त्रिया आहेत. महिलांसाठी नोकरीत राखीव जागा ठेवल्या त्याचा लाभ झाला नाही अशा ९९.११ टक्के स्त्रिया आहेत तर लाभ मिळाला आहे अशा ०.८९ टक्के स्त्रिया आहेत. कर्मवीर दादासाहेब गायकवाड सबलीकरण योजनांचा लाभ एकाही उत्तरदात्या स्त्रियांच्या कुटुंबाला झाला नाही.

महिला आर्थिक विकास महामंडळाच्या योजनेचा लाभ झाला नाही अशा ९७.३३ टक्के आहेत, तर लाभ झाला आहे, असे २.३७ टक्के स्त्रियांनी सांगितले आहे. जिल्हा परिषद महिला बालकल्याण विभागाच्या योजनांचा लाभ झाला अशा ९८.६७ टक्के स्त्रिया आहेत. लाभ झाला आहे अशा १.३३ टक्के स्त्रिया आहेत. शासकीय महिला वसतिगृहाचा लाभ मातंग स्त्रियांना झाला नाही असे ९९.५६ टक्के स्त्रियांनी सांगितले आहे. लाभ झाला आहे अशा ०.४४ टक्के स्त्रिया आहेत. देवदासीसारख्या प्रथेवर काम करणाऱ्या संस्था आढळून आल्या नाहीत. बायोगॅस या योजनेचा लाभ झाला नाही अशा ९९.५६ टक्के स्त्रिया आहेत. लाभ झाला अशा ०.४४ टक्के स्त्रिया आहेत. लोकशाहीर अण्णाभाऊ साठे पुरस्कार एकाही स्त्रीला मिळालेला नाही.

स्वस्त धान्य पुरवठा योजनांचा लाभ झाला नाही असे ४१.३३ टक्के स्त्रियांनी सांगितले आहे. लाभ झाला आहे अशी ४४ टक्के कुटुंब आहेत. रॉकेलचा पुरवठा होतो असे ४५.३३ टक्के स्त्रियांनी सांगितले आहे. रॉकेल मिळत नाही असे ३९.५६ टक्के स्त्रियांनी सांगितले आहे. रॉकेल आणत नाहीत असे १५.११ टक्के स्त्रियांनी सांगितले आहे.

दारूबंदी आंदोलनात सहभागी न होणाऱ्या ६२ टक्के स्त्रिया आहेत. सहभागी होतात असे २८ टक्के स्त्रियांनी सांगितले आहे.

माहिती देण्यासाठी माहिती केंद्र उपलब्ध नाही, महामंडळाकडे अनुदान उपलब्ध नाही, अनुसूचित जातीतील सर्व जातींना समान लाभ झाला नाही, अर्ज करण्यासाठी आर्थिक अडचण इ. अडचणी असलेल्या दिसून येतात. शासकीय योजनांच्या लाभापासून मातंग जातीतील स्त्रिया ह्या वंचित असलेल्या दिसून येतात.

८ निष्कर्ष व शिफारशी

प्रस्तावना

भारतीय समाजातील लिंगभेदामुळे स्त्रियांना मिळणारा दर्जा हा दुय्यम आहे. लिंगभेदाच्या आधार स्त्रीला कायम परावलंबी ठेवलेले आहे. कुटुंबातून स्त्रियांचे सामाजीकरण स्त्रियांना दुय्यम दर्जा देणारे व तिला परावलंबी ठेवणारे असे केले जाते. डॉ. राम लोहिया म्हणतात, ''स्त्रियांसाठी जातीव्यवस्था व लिंगभेद हे समाजातील दोन मोठे पिंजरे आहेत. हे दोन्ही पिंजरे परस्परांशी संबंधित असून ते परस्परांचे पोषण करीत असतात.''[१] यावरून 'जात' व' 'लिंग' हे दोन्ही घटक स्त्रियांचा दर्जा निश्चित करण्यासाठी महत्त्वाचे असलेले दिसून येतात. स्त्रियांचा दर्जा श्रेष्ठ व कनिष्ठ तत्त्वावर आधारित आहे.

त्यामुळेच भारतीय समाजातून अस्तित्वात असलेली जातिव्यवस्था ही श्रेष्ठ व कनिष्ठ यावर आधारित असते. काही जाती ह्या अस्पृश्य व दलित जाती म्हणून ओळखल्या जातात. दलित म्हणून ओळखल्या जाणाऱ्या जातीतील स्त्रीचा दर्जा आणखी कनिष्ठ असतो. दलित जातीमधील स्त्रियांचा दर्जा व त्यांची भूमिका ह्या कनिष्ठ व भिन्न स्वरूपाच्या असतात. ज्योती लांजेकर म्हणतात, ''भारतीय समाजव्यवस्थेत दलित स्त्रीचे स्थान अतिशय नगण्य, दयनीय आणि शोचनीय आहे. दलित स्त्रियांना पददलित म्हणून समाजव्यवस्थेने दुर्लक्षित ठेवलेले आहे.''[२] दलित स्त्री म्हणून तिचे असणारे प्रश्न व समस्या आणि तिला प्राप्त होणारा दर्जा हा सवर्ण स्त्रियांपेक्षा वेगळा आहे.

'जात' व 'लिंग' हे दोन्ही घटक स्त्रियांचा दर्जा निश्चित करण्यासाठी महत्त्वाचे आहेत. स्त्रियांचा दर्जा निश्चित करणारे हे दोन्ही घटक तिला जन्मानेच प्राप्त होतात. कनिष्ठ जातीतील स्त्रियांना प्राप्त होणाऱ्या या अर्पित दर्जामुळे त्यांना विशिष्ट स्वरूपाची निश्चित अशी भूमिका पार पाडावी लागते. कनिष्ठ जातीमुळे स्त्रियांना प्राप्त होणाऱ्या

दर्जाचा व भूमिकेचा अभ्यास व्हावा यासाठी 'ग्रामीण मातंग स्त्रियांचा दर्जा व भूमिका' हा विषय संशोधनासाठी निवडला आणि मातंग स्त्रियांच्या दर्जाचे व भूमिकांचे समाजशास्त्रीय अध्ययन केले आहे.

प्रस्तुत संशोधनासाठी परभणी जिल्ह्यातील एकूण नऊ तालुक्यांतून प्रत्येकी पाच याप्रमाणे पंचेचाळीस गावांची निवड आणि या पंचेचाळीस गावांतून प्रत्येकी पाच याप्रमाणे २२५ उत्तरदात्या मातंग स्त्रियांची निवड ही साधा यादृच्छिक नमुना पद्धतीने (लॉटरी पद्धती) निवड करण्यात आली. उत्तरदात्या स्त्रियांकडून मुलाखत अनुसूची तंत्राद्वारे तथ्ये संकलित करण्यात आले आहेत. त्या तथ्यांचे वर्णन व सांख्यिकी विश्लेषण करून निष्कर्ष मांडण्यात आले आहेत.

भारतीय समाजातील ग्रामीण मातंग स्त्रियांचा दर्जा व त्यांची भूमिका स्पष्ट करण्यासाठी स्त्रियांना असणारा दर्जा व स्त्रियांचा दर्जा उंचावण्यासाठी झालेले प्रयत्न याची मांडणी केलेली आहे. 'जात' व 'स्त्री' हे दोन्ही परस्पर संबंधित कसे आहेत, त्याची मांडणी करणारा 'काळा स्त्रीवाद' व 'दलित स्त्रीवाद' याचाही आढावा घेण्यात आला आहे. दलित स्त्री म्हणून मातंग स्त्रीचे तिहेरी पातळीवर होणारे शोषण, मातंग जातीचा ऐतिहासिक आढावा, मातंग स्त्रियांना प्राप्त झालेला दर्जा व भूमिका, संशोधन साहित्याचा आढावा प्रस्तुत प्रकरणातून घेतला आहे. 'लिंगभेदा'बरोबरच 'जातिभेद' या घटकानुसारही स्त्रियांना समाजातून विशिष्ट असा दर्जा दिलेला असतो. जातीची बंधने प्रत्येक स्त्रीवर लादलेली असतात. त्या बंधनांचे पालन स्त्रियांना करावे लागते. त्यामुळे जातीनुसार स्त्रियांच्या प्रश्नांत व दर्जात भिन्नता दिसून येते. मातंग स्त्री दलित असल्यामुळे तिचा दर्जा हा कनिष्ठ असून तिचे प्रश्न व तिच्या समस्या हे दुर्लक्षित असलेले आढळून आले आहेत.

'ग्रामीण मातंग स्त्रियांचा दर्जा व त्यांची भूमिका' या विषयाचे संशोधन शास्त्रीय पद्धतीने व्हावे या हेतूने संशोधन पद्धतीचा वापर करण्यात आला आहे. त्यामधून संशोधनाची समस्या व तिचे स्वरूप, संशोधनाची उद्दिष्टे, गृहितकृत्ये, संशोधन क्षेत्र, परभणी जिल्ह्याची ओळख, लोकसंख्या, नमुना निवड, तथ्य संकलनाचे तंत्र, प्रायोगिक अभ्यास, तथ्य विश्लेषण, मुलाखत अनुसूची, संशोधनकर्त्याचे अनुभव, संशोधनाची व्याप्ती व कालावधी इ. मांडणी केलेली आहे.

परभणी जिल्ह्यातील ग्रामीण भागात राहणाऱ्या मातंग स्त्रियांच्या दर्जाचे समकालीन स्वरूप स्पष्ट करण्यासाठी माहिती संकलित करताना त्यांच्या कुटुंबाच्या स्थलांतराबाबत म्हणजेच ग्रामीण मातंग जातीच्या कुटुंबाचा मूळचा रहिवास कोणत्या गावचा आहे याबाबत प्रश्न विचारले होते. त्या माहितीचे विश्लेषण केल्यास असे स्पष्ट झाले की, बहुतेक ७९.११ टक्के उत्तरदात्या स्त्रियांची कुटुंबे ही उत्तरदात्या स्त्रियांना असलेल्या

माहितीप्रमाणे त्या-त्या गावचे मूळ रहिवासी आहेत. स्थलांतर करून अन्य गावातून आलेल्या मातंग कुटुंबाची संख्या २०.८९ टक्के इतकी नगण्य असून ज्या उत्तरदात्या स्त्रियांची कुटुंबे स्थलांतर करून इतर खेड्यांतून आलेली आहेत, तीदेखील २० ते २५ वर्षांपूर्वी आलेली आहेत आणि रोजगारासाठी व मजुरीसाठी प्रामुख्याने त्यांचे स्थलांतर घडलेले आहे. एका खेड्यातून दुसऱ्या खेड्यात म्हणजे ग्रामीण समुदाय ते ग्रामीण समुदाय अशा स्वरूपाचे अंतर्गत स्थलांतर परभणी जिल्ह्यातील मातंग जातीच्या कुटुंबात फारसे घडलेले नाही असे आढळून आले.

परभणी जिल्ह्यातील अनेक खेड्यांत मातंग जातीचे वास्तव्य असून मातंग जातीचे लोक आपली स्वतंत्र वस्ती करून राहतात. ही वस्ती त्या-त्या गावाचा हिस्सा असली, तरी बहुतेक ८४.४४ टक्के उत्तरदात्या मातंग स्त्रियांच्या गावात ती 'मांगवाडा' या नावाने ओळखली जाते. नमुना म्हणून ज्या गावांची निवड प्रस्तुत संशोधनासाठी केलेली आहे त्यातील ६५.३३ टक्के उत्तरदात्या मातंग स्त्रियांच्या गावात 'मांगवाडा' ही वस्ती गावाच्या पूर्व दिशेला वास्तव्य करते. काही गावात मातंग जातीच्या वस्तीला 'अण्णाभाऊ साठे नगर' हे नाव आहे. 'मांगवाडा' किंवा 'अण्णाभाऊ साठे नगर' या नावाने ओळखल्या जाणाऱ्या वस्तीत फक्त मातंग जातीचीच कुटुंबे वास्तव्यास असलेली दिसून आली. काही गावात मातंग कुटुंबाचे वास्तव्य हे 'दलित वस्ती' किंवा 'झोपडपट्टी' या नावाने ओळखल्या जाणाऱ्या वस्तीतदेखील आहे, परंतु अशा वस्तीत मातंग जातीच्या कुटुंबांबरोबरच महार, चांभार यासारख्या दलित व मागास जातीच्या कुटुंबांचे सहवास्तव्य आहे.

ग्रामीण भागात स्वतंत्र वस्ती करून राहत असलेल्या मातंग कुटुंबांना सार्वजनिक स्वरूपाच्या कोणत्या सेवा-सुविधा उपलब्ध आहेत? या बाबत संकलित केलेल्या माहितीचे विश्लेषण केल्यास असे स्पष्टपणे दिसून आले की, अनेक गावातील दलित वस्त्या व मांगवाडे हे पिण्याच्या पाण्याचा नियमित पुरवठा करणारे जलस्रोत (१५.५६ टक्के), गटारे (६६.७७ टक्के), पक्के रस्ते (४२.२२ टक्के), विद्युत पुरवठा (२८.८९ टक्के), आरोग्यविषयक सुविधा (७७.७८ टक्के) यांपासून वंचित आहेत. या सर्वच सुविधा उपलब्ध असलेली एकही मातंग वस्ती कोणत्याही गावात दिसून आली नाही. अर्थातच दलित वस्ती सुधारणेसाठी शासनातर्फे अनेक योजना राबविण्यात आलेल्या असल्या तरी प्रस्तुत संशोधनासाठी नमुना म्हणून निवडलेल्या गावात उपरोक्त मूलभूत सुविधांपासून मांगवाडे व दलित वस्त्या वंचित असलेल्या दिसून आल्या.

पाणी ही मानवाची मूलभूत गरज आहे. पाण्याची गरज पूर्ण करण्यासाठी दलित व अस्पृश्य जातीच्या व्यक्तींना गावातील सार्वजनिक पाणवठ्यावरून पाणी भरावे लागत असे. दलित व अस्पृश्य जातीच्या कुटुंबांमधून पाणी भरण्याचे काम हे लिंगभेदामुळे

पारंपरिकरित्या कुटुंबातील स्त्रियांना करावे लागत होते. या दलित स्त्रिया जेव्हा गावातील सार्वजनिक पाणवठ्यावर जात असत तेव्हा या स्त्रियांना मानसिक त्रास सहन करावा लागत होता. स्त्रियांना पाणी भरण्याच्या कामासाठी त्यांचा दररोजचा खूप वेळ द्यावा लागत असे. तसेच सार्वजनिक पाणवठा वस्तीपासून दूर असल्यामुळे शारीरिक श्रमही करावे लागत होते. पाण्याची सुविधा दलित वस्तीमध्ये उपलब्ध नसल्यामुळे अशा प्रकारचा त्रास हा दलित स्त्रियांना सहन करावा लागत होता. नमुना म्हणून निवडलेल्या दलित वस्त्यांमधून सद्य:स्थितीमध्ये पाण्याची सुविधा कशी आहे, याविषयी जी माहिती संकलित केली, त्या आधारे असे लक्षात येते की, परभणी जिल्ह्यातील मातंग वस्तीमध्ये पाण्याची सुविधा सध्या उपलब्ध झाली आहे. मातंग वस्तीला पाणी पुरवठा करणारा मुख्य जलस्रोत ६६.६७ टक्के सार्वजनिक हातपंप हे आहेत. मातंग वस्तीतून पाण्याची उपलब्धता झाल्यामुळे दलित स्त्रियांना पारंपरिकरित्या सवर्णांच्या सार्वजनिक पाणवठ्यावर जाऊन पाणी भरण्याचे काम आता करावे लागत नाही. त्यामुळे त्यांच्या शारीरिक श्रमांची व वेळेची बचत होते. तसेच पाण्यासाठी सहन करावा लागणारा मानसिक त्रासदेखील थांबलेला आहे. उत्तरदात्या मातंग स्त्रियांना पिण्यासाठी उपलब्ध होणाऱ्या पाण्यापैकी शुद्ध पाणी व अशुद्ध पाणी कशाला म्हणतात याबद्दलचे पुरेसे ज्ञान (४०.४४ टक्के) नाही.

'निवारा' ही मानवाची मूलभूत गरज आहे. त्यामुळे नमुना म्हणून निवडलेल्या उत्तरदात्या ग्रामीण मातंग स्त्रियांकडून त्यांच्या निवासस्थानाविषयी माहिती संकलित केली. त्या माहितीच्या विश्लेषणावरून असे लक्षात येते की, परभणी जिल्ह्यातील उत्तरदात्या मातंग स्त्रियांची बहुतांशी निवासस्थाने ही कच्ची म्हणजेच कुडाची भिंत व पत्रे अशी आहेत, तर एकही निवासस्थान माळवद, सिमेंट कॉंक्रीट छत असे आढळून आले नाही. उत्तरदात्या मातंग स्त्रियांच्या निवासस्थानाचा आकार छोटा आहे. बहुसंख्य ५३.७८ टक्के निवासस्थाने ही दोन खोल्यांची आहेत. निवासस्थानामधून स्वयंपाक खोली, स्नानगृह, शौचालय इ. सुविधांचा अभाव ८४.८९ टक्के आढळून येतो. निवासस्थानामध्ये दिवाबत्तीची सुविधा म्हणून रॉकेलचेच दिवे ६८.८९ टक्के उत्तरदात्या स्त्रियांच्या कुटुंबात वापरले जातात. विजेचे दिवे ते निवासस्थानामधून वापरू शकत नाहीत असे त्यांनी सांगितले आहे. शासकीय घरकुल योजनांचा लाभ ७९.११ टक्के उत्तरदात्या स्त्रियांना मिळालेला नाही. शासकीय घरकुल योजनांपासून त्या वंचित असलेल्या दिसून येतात.

९९.११ टक्के उत्तरदात्या ग्रामीण मातंग स्त्रियांची कुटुंबे ही दररोज स्वयंपाक करण्यासाठी चुलीचा वापर करताना दिसून आली आहेत. स्वयंपाक करण्यासाठी चुलीचा वापर होत असल्यामुळे त्यासाठी लागणारे सरपण जमा करण्याचे काम

कुटुंबातील स्त्रियांना करावे लागते. सरपण जमा करण्यासाठी मातंग स्त्रियांना अतिरिक्त श्रम करावे लागतात. सरपण जमा करण्यासाठी स्त्रिया जंगल, जमीनदाराची जमीन, गायरान इ. ठिकाणी फिरतात. कुटुंबातील होणाऱ्या कामाच्या विभागणीत लिंगभेदाच्या आधारे सरपण गोळा करण्याचे काम आजही ८८.८९ टक्के दलित मातंग स्त्रियांना करावे लागते. मातंग स्त्रियांच्या कुटुंबांकडे जमीन नसल्यामुळे त्यांना सरपणासाठी इतरत्र भटकंती करावी लागते.

उत्तरदात्या ग्रामीण मातंग स्त्रियांच्या कुटुंबाकडे दैनंदिन वापरासाठी कोणत्या वस्तू आहेत यासाठी त्यांच्याकडून माहिती संकलित केली. त्यावरून असे लक्षात येते की, स्त्रियांना घरकामात मदत करणाऱ्या अनेक वस्तू बाजारपेठेत उपलब्ध आहेत. मिक्सर, धुलाई मशीन, कूकर इ.पैकी एकही वस्तू त्यांच्या कुटुंबांमधून आढळून आल्या नाहीत. मनोरंजनाचे साधन म्हणून असलेल्या रेडिओ, डी.टी.एच., टी.व्ही., टेपरेकॉर्डर इ. चा बहुसंख्य कुटुंबांत अभाव असल्याचे दिसून आले आहे, तर कुटुंबातील व्यक्तींसाठी वाहतुकीचे साधन म्हणून सायकल, दुचाकी वाहन, ऑटोरिक्षा इ.चा अभाव आहे. मोबाईल, टेलिफोन यांसारखी संपर्काची साधने आढळून आली नाहीत.

उत्तरदात्या ग्रामीण मातंग स्त्रियांच्या निवासस्थानाबद्दलच्या अडचणी व समस्या जाणून घेण्यासाठी जी माहिती संकलित केली, त्यामधून निवासस्थानाच्या अडचणीबाबत असे आढळून आले की, एकाही कुटुंबाकडे पक्क्या स्वरूपाचे म्हणजेच माळवदाचे व सिमेंट काँक्रीटचे छत असे निवासस्थान नाही. आर्थिक परिस्थितीमुळे पक्के निवासस्थान बांधू शकत नाहीत असेच त्यांनी सांगितले आहे. उत्तरदात्या मातंग स्त्रियांची जी सध्याची निवासस्थाने आहेत, त्यातील काही (४९.४८ टक्के) निवासस्थाने पावसाळ्यात गळतात. तसेच दारिद्र्यरेषेखाली नाव असूनही शासकीय योजनेतून घरकुल मिळाले नाही; कारण घरकुल मंजूर करण्यासाठी ग्रामपंचायतीचे सरपंच, ग्रामसेवक, ग्रामपंचायत सदस्य, संबंधित शासकीय अधिकारी पैसा मागतात. त्यांना आर्थिक स्थितीमुळे आम्ही पैसे देऊ शकत नाही. त्यामुळे आम्हाला घरकुल योजनेपासून दूर राहावे लागते, असे सांगितले आहे. निवासस्थानांमधून स्वयंपाकासाठी खोली, स्नानगृह, शौचालय इ. सुविधांचा अभाव आहे. त्या पूर्ण करण्यासाठी शासकीय अनुदान उपलब्ध असावे, अशी अपेक्षा बहुसंख्य उत्तरदात्यांनी व्यक्त केली.

उत्तरदात्या ग्रामीण वस्तीमधून कोणत्या अडचणी आहेत यासंबंधी जी तथ्ये संकलित केली, त्यामधून वस्तीतून पुढील अडचणी प्रामुख्याने आढळून आल्या आहेत. बालवाडी, प्राथमिक शाळा ८८.८८ टक्के वस्तींमध्ये आढळून आल्या नाहीत. त्यामुळे ५७.७७ टक्के स्त्रियांनी मुला-मुलींच्या शिक्षणात अडचण असल्याचे सांगितले. मातंग जातीच्या सांस्कृतिक कार्यक्रमांच्या आयोजनासाठी वस्तीमध्ये समाजमंदिराची

इमारत नाही, ही अडचण त्यांनी सांगितली आहे. गावामधून मातंग जातीसाठी स्वतंत्र स्मशानभूमी असते, परंतु काही गावामधून स्मशानभूमीवर अतिक्रमणे केली आहेत. त्यामुळे मातंग जातीतील व्यक्तीचा मृत्यू झाल्यास त्यांच्या अंत्यविधीसाठी गावातील सवर्ण -दलित यांच्यात वाद होतात, असे २२.२२ टक्के स्त्रियांनी सांगितले. मातंग वस्तीला पाणी पुरवठा होत असला, तरी बहुसंख्य ७१.११ टक्के वस्त्यांना मात्र उन्हाळ्याच्या दिवसांमध्ये तीव्र पाणीटंचाईच्या समस्येला सामोरे जावे लागते.

परभणी जिल्ह्यातील ग्रामीण मातंग स्त्रियांची वैवाहिक स्थिती पाहिल्यास असे आढळून आले की,

उत्तरदात्या विवाहित म्हणून जीवन जगणाऱ्या ८७.११ टक्के स्त्रिया आहेत. ग्रामीण मातंग स्त्रियांचे विवाह झाले की त्या वेळी त्याचे वय १८ वर्षांपेक्षा कमी होते. त्यावरून असे लक्षात येते की, ९२.४४ टक्के मातंग स्त्रियांचे विवाह हे बालवयात झालेले आहेत. बालविवाह प्रतिबंधक कायदा असला तरी बालविवाहाची प्रथा मातंग समाजात अधिक प्रमाणात होती.

उत्तरदात्या ग्रामीण मातंग स्त्रियांचा त्यांचा विवाहाचा जोडीदार निवडण्याचा अधिकार लिंगभेदाच्या आधारे कुटुंबातील पुरुषांकडेच होता. वडिलांनी ५४.२२ टक्के स्त्रियांचे विवाह ठरवलेले आहेत. त्यामुळे वडिलांनी जोडीदार निवडून बालवयातच विवाह करून दिल्याचे प्रमाण अधिक आहे. उत्तरदात्या स्त्रिया ह्या स्वत:च्या विवाहाचा जोडीदार निवडण्याच्या अधिकारापासून वंचित राहिलेल्या आहेत. अनुसूचित जातींमधून पूर्वी वधुमूल्य देण्याची प्रथा समाजात होती, परंतु या प्रथेमध्ये परिवर्तन होऊन हुंडाप्रथा समाजात रूढ झाली आहे. त्यामुळे पंधरा ते वीस वर्षांपूर्वी झालेल्या विवाहातून उत्तरदात्या स्त्रियांच्या वडिलांना हुंडा द्यावा लागला नाही, परंतु ५ ते१० वर्षांमध्ये झालेले असे २४.८९ उत्तरदात्या स्त्रियांचे जे विवाह आहेत, त्यांना मात्र रु. २०,००० ते ५०,००० पर्यंत हुंडा द्यावा लागला आहे.

ग्रामीण मातंग जातीमधून हिंदू विवाह कायद्याचे पालन केले जाते. त्यामुळे मातंग स्त्रियांना हिंदू विवाहाच्या संदर्भाने असलेल्या हिंदू विवाह कायदा, वारसा हक्क कायदा, दत्तक कायदा, घटस्फोट, पोटगी, हुंडाबंदी, बालविवाह कायद्यांचे ज्ञान ७२.४४ टक्के आहे, परंतु ते कायद्याचे ज्ञान अगदी वरवरचे आहे, कायद्याबद्दल सविस्तर माहितीचा अभाव आहे. बालविवाह प्रतिबंधक कायद्याची, वयाच्या मर्यादेची त्यांना माहिती होती. त्यामुळे त्यांच्या कुटुंबातील मुलीने विवाह बालवयात केले जात नाहीत असे जरी काही प्रमाणात स्त्रियांनी सांगितले असले, तरीसुद्धा बालविवाहाची प्रथा पूर्ण नष्ट झाली आहे असे चित्र मात्र मातंग जातीमध्ये दिसून येत नाही, तर आजही मातंग स्त्रियांच्या कुटुंबातून मुलांचे बालविवाह होताना दिसून येत आहेत. उत्तरदात्या

मातंग स्त्रियांच्या कुटुंबातील मुलींना जोडीदार निवडण्याचा अधिकार दिलेला आहे. त्यामुळे मातंग स्त्रियांच्या कुटुंबातून मुलीचे 'संमती विवाह' होताना दिसत आहेत, परंतु ४४.४४ टक्के मातंग स्त्रियांच्या कुटुंबातून आजही जोडीदार निवडताना त्यांचे मत विचारात घेतले जाते.

परभणी जिल्ह्यातील नमुना म्हणून निवडलेल्या ८२.२२ टक्के उत्तरदात्या मातंग स्त्रिया ह्या त्यांच्या वैवाहिक जीवनात समाधानी आहेत, परंतु काही स्त्रिया ज्या वैवाहिक जीवनात असमाधानी आहेत त्या पाठीमागची विविध कारणे आहेत, तर त्यामध्ये पतीचे झालेल्या अकाली निधनामुळे (११.११ टक्के) त्यांना विधवा म्हणून जीवन जगावे लागते, पतीला असणाऱ्या व्यसनामुळे, वाईट सवयीमुळे (४ टक्के) मातंग स्त्रिया वैवाहिक जीवनात असमाधानी आहेत. वैवाहिक असमाधानाचे कारण पतीपासून घटस्फोट घेतला आहे (०.८९ टक्के), सासू-सासरे त्रास देतात हीदेखील असमाधानाची कारणे सांगितलेली कारणे आहेत.

उत्तरदात्या स्त्रियांच्या पतीला असलेल्या व्यसनाधीनतेचे प्रमाण पाहिले, तर ७१.११ टक्के म्हणजे बहुतांशी स्त्रियांचे पती हे व्यसनी आहेत. व्यसने मात्र ते वेगवेगळ्या प्रकारची करतात. त्यामध्ये दारू, तंबाखू, बिडी-सिगारेट या प्रकारची व्यसने करणाऱ्या पुरुषांचे प्रमाण अधिक आहे. व्यसनी पतीकडून स्त्रियांवर अत्याचार केला जातो, स्त्रियांचे शोषण होते. त्यामुळेच ५०.६७ टक्के उत्तरदात्या मातंग स्त्रियांना त्यांच्या पतीला व्यसनासाठी पैसे द्यावे लागतात त्यामुळे होणारे आर्थिक शोषण आहे, तर शारीरिक मारहाणदेखील व्यसनी पती करतात.

जिल्हा, तालुका, गाव या तिन्ही पातळीवर स्वयंसेवी संस्थांकडून सामूहिक विवाह सोहळे आयोजित केले जातात. या विवाह सोहळ्यात मागासवर्गीय अनुसूचित जातीतील जोडप्यांना दहा हजार रुपये अनुदान दिले जाते. तसेच जी कोणी मंडळी यात सहभागी होतील, त्यांच्या कुटुंबाचा विवाहावर होणारा खर्च हा कमी होतो. त्यामुळे असे सामूहिक विवाह सोहळे आयोजित केले जातात. त्यामधून ७२.४४ टक्के उत्तरदात्या मातंग स्त्रिया ह्या सहभागी होतात. विवाह सोहळ्यात ६५.७८ टक्के सहभागी होतात, यामुळे मुला-मुलींच्या विवाहासाठी होणाऱ्या खर्चाची बचत होते. सामूहिक विवाह सोहळ्याचे आयोजन करणे योग्य आहे असे मत बहुसंख्य, ६५.७८ टक्के स्त्रियांचे आहे.

नमुना म्हणून निवड केलेल्या परभणी जिल्ह्यातील उत्तरदात्या ग्रामीण मातंग स्त्रियांचे आंतरजातीय विवाह करण्याचे प्रमाण खूप कमी आहे. तसेच लोकांमध्ये आकांक्षा असूनदेखील जातीच्या बंधनामुळे या स्त्रियांनी आंतरजातीय विवाह करू नयेत असे मत २.६७ टक्के स्त्रियांनी मांडले आहे. तसेच आंतरजातीय विवाहास

कायद्याने मान्यता दिली असली, तरी जातीने मान्यता दिली नाही.

ग्रामीण मातंग जातीमध्ये असलेल्या विधवांच्या सद्य:स्थितीसंबंधी जी माहिती मिळवली त्यामधून असे लक्षात आले की, ग्रामीण मातंग जातीतील विधवा स्त्रियांचे पुनर्विवाह झालेले नाहीत. परंपरेने विधवा पुनर्विवाहास बंदी होती, परंतु विधवा पुनर्विवाहाचा कायदा असूनदेखील विधवांच्या स्थितीमध्ये फारसे परिवर्तन झालेले नाही. विधवांनी पुनर्विवाह करू नये, असे मत बहुसंख्य (९३.७८ टक्के) मातंग स्त्रियांनी व्यक्त केले आहे.

मातंग समाजातील विवाह समारंभात ८० टक्के सवर्ण व प्रतिष्ठित सहभागी होतात, परंतु ते आजही ६०.८९ टक्के पंक्तीत एकत्र जेवण घेत नाहीत.

उत्तरदात्या मातंग स्त्रियांकडून मिळविलेल्या माहितीच्या आधारे त्यांना येणाऱ्या वैवाहिक जीवनातील अडचणींचे व समस्यांचे स्वरूप स्पष्ट केले आहे. वैवाहिक जीवन जगत असताना पतीचे अपघाती निधन झाल्यामुळे त्यांचा समाजातील सामाजिक दर्जा कनिष्ठ झाला. त्यांना विधवा म्हणून जीवन जगावे लागले आहे, अशा ८.८८ टक्के स्त्रियांनी सांगितले की, त्यामुळे मुलांचे संगोपन करण्यात अनेक अडचणींना सामोरे जावे लागले आहे. तसेच विधवा असल्यामुळे विधवांसंबंधी असलेली अनेक अन्यायकारक बंधने कुटुंबाकडून सहन करावी लागतात.

हुंडाप्रथेमुळे त्यांच्या कुटुंबातील मुलींना हुंडा देण्यासाठी पैसा नाही, ही अडचण (८८.८८ टक्के) स्त्रियांनी सांगितलेली आहे. तसेच पैसा नाही त्यामुळे चांगला 'वर' शोधणे ही अडचणीचे झालेले आहे. मातंग स्त्रियांना वैवाहिक जीवन जगत असताना त्यांना अपत्य न झाल्यामुळे ४.४४ टक्के स्त्रियांना वैवाहिक जीवनात अनेक प्रकारच्या छळांना सामोरे जावे लागते. तसेच पती दुसरा विवाह करण्याची धमकी देतो, अशी अडचण मातंग स्त्रियांची आहे. मातंग स्त्रियांचे पती हे व्यसनी असल्यामुळे स्त्रियांना पतीकडून अत्याचार सहन करावे लागतात. त्याचबरोबर त्यांच्या व्यसनामुळे मुलांच्या शिक्षणाबाबत व संगोपनाबाबत त्यांना अनेक अडचणी येतात, असे ४६.२२ टक्के स्त्रियांनी सांगितले.

उत्तरदात्या मातंग स्त्रियांच्या कुटुंबात २१ ते ४० वर्षे या वयोगटातील स्त्रिया सर्वाधिक (५९.५६ टक्के) आहेत, तर ६० वर्षांपेक्षा अधिक वयोगटातील स्त्रिया ह्या कमी (११.५६ टक्के) आहेत.

ग्रामीण भागातील कुटुंबरचनेचा अभ्यास केल्यास असे लक्षात येते की, ग्रामीण समुदायाचे वैशिष्ट्य म्हणून संयुक्त कुटुंब पद्धतीचा उल्लेख केला जातो, परंतु सध्या ग्रामीण भागात राहणाऱ्या विभक्त कुटुंब पद्धतीच (६२.६७ टक्के) सर्वत्र दिसून आली आहे. या विभक्त कुटुंबांमधून सभासद संख्या ही पाचपेक्षा जास्त व पाच असलेलीच

बहुसंख्य (४९.२३ टक्के) कुटुंबे आहेत. कुटुंबाचा प्रकार विभक्त असला, तरी त्यातील सभासद संख्येवरून ही कुटुंबे आकाराने मोठी होती; कारण पती-पत्नी, त्यांची असलेली अपत्य संख्या ही अधिक आहे. मातंग समुदायातील मातंग स्त्रियांपर्यंत 'लहान कुटुंब सुखी कुटुंब' हा विचार पोहोचलेला दिसून आला नाही.

भारतीय समाजातील स्त्री-पुरुष संख्यांचे प्रमाण पाहिले तर देशात एक हजार पुरुषांमागे नऊशे सत्तावीस स्त्रिया आहेत. स्त्री-पुरुष संख्येतील विषमता ही संशोधनासाठी निवडलेल्या मातंग जातीमधून किती आहे? त्यामध्ये नमुना म्हणून निवडलेल्या मातंग स्त्रियांच्या कुटुंबात पुरुषांचे प्रमाण हे स्त्रियांच्या तुलनेत अधिक आहे, असे आढळून आले.

उत्तरदात्या ग्रामीण मातंग स्त्रियांची कुटुंबे ही पितृसत्ताक असल्याचे आढळून आले आहे. बहुतांशी (७७.३३ टक्के) कुटुंबातील प्रमुख म्हणून त्या कुटुंबातील पुरुष असल्याचे आढळून आले आहे, तर ज्या उत्तरदात्या स्त्रिया ह्या १.७८ टक्के घटस्फोटित व अविवाहित होत्या त्यांच्या कुटुंबाचे प्रमुख हे वडील आहेत. ज्या उत्तरदात्या विधवा स्त्रिया होत्या त्याही काही (४.४४ टक्के) कुटुंबातून प्रमुख होत्या. ग्रामीण मातंग स्त्रियांच्या कुटुंबांतून लिंगभेदाच्या आधारे पुरुष हाच कुटुंबाचा प्रमुख आहे.

उत्तरदात्या ग्रामीण मातंग स्त्रियांना कुटुंबातून दैनंदिन खर्च करण्यापासून ते कुटुंबातील सण-समारंभ साजरे करणे या संदर्भाचे जे अधिकार आहेत, ते कुटुंबातील स्त्री-पुरुष यांच्यापैकी कोणाकडे आहेत हे पाहिल्यास त्यामध्ये दैनंदिन खरेदी व खर्चासंबंधी अधिकार, मुलांचे शिक्षण व भवितव्यासंबंधी, कुटुंबातील मालमत्ता तसेच महत्त्वाची खरेदी-विक्री, कुटुंबातील वाद-विवाद, सण-समारंभ आयोजित करणे इत्यादी संबंधीचे अधिकार हे लिंगभेदाच्या आधारे कुटुंबातील पुरुषांकडेच आहेत. उत्तरदात्या स्त्रियांचे पती (७७ टक्के) व मुलगे (१५ टक्के) यांच्याकडेच हा अधिकार आहे. स्वत:कडे हा अधिकार असलेल्या स्त्रिया खूप कमी आहेत. कुटुंबातून लिंगभेद करून उत्तरदात्या मातंग स्त्रियांना कुटुंबामध्ये या अधिकारांपासून दूर ठेवले जाते.

कुटुंबामधून असलेल्या सभासदांमधील नातेसंबंध हे जन्मावर आधारित व विवाहावर आधारित असे दोन प्रकारचे नातेसंबंध हे उत्तरदात्या ग्रामीण मातंग स्त्रियांच्या कुटुंबांमधून कसे आहेत? त्यासंबंधी जमा केलेल्या माहितीच्या आधारे उत्तरदात्या स्त्रियांचा जन्म ज्या कुटुंबातून झाला त्यांच्यातील सदस्य आई, वडील, भाऊ, बहीण, भावजी इत्यादी सभासदांसोबत असलेले नातेसंबंध हे अतिशय चांगले (६१ ते ८४ टक्के) असलेले दिसून येतात, तर उत्तरदात्या स्त्रियांचा विवाहानंतर कुटुंबातून प्रभावित होणाऱ्या आप्तसंबंधांमध्ये मुलगा-मुलगी यांच्यासोबत चांगले संबंध आहेत. इतर सभासदांमध्ये सासू, सून, सासरे, दीर जाऊ, नणंद यांच्यातील नातेसंबंध हे ०.४४ ते

०.८९ टक्के तणावपूर्ण आहेत. आप्तसंबंधाची तुलना केली तर उत्तरदात्या विवाहित स्त्रियांचे त्यांच्या पतीच्या कुटुंबातील नातेसंबंधातील सदस्यांपेक्षा जन्मावर आधारित त्यांच्या आई-वडिलांच्या कुटुंबातील सदस्य यांच्यासोबत चांगले संबंध आहेत.

उत्तरदात्या स्त्रियांना त्यांच्या कुटुंबातून असलेली वेगवेगळी कामे ज्यामध्ये दररोज स्वयंपाक करणे, भांडे घासणे, कपडे धुणे, घरातील साफ-सफाई करणे इत्यादी कामे करणाऱ्याच बहुसंख्य (८० टक्के) स्त्रिया आहेत. उत्तरदात्या स्त्रियांबरोबर त्याच्या कुटुंबातील सभासदांमध्ये (८२ टक्के) स्त्रिया सभासदच घरकाम करतात. पुरुष सभासद घरकामात काहीही मदत करत नाहीत. लिंगभेदाच्या आधारे कामाची विभागणी असून मातंग स्त्रियांना घरकामाची पूर्णत: जबाबदारी पार पाडावी लागते हेच लक्षात येते.

भारतीय समाजातून स्त्रियांच्या संदर्भात होणारे छळाचे प्रमाण अधिक असलेले दिसून येते. कौटुंबिक हिंसाचार प्रतिबंधक कायद्यानुसार होणाऱ्या नोंदींवरून असे आढळून येते की, कुटुंबातून छळ होणाऱ्या स्त्रियांची संख्या वाढत आहे. अशा स्थितीमध्ये उत्तरदात्या ग्रामीण मातंग स्त्रियांकडून याविषयी जमा केलेल्या माहितीच्या आधारे असे आढळून येते की, ग्रामीण मातंग स्त्रिया कौटुंबिक छळास कधी-कधी (३३.७८ टक्के) बळी पडतात. नियमित छळ होणाऱ्या स्त्रिया काही प्रमाणात (३.११ टक्के) आढळून येतात. ग्रामीण मातंग स्त्रियांच्या कौटुंबिक छळाच्या कारणांमुळे मालमत्ता हडप करणे (०.४४ टक्के), मानसिक शोषण करणे (१६.४५ टक्के), घरातून हाकलून देणे (०.८९ टक्के), घरगुती वादामुळेदेखील छळ होतो अशी कारणे आढळून आली आहेत. कौटुंबिक छळ या कारणामुळे होत असला तरी त्यांचा छळ कशा प्रकारे होतो, त्यामध्ये टाकून बोलणे, टोमणे मारणे, माहेराबद्दल अपशब्द वापरणे, चारित्र्यबद्दल शंका घेणे, चारित्र्याबद्दल वाईट बोलणे, मुलांना त्यांच्यापासून तोडणे हे सर्वच छळ मानसिक त्रास देण्याच्या हेतूने होतात. घरामध्येच जास्तीचे काम लावणे, प्रत्यक्ष मारहाण करणे, तिला शारीरिक इजा करणे, उपाशी ठेवणे, इत्यादी स्वरूपाचा शारीरिक छळही केला जातो. कौटुंबिक छळाची सद्य:स्थिती अशी असल्याचे दिसून आले.

उत्तरदात्या मातंग स्त्रियांना त्यांच्या कुटुंबामधून जी वागणूक मिळते, ती स्त्री-पुरुष समानतेची वागणूक न मिळता ५६ टक्के स्त्रियांना दुय्यम स्थान देऊन तिच्यासोबत कनिष्ठतेची वर्तणूक केली जाते. समानतेची वर्तणूक करणारी कुटुंबे ही फार कमी (४०.४४ टक्के) आहेत. स्त्रियांना मिळालेल्या कनिष्ठ वागणुकीबद्दल त्यांना काहीही वाटत नाही. त्या ५३.३३ टक्के समाधानी आहेत; कारण त्यांना लहान वयापासून लिंगभेदाच्या आधारे सामाजीकरणातून स्त्रियांचा दर्जा हा कनिष्ठ असतो असे सांगितले

जाते, त्यामुळे त्यांना याबद्दल फारसे काही वाटत नाही.

उत्तरदात्या ग्रामीण मातंग स्त्रियांच्या कौटुंबिक अडचणींसंबंधी व समस्यासंबंधी जी तथ्ये संकलित केली आहेत त्यावरून असे लक्षात येते की, उत्तरदात्या मातंग स्त्रियांना ऊसतोडणी कामगार म्हणून हंगामी स्थलांतर करावे लागते. त्यामुळे त्यांना कुटुंबातील सदस्य, मुले-मुली, वृद्ध सासू-सासरे यांचा या कालावधीत सांभाळ करण्यास अडचणी येतात असे ५५.५५ टक्के स्त्रियांनी सांगितले आहे. तसेच उत्तरदात्या मातंग स्त्रियांचे विवाह झाले तेव्हा पती-पत्नी यांच्या दोघांच्या वयात खूप अंतर आहे त्यामुळे काही (११.५६ टक्के) स्त्रियांनी सांगितले की, पती हा वयोवृद्ध आहे. त्यांचा सांभाळ करीत घरी थांबावे लागते. त्यामुळे रोजगारासाठी जाऊन उदरनिर्वाह करता येत नाही. यातून दोघांच्या उदरनिर्वाहाचा प्रश्न निर्माण होतो असे सांगितले आहे. मातंग स्त्रियांच्या कुटुंबातील सभासद सासू-सून, पती-पत्नी, यांच्यातील वाद सातत्याने होतात. त्यामुळे तणाव निर्माण झालेली कुटुंबे दिसून येतात. मातंग जातीच्या कुटुंबातील उत्तरदात्या स्त्रियांची मुले रोजगारानिमित्त बाहेरगावी गेल्यामुळे वृद्ध व्यक्तींचा - ज्यांना गावातच राहावे लागते - त्यांचा सांभाळ कुटुंबातील इतर सदस्य करत नाहीत त्यामुळे त्यांच्यासमोर अनेक प्रश्न निर्माण होतात. अपंग मुलांच्या संगोपनाची अडचण (०.८९ टक्के) आई-वडिलांसमोर आहे, तर आईचे निधन झाल्यामुळे काही मुलींवर कुटुंबाची संपूर्ण जबाबदारी पडते असे सांगितले आहे, अशा समस्या त्यांनी सांगितल्या आहेत.

परभणी जिल्ह्यातील नमुना म्हणून निवडलेल्या ग्रामीण मातंग स्त्रियांची शैक्षणिक पात्रता बघितली, तर त्यामध्ये निरक्षर स्त्रियांचे प्रमाण हे सर्वाधिक (७६.८९ टक्के) आढळून येते. शिक्षण घेतलेल्या स्त्रियांमध्ये केवळ शालेय शिक्षण घेतलेल्या स्त्रिया ह्या ४२ आहेत, तर एस.एस.सी पर्यंत शिक्षण पूर्ण केलेल्या केवळ ५ स्त्रिया आहेत, तर एच.एच.सी. पर्यंत शिक्षण घेतलेल्या केवळ ३ स्त्रिया आहेत. महाविद्यालयीन शिक्षण घेतलेल्या स्त्रियांचे प्रमाण निरंक आहे.

उत्तरदात्या ग्रामीण मातंग स्त्रियांत अर्धवट शिक्षण घेणाऱ्या स्त्रियांचे प्रमाण २० टक्के आहे. त्यामुळेच शैक्षणिक गळतीचे प्रमाण सर्वाधिक प्रमाणात आढळून आहे. उत्तरदात्या स्त्रियांच्या मुली ह्या अनेक कारणांमुळे शिक्षण अर्धवट सोडत आहेत. अर्धवट शिक्षण सोडल्यामुळे मातंग स्त्रियांची शैक्षणिक गळतीत सातत्याने वाढत आहे. अर्धवट शिक्षण सोडण्याची कारणे कोणती आहेत? त्यामध्ये मुख्य कारण हे समाजात रूढ असलेली बालविवाहाची प्रथा १२.८९ टक्के असल्यामुळे स्त्रियांनी अर्धवट शिक्षण सोडले आहे, आई-वडिलांची आर्थिक परिस्थिती चांगली तसेच आई-वडिलांना अधिक अपत्ये असल्यामुळे कुटुंबातील मुलांच्या शिक्षणास प्राधान्य

दिले जात होते. कुटुंबातून असलेली लिंगभेदाची भावना इत्यादीचा उल्लेख करता येतो. ज्या स्त्रियांना शिक्षण मिळते, त्यांना व्यावसायिक वा रोजगारभिमुख शिक्षण मिळत नाही. शिक्षण घेणाऱ्या स्त्रियांनादेखील अर्धवट शिक्षण मिळाल्यामुळे त्या असमाधानी आहेत.

उत्तरदात्या ग्रामीण मातंग स्त्रियांच्या कुटुंबांमध्ये मुलगा-मुलगी अशी लिंगभेदाची भावना आहे. त्यामुळे मुलांचे शिक्षणाचे प्रमाण अधिक (२९.७७ टक्के) आहे, तर मुलींचे शिक्षणाचे प्रमाण कमी (९.७६ टक्के) आहे. उत्तरदात्या ग्रामीण मातंग स्त्रियांच्या कुटुंबातून मात्र ० ते६ या वयोगटातील लहान मुले-मुली दोघांनाही (३३.३३ टक्के) अंगणवाडीत प्रवेश दिला जातो. अंगणवाडीत प्रवेश देताना आता लिंगभेद केल्याचे आढळून येत नाही. अंगणवाडीतून प्रवेश घेतलेली मुले-मुली पुढे शालेय शिक्षणातून प्रवेश घेतल्यास सातवीच्या वर्गापर्यंतच त्यांच्यात गळती होते. शाळेतील मुली अगोदर बाहेर पडतात, नंतर काही काळात मुलेदेखील शाळेतून बाहेर पडतात. हे दोघेही शिक्षणाच्या प्रवाहापासून दूर जातात.

उत्तरदात्या ग्रामीण मातंग स्त्रियांच्या कुटुंबातील मुले-मुली जे शिक्षण घेतात ते जिल्हा परिषद शाळामधून (६२.६६ टक्के) मोफत शिक्षणाची सुविधा असते, त्यामधूनच आपले शिक्षण पूर्ण करतात. जिल्हा परिषद शाळांमधून शिक्षकांच्या रिक्त जागा, भौतिक सुविधेचा अभाव, विषयांचे तज्ज्ञ शिक्षक नसणे इ. कारणांमुळे जिल्हा परिषद शाळांमधून गुणवत्तापूर्ण शिक्षण मिळत नाही. त्यामुळेच सातवीपर्यंत शिक्षण झालेल्यांना गणिताची आकडेमोड व मराठीचे वाचन येत नाही. यामुळे शिक्षणाच्या प्रवाहात असलेली मुले नापास होतात. नापास झाल्यामुळे पुन्हा ते शिक्षणाच्या प्रवाहाबाहेर जाताना दिसून आले आहेत. गुणवत्तापूर्ण शिक्षण मिळत नसल्यामुळे शालेय जीवनापासून असलेल्या स्पर्धा परीक्षांमध्ये टिकणेही या मुलांना अवघड झाले आहे. गुणात्मक शिक्षणाच्या अभावामुळेच ही मुले पुढे पदवीच्या शिक्षणाकडे जाताना दिसून येत नाहीत.

उत्तरदात्या ग्रामीण मातंग स्त्रियांच्या कुटुंबातील मुलींच्या शिक्षणाची स्थिती पाहिली तर मुलींना जे शिक्षण मिळते, त्यामध्ये गावामध्ये शाळा ज्या वर्गापर्यंत उपलब्ध आहे तेवढेच शिक्षण मुलींना दिले जाते. गावात आहे तेवढे शिक्षण त्या पूर्ण करताना दिसून येतात, तर कधी-कधी अर्धवट शिक्षण घेतात. गावातील उपलब्ध शिक्षण पूर्ण झाल्यामुळे पुढे बहुसंख्य (६२.६७ टक्के) मुलींना शिक्षणासाठी बाहेरगावी पाठवले जात नाही. मुलींच्या शिक्षणावर असलेला पारंपरिक दृष्टिकोनाचा प्रभाव पडलेला दिसून येतो. मुलगा-मुलगी येथे लिंगभेदही केला जातो.

ग्रामीण मातंग स्त्रियांना त्यांच्या कुटुंबातील मुलींच्या शिक्षणात अनेक अडचणी

व समस्या येत असतात. कुटुंबाची आर्थिक परिस्थिती चांगली नसल्यामुळे फक्त कुटुंबातील मुलांच्या शिक्षणाला प्राधान्याने लक्ष देताना कुटुंबातील सदस्य आढळून आले आहेत. मुलीने शिक्षण घेऊन काय करणार, शिक्षणाचा फायदा पतीच्या कुटुंबाला मिळतो, शिक्षण घेतल्यास वर चांगला शोधावा लागतो, त्यासाठी हुंडा द्यावा लागतो हा पारंपरिक दृष्टिकोन कायम असलेला दिसून येतो. यामुळेच कुटुंबातून मुलांच्या शिक्षणावर होणारा वार्षिक रु.१,००० खर्च हा अधिक आहे असे १९.५६ टक्के स्त्रियांनी सांगितले, तर मुलींच्या शिक्षणावर होणारा हा खर्च वार्षिक रु.५०० म्हणजेच कमी (२५.३३ टक्के) आहे.

परभणी जिल्ह्यातील अनुसूचित जातीतील मुला-मुलींसाठी असणाऱ्या विविध योजना ह्या अपुऱ्या आहेत. त्यामुळे उत्तरदात्या मातंग स्त्रियांनी सांगितले की, आमची आर्थिक परिस्थिती चांगली नसल्यामुळे शिक्षणाची इच्छा असूनही त्यांच्या मुला-मुलींना शिक्षणापासून वंचित राहावे लागत आहे. त्यामुळे प्रत्येकास मिळणारी शिष्यवृत्ती पुरेशी नाही असे ७८.२२ टक्के स्त्रियांनी सांगितले आहे. वसतिगृहाची सुविधा उपलब्ध असावी, असे ७९.११ स्त्रियांनी सांगितले आहे. अनुसूचित जातीमधील मुला-मुलींना शिक्षण घेत असताना शासनाच्या वतीने देण्यात येणारी शिष्यवृत्ती रक्कम अपुरी आहे. शिष्यवृत्तीत वाढ करावी ज्यामुळे मुला-मुलींच्या शिक्षणाच्या प्रमाणात वाढ होईल.

उत्तरदात्या मातंग स्त्रियांचा व कुटुंबातील सदस्यांचा मुलींच्या शिक्षणाकडे पाहण्याच्या पारंपरिक दृष्टिकोनात काही प्रमाणात बदल होऊन मुलींनी शिक्षण घ्यावे आणि नोकरी करावी अशी भावना ६७.५६ टक्के स्त्रियांनी व्यक्त केली आहे. त्यामुळे मुलीच्या पारंपरिक शिक्षणावरील बंधने शिथिल होऊन मुलींना शिक्षण मिळाले पाहिजे हा नवा दृष्टिकोन रूढ होताना दिसून येत आहे. असे असले, तरीदेखील सद्य:स्थितीमध्ये मात्र लिंगभेदाच्या भावनेमुळे मातंग जातीतील मुली शिक्षणापासून वंचित राहत आहेत.

उत्तरदात्या मातंग जातीमधील मुलींच्या शिक्षणाच्या प्रमाणात वाढ करण्यासाठी काही शैक्षणिक सुधारणा शासनाने कराव्यात असे सांगितले आहे. त्यामध्ये प्रत्येक गावातील दलित वस्तीमध्ये प्राथमिक शिक्षणाची सुविधा उपलब्ध व्हावी (८०.४४ टक्के), प्रत्येक गावातूनच माध्यमिक व उच्च माध्यमिक सुविधा उपलब्ध व्हावी (८७.५६ टक्के), पहिली ते पदव्युत्तर वर्गापर्यंत शिक्षणासाठी गावाबाहेर जाण्यासाठी अगदी मोफत पास असावा (७९.५६ टक्के) असे स्त्रियांनी सांगितले.

उत्तरदात्या ग्रामीण मातंग स्त्रियांची आर्थिक स्थिती जाणून घेतली, तेव्हा असे लक्षात आले की, मातंग स्त्रियांचे मासिक उत्पन्न हे रु.५०१ ते १,००० पर्यंत आहे, तर ५,००० रुपयांपर्यंत वार्षिक उत्पन्न असलेली बहुसंख्य कुटुंबे आढळून आली. बहुसंख्य (७१.११ टक्के) कुटुंबांची नावे ही दारिद्र्यरेषेखालील आहेत. भूमिहीन

कुटुंबांचे प्रमाण सर्वाधिक (९१.५६ टक्के) आहे, तर ज्या कुटुंबाकडे जमिनी आहेत, ती कुटुंबे ही अल्पभूधारक (८.४४ टक्के) आहेत. ज्या कुटुंबाकडे जमिनी आहेत, त्या कुटुंबातील पुरुषांच्या नावावर आहेत.

उत्तरदात्या ग्रामीण मातंग स्त्रियांच्या कुटुंबाकडे जमिनी आहेत. त्या सर्व कुटुंबांनी सावकार, बँक, यांच्याकडून शेतीसाठी १३.३३ टक्के स्त्रियांनी कर्ज घेतले आहे. उत्तरदात्या मातंग स्त्रियांमध्ये शेतमजुरी करणाऱ्यांचे प्रमाण सर्वाधिक (८१.३४ टक्के) आहे. पारंपरिक कामे, बलुतेदारीने येणारे व्यवसाय मातंग स्त्रिया खूप कमी प्रमाणात (१७.३३ टक्के) करीत आहेत. मातंग स्त्रिया ह्या स्वत: व्यवसायासाठी व इतर कामासाठी बँकांकडून कर्ज घेणाऱ्यांचे प्रमाण कमी आहे. ज्यांनी कर्ज घेतले आहे त्यांनी प्रामुख्याने बँक, बचत गट, अण्णाभाऊ साठे महामंडळ यांच्यामार्फत घेतलेले आहे. असा लाभ झालेल्या स्त्रियांचे प्रमाण अत्यल्प आहे.

उत्तरदात्या मातंग स्त्रियांना, आर्थिक व्यवहार करताना अनेक प्रकारचे निर्बंध त्यांच्यावर असल्याचे आढळून आले आहे. आर्थिक व्यवहार करण्यासाठी आजही बहुसंख्य (६४.८९ टक्के) मातंग स्त्रियांनी बँकेत आपले खाते उघडलेले नाही. कुटुंबातील स्त्रियांच्या आर्थिक स्थितीमध्ये सुधारणा घडवून आणण्यासाठी स्वयंसहायता समूहाची संकल्पना मांडली आहे. स्वयंसहायता समूहांच्या सभासद असणाऱ्या अनेक स्त्रिया आढळून आल्या आहेत. स्वयंसहायता समूहांमधून या स्त्रिया शंभर मासिक बचत करतात. बचतीची सवय स्वयंसहायता समूहातून लागली आहे. स्वयंसहायता समूह चळवळीचे चांगले काम सुरू असले, तरी मातंग स्त्रियांच्या प्रत्येक कुटुंबापर्यंत ही चळवळ पोहोचलेली नाही. स्वयंसहायता समूहांमध्ये सहभागी असलेल्या स्त्रियांचे प्रमाण ५५.११ टक्के आहे. आर्थिक व्यवहार करणे, आर्थिक निर्णय घेणे ह्यासाठी कुटुंबातील पुरुषांवर अवलंबून काही प्रमाणात राहावे लागते. आर्थिक व्यवहारासाठी असलेली पारंपरिक बंधने स्त्रियांवर कायम आहेत.

उत्तरदात्या ग्रामीण मातंग स्त्रियांची आर्थिक स्थिती ही त्यांच्या शैक्षणिक स्थितीवर अवलंबून आहे. हे दोन्ही घटक परस्परावर अवलंबून आहेत. कुटुंबाच्या आर्थिक स्थितीमध्ये सुधारणा घडवून आणण्यासाठी शिक्षण घेऊन नोकरी करून आपल्या कुटुंबाच्या आर्थिक स्थितीमध्ये सुधारणा घडवून आणतात, परंतु मातंग स्त्रियांच्या कुटुंबाची आर्थिक स्थिती चांगली नसल्यामुळे अनेक स्त्रियांना शिक्षण सोडावे लागले. त्यांना आपले शिक्षण पूर्ण करता आले नाही. त्यामुळे त्या आपल्या कुटुंबाच्या आर्थिक स्थितीमध्ये फारशी सुधारणा करू शकल्या नाहीत. मातंग स्त्रियांमध्ये निरक्षर स्त्रियांचे प्रमाण अधिक आहे. निरक्षरतेमुळे शेतमजुरीसारखी कामे स्त्रियांना करावी लागतात. त्यांचा परिणाम स्त्रियांच्या आर्थिक स्थितीवर होतो. शिक्षण व

आर्थिक दोन्ही घटक परस्पर सबंधित असून त्यावरून स्त्रियांचा आर्थिक दर्जा व शैक्षणिक दर्जा ठरविण्यास हे दोन्ही घटक महत्त्वाचे ठरलेले दिसून येतात. ग्रामीण मातंग स्त्रियांना आर्थिक दुर्बलतेमुळे शिक्षणापासून दूर राहावे लागले आहे.

परभणी जिल्ह्यातील मातंग समाजातील स्त्रिया ह्या आजही आपले धार्मिक व सांस्कृतिक जीवन पारंपरिकरित्या जगतात. त्यांच्या जातीसमूहाने अंगिकारलेला हिंदू धर्म होता, त्याच हिंदू धर्माचे आचरण करून ९७.३३ टक्के स्त्रिया आपले जीवन जगत आहेत. बहुसंख्य मातंग स्त्रियांना हिंदू धर्माच्या बंधनात राहून आपले वर्तन करावे लागत आहे. अनुसूचित जातीतील दलित व अस्पृश्य जातीसाठी डॉ. बाबासाहेब आंबेडकरांनी धर्मांतराने हिंदू धर्माचा त्याग करून बौद्ध धर्माचा स्वीकार केला. त्यामुळे मातंग जातीमध्ये ह्या धर्मांतराचा फारसा परिणाम परभणी जिल्ह्यात झालेला दिसून येत नाही; कारण बौद्ध धर्माचे आचरण करणाऱ्या मातंग स्त्रियांचे प्रमाण हे अत्यल्प (२.६७ टक्के) असल्याचे दिसून आले आहे. हिंदू धर्माचे आचरण करणाऱ्या या मातंग स्त्रियांनी भविष्यातदेखील धर्मांतर करणार नाही असे सांगितले. धर्मांतर करणार असे सांगणाऱ्या स्त्रियांचे प्रमाण हे अत्यल्प (२.६७ टक्के) असल्याचे आढळून आले आहे. त्यांनी सत्यशोधक व बौद्ध धर्म स्वीकारण्याचा विचार मांडला आहे.

उत्तरदात्या ग्रामीण मातंग स्त्रिया ह्या हिंदू धर्माचे आचरण करीत असल्या तरी त्यांना हिंदूंच्या कोणत्या धार्मिक ग्रंथाची माहिती आहे? असे विचारले असता लक्षात आले की, रामायण (५७.७८ टक्के) व महाभारत (२० टक्के) या दोन्ही धर्मग्रंथांची माहिती बहुसंख्य मातंग स्त्रियांना असून हिंदू धर्माचे हे दोन प्रमुख धर्मग्रंथ या स्त्रियांना वाटतात. पांडवप्रताप या ग्रंथाची माहिती त्यांना अत्यल्प प्रमाणात असलेली दिसून येते.

परभणी जिल्ह्यातील बहुसंख्य (४४ टक्के) मातंग स्त्रिया हिंदू धर्मातील बारा महिन्यातील सण साजरे करतात. त्यामध्ये काही सण जास्त मोठ्या प्रमाणात साजरे होतात, तर काही अगदी साध्या पद्धतीने साजरे केले जातात. चैत्र ते फाल्गुन या बारा महिन्यांत अनुक्रमाने येणारे सण त्यामध्ये चैत्र महिन्यात गुढीपाडवा, रामनवमी, हनुमान जयंती, वैशाख महिन्यात अक्षय्यतृतिया, ज्येष्ठ महिन्यात वटपौर्णिमा, श्रावणमासात नागपंचमी, रक्षाबंधन, पोळा, भाद्रपद महिन्यात सर्वपित्री अमावस्या, कार्तिक महिन्यात दिवाळी, भाऊबीज, फाल्गुन महिन्यात होळी इत्यादी सण साजरे केले जातात, असेच स्त्रियांनी सांगितले आहे. धार्मिक सणांत गावामधून या जातीसमूहातील स्त्री-पुरुषांना विशिष्ट प्रकारची कामे करावी लागत असत. गावातून मातंग जातीची भूमिका धार्मिक सण साजरे करताना महत्त्वाची आहे.

उत्तरदात्या ग्रामीण मातंग जातीतील स्त्रियांकडून हिंदूंची तीर्थक्षेत्रे आळंदी (३२

टक्के), तुळजापूर (२८ टक्के), पंढरपूर (२८.२९ टक्के) येथील देव-देवतांच्या दर्शनासाठी जाणाऱ्या बहुसंख्य स्त्रिया आढळून आल्या आहेत. तीर्थक्षेत्रास जात नाहीत अशा खूप कमी स्त्रिया आढळून आल्या आहेत.

ग्रामीण मातंग स्त्रियांवर धार्मिकतेचा प्रभाव अधिक असलेला दिसून येतो. दर वर्षी असणाऱ्या काही धार्मिक यात्रेला या स्त्रिया जातात. मातंग जातीचे जागृत धार्मिक स्थळ म्हणून मांगीरबाबा असल्याचे बहुतांशी (७२.४४ टक्के) स्त्रियांनी सांगितले आहे. संपूर्ण महाराष्ट्रातून अनेक ठिकाणाहून औरंगाबाद जिल्ह्यातील शेंद्रा येथील देवस्थान मांगीरबाबाची यात्रा दर वर्षी भरते, तेथे या स्त्रिया सहभागी होतात. तसेच महाराष्ट्रातील चंद्रपूर जिल्ह्यातील चांदगडच्या देवीच्या यात्रेस देखील बहुसंख्य (४९.५६ टक्के) मातंग स्त्रिया ह्या सहभागी होतात. धार्मिक यात्रेत सहभागी होणाऱ्या मातंग स्त्रियांमध्ये नवस करणाऱ्या स्त्रिया ह्या बहुसंख्य (५७.८८ टक्के) आहेत. धार्मिक यात्रेला गेल्यानंतर मांगीरबाबा गळटोचणीचा नवस फेडणाऱ्या स्त्रिया अधिक आहेत. तसेच बकरे-कोंबडे यांचे बळी देऊन नवस फेडण्याची प्रथा काही प्रमाणावर या दोन्ही धार्मिक यात्रांतून दिसून आली आहे. नवस न करणाऱ्या मातंग स्त्रिया ह्या अत्यल्प असल्याचे आढळून आले आहे.

उत्तरदात्या मातंग जातीतील स्त्रियांकडून पारंपरिक व धार्मिक प्रथांची माहिती संकलित केली. त्यावरून असे लक्षात येते की, देवकरीण (३८.३७ टक्के), पोतराज (८.८९ टक्के), आराधी (७.११ टक्के), देवदासी (१.३३ टक्के), वाघ्या-मुरळी (१.३३ टक्के) या धार्मिक प्रथांनी मातंग स्त्रियांचे जीवन प्रभावित झालेले आहे.

गावामध्ये एखाद्या सवर्ण समाजातील मुलाचा आजार बरा होत नसेल, तेव्हा त्यास मातंग स्त्रीच्या ओटीत दिले जात असे, त्यानंतर तो बरा झाला की त्या मुलांच्या जन्मदात्या आईला जेवढे महत्त्व आहे, अगदी तेवढेच महत्त्व त्या मातंग स्त्रीला दिले जात होते. या प्रथेला 'ओटीत घेण्याची प्रथा' म्हणत असत. उत्तरदात्या परभणी जिल्ह्यातील मातंग स्त्रियांमध्ये ही प्रथा कमी (३८.६७ टक्के) स्त्रियांमध्ये असलेली दिसून आली. मातंग जातीची ही धार्मिक प्रथा नष्ट होतानाच दिसून येत आहे.

परभणी जिल्ह्यातील ग्रामीण मातंग स्त्रिया ज्या देव-देवतांची पूजा करतात, त्यामध्ये मरीआई या देवतेची पूजा केली जाते. संकट काळात मदत करणारी देवी म्हणून व ग्रामदेवता म्हणूनच ८४.८९ टक्के स्त्रिया तिचे पूजन करताना आढळून येतात. गणपतीची व पिराची पूजा करणाऱ्याही काही स्त्रिया आहेत; तर महादेव, खंडोबा, सैलानी बाबा या देवतांचीदेखील पूजा केली जाते. उत्तरदात्या ग्रामीण मातंग स्त्रियांची ग्रामदेवता मरीआई ह्या नावानेच ओळखली जाते. मरीआईचे मंदिर किंवा ओटा हा बहुसंख्य (८४.८९ टक्के)गावांतून आहे. मरीआई या देवतेचे पूजन हे फुले, फळे, नारळ

वाहूनच केली जात आहे, तर १२.४४ टक्के स्त्रिया ह्या कोंबडा-बकरा यांचा बळी देऊन म्हणजेच नरबळी देऊन पूजा करतात. मरीआईची पूजा करताना काही प्रमाणात नरबळी प्रथा आढळून आली आहे.

ग्रामीण मातंग स्त्रियांना गाव पातळीवर कोणती धार्मिक गावकीची कामे करावी लागतात, यासंबंधी तथ्ये संकलित केली. त्यामधून गावातील धार्मिक उत्सवात, सण-समारंभात वाद्य वाजविण्याचे काम त्या कुटुंबातील ७.११ टक्के पुरुष करताना दिसून येतात. त्यांच्याकडे हे काम जातीने ठरवून दिलेले गावकीचे धार्मिक कार्य आहे. ह्या गावातील लोकांना पूजासाठी लागणारे बांबूची टोपली (१.७८ टक्के), सूप तयार करणे (०.८९ टक्के), तोरण बांधणे (१.३३ टक्के) ही कार्ये त्या स्त्रियांना करावी लागतात.

गावामध्ये विविध सार्वजनिक व धार्मिक कार्यक्रम आयोजित केले जातात. या सार्वजनिक व धार्मिक कार्यक्रमांमध्ये अस्पृश्य असल्यामुळे मातंग जातीतील ८६.६७ टक्के स्त्रियांना सहभाग मिळत नाही. त्यामुळे त्यांच्याकडून कोणत्याही प्रकारची धार्मिक - सार्वजनिक कार्यक्रमांची वर्गणी घेतली जात नाही, तर काही उत्तरदात्या स्त्रिया ह्या सहभाग मिळाला नाही, तरी बाहेरून सहभाग नोंदवतात. त्या स्वत:हूनच अशा कार्यामांस वर्गणी देतात.

ग्रामीण भागातून अस्पृश्यांना व स्त्रियांना असलेल्या धार्मिक बंधनांमुळेच ९३.५६ टक्के स्त्रियांना मंदिरप्रवेश नाकारलेला आहे.

हिंदू धर्माचे आचरण करणाऱ्या परंतु अस्पृश्य समजल्या जाणाऱ्या मातंग जातीमधील स्त्रियांना व कुटुंबीयांना गावांतील मंदिरांत प्रवेश दिला जात नाही. गावामधून सार्वजनिक मंदिरप्रवेश बंदी कायम आहे.

ग्रामीण मातंग स्त्रियांना धार्मिक जीवनातील अडचणी येतात. त्यामध्ये बहुसंख्य स्त्रियांनी सांगितले की, हिंदू धर्माप्रमाणेच जीवन जगूनदेखील अस्पृश्यतेची वागणूक मिळते. अस्पृस्य म्हणूनच त्यांना आपले धार्मिक व सांस्कृतिक जीवन जगावे लागते. धार्मिकतेचा प्रभाव अधिक असल्यामुळे हिंदू धर्मातील देव-देवतांना नवस केले जातात, परंतु ते फेडण्यासाठी ६३.१५ टक्के स्त्रियांकडे पैसा नसतो. त्यामुळे त्या नवस फेडण्यासाठी देव-देवतांच्या दर्शनास जाऊ शकत नाहीत. मंदिरप्रवेशावरून अनेक वेळा वाद होतात असे १७.७७ टक्के स्त्रियांनी सांगितले आहे. त्यामुळे त्या स्वत: मंदिरात जात नाहीत. सार्वजनिक कार्यक्रमांत पंगतीत सवर्ण स्त्रियांसोबत जेवण घेत नाहीत.

परभणी जिल्ह्यातील नमुना म्हणून निवडलेल्या ग्रामीण मातंग स्त्रियांना सामाजिक जीवनातून वेगवेगळ्या दर्जाच्या आधारे प्राप्त भूमिका पार पाडावी लागते. मातंग

जातीच्या वतीने आयोजित करण्यात आलेल्या सार्वजनिक कार्यक्रमांमध्ये धार्मिक सण, उत्सव, त्यांचा विवाह सोहळा, हळदी-कुंकू, नामकरण सोहळा, अंत्यविधी, जयंती व पुण्यतिथी या सर्वांमधूनच स्त्रियांना सहभागी करून घेतले जाते परंतु स्त्री म्हणून या सर्वच कार्यक्रमांतून पुरुषाला प्राधान्य दिले जाते. स्त्री म्हणून तिला दुय्यम व कनिष्ठ स्थान दिले जाते. जातीची इतर कोणतीच बंधने या कार्यक्रमात सहभागासाठी नसतात.

उत्तरदात्या ग्रामीण मातंग स्त्रियांच्या गावांमधून दर वर्षी गावकऱ्यांच्या वतीने आयोजित धार्मिक सण, उत्सव, यात्रा, विवाह सोहळा, हळदी-कुंकू, नामकरण सोहळा, अंत्यविधी, जयंती, पुण्यतिथीमधून मात्र उत्तरदात्या बहुसंख्य (६९.४३ टक्के) स्त्रियांना प्रवेश मिळत नाही. त्यांच्यावर मातंग व अस्पृश्य जातीची स्त्री म्हणून अनेक बंधने टाकलेली आहेत. एक स्त्री म्हणून अनेक बंधने टाकलेली आहेत. स्त्रीवर ही बंधने असल्यामुळेच तिला या कार्यामातून प्रवेश नाकारलेला दिसून येतो. उत्तरदात्या स्त्रियांच्या मातंग वस्तीमधून सर्वाधिक (९६ टक्के) प्रमाणात अण्णाभाऊ साठे जयंती साजरी केली जाते. त्यानंतर डॉ. बाबासाहेब आंबेडकर, शिवाजी महाराज यांच्याही जयंती साजऱ्या केल्या जातात. या कार्यक्रमामधून मातंग स्त्रिया ह्या सहभागी होतात.

उत्तरदात्या स्त्रियांना, सवर्ण व इतर जातीमधील स्त्रियांकडून मिळणारी वागणूक ही ९०.२२ टक्के अस्पृश्यतेची व कनिष्ठतेची वागणूक मिळते.

उत्तरदात्या स्त्रियांना अनुसूचित जातीतील वस्तीत राहणाऱ्या इतर अनुसूचित जातीतील स्त्रियांसोबत असलेले संबंध हे भेदभावपूर्ण (६७.५६ टक्के) असून ते मातंग स्त्रियांना सहन करावे लागते असे सांगितले आहे.

उत्तरदात्या स्त्रियांची एकही स्त्री संघटना नाही. स्त्रीमुक्ती संघटना, दलित स्त्री संघटना ग्रामीण मातंग स्त्रियांपर्यंत पोहोचलेली दिसून येत नाहीत. या दोन्ही संघटनांचे कार्य गावपातळीवर असलेले दिसून आले नाही, स्त्रियांसाठी काम करणारी संघटना गावामधून आहे, पण या संघटना दलित मातंग स्त्रियांचे प्रश्न व समस्या सोडवत नाहीत. मातंग स्त्री संघटना नसल्यामुळे प्रश्न सुटत नाहीत.

नमुना म्हणून निवडलेल्या मातंग वस्तीवर मातंग जातीच्या संघटना ह्या काम करताना आढळून आल्या आहेत. मानवी हक्क अभियान (१५.५६टक्के), अखिल भारतीय मातंग संघ (८.८९टक्के), सामाजिक न्याय आंदोलन (११.११ टक्के), लहुजी साळवी सेना (२.२२ टक्के) इ. संघटनांकडून जातीचे प्रश्न सोडविण्याचे प्रयत्न केला जाताना दिसून आला आहे. या संघटनादेखील स्त्रियांचे प्रश्न स्वतंत्ररित्या सोडवण्यासाठी काही प्रमाणात प्रयत्न करीत असतात. गावातील स्त्री संघटना मात्र स्त्रियांचे प्रश्न सोडवत नाहीत.

उत्तरदात्या स्त्रियांची ओळख अनुसूचित जातीतील अस्पृश्य व कनिष्ठ जातीतील स्त्री म्हणून आहे. समाजातून या जातीच्या स्त्रियांना मिळणारा दर्जा कनिष्ठ होता. त्यांना मिळणाऱ्या कनिष्ठ दर्जावर बहुसंख्य (८९.३३ टक्के) स्त्रिया समाधानी आहेत. असे त्यांनी सांगितले आहे.

परभणी जिल्ह्यातील ग्रामीण मातंग स्त्रियांचा राजकीय जीवनातील सहभाग पाहताना असे लक्षात येते की, लोकसभा, विधानसभा, जिल्हा परिषद, पंचायत समिती, ग्रामपंचायत या सर्वच निवडणुकांतून ९८.२२ टक्के ग्रामीण मातंग स्त्रिया मतदान करतात. मतदान करताना कुटुंबातील सदस्य, पती (५८.६७ टक्के) व मुलगा (१३.३३ टक्के) यांचा सल्ला घेतात असेच दिसून आले आहे. मातंग वस्तीमधून लोकसभा, विधानसभा, जिल्हा परिषद, पंचायत समिती, ग्रामपंचायत या सर्वच निवडणुकांमधून खूप मोठ्या प्रमाणावर सर्व राजकीय पक्षांचे उमेदवार हे पैसा (३१.५६ टक्के), दारू ४५.३३ (टक्के), धान्य (१.६७ टक्के) यांचा वापर करतात असे त्यांनी सांगितले आहे.

ग्रामीण विकास आणि ग्रामीण स्त्रियांचा राजकीय सहभाग वाढविण्यासाठी महिला ग्रामसभांना सुरुवात झाली आहे. या ग्रामसभेत नमुना म्हणून निवडलेल्या ग्रामीण मातंग स्त्रियांना ग्रामसभेतील निमंत्रणच मिळत नाही. निमंत्रण मिळाले तरी सहभागी होणाऱ्या स्त्रियांचे प्रमाण कमी (२१.३४ टक्के) आहे. त्या प्रामुख्याने गावाच्या विकासाच्या प्रक्रियेपासून व राजकीय सहभागापासून दूर राहतात. ग्रामसभेला उपस्थित राहिले, तरी त्या स्त्रियांना आपल्या अडचणी व समस्या तेथे मांडता येत नाहीत. ग्रामीण मातंग स्त्रियांचा ग्रामसभेतील सहभाग अत्यल्प व नाममात्र आहे.

नमुना म्हणून निवडलेल्या मातंग जातीमध्ये पूर्वी जातपंचायत अस्तित्वात होती. त्यामुळे जातीतील स्त्री-पुरुषांचे प्रश्न त्यामधून सोडविले जात असत. नमुना म्हणून निवडलेल्या मातंग वस्तीमधून सद्य:स्थितीमध्ये जातपंचायतमध्ये परिवर्तन झाले आहे. जातपंचायत अस्तित्वात आहे, असे २.२२ टक्के स्त्रियांनी सांगितले आहे.

लोककल्याणासाठी शासनाच्या वतीने विविध योजना तयार केल्या जातात. योजनांमधून लोकसहभाग घेऊन त्या यशस्वी करण्यासाठी गावपातळीवर त्यांच्या समितीची निवड केली जाते. नव्याने जाहीर झालेल्या तंटामुक्ती योजनातून गावात जी समिती तयार केली आहे त्या समितीमध्ये मातंग जातीतील स्त्रियांना अत्यल्प (०.८९ टक्के) प्रतिनिधित्व मिळते. सहकार धोरणाचा आधार घेत प्रत्येक गावामधून शेतीला पतपुरवठा करण्यासाठी सहकार सेवा सोसायटी स्थापन झालेली आहे. नमुना म्हणून निवडलेल्या उत्तरदात्या मातंग जातीतील स्त्रियांना यामधून सदस्यत्व मिळते, परंतु हे खूप कमी प्रमाण (०.८९ टक्के) आहे. उत्तरदात्या मातंग जातीतील स्त्रियांना स्थानिक

स्वराज्य संस्थांच्या निवडणुकांतून उमेदवारी देण्याचे प्रमाण कमी आहे. बहुसंख्य (६५.३३ टक्के) मातंग स्त्रियांना आजही उमेदवारी देण्यापासून दूर ठेवलेले दिसून येते; कारण निवडणुकांमध्ये खर्च करण्यासाठी लागणारा पैसा त्यांच्याकडे नसतो. अनुसूचित जातीमधील इतर जातीप्रमाणे संघटनही नसते.

उत्तरदात्या स्त्रियांमध्ये स्थानिक स्वराज्य संस्थांच्या निवडणुकांत उमेदवारी मिळवून विजय प्राप्त करणाऱ्या मातंगांचे प्रमाण अत्यल्प (५.७८ टक्के) आहे. ह्या ग्रामपंचायत सदस्य, जिल्हा परिषद सदस्य, सभापती या पदांवर असताना या स्त्रियांनी जातीतील स्त्रियांचे प्रश्न सोडविण्यासाठी काम केले आहे.

उत्तरदात्या ग्रामीण मातंग स्त्रिया बहुसंख्य (६२.६७ टक्के) ह्या कोणत्याही राजकीय पक्षाच्या सभासद नाहीत.

उत्तरदात्या ग्रामीण मातंग स्त्रियांना राजकीय जीवनात येणाऱ्या अडचणी, समस्या त्यांनी सांगितल्या आहेत. ग्रामसभेतील सहभागापासून अलिप्त राहतात. सर्वच निवडणुकांच्या कालावधीपुरते मातंग वस्तीवर उमेदवार येतात. मतदान झाल्यानंतर मातंग वस्तीवर येत नाहीत. वस्तीवर जाऊन प्रश्न सोडविण्याचा कोणीही प्रयत्नदेखील करीत नाही.

ग्रामपंचायतचे सरपंच, सदस्य, पंचायत समिती सदस्य, सभापती, जिल्हा परिषद सदस्य, सभापती या पदांवर जाण्याचा स्त्रियांना आरक्षणामुळे अधिकार आहे, परंतु मातंग स्त्रियांना मात्र हा अधिकार मिळत नाहीत; कारण गावातील सवर्ण, प्रतिष्ठित - जो निवडणुकांत त्यांच्यासाठी पैसा व राजकीय शक्ती पूर्णपणे लावतो- तोच या निवडणुकांमध्ये विजय मिळाल्यानंतर अधिकार वापरतो, असे आढळून आले. नमुना म्हणून निवडलेल्या मातंग स्त्रियांच्या कुटुंबात हंगामी स्थलांतराचे प्रमाण अधिक आहे. त्यामुळे रोजगारासाठी गेलेल्या व्यक्तींना निवडणुकांत मतदान करता येत नाही.

अस्पृश्यता निर्मूलनाचा कायदा इ.स. १९५५मध्ये मंजूर करण्यात आला आहे. या कायद्याविषयीची माहिती ग्रामीण भागात आहे. बहुसंख्य मातंग (६३.११टक्के) स्त्रियांना माहिती पोहोचली आहे, परंतु प्रत्येक स्त्रीपर्यंत ही माहिती पोहोचलेली नाही. अनुसूचित जातीसाठी त्यांच्यावर होणाऱ्या अन्यायापासून, अत्याचारापासून संरक्षण करण्यासाठी इ.स. १९८९ चा अत्याचार प्रतिबंधक (ॲट्रॉसिटी ॲक्ट) चा कायदा मंजूर झाला आहे. उत्तरदात्या मातंग स्त्रियांनी या कायद्याचा वापर केलाच नाही अशा बहुसंख्य (८८.८९) टक्के स्त्रिया आहेत, तर कायद्याचा वापर करून गुन्हा नोंदविला आहे, अशा (११.११) टक्के स्त्रिया आहेत. मातंग जातीतील स्त्रियांकडून या कायद्याचा वापर होण्याचे प्रमाण कमी असलेलेच दिसून येते. संपत्तीमध्ये स्त्री-पुरुष दोघे एकमेकांचे बरोबरीचे वारसदार आहेत. संपत्ती वारसदारासंबंधी कायदाही अंमलात आलेला आहे.

उत्तरदात्या ग्रामीण मातंग स्त्रियांना संपत्तीचा वारसदार म्हणून बहुसंख्य कुटुंबांतून मुलगाच सांगितला जातो. पती वारस आहे असे काही स्त्रियांनी सांगितले आहे. लिंगभेदाच्या आधारे संपत्तीचा वारस पुरुष आहे असे सांगितले आहे. अशी बहुसंख्य कुटुंबे आढळून आली आहेत.

७६ टक्के ग्रामीण मातंग स्त्रियांना त्यांच्या वडिलांच्या संपत्तीमध्ये वाटा मिळत नाही. संपत्तीमध्ये त्या वाटा घेत नाहीत अशा थोड्या (५.७८ टक्के) स्त्रिया आहेत. ज्यांना वाटा मिळाला आहे अशा तर अत्यल्प आहेत. संपत्तीमध्ये कायद्याने समान हक्क दिला असला तरी आजही मातंग स्त्रियांत पारंपरिक पद्धतीने पितृसत्ताक कुटुंब पद्धतीचा नियम येथे स्वीकारला जात आहेत. उत्तरदात्या ग्रामीण मातंग स्त्रियांना पतीच्या संपत्तीमध्ये समान वाटा हा कायद्याने मिळतो हे माहीत आहे. या कायद्याच्या आधारे मातंग स्त्रियांच्या कुटुंबाचा विचार केला, तर बहुसंख्य (५९.११ टक्के) स्त्रियांना लाभ मिळालेला नाही.

'समान कामास समान वेतन' हा कायदा बहुसंख्य (८८.४४ टक्के) ग्रामीण मातंग स्त्रियांना माहीत नाही. मातंग स्त्रियांमध्ये शेतमजुरीचे काम करणाऱ्या स्त्रियांचे प्रमाण अधिक आहे. शेतीव्यवसायाशी निगडित रोजगार त्यांना उपलब्ध असतो. त्यामुळे तेथे समान कामासाठी समान वेतन मातंग स्त्रियांना दिले जात नाही. समान वेतन कायद्याची अमंलबजावणी प्रभावी होत नाही. नोकरीच्या ठिकाणी मात्र समान कामास समान वेतन मिळताना दिसून आले आहे.

उत्तरदात्या मातंग स्त्रियांमध्ये ज्यांनी गर्भलिंगनिदान केले आहे त्या स्त्रियांनी सांगितले की, मुलगा हा वंशाचा दिवा आहे, त्यामुळे मुलगा प्राप्तीसाठी गर्भलिंगनिदान केले, तर अगोदर एकापेक्षा अधिक मुलीचे अपत्य असल्यामुळे गर्भलिंगनिदान केले आहे अशा ११.११ टक्के स्त्रिया आहेत. समाजातून स्त्रियांना मिळणारा कनिष्ठ दर्जा, त्यांच्यावर होणार अन्याय, अत्याचार यामुळे गर्भलिंगनिदान केले आहे. गर्भलिंगनिदान करणाऱ्या स्त्रियांपैकी काही स्त्रियांनी मुलीचा गर्भ असल्यामुळे गर्भपातदेखील केला आहे.

इ.स. १८५६ चा विधवा पुनर्विवाह कायदा (७४.२२ टक्के), घटस्फोट कायदा (७६.४४ टक्के), इ.स. १९५६चा हिंदू वारसा हक्काचा कायदा (९०.२२ टक्के), कामाच्या ठिकाणी असणारा स्त्रीसंरक्षणाचा कायदा (८९.७८ टक्के), गर्भलिंगनिदान व गर्भपाताचा कायदा (५६.८९ टक्के), इ.स. २००५ चा कौटुंबिक हिंसाचार प्रतिबंधक कायदा (९१.५६ टक्के), दिनांक १२ ऑक्टोबर २००५ चा माहिती अधिकाराचा कायदा (९१.११ टक्के) हे सर्वच कायद्याचे ज्ञान ग्रामीण मातंग स्त्रियांना नाही, अशा बहुसंख्य स्त्रिया आढळून आल्या आहेत. कायद्याची माहितीच नसल्यामुळे त्यांच्या

आधारे त्या वर्तन करताना दिसून आल्या नाहीत.

उत्तरदात्या ग्रामीण मातंग स्त्रियांना दैनंदिन जीवन जगत असताना सामाजिक कायद्याच्या संदर्भात कोणत्या अडचणी व समस्या येतात, यामध्ये प्रामुख्याने सामाजिक कायदे स्त्रियांना माहीत नाहीत अशा बहुसंख्य स्त्रिया आहेत. सामाजिक कायदे माहिती नसल्यामुळे या कायद्यांचे पालन करत नाहीत, अशी अडचण त्यांनी सांगितली आहे. वस्तीपर्यंत कायद्याची माहिती पोहोचत नाहीत, सामाजिक कायद्याची सखोल माहिती उपलब्ध होत नाही, अशाच अडचणी व समस्या त्यांनी सांगितल्या आहेत.

उत्तरदात्या ग्रामीण मातंग स्त्रियांना केंद्र व राज्य सरकार, समाजकल्याण विभाग, जिल्हा परिषद महिला व बालकल्याण विभाग इत्यादी विभागांच्या वतीने समाजातील उपेक्षित गटांना साह्य करण्यासाठी खास योजना तयार करण्यात आल्या आहेत.

उत्तरदात्या ग्रामीण मातंग स्त्रियांना या विविध योजनांची माहिती नाही, अशा बहुसंख्य (५८.२२ टक्के) स्त्रिया आढळून आल्या आहेत. विविध योजनांची माहिती आहे अशा स्त्रिया मात्र कमी (४१.७८ टक्के) आहेत.

शासनाच्या असणाऱ्या या विविध योजना उत्तरदात्या ग्रामीण मातंग स्त्रियांपर्यंत पोहोचवणारी यंत्रणा कोणती आहे? त्यामध्ये कुटुंबातील प्रमुख व्यक्ती, संरपच, ग्रामसेवक, यांचा सर्वाधिक वाटा आहे. त्या पाठोपाठच काही ठिकाणी ग्रामपंचायत सदस्य, जातीतील पुढारी, स्वयंसेवी संस्था यांच्यामार्फत ही माहिती मातंग समाजातील स्त्रियांपर्यंत पोहोचते. तसेच काही ठिकाणी उत्तरदात्या मातंग स्त्रियाच ही माहिती उपलब्ध करून घेतात.

अनुसूचित जातीसाठी, महिलांसाठी इत्यादी विभागांच्या योजनांचा लाभ घेण्यासाठी त्यांचे कुटुंब दारिद्र्यरेषेखाली असणे आवश्यक असते. त्यामुळे मातंग स्त्रियांच्या कुटुंबांचे दारिद्र्यरेषेखाली असणाऱ्यांचे प्रमाण हे ७६.८९ टक्के आहे. आणखी काही कुटुंबे अशी आढळून आली की त्यांचाही समावेश यामध्ये व्हावा. अनुसूचित जातीसाठी व मागासवर्गीय जातींसाठी 'महात्मा फुले मागास वर्ग विकास महामंडळ मर्यादित' याची स्थापना करण्यात आली. तेव्हा या महामंडळामार्फत व्यवसायासाठी कर्ज, बीज भांडवल, अस्वच्छ कामगार पुनर्वसन या तीन योजना राबविण्यात येतात. या योजनांचा लाभ झाला नाही अशी ९९.५६ टक्के स्त्रियांची कुटुंबे आहेत, तर लाभ झालेली ०.४४ टक्केच कुटुंबे आहेत. प्रत्येक जातीच्या विकासासाठी स्वतंत्र महामंडळ स्थापन करण्याचा विचार पुढे आला. मातंग समाजाच्या विकासासाठी विविध योजना तयार केल्या आहेत. उद्योगासाठी कर्जपुरवठा करणारी योजना तयार केली. या योजनेचा लाभ मिळाला नाही अशी ९१.५६ टक्के कुटुंबे आढळून आली आहेत, तर लाभ झाला

आहे अशी ०८.४४ टक्के कुटुंबे आढळून आली आहेत. अण्णाभाऊ साठे महामंडळाला अनुदानाची तरतूददेखील कमी आहे. जिल्हा परिषद विभागाच्या वतीने महिलांसाठी मोफत शिलाई मशीन वाटप याअंतर्गत मातंग स्त्रियांना लाभ झाला नाही अशा ९७.२३ टक्के आहेत, तर लाभ झाला अशा २.६७ टक्के आहेत.

अनुसूचित जातीसाठी असणाऱ्या शैक्षणिक विभागाच्या विविध योजनांचा लाभ उत्तरदात्या मातंग स्त्रियांना व कुटुंबातील मुलींना किती प्रमाणात झाला आहे? याची माहिती घेतली असता, सावित्रीबाई फुले शिष्यवृत्ती योजनेचा लाभ झाला नाही असे ८७.५६ टक्के स्त्रिया आहेत, तर लाभ झाला अशा १२.४४ टक्के स्त्रिया आहेत.

अनुसूचित जातीमधील दारिद्र्यरेषेखाली असणाऱ्या मुलींना उपस्थिती भत्ता योजना आहे. या योजनेचा लाभ झाला नाही असे सांगणाऱ्या ७२.८९ टक्के स्त्रिया आहेत, तर उपस्थिती भत्ता योजनेचा लाभ झाला आहे असे सांगणाऱ्या २७.११ टक्के स्त्रिया आहेत. अनुसूचित जातीमधील मुला-मुलींना 'मागेल त्यास व्यावसायिक प्रशिक्षण' योजनेअंतर्गत लाभ झाला नाही असे सांगणाऱ्या ९८.२२ टक्के स्त्रिया आहेत, तर लाभ झाला आहे असे सांगणाऱ्या १.७८ टक्के स्त्रिया आहेत. राजर्षी शाहू शिष्यवृत्ती योजनेचा लाभ एकाही स्त्रीला झालेला नाही. मातंग स्त्रियांच्या कुटुंबामध्ये शिक्षणाचे प्रमाणच कमी आहे. त्यामुळे बहुसंख्य कुटुंबांना त्याचा लाभ झाला नाही.

उत्तरदात्या मातंग स्त्रियांना पशुसंवर्धन विभागाच्या वतीने राबविण्यात येणाऱ्या तीन गायी वाटप, शेळीवाटप, कोंबड्याचा पुरवठा, पशुसंवर्धन प्रशिक्षण योजना यांचा लाभ झाला नाही असे ९७.७८ टक्के स्त्रियांनी सांगितले आहे, तर योजनांचा लाभ झाला आहे असे सांगणाऱ्या फक्त २.२२ टक्के स्त्रिया आहेत. विशेष घटक योजने अंतर्गत पीकसंवर्धन योजनेमध्ये असलेल्या पीकसंरक्षण अवजारे, शेती सुधारणा अवजारे, बैलजोडी, रेडेजोडी, जुनी विहीर दुरुस्ती, पाईपलाईन, पंपसेट वाटप इत्यादी योजनांचा लाभ झाला नाही अशी १०० टक्के कुटुंबे आहेत. एकात्मिक ग्रामीण विकास योजनेचा लाभ झालेला नाही अशी ९४.६७ टक्के आहेत, तर योजनेचा लाभ झाला अशी ५.३३ टक्के कुटुंब आहेत. कर्मवीर दादासाहेब गायकवाड सबलीकरण योजना, शेतीसाठी मोटार पंप खरेदी योजना, घरावरील जुने छपर बदलणे इत्यादी योजनांचा लाभ १०० टक्के स्त्रियांना झाला नाही.

उत्तरदात्या मातंग स्त्रियांना शासनाच्या विविध योजनांचा लाभ किती प्रमाणात झाला त्या लाभाचे प्रमाण हे अत्यल्प असल्याचे दिसून येते. इंदिरा आवास घरकुल योजनेअंतर्गत उत्तरदात्या मातंग स्त्रियांच्या कुटुंबाना लाभ झाला नाही अशा ९१.७८ टक्के आहेत, तर कुटुंबाना लाभ झाला नाही अशा ९१.७८ टक्के आहेत, तर कुटुंबाना लाभ झाला आहे अशा १८.२२ टक्के आहेत. घरदुरुस्तीसाठी मिळणारे अनुदान हे

मातंग स्त्रियांच्या कुटुंबांना मिळाले नाही असे ९८.२२ टक्के स्त्रियांनी सांगितले आहे. घरदुरुस्तीसाठी अनुदान मिळाले आहे, असे १.७८ टक्के स्त्रियांनी सांगितले आहे.

अनुसूचित जातीसाठी असणाऱ्या नोकरीतील राखीव १३ टक्के जागांचा लाभ मातंग स्त्रियांना किती प्रमाणात झाला आहे त्या वेळी आरक्षणाचा लाभ झाला नाही असे ९४.६७ टक्के स्त्रियांनी सांगितले आहे. कुटुंबातील सदस्यांना याचा लाभ झाला आहे असे ५.३३ टक्के स्त्रियांनी सांगितले आहे. महिलांसाठी नोकरीत ३० टक्के जागा राखीव ठेवलेल्या आहेत. महिला आरक्षणाचा लाभ झालेला नाही अशा ९९.११ टक्के स्त्रिया आहेत, तर लाभ मिळाला आहे अशा ०.८९ टक्के स्त्रिया आहेत.

ग्रामीण मातंग स्त्रियांना महिला आर्थिक विकास महामंडळाच्या योजनांचा लाभ झाला नाही अशा स्त्रिया बहुसंख्य (९७.३३ टक्के) आहेत, तर योजनांचा लाभ झाला आहे अशा २.३७ टक्के स्त्रिया आहेत. मातंग स्त्रियांना जिल्हा परिषद, महिला व बालकल्याण विभागाच्या योजनांचा लाभ झाला नाही असे ९८.६७ टक्के स्त्रियांनी सांगितले आहे, तर लाभ झाला आहे असे १.३३ टक्के स्त्रियांनी सांगितले आहे.

नमुना म्हणून निवडलेल्या मातंग स्त्रियांपैकी, महिलांसाठी असणाऱ्या शासकीय वसतिगृह योजनेचा लाभ उत्तरदात्या ग्रामीण मातंग स्त्रियांना झाला नाही अशा ९९.५६ टक्के आहेत, तर लाभ झाला आहे असे ०.४४ टक्के स्त्रियांनी सांगितले आहे. नमुना म्हणून निवडलेल्या ग्रामीण मातंग स्त्रियांना जिल्हा उद्योग केंद्रामार्फत वेगवेगळ्या विषयांवर प्रशिक्षण दिले जाते. या प्रशिक्षण योजनेचा लाभ घेतला नाही असे ९९.५६ टक्के स्त्रियांनी सांगितले आहे, तर लाभ मिळाला आहे असे ०.४४ टक्के स्त्रियांनी सांगितले आहे.

अनुसूचित जातींमध्ये प्रचलित असलेली देवदासी प्रथा कमी व्हावी यासाठी विशेष योजना तयार करण्यात आल्या आहेत. त्यामध्ये देवदासी कल्याण योजनेअंतर्गत विवाह अनुदान योजनेचा लाभ नाही असे ९७.७८ टक्के स्त्रियांनी सांगितले आहे. देवदासी प्रथेविरुद्ध समाजप्रबोधन व्हावे यासाठी एकही स्वयंसेवी संस्था काम करताना आढळून आली नाही.

उत्तरदात्या मातंग स्त्रियांपैकी, स्वस्त धान्य पुरवठा योजनेअंतर्गत कुटुंबांना लाभ झाला नाही असे ४१.३३ टक्के स्त्रियांनी सांगितले, तर लाभ झाला आहे असे ४४ टक्के स्त्रियांनी सांगितले आहे. आम्ही माल आणत नाही असे १४.६७ टक्के स्त्रियांनी सांगितले आहे. रॉकेलचा पुरवठा होणाऱ्या ४५.३३ टक्के स्त्रिया आहेत, तर रॉकेल मिळत नाही असे सांगणाऱ्या ३९.५६ टक्के स्त्रिया आहेत. रॉकेल आणत नाहीत, अशा १५.११ टक्के आहेत.

ग्रामीण मातंग स्त्रियांना स्वयंपाक करताना गॅसचा वापर करता यावा यासाठी

बायोगॅसची योजना शासनाने आणली, पण या योजनेचा लाभ झाला नाही असे ९९.५६ टक्के स्त्रियांनी सांगितले, तर लाभ झाला आहे असे ९९.५६ टक्के स्त्रियांनी सांगितले, तर लाभ झाला आहे अशा ०.४४ टक्के आहेत. उत्तरदात्या मातंग स्त्रियांना गावात होणाऱ्या दारूबंदी आंदोलनात सहभागी होण्याची संधी असते. दारूबंदी आंदोलनात सहभागी न होणाऱ्या बहुसंख्य स्त्रिया आहेत. ७२ टक्के स्त्रिया सहभागी होत नाहीत. सहभागी होणाऱ्या २८ टक्के स्त्रिया आहेत.

लोकशाहीर अण्णाभाऊ साठे पुरस्कार महाराष्ट्र शासनाच्या वतीने देण्यात येतो. या पुरस्काराचा लाभ मातंग स्त्रियांना झाला नाही.

परभणी जिल्ह्यातील नमुना म्हणून निवडलेल्या उत्तरदात्या ग्रामीण मातंग स्त्रियांना अनुसूचित जातीसाठी, अनुसूचित जातीतील महिलांसाठी, महिलांसाठी असणाऱ्या विविध विभागांच्या योजनांचा लाभ घेताना कोणत्या अडचणी येतात, त्यामध्ये कोणत्याही शासकीय योजनांची माहिती गावपातळीवरील महिलांना उपलब्ध होत नाही. योजनांची माहिती देण्यासाठी केंद्र उपलब्ध होत नाही. महामंडळाकडे अनुदान उपलब्ध नाही, अनुसूचित जातीमधील मातंग स्त्रियांच्या तुलनेत इतर समाविष्ट जाती अधिक लाभ घेतात. संजय गांधी निराधारांना पगार नाहीत, अर्ज करण्यासाठी लागणारा पैसा उपलब्ध नाही इत्यादी अडचणी व समस्या ह्या मातंग स्त्रियांपुढे आलेल्या दिसून येतात. शासनाच्या असलेल्या सर्वच योजनांचा लाभ हा मातंग स्त्रियांना व त्यांच्या कुटुंबीयांना खूप अल्प प्रमाणात झाला आहे. अनुसूचित जातीमध्ये समाविष्ट असणाऱ्या इतर जाती ह्या या योजनेचा अधिक लाभ घेताना दिसून येतात. मातंग स्त्रियांना शासकीय योजनांपासून दूर राहावे लागते. मातंग स्त्रियांमध्ये ह्या सर्वच शासकीय योजनांपासून वंचित असणाऱ्यांचे प्रमाण अधिक आहे.

गृहितकृत्यांची पडताळणी

प्रस्तुत संशोधनासाठी मांडण्यात आलेल्या गृहितकृत्यांची पडताळणी निष्कर्षासोबत केली जाते. त्यामधून गृहितकृत्याची सत्यता तपासता येते.

ग्रामीण मातंग समुदाय हा गावकुसाबाहेर वास्तव्य करणारा आहे, असे गृहितकृत्य मांडलेले होते. त्याची सत्यता तपासली असता असे आढळून आले की, गावकुसाबाहेर स्वतंत्र वस्ती करून राहतो असे (९४.२२ टक्के) स्त्रियांनी सांगितले आहे. त्यामुळे मांडलेले गृहितकृत्य हे सत्य ठरले आहे, असे म्हणता येते.

ग्रामीण मातंग स्त्रियांची निवासस्थाने निकृष्ट दर्जाची असतात, असे गृहीत विधान मांडलेले होते. त्याची पडताळणी केली असता असे आढळून आले की, विटा, सिमेंटची भिंत, कूड व पत्रे, झोपडे अशा स्वरूपाची कच्ची व निकृष्ट घरे ही सर्वच

उत्तरदात्या स्त्रियांची होती. पक्के स्लॅबचे छत असलेले एकाही उत्तरदात्याचे घर आढळून आले नाही. त्यामुळे गृहितक सिद्ध झाले आहे.

मातंग वस्तीला रस्ते, पाणी वीज यांसारख्या मूलभूत सुविधा उपलब्ध नसतात. आलेल्या निष्कर्षांसोबत या गृहितकृत्याची पडताळणी केली असता असे आढळून आले की, मातंग वस्तीमध्ये सिमेंट रस्ता उपलब्ध आहे असे (५७.७८ टक्के) स्त्रियांनी सांगितले आहे, तर वस्तीला विद्युत पुरवठा होतो असे (७१.११ टक्के) स्त्रियांनी सांगितले आहे, तर पिण्याच्या पाण्याची सुविधा उपलब्ध झाली आहे, असे (८४.४४ टक्के) स्त्रियांनी सांगितले. त्यामुळे बहुसंख्य वस्तीमध्ये या सुविधा उपलब्ध झालेल्या आहेत, असे असले तरी प्रत्येक वस्तीपर्यंत मात्र या सुविधा पोहोचलेल्या नाहीत. सिमेंट रस्त्याच्या सुविधेचा अभाव आहे, असे (४२.२२ टक्के) स्त्रियांनी सांगितले आहे. विद्युत पुरवठा सुविधा उपलब्ध नाही, असे (२८.८९ टक्के) स्त्रियांनी सांगितले आहे, तर पाण्याची सुविधा उपलब्ध नाही, असे (१५.५६ टक्के) स्त्रियांनी सांगितले आहे. यावरून असेच लक्षात येते की, आजही काही वस्त्यांमध्ये या सुविधांचा अभाव आहे, हे गृहीत विधान अंशत: सिद्ध झाले आहे.

ग्रामीण मातंग स्त्रियांचा कौटुंबिक दर्जा कनिष्ठ स्वरूपाचा असून त्यांना निर्णयप्रक्रियेत सहभागी करून घेतले जात नाही, असे गृहितकृत्य मांडलेले आहे. त्यांची आलेल्या निष्कर्षांसोबत पडताळणी केली तर असे लक्षात येते की, ग्रामीण मातंग स्त्रियांच्या कुटुंबाचा प्रमुख हा पती आहे असे (७७.३३ टक्के) उत्तरदात्या स्त्रियांनी सांगितले आहे, तर मुलगा हा कुटुंबाचा प्रमुख आहे असे (१४.६७ टक्के) स्त्रियांनी सांगितले आहे. यावरून असे लक्षात येते की, बहुसंख्य कुटुंबे ही पितृसत्ताक आहेत. त्यामुळे लिंगभेदाच्या आधारे मातंग स्त्रीला कुटुंबातून दुय्यम स्थान दिले जाते. तसेच कुटुंबातील निर्णयप्रक्रियेतही नियमित सहभाग मिळत नसतो. कुटुंबातील जे महत्त्वपूर्ण निर्णय असतात त्यामध्ये दैनंदिन खरेदी व खर्चासंबंधी निर्णयाचा अधिकार पतीकडे असतो, असे (७८.६७ टक्के) उत्तरदात्या स्त्रियांनी सांगितले. त्यांचा सहभाग फक्त (२८ टक्के) आहे. मुलांच्या भवितव्यासंबंधी व शिक्षणासंबंधी निर्णयाचा अधिकार उत्तरदात्या स्त्रियांच्या पतीकडे आहे असे (७९.५६ टक्के) स्त्रियांनी सांगितले. उत्तरदात्या स्त्रिया स्वत: निर्णय घेतात, असे (२१.७८ टक्के) स्त्रियांनी सांगितले आहे. मालमत्ता खरेदी व विक्रीच्या वेळी निर्णय घेण्याचा अधिकार पतीकडे आहे, असे (७६.८९ टक्के) स्त्रियांनी सांगितले आहे. उत्तरदात्या स्त्रिया हा स्वत: हा निर्णय घेतात, असे (१६.८९ टक्के) स्त्रियांनी सांगितले आहे. कौटुंबिक वाद-विवादविषयक निर्णयदेखील पती घेतात असे (६७.८९ टक्के) स्त्रियांनी सांगितले आहे, तर (१६.४४ टक्के) निर्णय फक्त उत्तरदात्या स्त्रिया घेतात, तर (१४.६२ टक्के) स्त्रियांच्या मते मुलगा निर्णय घेतो.

सण-समारंभ आयोजन करण्यासाठीचा निर्णयदेखील उत्तरदात्या स्त्रियांचे पती घेतात, असे (६३.२२टक्के) स्त्रियांनी सांगितले आहे. मुलगा निर्णय घेतो असे (१४.२२ टक्के) स्त्रियांनी सांगितले आहे तर निर्णय स्वत: घेतात, असे (२२.६७ टक्के) स्त्रियांनी सांगितले आहे.

म्हणजेच मातंग कुटुंबातील पती किंवा मुलगा हे पुरुषच निर्णय घेतात. त्यामुळे मातंग स्त्रियांना निर्णयप्रक्रियेपासून दूर ठेवले जाते असेच आढळून आले आहे. मातंग स्त्रिया ह्या निर्णयप्रक्रियेपासून दूर राहतात. हे गृहितकृत्य सिद्ध झाल्याचे आढळून आले आहे.

ग्रामीण भागात वास्तव्य असणाऱ्या मातंग जातीमध्ये बालविवाहाची प्रथा प्रचलित असून मातंग स्त्रियांचे वैवाहिक जीवन तणावपूर्ण असते. या गृहितकृत्याची पडताळणी केली असता असे आढळून आले आहे की, उत्तरदात्या स्त्रियांचे स्वत:चे विवाह हे बालवयात झाले होते अशा स्त्रिया (९२.४४ टक्के) होत्या. त्यामुळे त्या कालखंडात बालविवाह प्रथा अस्तित्वात होती, परंतु सद्य:स्थितीमध्ये मात्र ज्या उत्तरदात्या स्त्रिया आहेत, त्यांच्या मुलींचे विवाह मात्र १८ वर्षांनंतर होतात असे (५३.७८ टक्के) आहे. त्यामुळे बालविवाहसंबंधी मांडलेले गृहितकृत्य काही प्रमाणात असत्य होते, परंतु आजही बालविवाहाची प्रथा प्रचलित असल्याचे आढळून येते. कारण आजही ती (४६.२२ टक्के) आहे. तसेच वैवाहिक जीवनात त्या समाधानी आहे असे (८२.२३ टक्के) स्त्रियांनी सांगितले आहे. यावरून असे लक्षात येते की, बालविवाहासारखी प्रथा कमी होताना दिसून येते. वैवाहिक जीवन सुखी असल्यामुळे याठिकाणी मांडलेले गृहीत विधान असत्य ठरले आहे.

ग्रामीण मातंग स्त्रियांमध्ये असलेल्या निरक्षरतेमुळे त्यांच्या मुला-मुलींच्या शिक्षण प्रक्रियेवर नकारात्मक परिणाम झालेला आहे. या गृहितकृत्याची पडताळणी आलेल्या निष्कर्षांसोबत केली असता असे स्पष्ट झाले की, ग्रामीण मातंग स्त्रियांमध्ये (७६.८९ टक्के) निरक्षरतेचे प्रमाण आहे. उत्तरदात्या मातंग स्त्रियांमध्ये निरक्षरतेचे प्रमाण असल्यामुळे त्याची मुले-मुली अर्धवट शिक्षण सोडतात. मुला-मुलींमध्ये शैक्षणिक गळतीचे प्रमाण अधिक आहे. उत्तरदात्या स्त्रिया या मुलींच्या शिक्षणासंबंधी उदासीन आहेत; कारण बाहेरगावी जाऊन मुलींना शिक्षण घेता येत नाही असे ६२.६७ टक्के स्त्रियांनी सांगितले आहे. त्यामुळे मातंग स्त्रियांच्या निरक्षरतेचा परिणाम तिच्या मुला-मुलींच्या शिक्षणावर झालेला आहे. त्यामुळे हे गृहीतकृत्य सत्य झालेले आहे.

ग्रामीण मातंग स्त्रियांना दारिद्र्यामुळे एकापेक्षा अधिक व्यावसायिक भूमिका पार पाडाव्या लागतात, तरीदेखील त्यांचा आर्थिक दर्जा हा कनिष्ठ स्वरूपाचा आहे. या गृहितकृत्याची पडताळणी आलेल्या निष्कर्षांसोबत केली असता असे स्पष्ट होते

की, ग्रामीण मातंग स्त्रियांची कुटुंबे ही (७६.८९ टक्के) दारिद्र्यरेषेखालील आहेत. त्यांच्यामध्ये शेतमजुरीचे प्रमाण (८१.३४ टक्के) आहे; तर आर्थिकदृष्ट्या कुटुंबांना मदत व्हावी यासाठी टोपली तयार करणे, झाडू तयार करणे, दाईचे काम, शेतकरी कुटुंबाकडे स्वच्छता करणे ही पारंपरिक कामे (१७.३३ टक्के) स्त्रिया करतात.

ग्रामीण मातंग स्त्रियांमध्ये दारिद्र्याचे प्रमाण अधिक असल्यामुळे हे गृहितकृत्य सत्य झाले आहे; पण पारंपरिक व्यावसायिक कामे करावी लागणाऱ्यांचे प्रमाण कमी झाले आहे. त्यामुळे काही प्रमाणातच ते विधान सत्य होते.

ग्रामीण मातंग स्त्रियांचे जीवन सांस्कृतिकतेमुळे व धार्मिकतेमुळे प्रभावित झालेले दिसून येते, या गृहितकृत्याची आलेल्या निष्कर्षांसोबत पडताळणी केली असता त्यामधून असे लक्षात येते की, ग्रामीण मातंग स्त्रियांचे धार्मिक यात्रेला जाण्याचे प्रमाण पाहिले तर ते अधिक आढळते. बहुसंख्य स्त्रिया शेंद्रा (७२.४४ टक्के), चंद्रपूर (४९.५६ टक्के) येथे जातात. नवस फेडण्यासाठी तसेच या यात्रेतून गळ टोचणी, नरबळी या प्रथा रूढ आहेत. तसेच आराधी, देवदासी, देवकरीण, पोतराज या प्रथाही काही प्रमाणात समाजात आढळून आल्या आहेत. तसेच मातंग स्त्रियांना गावातील सार्वजनिक, धार्मिक कार्यक्रमात सहभाग मिळत नाही अशा (८६.६७ टक्के) स्त्रिया आहेत. सार्वजनिक मंदिरातून प्रवेश मिळत नाही अशा (८३.५६ टक्के) स्त्रिया आहेत. यावरून असेच लक्षात येते की, मातंग स्त्रियांचे जीवन सांस्कृतिकतेमुळे व धार्मिकतेमुळे प्रभावित असलेले दिसून येते. म्हणून गृहितकृत्य सिद्ध झाले आहे.

ग्रामीण मातंग स्त्रिया सामाजिक जीवनातील सहभागापासून वंचित व उपेक्षित आहेत तसेच त्यांचा राजकीय जीवनातील सहभागदेखील अत्यंत मर्यादित आहे, या गृहितकृत्याची आलेल्या निष्कर्षांशी पडताळणी केली असता असे लक्षात येते की, गावातील सार्वजनिक कार्यक्रमातून (६९.४३ टक्के) स्त्रियांना सहभाग नाकारला आहे. सवर्ण स्त्रियांकडून (९०.२२ टक्के) ठिकाणी मातंग स्त्रियांना कनिष्ठतेची वागणूक मिळते. मातंग जातीतील स्त्रियांची एकही स्त्री संघटना नाही. यामुळे बहुसंख्येने स्त्रिया सामाजिक जीवनातील सहभागापासून वंचित राहतात. त्यामुळे गृहीतकृत्य काही प्रमाणात सिद्ध झालेले आहे.

स्थानिक स्वराज्य संस्थांच्या पदाधिकारी म्हणून राजकीय जीवनात सहभागी (५.७८ टक्के) स्त्रिया होत्या. यामुळे राजकीय सहभाग मर्यादित होता, हे गृहीत विधान सत्य ठरलेले आहे.

विविध सामाजिक कायद्यांबद्दल ग्रामीण मातंग स्त्रियांमध्ये अज्ञान आहे, ह्या गृहीतकृत्याची निष्कर्षासोबत पडताळणी केली असता असे लक्षात येते की, विधवा पुनर्विवाह (७६.४४ टक्के), हिंदू वारसा हक्काचा कायदा (९०.२२ टक्के), कामाच्या

ठिकाणी स्त्री संरक्षणाचा कायदा (८९.७८ टक्के), समान वेतन कायदा (८८.४४ टक्के), गर्भलिंग निदान व गर्भपात कायदा (५६.८९ टक्के), कौटुंबिक हिंसाचार प्रतिबंधक कायदा (९१.५६ टक्के), माहिती अधिकाराचा कायदा (९१.११ टक्के) या सर्वच सामाजिक कायद्यांच्या माहितीचा अभाव, त्याबद्दलचे अज्ञान मातंग स्त्रियांमध्ये होते. यावरून सामाजिक कायद्यांचे अज्ञान मातंग स्त्रियांमध्ये असते, हे विधानही अंशत: सिद्ध झाले आहे.

अनुसूचित जातीसाठी व महिलांसाठी असलेल्या विविध शासकीय योजनांचा लाभ ग्रामीण मातंग स्त्रियांना मिळाला नाही, या गृहीतकृत्याची पडताळणी आलेल्या निष्कर्षांसोबत केली.

केंद्र शासन व राज्य शासन, समाजकल्याण विभाग, जिल्हा परिषद, महिला बालकल्याण विभाग या विभागाच्या योजनांचा लाभ मातंग स्त्रियांना व कुटुंबातील सदस्य यांना किती प्रमाणात झाला आहे त्याचे विवेचन पुढीलप्रमाणे :- महात्मा फुले विकास महामंडळ (०.४४ टक्के), लोकशाहीर अण्णाभाऊ साठे विकास महामंडळ (९.४४ टक्के), जिल्हा परिषद योजना (२.६७ टक्के), शिक्षणासंबंधी असलेल्या विविध योजना, सावित्रीबाई फुले शिष्यवत्ती योजना (१२.४४ टक्के), राजर्षी शाहू शिष्यवृत्ती योजना (निरंक), मुलींना उपस्थिती भत्ता (२७.११टक्के), सायकल वाटप योजना (०.४४ टक्के), औद्योगिक प्रशिक्षण (१.८८ टक्के), पशुसंवर्धन विभाग (०.४४ टक्के), पीकसंवर्धन योजना (निरंक), एकात्मिक ग्रामीण विकास योजना (५.३३ टक्के), इंदिरा आवास घरकुल योजना (१८.३२ टक्के), अनुसूचित जातीसाठी असणाऱ्या नोकऱ्या (१३ टक्के), आरक्षण योजनांचा लाभ (५.३३ टक्के), महिला आरक्षण ३० टक्के नोकऱ्या लाभ (०.८९ टक्के), जिल्हा परिषद महिला व बालकल्याण विभागाच्या योजनेचा लाभ कन्यादान योजना (१.३३ टक्के), गर्भवती मातांना एकात्मिक योजना (१८.२२ टक्के), जिल्हा बहुउद्देशीय केंद्राचा लाभ (२.२२ टक्के), शासकीय महिला वसतिगृह (०.४४ टक्के), देवदासी अनुदान योजना (२.२२ टक्के), जिल्हा उद्योग केंद्र (०.४४ टक्के), स्वस्त धान्य पुरवठा योजना (४४ टक्के), दारूबंदी आंदोलन सहभाग (२८ टक्के), मातंग स्त्रियांना व त्यांच्या कुटुंबांना या योजनेचा लाभ झाला नाही अशीच बहुसंख्य कुटुंबे आहेत.

शासकीय योजनेच्या लाभाचे प्रमाण अत्यल्प असलेले दिसून येते. त्यामुळे गृहीत विधान काही प्रमाणात सिद्ध झालेले आहे.

ग्रामीण मातंग स्त्रियांचे जीवन हे अनेक अडचणी व प्रश्न आणि समस्यांनी प्रभावित झालेले आहे, या गृहीत विधानाची निष्कर्षांशी पडताळणी केली असता असे लक्षात आले की, ग्रामीण मातंग स्त्रियांना येणाऱ्या अडचणींमध्ये ग्रामीण मातंग

स्त्रियांना आजही त्यांच्या वस्तीमधून रस्ता, गटारे, स्वच्छता इत्यादींचा अभाव असल्यामुळेही वस्तीतील सगळ्यांसाठी या अडचणी होत्या. तसेच वैवाहिक जीवनातील अडचणी, आर्थिक , सामाजिक, शैक्षणिक, सामाजिक कायदे, शासकीय योजना या सर्वच अडचणी, समस्यांना मातंग स्त्रियांना सामोरे जावे लागते. त्यामुळे ही गृहीतकृत्ये काही प्रमाणात सत्य ठरली आहेत.

संशोधनासाठी मांडलेली बहुतांशी गृहिते ही सिद्ध झाली आहेत, हेच आढळून येते.

शिफारशी

१) गावातील संपूर्ण दलित वस्ती विकासासाठी असणाऱ्या शासकीय योजनेतून मातंग वस्त्यांचा विकास होऊ शकला नाही. मातंग वस्तीतून अनेक मूलभूत सुविधांचा अभाव आहे. या सुविधा उपलब्ध करून देण्यासाठी मातंग वस्तीसाठी स्वतंत्र योजना तयार करून शासनाने त्यांची सक्तीने अंमलबजावणी करणे आवश्यक आहे. तसेच प्रत्येक मातंग जातीतील कुटुंबाला शौचालय, स्नानगृह, विद्युत पुरवठा इ. सुविधानजनक घरकुले शासनाने अनुदानातून द्यावीत, ज्यामुळे त्यांचे राहणीमान उंचावण्यास मदत होईल.

२) प्रत्येक गावातील मातंग वस्तीत बालवाड्या व प्राथमिक शाळा सुरू करण्यात याव्यात. तसेच माध्यमिक ते पदवीपर्यंत शिक्षणाच्या सोयी व सुविधा उपलब्ध करून द्याव्यात. मातंग जातीतील मुला-मुलींसाठी स्वतंत्र आश्रमशाळा शासनाच्या वतीनेच सुरू करणे आवश्यक आहे.

३) मातंग जातीतील मुलींमध्ये शैक्षणिक गळतीचे प्रमाण खूप आहे. शैक्षणिक गळतीची प्रमुख कारणे दारिद्र्य, बालविवाह प्रथा ही आहेत. बालविवाहाचे प्रमाण कमी करण्यासाठी शासनाने बालविवाह प्रतिबंधक कायद्याची कडक अंमलबजावणी करावी. तसेच बालविवाहामुळे शिक्षणाच्या प्रवाहाबाहेर गेलेल्या विवाहित मुलींना शिक्षणाच्या प्रवाहात आणण्यासाठी शैक्षणिक गळती थांबविण्यासाठी विवाहानंतर शिक्षणासाठी व व्यावसायिक शिक्षण घेता यावे म्हणून विशेष शिष्यवृत्ती योजना शासनाने सुरू करावी.

४) मुलीच्या शिक्षणात आई-वडील किंवा पालकांची भूमिका अत्यंत महत्त्वाची आहे. त्यामुळे पालकांना साक्षर करणे, मुलीच्या शिक्षणाचे महत्त्व पटवून देणे आवश्यक आहे. तसेच पालकांचा आर्थिक दर्जा उंचावणेदेखील अत्यंत महत्त्वाचे आहे. कारण आर्थिक स्थितीचा परिणाम मुलींच्या शिक्षणावर होतो. यासाठी शासनाने मुलींना शिक्षण देणाऱ्या मातंग कुटुंबाला विशेष आर्थिक अनुदान द्यावे.

५) मुलगा-मुलगी हा कुटुंबातून केला जाणारा लिंगभेद नष्ट करून मुलगा-मुलगी समानतेचा नारा प्रत्येक कुटुंबापर्यंत पोहोचविणे आवश्यक आहे. यासाठी मातंग वस्तीत समाजप्रबोधनाचे कार्यक्रम सातत्याने राबविणे आवश्यक आहे.

६) गुणवत्तापूर्ण शिक्षणासाठी शासनाने विशेष योजना तयार करणे आवश्यक आहे. कारण जे शिक्षण सध्या जिल्हा परिषद शाळेतून मातंग कुटुंबातील मुलांना मिळते, त्यामधून मुले-मुली नापास होऊन शिक्षणाच्या प्रवाहाबाहेर जातात. त्यामुळे प्रत्येक मुलास गुणवत्तापूर्ण शिक्षण द्यावे. त्यामुळे ती मुले-मुली उच्च शिक्षणापर्यंत पोहोचू शकतील.

७) ग्रामीण मातंग स्त्रियांच्या कुटुंबाची आर्थिक स्थिती चांगली नसल्याचे सर्वाधिक परिणाम कुटुंबातील मुलींना सहन करावे लागतात. त्यामुळे कुटुंबाचा आर्थिक दर्जा वाढवणे आवश्यक आहे. त्यासाठी त्यांना शासकीय योजनांतून जमीन देणे, आर्थिक उत्पन्नाची साधने वाढविणे, गावपातळीवर नियमित रोजगार निर्माण करणे, याचबरोबर स्त्रियांसाठी स्वयंसहायता समूह (बचत गट) ची चळवळ प्रभावी करून त्यांना स्वयंरोजगार, लघुउद्योगाचे प्रशिक्षण द्यावे, त्यांच्या उद्योगासाठी बँकामधून आर्थिक साहाय्य देण्यात यावे, त्यामुळे स्त्रियांचे उत्पन्न वाढल्यामुळे तिचा कुटुंबातील दर्जादेखील वाढलेला दिसून येईल. बचत गटामुळे स्त्रिया आर्थिक सक्षम होतील. आर्थिक निर्णय प्रक्रियेतून सहभाग वाढेल. त्यासाठी महिला आर्थिक विकास महामंडळ, नाबार्ड यांच्यामधून मातंग स्त्रियांचे बचत गट स्थापन करणे, बचत गट सक्षम करणे, यासाठी विशेष योजना तयार करणे आवश्यक आहे. मातंग कुटुंबातील स्त्रियांना दाईचे काम करावे लागते. त्यामुळे शासनाकडून दाईसाठी असणारे मानधन वाढवून द्यावे.

८) मातंग जातीतील स्त्रियांचे प्रश्न सोडविण्यासाठी स्वतंत्र मातंग जातीतील स्त्रियांची चळवळ व संघटना निर्माण करावी लागेल. स्त्रियांचे प्रश्न सोडविण्यासाठी दलित स्त्री चळवळीतील नेते, पदाधिकारी आदिंनी मातंग स्त्रियांसाठी स्वतंत्र वेगळी संघटना स्थापन करावी, मातंग स्त्रियांचे प्रश्न सोडवावेत. मातंग जातीतील काही संघटना गावपातळीवर काम करतात, परंतु या संघटनांनी स्त्रियांच्या प्रश्नांकडे विशेष लक्ष दिलेले नाही. अशा जातीच्या संघटनांनी पदाधिकारी, नेते यांनी स्त्रियांच्या प्रश्नांकडे विशेष लक्ष द्यावे.

९) सामाजिक समता प्रस्थापित करण्यासाठी प्रयत्न करणे आवश्यक आहे; कारण अनुसूचित जातींमधून असणाऱ्या सर्वच जाती ह्या आपापसातच श्रेष्ठ व कनिष्ठ समजत असतात. त्यातून सामाजिक संघर्ष होतात. त्यामुळे सामाजिक समता

प्रस्थापित करण्यासाठी विविध कार्यक्रम आयोजित करणे, या संदर्भाने असलेले अस्पृश्यता निर्मूलन, सामाजिक न्याय, सामाजिक समता इ. कायद्यांची कडक अंमलबजावणी शासकीय पातळीवरून व्हावी. मातंग स्त्रियांमध्ये धार्मिकतेचा व अंधश्रद्धेचा प्रभाव कमी करण्यासाठी अंधश्रद्धा निर्मूलनाचे कार्यक्रम मातंग वस्तीमधून घेण्यात यावे.

१०) निवडणुकांमध्ये मतदान करणाऱ्या स्त्रियांचा सहभाग चांगला आहे. परंतु मतदान कोणास करावे यासाठी स्त्रियांना स्वातंत्र्य नव्हते. त्यामुळे कुटुंबातील पुरुषांनी सल्ला न देता स्त्रियांना त्यांच्या स्वतंत्र विचारानुसार मतदानाचे स्वातंत्र्य देण्यात यावे. तसेच निवडणुकांच्या काळात वस्तीवर मतदानासाठी दारू, पैसा वाटणे हे जे अवैध मार्ग वापरले जातात, त्यावर निवडणूक आयोगाने कडक बंधने टाकावी. त्यामुळे निर्भयपणे व स्वतंत्र विचाराने स्त्री-पुरुष मतदान करू शकतील. स्थलांतरित हंगामी मजुरांचे प्रमाण अधिक असल्यामुळे अशा मतदारांसाठी मतदान करण्यासाठी विशेष यंत्रणा निर्माण करावी. ज्यामुळे मतदानाच्या टक्केवारीत भर पडेल. तसेच राजकीय जीवनातील स्त्रियांचा सहभाग वाढविण्यासाठी स्थानिक स्वराज्य संस्थांकडून जे आरक्षण आहे, त्यामध्ये मातंग स्त्रियांसाठी काही जागा स्वतंत्रपणे आरक्षित ठेवण्यात याव्यात.

११) ग्रामीण मातंग स्त्रियांना ग्रामपंचायतीमार्फत होणाऱ्या ग्रामसभांची माहिती देण्यात यावी. त्यामुळे ग्रामसभेतील स्त्रियांचा सहभाग वाढेल आणि जातीचे प्रश्न, स्त्रियांचे प्रश्न, वस्तीतील प्रश्न या स्त्रिया ग्रामसभेतून मांडतील, ते सोडविण्यास मदत होईल. तसेच ग्रामविकासातील त्यांचा सहभाग वाढेल. यासाठी ग्रामपंचायत कर्मचारी, ग्रामसेवक, सरपंच यांना निर्बंध घालून ग्रामसभेची सूचना मातंग वस्तीपर्यंत देणे त्यांच्यासाठी आवश्यक करावे.

१२) राजकीय पुढाऱ्यांनी ग्रामीण मातंग स्त्रियांच्या वस्तीवर निवडणुकांपुरतेच न जाता नियमित वस्तीवर जाऊन वस्तीतील प्रश्नासाठी जात राहावे, तसेच मातंग स्त्रिया ह्या कोणत्याच राजकीय पक्षाच्या सदस्य नाहीत. राजकीय पक्षांनी आपले लक्ष केंद्रित करून मातंग स्त्रियांना राजकीय पक्षाचे सभासदत्व द्यावे. त्यामुळे मातंग स्त्रियांचा राजकीय जीवनातील सहभाग वाढेल.

१३) ग्रामीण मातंग स्त्रियांना सर्वच कायद्यांच्या ज्ञानाचा अभाव आहे. तसेच शासकीय योजनांच्या माहितीचादेखील अभाव मातंग स्त्रियांमध्ये आहे. त्यामुळे या स्त्रियांना सामाजिक कायदे व शासकीय योजना यांची माहिती वस्तीपर्यंत पोहोचविण्यासाठी मेळावे, शासकीय योजना माहिती अभियान, जनजागृती कार्यक्रम, प्रबोधनपर कार्यक्रम, चर्चासत्रे आयोजित करावी, त्यासाठी शासनाच्या

सर्वच विभागाने ते आयोजित केले पाहिजेत. त्यांची माहिती पत्रके ग्रामपंचायत, शासकीय कार्यालयात नेहमीच वाटपासाठी ठेवावीत. स्वयंसहायता समूह (बचत गट) यांच्यामार्फत सामाजिक कायदे व शासकीय योजना यांची माहिती केंद्रे गावपातळीवर सुरू करावीत.

१४) शासनाच्या असणाऱ्या विविध योजना ह्या अनुसूचित जातीसाठी असल्यामुळे अनुसूचित जातीतील सर्वच ५९ जातींना सारखा लाभ होऊ शकत नाही. मातंग स्त्रियांच्या कुटुंबातून लाभाचे प्रमाण अत्यल्प आहे. त्यामुळे अनुसूचित जातींसाठी असलेल्या आरक्षणातून मातंग जातीसाठी स्वतंत्र ८ टक्के आरक्षण शासकीय व निमशासकीय नोकरीसाठी देण्यात यावे, परंतु त्यामध्येही स्त्रियांसाठी देखील आरक्षण स्वतंत्रपणे ठेवावे.

१५) अण्णाभाऊ साठे विकास महामंडळाच्या विकास योजनांचा लाभ मातंग स्त्रियांच्या कुटुंबातील सदस्यांना होत आहे. त्यामुळे या महामंडळाचे निधी वाढवून त्यामार्फत मातंग स्त्रियांसाठी स्वतंत्र विभाग तयार करावा. त्यामार्फत प्रशिक्षण व अनुदान योजना स्त्रियांसाठी सुरू करावी. स्त्रियांना कमी व्याज दराने कर्ज पुरवठा करावा.

१६) लहुजी साळवे कर्मचारी संघटनेमार्फत शहरातून गुणवत्ताधारक विद्यार्थ्यांच्या सत्कार कार्यक्रमाचे आयोजन केले जाते. शहरातून मातंग समाजाच्या प्रबोधनासाठी व्याख्याने, हे कार्यक्रमही होतात. लहुजी साळवे कर्मचारी संघटनेने ग्रामीण भागातील मातंग मुलींच्या शिक्षणासाठी व उन्नतीसाठी विविध उपक्रमांतून पालकांचे प्रबोधनाचे कार्यक्रम राबवून त्यांचे प्रबोधन करावे, ज्यामुळे मुलींचे शिक्षणातील गळतीचे प्रमाण कमी होईल. मुलींच्या दर्जात सुधारणा घडवून आणण्यास मदत होईल.

१७) बहुतांशी मातंग स्त्रियांची कुटुंबे ही विभक्त असली, तरी अपत्य संख्या जास्त असल्यामुळे आकाराने मोठी आहेत. त्यामुळे 'छोटे कुटुंब सुखी कुटुंब' हा विचार त्यांच्यापर्यंत पोहोचण्यासाठी आरोग्य विभागामार्फत मेळाव्यांचे आयोजन करणे, संतती नियमनाच्या साधनांची माहिती मातंग वस्तीतून या स्त्रियांना देण्यात यावी.

१८) मातंग समाजातील पुरुषांमध्ये व्यसनाधीनतेचे प्रमाण अधिक आहे. त्यामुळे पतीच्या व्यसनाचा परिणाम स्त्रियांच्या जीवनावर होतो. व्यसनी पती हा कुटुंबातील स्त्रियांचा छळ करतो, त्यामुळे पतीचे व्यसन सोडविण्यासाठी मातंग वस्तीतून शासनाच्या विभागाकडून, स्वयंसेवी संस्था तसेच व्यसनमुक्ती विभागाकडून व्यसनमुक्ती कार्यक्रम घेण्याची आर्थिक तरतूद करून हे कार्यक्रम

घेण्याचे प्रमाण वाढविणे अत्यंत आवश्यक आहे.

१९) मातंग स्त्रियांना अतिरिक्त काम म्हणून सरपण जमा करावे लागते. त्यामुळे मातंग स्त्रियांच्या प्रत्येक कुटुंबासाठी स्वयंपाक करण्यासाठी लागणारा गॅस, सौर उर्जेची चूल इ.चा पुरवठा शासकीय योजनेतून कमी किंमतीत उपलब्ध करून देण्यात यावा. त्यामुळे मातंग स्त्रियांची एका कामातून सुटका होऊन, श्रमाची व वेळेची बचत होऊ शकेल. तसेच त्यांना लागणारे अन्नधान्य व रॉकेलदेखील स्वस्त धान्य दुकानामार्फत नियमित व पुरेशा प्रमाणात मिळत नाही, त्यामुळे अस्तित्वात असलेल्या यंत्रणेत शासकीय पातळीवरून सुधारणा करणे आवश्यक आहे.

२०) ग्रामीण भागातून शहरात नोकरी-व्यवसायासाठी स्थलांतर करून आलेल्या मातंग कुटुंबातील व्यक्तीकडून आपल्या गावाच्या वस्तीमध्ये राहणाऱ्या आपल्या कुटुंबाकडे व मातंग समाजाकडे पूर्णपणे दुर्लक्ष केल्याचे दिसून येते. त्यांनी असे न करता वस्तीकडे, कुटुंबाकडे लक्ष देऊन त्यांची प्रगती करावी, त्यांचा दर्जा सुधारण्यासाठी मदत करावी.

संदर्भ व टिपा

प्रकरण १

१) नरे-पवार, संध्या (१६ फेब्रुवारी २००९): 'स्त्री स्वातंत्र्यावर सनातनी हल्ला' 'चित्रलेखा', २२, अंधेरी इंडस्ट्रियल इस्टेट, वीरा देसाई रोड, अंधेरी (पश्चिम), मुंबई, पृ.१६.

२) मोरे, वनिता (२००६): 'विशेष घटकांसाठी वाटा विकासाच्या - सामाजिक न्यायाच्या', जिल्हा माहिती कार्यालय, परभणी, पृ.२८.

३) http:\\www.censusindia.gov.in/Census Data 2001/National summary/more link/12/2/09.

४) Report(2005)2 'Factsheet on Women in India', Documentation Centre on Women and Children, pp.38-39.

५) Ibid, p.39.

६) Census of India 2001, Series 28 : Maharashtra, Final Population Totals (State, District, Tehsil and ownd.), Director of Census, Maharashra, Mumbai.

७) भांडारकर, पी.एल., करवा, जे.पी. (१९८५): 'समाजशास्त्राची मूलतत्त्वे', पिंपळापुरे प्रकाशन, नागपूर,पृ.४२.

८) साळुंखे, सर्जेराव (२००८): 'समाजातील मूलभूत संकल्पना', नरेंद्र प्रकाशन, पुणे, पृ.७८.

९) कित्ता, पृ.८१.

१०) भांडारकर, पी.एल., करवा, जे.पी. (१९८५): पूर्वोक्त, पृ.७३.

११) काळदाते, सुधा. कुलकर्णी, पी.के. (२००७): 'ॲन इंट्रडक्शन टू सोशिओलॉजी', समाजशास्त्र परिचय खंड पहिला, के. सागर प्रकाशन, पुणे, पृ.५२३.

१२) साळुंके, सर्जेराव (२००८): पूर्वोक्त, पृ.७७.

१३) कित्ता, पृ.७७.

१४) काळदाते, सुधा. कुलकर्णी, पी. के. (२००७) : पूर्वोक्त, पृ.५२३.

१५) कित्ता, पृ.५२४.

१६) कित्ता, पृ.५२४.

१७) साळूंके, सर्जेराव (२००८) : पूर्वोक्त, पृ.८१.

१८) कित्ता, पृ.८१.

१९) कित्ता, पृ.८२.

२०) भांडारकर, पी.एल., करवा, जे.पी. (१९८५) : पूर्वोक्त, पृ.७३.

२१) कित्ता, पृ.७३.

२२) काळदाते, सुधा. कुलकर्णी, पी.के. (२००७) : पूर्वोक्त, पृ.५२१.

२३) सिंह, निशांत. सारस्वत, स्वप्निल (२००७) : 'समाज, राजनीती और महिलाएँ : दशा और दिशा', राधा पब्लिकेशन, न्यू दिल्ली, पृ.३.

२४) कित्ता, पृ.४.

२५) कित्ता, पृ.५.
२६) हसन, मोज्जमिल (१९९३) : 'भारतीय महिला एवं आधुनिकीकरण', कॉमनवेल्थ पब्लिकेशन, दिल्ली, पृ.३६.
२७) गर्गे, स.मा. (१९९१) : 'भारतीय समाज विज्ञान कोष', खंड पाचवा, समाज विज्ञान मंडळ, पुणे, पृ.१४०.
२८) श्रीवास्तव, सुधारानी (१९९७) : 'भारत में महिलाओं की वैधानिक स्थिती', कॉमनवेल्थ पब्लिकेशन, नई दिल्ली, पृ. प्रस्तावना से.
२९) भागवत, विद्युत. परदेशी, प्रतिमा (२०००) : 'भारतातील समकालीन कळीचे प्रश्न - स्त्रीवादी चर्चा विश्वाचा आढावा', स्त्री अभ्यास केंद्र, पुणे, पृ.५५.
३०) चव्हाण, प्रवीण. करमरकर, प्रिती (जुलै १९९९) : 'स्त्रीवादी सिद्धांकन आणि ज्ञान निर्मिती', स्त्री अभ्यास केंद्र, पुणे, पृ. ७.
३१) कित्ता, पृ.३६.
३२) कित्ता, पृ.४०.
३३) कित्ता, पृ.४०.
३४) आर्य, साधना मेमन, निवेदिता, जिनी, लोकनीता (२००१) : 'नारीवादी राजनीती संघर्ष एवं मुद्दे', हिंदी विश्वविद्यालय, दिल्ली, पृ.३७.
३५) दातार, छाया खिंवसरा, मंगला (जाने. २००५) : 'सत्यशोधन मार्क्सवादी स्त्री मुक्ती विशेषांक', स्वरूप प्रकाशन, पुणे, पृ.५४.
३६) चव्हाण, प्रवीण. करमरकर, प्रिती (जुलै १९९९) : पूर्वोक्त, पृ.५७.
३७) कित्ता, पृ. ५७.
३८) गोखले, सुशिला (१९८४) : 'स्त्री-मुक्ती केव्हा कशी', प्रकाशन महिला आंदोलन पत्रिका, मुंबई, पृ.१०.
३९) पावडे, कुमुद (मे/जून २००२): 'दलित स्त्रियांना जाणवणारा जातीयवाद', बायजा प्रकाशन, गणेश खिंड, औंध रोड, पुणे, पृ. १४.
४०) कित्ता, पृ.१४.
४१) रेंगे, शर्मिला (नोव्हेंबर १९९८): 'दलित विमेन टॉक डिफरंटली : अ क्रिटीक ऑफ डिफरन्स अँड टोवर्डस अ दलित फेमिनिस्ट स्टँड पॉईंट', ३१ ऑक्टोबर ते ६ नोव्हेंबर १९९८, XXXIII, No.44.
४२) साने, वीणा (१७-२० नोव्हेंबर १९९४) : 'स्वातंत्र्योत्तर महाराष्ट्रातील स्त्रियांच्या सामाजिक चळवळी', मराठी समाजशास्त्र परिषद, नववे अधिवेशन, चंद्रपूर, पृ.
४३) भागवत, विद्युत (२००४): 'स्त्री प्रश्नाची वाटचाल', प्रतिमा प्रकाशन, पुणे, पृ.२३६.
४४) गायकवाड, पुष्पा (मार्च २००६) : 'मराठवाड्याचा इतिहास - स्त्रीवादी परिप्रेक्ष्यातून', 'स्त्री अध्ययनातील समकालीन दृष्टिकोन', संपा. वंदना सोनाळकर, स्त्री अभ्यास केंद्र, प्रकाशन डॉ. बा.आ.म.वि., औरंगाबाद, पृ.२१.
४५) सोनाळकर, डॉ. वंदना (१९९८) : 'स्त्रिया आणि समाज परिवर्तन', क्रांतीसिंह नाना पाटील अकादमी, सातारा.

४६) मून, मीनाक्षी (२००२): 'फुले आंबेडकरी स्त्री चळवळ', समता प्रकाशन, नागपूर, पृ.११४.
४७) सोमन, अंजली (१९९२): 'म. फुले - विचार आणि वारसा', युनिक फिचर्स, मनोविकास प्रकाशन, मुंबई, पृ.२३.
४८) परदेशी, प्रतिमा (१६-३१ मार्च २००४): 'डॉ. बाबासाहेब आंबेडकर स्त्रीमुक्ती, परिवर्तनाचा वाटसरू', अभयकांता ऑफसेट, पुणे, पृ.२०.
४९) मून, मीनाक्षी (२००२): पूर्वोक्त, पृ.३८.
५०) भागवत, विद्युत (२००४): पूर्वोक्त, पृ.२६६.
५१) भागवत, विद्युत. परदेशी, प्रतिमा. ठाकूर, सई (डिसेंबर २०००) : 'लिंगभाव आणि हिंसाचार', 'भारतातील कळीचे समकालीन प्रश्न, स्त्रीवादी चर्चा, विश्वासाचा आढावा', संपा. भागवत विद्युत, रेंगे शर्मिला, स्त्री अभ्यास केंद्र, सावित्रीबाई फुले पुणे विद्यापीठ, पुणे, पृ.५१.
५२) Rao Anupama (2003) : Gender & Caste, Kali Women Pubcations, New Delhi, p. 24.
५३) धर्मपाल (१९९६) : 'नारी : एक विवेचन', भावना प्रकाशन, दिल्ली, पृ.१२१.
५४) गोऱ्हे, नीलम (१९९७) : 'नारी पर्व', श्रीविद्या प्रकाशन, शनिवार पेठ, पुणे, पृ.१८५.
५५) शेंडे (पावडे), निशा (१९९६): 'पुरुष प्रधानता आणि दलित स्त्री', दलित स्त्री अस्मितेचा आविष्कार व दिशा, संपा. साठे निर्मला, कुलकर्णी वंदा, 'आलोचना' स्त्री संशोधन केंद्र, पुणे, पृ.५४.
५६) कांबळे, सरोज (डिसेंबर २०००): 'जातीव्यवस्था आणि भारतीय स्त्रीमुक्तीची दिशा', क्रांतीज्योती सावित्रीबाई फुले प्रकाशन, येवला, जि. नाशिक, पृ.७.
५७) झा, विवेकानंद (२००४): 'जात, अस्पृश्यता आणि सामाजिक न्याय', कौशल्य प्रकाशन, औरंगाबाद, पृ.६.
५८) दुबे, श्यामचरण (अनुवादक). केजकर, प्रकाश (२००३): 'भारतीय समाज', प्रकाशन नॅशनल बुक ट्रस्ट ऑफ इंडिया, ए-५ ग्रीन पार्क, नवी दिल्ली, पृ.५३.
५९) कित्ता, पृ.५३.
६०) नागोरी, एस.एल. नागोरी, कांता (२००५): पूर्वोक्त, पृ.२९.
६१) कित्ता, पृ.३०.
६२) कित्ता.
६३) कित्ता.
६४) कित्ता.
६५) कित्ता, पृ.३१.
६६) गारे, गोविंद (१९७६): 'महाराष्ट्र दलित शोध आणि बोध', लिमये शिरुभाऊ, सहाध्यन प्रकाशन, मुंबई, पृ.१३.
६७) चव्हाण, रामनाथ (फेब्रुवारी २०००) : 'जाती जमाती', मेहता पब्लिशिंग हाऊस, सदाशिव पेठ, पुणे, पृ.१०.
६८) Ghurye, G.S. (1990) : 'Caste and Race in India', Popular Prakashan, Bombay, p.3, 182.

६९) Mujumdar, D.N. Madan, TN. (1967) : 'An Introduction to Social Anthropology', Asia Publishing House, Bombay, p. 237.
७०) Shivam, S. K. (2004) : 'Social Welfare in India', India 2004, Bombay, p.211.
७१) Sivaprakas, M.N. (2002) : 'Dalits and Social Mobilisation', Rajat Publications, New Delhi, p.128.
७२) Jain, PC., Jain, Shashi, Bhatnagar, Sudha (1997) : 'Scheduled caste Women', Rawat Publications, Jaipur and New Delhi, p.1.
७३) Chitaly, D.V. (1974): 'Constitution of India', India Reports Let., p.360.
७४) Shivam, S.K.: Op. Cit., p.211.
७५) Haroold, R. (1966): 'India's Ex-untouchable Issues', Bombay, p.29.
७६) Sivaprakas, M.N. (2002): Dalits and Social Mobilisation, Rajat Publications, New Delhi, p.126.
७७) Jain, P.C., Jain, Shashi, Bhatnagar, Sudha (1997): Op. Cit., p.37.
७८) Sivaprakasham, M.N. (2002): Op. Cit., p.128.
७९) Sharma, Ram (1996): 'Education of Women of SC & ST', Women and Education Series-05, Discovery Publication House, New Delhi, p.119.
८०) Patwardhan, Sunanda (1973): 'Change among India's Harijains', Orient Longman, New Delhi, pp.9,11.
८१) खडसे, भा.कि. (१९९०): 'मांग जात – समाजशास्त्रीय अध्ययन', मंगेश प्रकाशन, नागपूर पृ.२५.
८२) कित्ता, पृ.७.
८३) मेश्राम, योगेंद्र (मे १९९०): 'दलित साहित्य उद्गम आणि विकास', मंगेश प्रकाशन, नागपूर, पृ.४२.
८४) शिंदे, वि.रा. (१९७९): 'भारतीय अस्पृश्यतेचा प्रश्न', अस्मिता दर्शन, दिवाळी अंक १९७९, औरंगाबाद, पृ.६४.
८५) जोशी, लक्ष्मणशास्त्री (१९७६ सप्टे. –ऑक्टो.): 'निकाय', पृ.५.
८६) वाघमारे, जनार्दन (ऑगस्ट १९७५): 'माय मराठी दलित साहित्य विशेषांक', पृ.३७.
८७) अहिरे, प्रतिभा (२००७): 'स्त्रियांची आत्मकथने : एक समाजशास्त्रीय अभ्यास', डॉ. बाबासाहेब आंबेडकर मराठवाडा विद्यापीठ, औरंगाबाद, अप्रकाशित पीएच्.डी. शोधप्रबंध, पृ.२८५.
८८) कऱ्हाडे, सदा (१९७०): 'दलित साहित्याच्या निमित्ताने', सत्यकथा, पृ.६३.
८९) मांडे, प्रभाकर (१९७९): 'दलित साहित्याचे निराळेपण', धारा प्रकाशन, औरंगाबाद, पृ.२३.
९०) शिंदे, वि.रा. (१९७९): पूर्वोक्त, पृ.१०६.१०७.
९१) Sing, K.S. (1998): 'Indian Communities (Mang SC)', Oxford University Press, Delhi, p.2172.
९२) चव्हाण, रामनाथ (२००२): पूर्वोक्त, पृ.१६०.
९३) कर्वे, इरावती (१९६८): 'महाराष्ट्र लँड अँड पिपल', गॅझिटर सिरीज, मुंबई, पृ.९०.

९४) अर्जुने, दिलीप (जून २००६): 'मातंग समाज स्थिती व गती', प्रकाशक प्राचार्य डॉ. रामलाल अग्रवाल पुस्तक समिती, जालना, पृ.९.
९५) खडसे, भा.कि. (१९९०): पूर्वोक्त, पृ.२६.
९६) जोशी, महादेवशास्त्री (१९७४): 'भारतीय संस्कृती कोष', भारतीय संस्कृती कोष मंडळ, पुणे, खंड-२ व ७, पृ.२६.
९७) केतकर, श्री.व्य. (१९२५): 'महाराष्ट्र ज्ञानकोश', शरीर खंड विकास, खंड-१८, पृ.१२.
९८) अत्रे, त्रि.ना. (१९९५): 'अभिनव मराठी शब्दकोश', खंड-३, व्हीनस प्रकाशन, शनिवार पेठ, पुणे, पृ.२५.
९९) वर्मा, रामचंद्र (२०००): 'हिंदी शब्दसागर', पृ.८०६.
१००) कोलते, वि.मि. (१९७८): 'लिळा चरित्र', महाराष्ट्र राज्य साहित्य संस्कृती मंडळ, मुंबई, पृ.१०.
१०१) खडसे, भा.कि. (१९९०): पूर्वोक्त,पृ.१०.
१०२) Sing, K.S. (1998): Op.Cit., p.72.
१०३) पानसे, मु.ग. (१९६३): 'यादवकालीन महाराष्ट्र', मुंबई मराठी ग्रंथालय, मुंबई, पृ.७६.
१०४) कर्वे, इरावती (१९६८): पूर्वोक्त, पृ.९०.
१०५) कित्ता, पृ.१३.
१०६) Sing, K.S. (1999) : 'The Scheduled Caste', Oxford University Press, Delhi, p.900.
१०७) Ibid, p.2172.
१०८) Ibid, p.2172.
१०९) कांबळे, गंगाधर : 'लहुजी शक्ती', प्रथम अंक, प्रकाशन विश्रांती चौक, मुकुंदवाडी, औरंगाबाद, पृ.७.
११०) चव्हाण, रामनाथ (२०००) : पूर्वोक्त, पृ.१५९.
१११) पडवळ, तुकाराम (१९९०) : 'हिंदू जातिभेद - विवेकसार', रघुवंश प्रकाशन, दादर, मुंबई, पृ.१०२.
११२) अत्रे, त्रि.ना. (१९९०): 'गुन्हेगार जाती', वरद प्रकाशन, सेनापती बापट मार्ग, पुणे, पृ.६२.
११३) Sing, K.S. (1999) : Op. Cit., p.901.
११४) Ibid, p.902.
११५) Ibid, p.902.
११६) Rao, Anupama (2003):Op. Cit., p.205.
११७) Sivaprakasam,M.N. (2002):Op. Cit., p.145.
११८) दुबे, अभय कुमार (२००२): 'आधुनिकता के आईने में दलित', वाणी प्रकाशन, दरियागंज, नई दिल्ली, पृ.७.
११९) कांबळे, नंदा (१९९६): 'दलित स्त्री संघटनेची गरज काय?', संपादक साठे निर्मला, कुलकर्णी वंदना, पूर्वोक्त,पृ.१०३.
१२०) ठाकूर, रेखा (१६-२१ मार्च २००४): '२५ डिसेंबर : स्त्रीमुक्ती दिन, परिवर्तनाचा वाटसरू', अभयकांता प्रकाशन, महाराष्ट्र मुद्रणालय, पुणे, पृ.५, ६.

१२१) कांबळे, नंदा (१९९६): पूर्वोक्त, पृ.१००.
१२२) भागवत, शोभा (सप्टें. १९८७): 'दलित पुरुषांच्या आत्मचरित्रातील स्त्री प्रतिमा', प्रकाशक स्त्रीवाणी इशवाणी केंद्र, पुणे, पृ.२०.
१२३) भागवत, विद्युत. परदेशी, प्रतिमा (२००२): पूर्वोक्त, पृ.८.
१२४) Sharma, K.L. (2000): 'Social Stratification in India', Issues and Themes Gender and Social Stratification, Sage Publications India, New Delhi, p.131.
१२५) Shivaprakasham, M.N. (2002): 'Dalits and Social Mobilisation', Rajat Publications, New Delhi, p.128.
१२६) Sharma, K.L. (2000) : Op. Cit., p.164.
१२७) बनसोडे, पुष्पा (मार्च २००६): 'स्वातंत्र्यपूर्वकालीन दलित स्त्री दर्जा', 'बायजा' प्रकाशक गणेश खिंड रस्ता, औंध, पुणे, पृ.१६४.
१२८) कांबळे, सरोज (६ डिसेंबर २०००): 'जातीव्यवस्था आणि भारतीय स्त्रीमुक्ती दिशा', क्रांतिज्योती सावित्रीबाई फुले प्रकाशन, येवला, जि. नाशिक, पृ.१३.
१२९) Shivaprakasham, M.N. (2002): Op. cit, p.145.
१३०) बनसोडे, पुष्पा (२००६): पूर्वोक्त, पृ.१६४.
१३१) परदेशी, रणजीत (मे/जून २००६): 'जाती समाजातील स्त्री दास्य प्रतिकार', स्थानीय संदर्भ, 'बायजा', पृ.२६.
१३२) भागवत, विद्युत. रेंगे, शर्मिला. पलसाने, वंदना (१९९४): 'स्त्री जीवनाची गुंतागुंत', विकास अध्ययन केंद्र, मुंबई, पृ.२१.
१३३) कांबळे, नंदा (१९९६): 'पूर्वोक्त, पृ.१००.
१३४) देशपांडे, कालिंदी (१९९८८): 'स्त्रीमुक्ती समतेकडे वाटचाल', मागोवा प्रकाशन, पुणे, पृ.६.
१३५) मून, मीनाक्षी (२००२): 'फुले आंबेडकरी स्त्री चळवळ', समता प्रकाशन, नागपूर, पृ. १७८.
१३६) ठाकूर, रेखा (१६-२१ मार्च २००४): '२५ डिसेंबर स्त्रीमुक्ती दिन - परिवर्तनाचा वाटसरू', प्रकाशन, अभयकांता, महाराष्ट्र राज्य स. मुद्रणालय, पुणे, पृ.११.
१३७) भिसे, लता (१६-२१ मार्च २००४): '२५ डिसेंबर स्त्रीमुक्ती दिन - परिवर्तनाचा वाटसरू', प्रकाशन, अभयकांता, महाराष्ट्र राज्य स. मुद्रणालय, पुणे, पृ.३१.
१३८) अर्जुने, दिलीप (२००६): 'मातंग समाज स्थिती व गती', डॉ. रामलाल अग्रवाल समिती, जालना, पृ.३१.
१३९) खडसे, भा.कि. (१९९०): पूर्वोक्त, पृ.२८.
१४०) कित्ता, पृ.२८.
१४१) कित्ता, पृ.२८.
१४२) कित्ता, पृ.२८.
१४३) भागवत, विद्युत (२००४): पूर्वोक्त, पृ.२६.
१४४) Trivedi, p., Harshad, R (1977): 'Scheduled Caste Women Studies in Exploitation', Naurang Rai, Concept Publications Company, New Delhi, p.4.
१४५) Sing, K.S. (1998): Op. cit, p.901.

१४६) कांबळे, गंगाधर : पूर्वोक्त, पृ.१५९.
१४७) चव्हाण, रामनाथ (२००२): पूर्वोक्त, पृ.१५९.
१४८) Sing, K.S. (1998): Op. cit, p.901.
१४९) कांबळे, गंगाधर : पूर्वोक्त, पृ.७.
१५०) वानखेडे, चंद्रकांत : 'मातंग समाजाच्या चळवळी – स्वरूप व दिशा', अस्मिता प्रकाशन, नागपूर, पृ.५५.
१५१) खडसे, भा.कि.(१९९०): पूर्वोक्त, पृ.११५.
१५२) वानखेडे, चंद्रकांत : पूर्वोक्त, पृ.५५.
१५३) Sing, K.S. (1998): Op. cit, p.901.
१५४) वानखेडे, चंद्रकांत : पूर्वोक्त, पृ.४-५.
१५५) कित्ता, पृ.५.
१५६) कित्ता, पृ.५.
१५७) चव्हाण, रामनाथ (२०००): पूर्वोक्त, पृ.१६३.
१५८) Sing, K.S. (1998): Op. cit, p.901.
१५९) Ibid, p.901.
१६०) वानखेडे, चंद्रकांत : पूर्वोक्त, पृ.६.
१६१) कित्ता, पृ.६.
१६२) भिसे, गणपत (जुलै २००७): 'मातंग पुढाऱ्यांची अवसानघातकी चळवळ', महाराष्ट्र पब्लिकेशन, परभणी.
१६३) Thomas, P. (1961): Indian Woman through the Ages, Asia Publishing House, Bombay.
१६४) राव, एस.एस. (१९६०): 'वीमेन इन वैदिक एज', भारतीय विद्या भवन, बम्बई.
१६५) Indra Prof. (1955): 'The Status of Women in Ancient India', Motilal Banarsidas Oriental Publishes & Book Seller, Banaras.
१६६) Bhasin, Kamala (1972): 'The Position of Women in India', Bombay Publications, Bombay.
१६७) खलसो, रेशमा (२००६): 'जनजातीय महिलाएँ' सामाजिक, आर्थिक, राजनैतिक, सांस्कृतिक पर्यावरण के संदर्भ में.
१६८) Hot, C.A. 1969: 'Changing Status of Women in past Independent India', AELAIED Publishing, Bombay.
१६९) Karmik, V.B. (1973): 'Status of Women, Employment & Economic Aspect', SNDT University, Bombay.
१७०) Sen Gupta, Padmini (1960): 'Women Workers in India', Asia Publishing House, New Delhi.
१७१) Rande, S.N. (1975): 'Women Construction Works', AELAIED Publishing, Bombay.

१७२) Sing, K.S. (1998): 'Indian Communities (Mang, SC)', Oxford University Press, Delhi.

१७३) Malik, Bela (1999): 'Untouchability and Dalit Women Opperession', Economic Political Weekly,

१७४) Bhai, P. Nirmala: 'Harijan Women in Independent India'

१७५) Khan, Mumtaz, Ali and Noor, Ayoshal (1982): 'Status of Rural Women in India - A Study to Karnataka', Uppal Pub., New Delhi.

१७६) Trivedi, P., Harshad, R. (1977): 'Scheduled Caste Women Studies in Exploitation', Naurang Rai, Concept Pub., New Delhi.

१७७) Jain, P.C. Jain, Shashi, Bhatnagar, Sudha (1997): Op. Cit.

१७८) Sivaprakasam, M.N. (2002): Op.Cit.

१७९) Sharma, S.R. (1996): 'Education of Women of SC & ST', Discovery Publishing House, New Delhi.

१८०) Patwardhan, Sunanda (1973): 'Change among India's Harijan's', Orient Longman, Delhi.

१८१) Kachole, D.D. (1979): 'Mang Community in Transition'

१८३) वानखेडे, चंद्रकांत : 'मातंग प्राचीनता आणि सामाजिक परिवर्तनाच्या दिशा'

१८४) Sing, K.S. (1999): Op.Cit.

१८६) मिसाळ, हनुमंत (सप्टें. २००६): 'महाराष्ट्रातील दलितांचे अंतरंग, कैलास पब्लिकेशन, औरंगाबाद.

प्रकरण २

१) http://censusindia.gov.in / census data 2001/census data finder/ a series/ number of village htm. 6/28/2009.

२) Dhurye,G.S. (1990) : Caste and Race in India, Poupular Pakashan, Bombay, p. 10

३) दुबे, श्यामचरण (२००४). 'भारतीय समाज', नॅशनल बुक ट्रस्ट ऑफ इंडिया, नवी दिल्ली.

४) चौधरी, नारायण (२००८). 'ग्रामीण समाजशास्त्र: स्वरूप व व्याप्ती' यशवंतराव चव्हाण मुक्त विद्यापीठ, नाशिक.

५) दुसाध, एच.एल. (२००५) 'सामाजिक परिवर्तनमें बाधक हिंदुत्व', प्रकाशन दलित लेखसंघ, नई दिल्ली.

६) दुबे, श्यामचरण. (२००४) पूर्वोक्त.

७) धोंडगे, अश्विनी. (२००३) 'डॉ. बाबासाहेब आंबेडकर आणि आजची स्त्री : संदर्भ 'स्त्री-पुरुष', दिलीपराज प्रकाशन, पुणे.

८) Malik, Bela, (February 1999) 'Untouchability and Dalit Women's Oppression' Economic Political Weekly', p. 160

१०) कुमार, मीरा. (ऑगस्ट २००६) 'दलितों की अनदेखी न करें', 'समाजकल्याण', समाजकल्याण भवन, नवी दिल्ली.
११) काचोळे, दा.धो. (१९९०) 'मांगाचे सामाजिक जीवन', समाजशास्त्र संशोधन पत्रिका.
१२) कोलते, वि.भ. (१९४४) 'गोविंद प्रभू चरित्र', अरुण प्रकाशन, मलकापूर.
१३) पानसे, मु.ग. (१९६३) यादवकालीन महाराष्ट्र', मुंबई मराठी ग्रंथालय, मुंबई.
१४) खडसे, भा.की. (१९९०) 'मांग जात : समाजशास्त्रीय अध्ययन,' मंगेश प्रकाशन, नागपूर.
१५) खडसे, भा.की. (१९९०): पूर्वोक्त, पृ.३३.
१६) बोबडे, प्रकाश. (१९९४):'भारतीय समाजरचना पारंपरिक व आधुनिक', श्री मंगेश प्रकाशन, नागपुर, पृ.२७६.
१७) जिल्हा समाजकल्याण विभाग, परभणी, माहितीपत्रक, सन २००५.
१८) वाटचाल सामाजिक न्याय दिशेने (२००८): 'सामाजिक न्याय व विशेष साहाय्य विभाग', महाराष्ट्र शासन, मुंबई, पृ.१५.
१९) 'लोकराज्य'(मे २००६): माहितीपत्रक, माहिती व जनसंपर्क महासंचालनालय, मंत्रालय, महाराष्ट्र शासन, मुंबई, पृ.४२.
२०) बनसोडे, पुष्पा. (२००६): 'स्वातंत्र्यपूर्वकालीन दलित स्त्रियांचा दर्जा', 'बायजा' मे-जून २००६, रचना ब्लॉसम, जगदीशनगर, गणेशखिंड रस्ता, औंध, पुणे, पृ.२०.
२१) सोमवंशी, बी.सी. (१९९९) : 'सॅप' 'दलितांवरील नव्हे; तर भारतीय अर्थव्यवस्थेवरील अरिष्टे', 'समाजप्रबोधन पत्रिका', ऑक्टोबर-डिसेंबर, पृ.२३४.
२२) जोशी, गोपा. (२००६): 'भारत में स्त्री असमानता - एक विमर्स', हिंदी माध्यम कार्यान्वय निदेशालय, दिल्ली विश्वविद्यालय, दिल्ली, पृ.१२५.
२३) वानखेडे, चंद्रकांत (१९९९): 'मातंग समाजाच्या चळवळी - स्वरूप व दिशा', अस्मिता प्रकाशन, नागपुर, पृ.५४.
२४) ग्रामीण विकास मंत्रालय (२००४) : 'ग्रामीण भारत' माहितीपत्रक, भारत सरकार, प्रकाशक राष्ट्रीय ग्रामीण विकास संस्था, राजेंद्रनगर, हैद्राबाद, पृ.२.
२५) सोमवंशी, बी.सी. (१९९९) : पूर्वोक्त, पृ.२३४.
२६) सोमवंशी, बी.सी. (१९९९) : पूर्वोक्त, पृ.२३४.
२७) ग्रामीण विकास मंत्रालय (२००४) : 'ग्रामीण भारत' माहितीपत्रक, भारत सरकार, प्रकाशक- राष्ट्रीय ग्रामीण विकास संस्था, राजेंद्रनगर, हैद्राबाद, पृ.७.
२८) Malik Bela, 1999; Op. Cit., p. 103.

प्रकरण ३

१) सूर्यवंशी, विजय (१९९७): 'सामाजिक संस्था आणि सामाजिक गट', विद्या बुक्स पब्लिशर्स, औरंगाबाद, पृ.८.
२) फरकाडे, त्रिवेणी (१९९९): 'विवाह आणि कौटुंबिक संबंध', विद्या प्रकाशन, नागपूर, पृ.१.
३) कित्ता, पृ.५.

४) झा, विवेकानंद (२००४): 'जात अस्पृश्यता आणि सामाजिक न्याय', कौशल्ये प्रकाशन, हडको, औरंगाबाद, पृ.८.
५) कांबळे, सरोज, परदेशी प्रतिमा (१९९९): 'मनुस्मृती स्त्रिया आणि डॉ. बाबासाहेब आंबेडकर', क्रांतिज्योती सावित्रीबाई फुले प्रकाशन, येवला, नाशिक, पृ.२२.
६) आंबेडकर, भीमराव रामजी, 'भारतीय जाती व संरचना, उत्पत्ती विकास', युगसाक्षी प्रकाशन, नागपूर, पृ.५.
७) सचिव. सत्यशोधक विद्यार्थी संघटना (२००१): 'शिक्षण आणि स्त्रीमुक्ती', क्रांतिसिंह नाना पाटील अकादमी, सातारा, पुणे, पृ.१२.
८) कांबळे, सरोज, परदेशी, प्रतिमा (१९९९): 'जातीव्यवस्था आणि स्त्रीमुक्ती', क्रांतिसिंह नाना पाटील अकादमी, पुणे, पृ.१२.
९) कित्ता, पृ.२२.
१०) Geeta, V. (2003): 'Women and Caste and Self Respect', 'Gender & Caste', Ed. Anupama Rao, Kali of Women, New Delhi, p. 190.
११) पाटील, मीना (२००७): 'वारली समाजशास्त्रीय अभ्यास', कॉन्टिनेन्टल प्रकाशन, विजयनगर, पुणे, पृ.९८.
१२) केळकर, मीना, (१९९१): 'भारतीय स्त्रीसंकल्पना आणि प्रतिमा', निमित्त प्रकाशन, पुणे, पृ. ११.
१३) धर्माधिकारी, दादा : 'स्त्रिया आणि क्रांती', सर्वोदय मंडळ, मुंबई, पृ.१५.
१४) दांडेकर, वि.म., जगताप, म.य. : 'भारतीय स्त्री', माणिक महोत्सव प्रकाशन, पुणे, पृ.१२३.
१५) Sharma ,S. Ram (1996): 'Education of Women of Scheduled Caste and Scheduled Tribes', Discovery Publishing House, New Delhi, p.3.
१६) संपादक, महाराष्ट्र शासन, मुंबई (२०००): 'डॉ. बाबासाहेब आंबेडकर लेखन व भाषण', खंड-१८, भाग-२, पृ.१८७.
१७) Bhai, Nirmala, 'Harijan Women in Independent India India, p. 246.
१८) चव्हाण, दिलीप (२००३): 'स्त्री शिक्षणाचा संघर्ष,'सचिव, क्रांतिज्योती सावित्रीबाई फुले विद्यार्थिनी मंच, देवपूर, धुळे, पृ.२७.
१९) कित्ता.
२०) सोमन, साधना, शुक्ला, अंजू (२००७): 'लिंग असमानता', रिसर्च डायजेस्ट, जानेवारी-मार्च २००७, पृ.८४.
२१) पावडे, कुमुद (१९९९): 'पितृप्रधानता आणि दलित स्त्रियांचा संघर्ष', दलित अस्मितेचा आविष्कार व दिशा', आलोचन संशोधन केंद्र, पुणे, पृ.४६.
२२) Rege, Sharmila (2003): ' A Dalit Feminist Stand Point ', 'Gender and Caste', Kalifor Women, Delhi, p.93.
२३) चव्हाण, दिलीप (२००३): पूर्वोक्त, पृ.२५.
२४) कित्ता, पृ.५६.
२५) शर्मा, जे. पि., अग्रहरी, वर्षा (२००७): 'महिला उत्पीडन एवम् मानवाधिकार,' रिसर्च डायरेस्ट' त्रैमासिक, एप्रिल-मे-जून २००७, पृ.९०.

२६) जोशी, गोपाल, शर्मा, आर.एस. (२००९): 'भारत में स्त्री असमानता : एक विमर्श' हिंदी माध्यम कार्यान्वय निदेशालय, दिल्ली विश्वविद्यालय, दिल्ली, पृ.१०९.
२७) गांजरे, मा.फ. (२००५): 'डॉ बाबासाहेब आंबेडकर भाषणे', संकेत प्रकाशन, नागपूर, खंड-४, पृ.४८.
२८) कित्ता, पृ.४४.
२९) परदेशी, प्रतिमा (२००४): 'डॉ. बाबासाहेब आंबेडकर आणि स्त्रीमुक्ती', परिवर्तनाचा वाटसरू, अभयकांता ऑफसेट, पुणे, पृ.४३.
३०) आंबेडकर, भीमराव रामजी, पूर्वोक्त, पृ.७.
३१) Khan, Mumtaz Ali and Noor, Ayosh Ali (1982): Status of Rural Women in India: A Study to Karnataka, Uppal Publishing House, New Delhi, p.248.
३२) शिंदे, ताराबाई (२००८): 'स्त्री-पुरुष तुलना', मराठा सेवा संघ प्रकाशन, अकोला, पृ.१.
३३) Guru, Gopal (1995): 'Dalit Women Talk Differently', Economical Political Weekly, October 1995, pp.2448-2450.
३४) Mohinty, Monrarathan (2004): 'Class, Caste, Gender', Sage Publications, New Delhi, p.248.
३५) Russell & Hiralal (1975): The Tribes & Castes of the Enthral Provinces of India, VoI.IV, Cosmo Publications, Delhi,p.186.
३६) खोत, एस.के. (२००९): 'अहिल्याबाईंची स्त्रीविषयक दृष्टी, प्रेरक ललकारी, जून २००९.
३७) खडसे, भा.कि. (१९९०): मांग जात : समाजशास्त्रीय अध्ययन, मंगेश प्रकाशन, नागपूर, पृ.५४.
३८) कित्ता, पृ.५४.
३९) पाटील, लीला (१९९०): 'भारतीय स्त्री जीवन', मेहता पब्लिकेशन, पुणे, पृ.७-८.
४०) गोयल, सुनिल (२००३): 'भारतीय समाज में नारी', आर.बी.एस.ए. प्रकाशन, जयपुर, पृ.२२७.
४१) पाटील, लीला (१९८५): 'भारतीय स्त्रीजीवन', पूर्वोक्त, पृ.५.
४२) पाटील, मनोज (२००७): 'नागरिकांसाठी केंद्र व राज्य शासन विकास योजना', चौधरी लॉ प्रकाशन, पुणे, पृ.११२.
४३) Patwardhan, Sunanda (1973): 'Change among India's Harijans', Orient Longman Ltd., New Delhi, p.197.
४४) कांबळे, उत्तम (२००३): 'राजर्षी शाहू महाराज आणि महिला मुक्ती', सुगावा प्रकाशन, पुणे, पृ.७.
४५) शिंदे, ताराबाई, पूर्वोक्त, प्रस्तावना.
४६) सिंह, मंजू कुमारी (१९९१):'शुंग कालीन भारत में सामाजिक व धार्मिक परिवर्तन का स्वरूप', कला प्रकाशन, वाराणसी, प्रस्तावना.
४७) धर्मपाल (१९९६): 'नारी' : एक विवेचन', भावना प्रकाशन, दिल्ली, पृ.१००.
४८) गोयल, सुनिल (२००३): पूर्वोक्त, पृ.२२०.

४९) Russell & Hiralal, (1975), Ibid, p.184.
५०) शर्मा, के.एल. (२००६): 'भारतीय सामाजिक संरचना एवं परिवर्तन', रावत पब्लिकेशन, दिल्ली, पृ.१६३.
५१) श्रीनिवास, एम.एन. (२००१): 'आधुनिक भारत में जाति', राजकमल प्रकाशन, नई दिल्ली, पृ.१६३.
५२) Coolley, Charls H.(1909): 'Social Organisation', p.75.
५३) Burges, E.W., Locke, H.J. (1953): 'The Family', p.81.
५४) Mclver, R.M. and Page, C.H., (1949), 'Society', The McMillan and Co. Ltd., London, p.238.
५५) काळदाते, सुधा, कुलकर्णी, पी.के. (२००७): 'ॲन इंट्रडक्शन टू सोशिओलॉजी (समाजशास्त्रीय परिचय): खंड-१, के. सागर प्रकाशन, पुणे, पृ.१७८.
५६) कित्ता.
५७) कित्ता, पृ.३८९.
५८) पावडे, कुमुद (१९९९): पृ.४१.
५९) काळदाते, सुधा, कुलकर्णी, पी.के. (२००७): पूर्वोक्त, पृ.३८०.
६०) निंबाळकर, विजय : 'स्त्री सबला अभ्यास व स्वरूप व दिशा', गारगोटी प्रकाशन, कोल्हापूर, पृ.५.
६१) चव्हाण, दिलीप (२००३): पूर्वोक्त, पृ.५.
६२) Jain, P.C., Jain, S. Bhatnagar (1997): 'Scheduled Caste Women', Rawat Publications, Jaipur, p.16.
६३) Ibid, p.13
६४) Singh, K.S.(2004): 'People of India', Popular Publications, Mumbai,p.1405.
६५) Shivaprakasan, M.N. (2002): 'Dalits and Social Mobilisation', Rajat Publications, New Delhi, p.164.
६६) Ibid,p.165.
६७) शर्मा, जे.पी., अग्रहरी, वर्षा (२००७): एप्रिल-जून, पूर्वोक्त, पृ.९०.
६८) कित्ता.
६९) बुरटे, अरुणा (२००७): 'कौटुंबिक हिंसाचारविरोधी कायदा -स्त्री सबलीकरण व दहशतमुक्त समाज, समाजप्रबोधन पत्रिका, जाने-मार्च २००७, पृ.२०.
७०) कित्ता.
७१) Jain, P.C. Jain, S. Bhatnagar (1997): Op.Cit.,p.17.
७२) Sivaprakasam, M.N. (2002). Op.Cit., p.165.
७३) निंबाळकर, विजय : पूर्वोक्त, पृ.१८.
७४) जोशी, गोपी, शर्मा, आर.एस. (२००६): पूर्वोक्त, पृ.१३७.
७५) Sivpraksam, M.N. (2002): Op.Cit., p.177.

७६) ठाकूर, राई (२०००): लिंगभाव आणि हिंसाचार: स्त्री चळवळींपुढील आव्हान, संपादक- भागवत विद्युत, शर्मिला रेंगे, भारतातील समकालीन कळीचे प्रश्न; स्त्रीवादी चर्चाविश्व आढावा, स्त्री अभ्यास केंद्र, पुणे विद्यापीठ, पुणे, पृ.४६.
७७) Jain, P.C., Jain, S. Bhatnagar (1997): Op. Cit., p.243.
७८) Karve, Iravati (1986): 'Maharashtra Land & Its People', Gazetteer Series, Mumbai, p.33.
७९) गोटे, शुभांगी (२००४): 'महिला सबलीकरण : स्वरूप व समस्या', वेद प्रकाशन, औरंगाबाद, पृ.४.
८०) रेंगे, शर्मिला, भागवत, विद्युत, पलसाने (१९९४): 'स्त्री जीवनाची गुंतागुंती', विकास अध्ययन केंद्र, मुंबई, पृ.४९.
८१) Geeta, V. (2003): Op.Cit., p.190.
८२) चंदावरकर, मीना (२००५): 'स्त्रियांना वेळ हवा', सप्तरंग, दैनिक सकाळ, दिनांक १७ जुलै २००५, पृ.२.
८३) भोसले, अप्पासाहेब, थत्ते, मेघा (१९९९) 'श्रमिक महिला संघर्ष आणि लढवय्या मोलकरणी', इतर श्रमिक महिला मोर्चा, शिवाजीनगर, पुणे, पृ.८५.
८४) गांधी नंदिता, शाह नंदिता (१९९२): स्त्रीसंघर्षाची नवी रूपे, पॉप्युलर प्रकाशन, मुंबई, पृ.१२१.
८५) भागवत, द.रे. (२०००): 'स्त्री-पुरुष समानता', 'स्त्री', एप्रिल २०००, पृ.२९.
८६) डुंबरे, सदा (२००७): 'हवी मालमत्तेची मालकी', 'साप्ताहिक सकाळ', दिनांक २९ डिसेंबर २००७, दैनिक सकाळ, बुधवार पेठ, पुणे, पुणे, पृ.३९.
८७) पोरे, अंजली (२००६): असाही जागर, प्रेरक ललकारी, शारदा साठे, स्त्रीमुक्ती संघटना, दादर, मुंबई, नोव्हेंबर २००६, पृ.२३.
८८) मगदूम, बी.सी. (२० मे २००७): जागतिक महिला दिन, प्रेरक ललकारी, पृ.२०.
८९) मोरे, सदानंद (१९९८): स्त्री इतिहासलेखन, पृ.७७. अब्राह्मणी स्त्रीवादी इतिहास लेखनाच्या दिशेने, विद्युत भागवत, प्रतिमा परदेशी, पुणे विद्यापीठ, पुणे, पृ. ६१.

प्रकरण ४

१) अनंतराम, शरयू, वंडसे, उमाह (१९८७): 'भारतीय समाजातील स्त्रियांचे स्थान', पॉप्युलर प्रकाशन, मुंबई, पृ.१०४.
२) खिंवसरा, मंगल (२००५): 'स्त्रीमुक्ती चळवळ व वृत्तपत्रातील सहभाग', स्वरूप प्रकाशन, औरंगाबाद, पृ.६८.
३) Sivprakasam, M.N. (2005): 'Dalits and Social Mobilisations', Rajat Publications, New Delhi, p.137.
४) शर्मा, रानु (२००७): 'लक्ष्य से दूर ग्रामीण स्त्री', राधा पब्लिकेशन, न्यू दिल्ली, पृ.७.
५) डाहट, धनराज (२००३): 'डॉ. बाबासाहेब आंबेडकर - भाषणे आणि विचार', खंड-१, संकेत प्रकाशन, नागपूर पृ.२५.

६) शर्मा, रानु (२००७): पूर्वोक्त, पृ.१६.

७) Malhotra, Anshal (2002): 'Gender, Caste and Religions - Identities Restructuring Class in Colonial Punjab', Oxford University, p.9.

८) चव्हाण, पंजाब (२००८): 'महिला सक्षमीकरण', लोकविद्या प्रकाशन, परभणी, पृ.४३.

९) मालूजकर, रवींद्र (जानेवारी २००६) : 'स्त्रीशिक्षणाच्या प्रणेत्या - सावित्रीबाई फुले', शिक्षण संक्रमण, महाराष्ट्र राज्य शिक्षण मंडळ, पुणे, पृ.६.

१०) राजस, वसंत (२००४): 'देवदासी शोध आणि बोध', सुगावा प्रकाशन, पुणे, पृ.४०.

११) Malhotra, Anshal (2002): Op.Cit., p.9.

११) दुसाध, एच.एल. (२००५): 'हिंदू आरक्षण और बहुजन संघर्ष', सम्यक प्रकाशन, नई दिल्ली, पृ.११४.

१२) सचिव, सत्यशोधक विद्यार्थी संघटना (२००१): 'शिक्षणाचे ब्राह्मणीकरण - गुलामी संस्कार विषपेरणी', सत्यशोधक विद्यार्थी संघटना, मनमाड, जि. नाशिक, पृ.१०.

१४) मेघवाल, कुसुम (२००३): 'डॉ. आंबेडकर और नारी चेतना', मासिक जनचेतना, सामाजिक न्याय संदेश, अक्तूबर - नवम्बर २००३, १५ जनपथ, नई दिल्ली, पृ.५.

१५) शेवतेकर : 'मराठवाड्यातील स्त्रीशिक्षणाचा अभ्यास', अप्रकाशित पीएच.डी. शोधप्रबंध, डॉ. बाबासाहेब आंबेडकर मराठवाडा विद्यापीठ, औरंगाबाद, पृ.८४.

१६) बाळ, विद्या (१८१९): 'समानतेसाठी शिक्षण', एस.आय.ई. प्रकाशन, पुणे, पृ.४७.

१७) मालूजकर, रवींद्र (२००६): पूर्वोक्त, पृ.७.

१८) Khan, Mumtaz Ali and Ayesha, Noor (1932): 'Status of Rural Women in India - A Study of Karnataka,p.90.

१९) कांबळे, उत्तम (२००२): 'जागतिकीकरण आणि दलित स्त्रियांचे प्रश्न', सुगावा प्रकाशन, पुणे, पृ.१०.

२०) ठाकूर, रेखा (एप्रिल २००६): मिळून साऱ्या जणी, कर्वे रोड, पुणे, पृ.७.

२१) गवळी (संपा.) : डॉ. बाबासाहेब आंबेडकर गौरव ग्रंथ, पृ.१२८.

२२) Khan, Mumtaz Ali and Ayesha, Noor (1932): Op.Cit., p.90.

२३) डाहट, धनराज (२००३): पूर्वोक्त, पृ.१५.

२४) Elliot, Eleanor (2003): 'Dr. Ambedkar and the Empowerment of Women, Gender and Caste', p.207.

२५) वासनिक, प्रमोद (फरवरी २००९): 'लिंगभेद और साक्षरता', समाजकल्याण, केंद्रिय समाजकल्याण बोर्ड, नई दिल्ली, पृ.२८.

२६) मंजू लता (दिसम्बर २००५): 'मानव अधिकार एवम् महिला सशक्तीकरण', समाजकल्याण, केंद्रिय समाजकल्याण बोर्ड, नई दिल्ली, पृ.२८.

२७) पूरणगल (२००२): 'दलित संघर्ष और सामाजिक न्याय', आविष्कार प्रकाशन, जयपुर, पृ.७५.

२८) उपाध्याय, गीता (२००४): 'नारी सशक्तीकरण और शिक्षा', भारतीय आधुनिक शिक्षा, जुलाई २००४, विभागाध्यक्ष, प्रकाशन विभाग, राष्ट्रीय शैक्षणिक अनुसंधान और प्रशिक्षण परिषद, नई दिल्ली, पृ.४०.

२९) सिंह, ओमराज (जनवरी २००३): 'महिला साक्षरता ही क्यों?, समाजकल्याण, केंद्रिय समाजकल्याण बोर्ड, नई दिल्ली, पृ.२८.

३०) पारुल, गौड (२००४): 'शिक्षा ही है एक सशक्त माध्यम', समाजकल्याण, केंद्रिय समाजकल्याण बोर्ड, नई दिल्ली,पृ.१३.

३१) लीला, पाटील (२००३): '२१ व्या शतकाच्या उंबरठ्यावरील भारतीय महिला', अर्थमोळी, विमल प्रकाशन, नांदेड, पृ.१८३.

३२) खान, शमशेर अहमद (दिसम्बर २००५): 'खुशहाली का मूलमंत्र है लैंगिक समानता', समाजकल्याण, केंद्रिय समाजकल्याण बोर्ड, नई दिल्ली, पृ.३९.

३३) कित्ता, पृ.३९.

३५) अभ्यंकर अनिरुद्ध (२००६): 'स्त्रियांकडे पाहण्याचा दृष्टिकोन', लोकप्रभा, मार्च २००६, संपादक- अभिजीत देसाई, डॉ. आंबेडकर रोड, लालबाग, मुंबई, पृ.२२.

३६) Prabhavathi, M.: 'Issues of Dalit Women in Contemporary Indian Situation', Ed. P.G. Jogdand, 'Dalit Women in India', Gyan Publication, New Delhi. pp. 81-92.

३७) जोशी, गोपाल (२००६): 'भारत में स्त्री असमानता - एक विमर्श', पृ.१३५.

३८) भारत सरकार शिक्षण खाते (१९७४): 'रिपोर्ट ऑफ द कमिटी ऑन स्टेटस ऑफ विमेन्स', १९७१-७४, पृ.८४.

३९) रानडे, प्रतिभा (१९९१): 'स्त्री प्रश्नांची चर्चा - एकोणिसावे शतक', पॉप्युलर प्रकाशन प्रा.लि., मुंबई, पृ.६६.

४०) खिंवसरा, मंगल (२००५): पूर्वोक्त, पृ.६८.

४१) कित्ता, पृ.६६.

४२) चव्हाण, दिलीप (२००३): 'स्त्री शिक्षणाचा संघर्ष', सचिव, क्रां. सावित्रीबाई फुले विद्यार्थिनी मंच, देवपूर, धुळे, पृ.३१.

४३) Sivaprakasam, M.N. (2002): Ibid, P.37.

४४) चव्हाण, दिलीप (२००३): पूर्वाक्त, पृ.३७.

४५) फडकुले, निर्मलकुमार (१९९८): 'स्त्रीजीवनाला नवी दिशा देणारी कार्यकर्ती सावित्रीबाई फुले - काल आणि कर्तृत्व', महाराष्ट्र राज्य साहित्य संस्कृती मंडळ, मुंबई, पृ.२८.

४६) Sivaprakasam, M.N. (2002): Ibid, P.137.

४७) चन्द्रपाल (सितम्बर २००५): समाजकल्याण, केंद्रिय समाजकल्याण बोर्ड, नई दिल्ली, प्रस्तावना.

४८) इंगोले, प्रतिमा (डिसेंबर २००२): 'सुधारणेच्या वाटेवरील आधुनिक ग्रामीण महिला', लोकराज्य, पृ.७.

४९) पारुल, गौड (२००४): पूर्वोक्त, पृ.१३.

५०) Khan, Mumtaz Ali and Ayesha, Noor (1982): Op.Cit., p.208.

५१) सर्व शिक्षा अभियान आणि दुर्बल घटक (मे २००३): योजना, पृ.२६-२७.

५२) Sharma, Rams (1996): 'Education of Women of Scheduled Caste and Scheduled Tribes', Discovery Publication House, New Delhi, P.121.

५३) कांबळे, उत्तम (२००२): पृ.१४.
५४) अर्जुने, दिलीप (२००६): 'मातंग समाज स्थिती आणि गती', प्राचार्य डॉ. अग्रवाल रामलाल, पुस्तक समिती, जालना, पृ.५९.
५५) २००१ भारतीय जनगणना अहवाल, खंड-२८, महाराष्ट्र.
५६) ब्यौहारे, प्रभा (सितम्बर २००४): 'शिक्षा और आदिवासी महिलाएँ' समाजकल्याण, केंद्रिय समाजकल्याण बोर्ड, नई दिल्ली, पृ.२८.
५७) वासनिक, प्रमोद (फेब्रुवारी २००९): पूर्वोक्त, पृ.२८.
५८) शिंदे, देवानंद (२००७): 'मातंग समाजाचे वास्तव्य लेख', दै. सकाळ, दिनांक, दिनांक २५ ऑगस्ट २००७.
५९) वाघमारे, गणपत पो. (२००५): 'साहित्यसम्राट अण्णाभाऊ साठे यांच्या जयंतीनिमित्त विनम्र अभिवादन', साप्ताहिक इसाब, २००५, पृ.२५.
६०) गायकवाड, शंकर (१९९०): 'संरक्षित भेदभाव धोरणाने काय साधले?' दलित जातींच्या समस्यांवर एक दृष्टिक्षेप' समाजशास्त्र संशोधन पत्रिका, डिसेंबर १९९०,पृ.३४.
६१) Bhai, Nirmala P. (1986): 'Harijain Women in Independent India', p.22.
६२) खलसो, रेश्मा (२००६): 'जनजातीय महिलाएँ - सामाजिक, आर्थिक, राजनीतिक, सांस्कृतिक पर्यावरण के संदर्भ में, क्लासिकल पब्लिकेशन कंपनी, नई दिल्ली, पृ.४२.
६३) Bhai, Nirmala P. (1986): Op. Cit., p.23.
६४) Brochure on Reservation for S.C. and S.T., Seventh Edi., Government of India, New Delhi, 1987, p.303.
६५) भागवत, विद्युत, रेंगे, शर्मिला (२०००): 'भारतातील समकालीन कळीचे प्रश्न - स्त्रीवादी चर्चाविश्वाचा आढावा', स्त्री अभ्यास केंद्र, पुणे विद्यापीठ, पुणे, पृ.७.
६६) मिश्र, जयशंकर (२००७): 'प्राचीन भारत का इतिहास' 'ग्रामीण लक्ष्य से दूर ग्रामीण स्त्री', राधा पब्लिकेशन, नई दिल्ली, पृ.४२२.
६७) शर्मा, रानू (२००७): पूर्वोक्त, पृ.१२.
६८) गुप्ता व शर्मा (२००४): 'भारतीय सामाजिक व्यवस्था', साहित्य भवन प्रकाशन, आगरा, पृ.४.
६९) शर्मा, रानू (२००७): पूर्वोक्त, पृ.१२.
७०) गौंड, वंदना (मार्च २००९): 'आधुनिक सामाजिक व्यवस्था में लिंग के आधार' समाजकल्याण, केंद्रिय समाजकल्याण बोर्ड, नई दिल्ली, पृ.१०.
७१) नाईक, चित्रा (२००२): 'सबला स्त्री अभ्यास : स्वरूप व दिशा', गारगोटी प्रकाशन, कोल्हापूर, पृ. १७.
७२) वाडकर, अलका (२००५): 'स्त्री-शक्ती प्रबलीकरण' शिक्षण संक्रमण, मार्च २००५, पृ.४.
७३) नाईक, चित्रा (२००२): पूर्वोक्त, पृ.३८
७४) Khan, D.G.A. (1999): 'Social Justices to Women in India - An Over view Distributive Justices through Social Mobilisation', D.M. Diwakar (Edi), Manik Pub. Lit., New Delhi, p.100.
७५) Khan, Mumtaz Ali and Noor, Ayesha (1982): Op.cit., P.209.

७६) चव्हाण, दिलीप (२००३): पूर्वोक्त, पृ.३६.
७७) शर्मा, रानू (२००७): पूर्वोक्त, पृ.५५.
७८) शर्मा, रानू (२००७): पूर्वोक्त, पृ.६०.
७९) शर्मा, रानू (२००७): पूर्वोक्त, पृ.५५.
८०) परदेशी, प्रतिभा, कांबळे, सरोज (१९९९): 'मनुस्मृती आणि डॉ. बाबासाहेब आंबेडकर', क्रांतिज्योती सावित्रीबाई फुले प्रकाशन, येवला, जि. नाशिक, पृ.६.
८१) योजना, योजना भवन, संसद मार्ग, नई दिल्ली, २००५, पृ.१५.
८२) दुबे, अक्षयकुमार (२००२): 'आधुनिकता के आईने में दलित', वाणी प्रकाशन, नई दिल्ली, पृ.२३८.
८३) वाघ, विलास (२००२): 'जातीसंस्थेचे बदलते आधार', समाजप्रबोधन संस्था, पुणे, पृ.६.
८४) नाईक, चित्रा (२००२): पूर्वोक्त, पृ.१७.
८५) Sivprakasam, M.N. (2002): Op. Cit., p.145.
८६) रेंगे, शर्मिला, भागवत, विद्युत (२०००): पूर्वोक्त, पृ.१९१.
८७) रेंगे, शर्मिला, भागवत, विद्युत (२०००): पूर्वोक्त, पृ.८.
८८) एसेम (२००४): 'कुठे आहेत महिलांच्या हक्काचे पैसे', मार्मिक, प्रबोधनकार ठाकरे संकुल, वाशी, नवी मुंबई, दिनांक १८ एप्रिल २००४, पृ.११.
८९) Malik, Bela (2006): 'Untouchability and Dalit Women's Oppression' Economics and Political Weekly, February 2006, p.103.
९०) जगदेव, सिद्धार्थ (२००१): 'शिक्षणाचे ब्राह्मणीकरण – गुलामी संस्कारांची विषपेरणी', सचिव, सत्यशोधक विद्यार्थी संघटना, मनमाड, महाराष्ट्र, पृ.१९.
९१) खान, समशेर अहमद (दिसम्बर २००५): पूर्वोक्त, समाजकल्याण, पृ.३९.
९२) Rao, Anupama (2003): Gender and Caste, p.31.
९३) Sivaprakasam, M.N. (2002): Op.Cit., 132.
९४) Mohan, Shantha: Status of Banjara Women in India', Uppal Publication House, New Delhi, p.57.
९५) एसेम (२००४): पूर्वोक्त, पृ.११.
९६) Sing, R.S. (1999): 'The Scheduled Caste', Oxford University Press, Delhi, p.903.
९७) Sing, K.S. (2004): 'People of India', Popular Publication, Mumbai, p.1405.
९८) Srinivas, M.N. (1996): 'Caste', Penguin Books, New Delhi, p.3.
९९) भारत सरकार, जनगणना अहवाल २००१, महाराष्ट्र, भारत सरकार जनगणना अहवाल प्रकाशन, खंड–२८.
१००) सोनाळकर, वंदना (१ ते १५ जानेवारी २००५): 'जागतिकीकरण – बदलती आर्थिक स्थिती आणि स्त्रिया', परिवर्तनाचा वाटसरू, अभयकांता ऑफसेट, पुणे, पृ.१०.
१०१) चौधरी, नारायण, खडसे, भा.की. : 'जातिव्यवस्था व अर्थव्यवस्था', यशवंतराव चव्हाण महाराष्ट्र मुक्त विद्यापीठ, नाशिक, पृ.४१.

१०२) पंदरे, शांताराम (१९९१): 'दलित अत्याचार आणि नवे जातीय समीकरण', समाजप्रबोधन पत्रिका, ऑक्टोबर/डिसेंबर १९९१, पृ. २१८.
१०३) गुरू, गोपाल (१९८९): 'दलित चळवळीचे समाजशास्त्रातील विश्लेषण', समाजशास्त्र संशोधन पत्रिका, डिसेंबर १९८९, पृ.२७.
१०४) पाटील, लीला (१९८०): 'भारतीय स्त्री जीवन', मेहता पब्लिकेशन, पुणे, पृ.१५.
१०५) दातार, छाया (१९८४): 'पुरुष केंद्री', स्त्री उवाच प्रकाशन, मुंबई, पृ.१०.
१०६) Rao, Anupama (2003): Op.Cit.,p.190.
१०७) Jain, P.C. and Jain, Shasi (1997): 'S.C. Women', Rawat Publications, New Delhi, p.50.
१०८) Punlkar, S.P.: 'On Dalitism and Gender', Jogdand P.G., Dalit Women in India: Issues and Perspectives, Gyan Publication, Delhi, pp.8-17.
१०९) केरकर, अमोल (२००७): 'श्रमशक्ती', चिटणीस, प्रेरक ललकारी, मार्च-एप्रिल २००७, स्त्रीमुक्ती संघटना, ३१, श्रमिक, दादर, मुंबई.
११०) अभ्यंकर, अजित, मोघे, किरण, चव्हाण, साहेब (२००५): 'घरकामगार', सोई प्रकाशन, पुणे, दिनांक २० ऑगस्ट २००५.
१११) मुलाणी, एम.यु. (२००६): 'महिला स्वयंसहायता बचत गट', डायमंड प्रकाशन, पुणे, पृ.११.
११२) दप्तदार, वैदेही (२००६): 'गृहिणीसाठी आंबटगोड बजेट', लोकप्रभा, मार्च २००६, पृ.१९, लोकप्रभा, ३/४०, लालबाग, मुंबई.
११३) पळशिकर, सुहास (२००२): 'समकालीन जातिव्यवस्था', वाघ विलास, जाती संस्थेचे बदलते आधार, समाजप्रबोधन संस्था, पुणे, जून २००२.
११४) धनागरे, द.ना. (२०००): 'मराठी समाजशास्त्र परिषद', तिसरे अधिवेशन, अध्यक्षीय भाषण, महाराष्ट्र चिंतन, प्राचार्य नागोराव कुंभार, डॉ. आनंद अनभुले.
११५) महिला महापंचायत (२००७): महिला महापंचायत आयोजन समिती, चेंबूर, मुंबई, डिसेंबर २००७, पृ.१४.
११६) शाह, नंदिता, नंदिता, गांधी (१९८१): 'स्त्रीसंघर्षाची नवी रूपे', पॉप्युलर प्रकाशन, मुंबई, पृ.५५.

प्रकरण ५

१) Bhai, Nirmala P. (1986): 'Harijan Women in Independent India, p 28.
२) पगारे, सुनिता (१९९२): समाजप्रबोधन प्रत्रकि, एप्रिल-जून, पृ.८४.
३) मूलजाधव, सुशिल (१९९९): 'धर्म व दलित स्त्री', दलित अस्मितेचा आविष्कार व दिशा, आलोचना प्रकाशन, पुणे, पृ.१.
४) पाटील, लीला (१९९०) : 'भारतीय स्त्रीजीवन', मेहता पब्लिकेशन, पुणे, पृ.९.
५) डाहट, धनराज (२००३) : 'डॉ.बाबासाहेब आंबेडकर- भाषणे आणि विचार', खंड १, संकेत प्रकाशन, नागपूर, पृ. ७.

६) सावे, खंडेराव (२००७) : 'वारली समाजशास्त्रीय अध्ययन', कॉन्टिनेन्टल प्रकाशन, पुणे, पृ. १००.
७) मिश्र, जर्नादन (२००२) : समाजकल्याण, नोहेंबर २००२, पृ. ३५.
८) Sharma, Arbind (1987): Women in World Religions, Introduction, Satguru Prakashan, Delhi.
९) वाडकर, अलका (मार्च २००५) : 'स्त्रीशक्ती प्रबलीकरण', 'शिक्षणसंक्रमण', महाराष्ट्र राज्य शिक्षण मंडळ, पृ. ४.
१०) जोशी, गोपा (२००६) : 'भारत में स्त्री असमानता - एक विमर्ष', हिंदी माध्यम कार्यान्वय निदेशालय, विश्व विद्यालय, दिल्ली, पृ. ३६.
११) डाहट, धनराज (२००६) : पूर्वोक्त, पृ. ८.
१२) Trivedi, Harshad R. (1977): Seheduled Caste Women Studies in Exploitation, Concept Publishing Co., New Delhi, p.40.
१३) Brochure, M.: 'Reservation For S.C and S.T', Seventh Edi., p.304.
१४) Trivedi, Harshad R., (1977): I bid, p.39.
१५) दुबे, ए.सी. (२००४): 'भारतीय समाज', अनुवाद- केजकर प्रकाश, नॅशनल बुक ट्रस्ट ऑफ इंडिया, नई दिल्ली, पृ.१०६.
१६) रावत, ज्ञानेंद्र (२००६): 'औरत एक समस्या स्त्री अध्ययन', विश्वभारती प्रकाशन, नई दिल्ली, पृ.५२.
१७) कित्ता, पृ.५४.
१८) मूलजाधव, सुशिला (१९९९): पूर्वोक्त, पृ.५.
१९) रावत, ज्ञानेंद्र (२००६): पूर्वोक्त, पृ.५४.
२०) खडसे, भा. की. (१९९०): 'मांग जातीतील सामाजिक परिवर्तन', समाजशास्त्र संशोधन पत्रिका, डिसेंबर १९९०, पृ.४०.
२१) राजस, वसंत (२००४): 'देवदासी : शोध आणि बोध', सुगावा प्रकाशन, पुणे, पृ.४४.
२२) Sivprakasam, M.N (2000): 'Dalits and Scocial Mobilisation', Rajat Publication, New Delhi, p.146.
२३) राजस, वसंत (२००४): पूर्वोक्त, पृ.४८.
२४) राजस, वसंत (२००४): पूर्वोक्त, पृ.३४.
२५) Sivprakasam, M.N. (2002): Op. Cit., p.179.
२६) राजस, वसंत (२००४): पूर्वोक्त, पृ.३०.
२७) दातार, छाया (१९९४): 'पुरुष केंद्री', स्त्री उवाच प्रकाशन, सहनिवास सावरकर मार्ग, मुंबई, पृ.६२.
२८) Rao, Anupama (2003): 'Gender and Caste', Kali of Women, New Delhi, p.13.
२९) Trivedi, Harshad R. (1977): Op. Cit., p.10.
३०) दातार, छाया (१९८४): पूर्वोक्त, पृ.७४.
३१) वानखेडे, चंद्रकांत (२००१): 'मातंग समाजाचे भवितव्य - वास्तव व संकल्प', अस्मिता प्रकाशन, नागपूर, पृ.२१.

३२) कित्ता, पृ.११०.
३३) खडसे, भा.की (१९९०): पूर्वोक्त, पृ. ११०.
३४) केतकर, श्री.व्य. (१९२५): महाराष्ट्र ज्ञानकोष, शरीर खंड -१८, पृ.२२.
३५) अर्जुने, दिलीप (२००६): 'मातंग समाज - स्थिती आणि गती', प्राचार्य डॉ. रामलाल अग्रवाल पुस्तक समिती, जालना, पृ.५५.
३६) लहुजी शक्ती, कांबळे जी.एस. (संपा.) (जुलै २००५): 'सच्चाई स्वीकारल्याशिवाय मातंग समाजाची मुक्ती अशक्य', विश्रांती चौक, मुकुंदवाडी रेल्वे स्टेशन, औरंगाबाद, पृ.६०.
३७) कांबळे, उत्तम (२००३): 'राजर्षी शाहू महाराज व महिला मुक्ती', सुगावा प्रकाशन, पुणे, पृ.१०.
३८) परदेशी, रणजित (२००१): जाती समाजातील स्त्रीदास्य प्रतिकार स्थानीय इतिहासाच्या संदर्भात', बायजा, मे- जून २००१, पृ.२४.
३९) कर्वे, इरावती (१९७५) 'हिंदू समाज - एक अन्वयार्थ', मौज प्रकाशनगृह, मुंबई, पृ. ४०.

प्रकरण ६

१) वडसे, उमा, शरयू, अनंतराम (१९८७): भारतीय समाजातील स्त्रियांचे स्थान पॉप्युलर प्रकाशन, मुंबई, पृ.१६.
२) खलसो, रेश्मा (२००६): जनजातीय महिलाएँ, सामाजिक, आर्थिक, राजकीय, सांस्कृतिक, पर्यावरण संदर्भ, क्लासिकल पब्लिशिंग कम्पनी, नई दिल्ली, पृ.३९.
३) शर्मा, रानू (२००७): 'लक्ष्य से दूर ग्रामीण नारी', राधा पब्लिकेशन, नई दिल्ली, पृ.११.
४) कित्ता, पृ.१२.
५) कित्ता.
६) कित्ता, पृ.२४.
७) कित्ता, पृ.२९.
८) कित्ता.
९) कित्ता, पृ.४१.
१०) मेघवाल, कुसुम (२००५): भारतीय नारी के उद्धारक डॉ. बाबासाहेब आंबेडकर, सम्यक प्रकाशन, नई दिल्ली, पृ.४९.
११) कित्ता, पृ.४६.
१२) पवार, उर्मिला (१९८९): 'जात जन्माची जात बाईची', स्त्री उवाच, वार्षिक अंक, पृ.६९.
१३) वडसे, उमा, शरयू अनंतराम, पूर्वोक्त, पृ.१२१.
१४) चव्हाण, पंजाब (२००८): महिला सक्षमीकरण, लोकविद्या प्रकाशन, परभणी, पृ.९३.
१५) शर्मा, रानू (२००७): पूर्वोक्त, पृ.३१.
१६) चव्हाण, पंजाब (२००८): पूर्वोक्त, पृ.३१.
१७) हिंगोले, रेखा (२००६) महिला सक्षमीकरण : समस्या आणि उपाय, पृ.९६.
१८) मोघे, किरण (२००१): नियोजनात स्त्रियांचे सहभाग विकेंद्रीकरण राजसत्तेतील कारभारणी विशेषांक, पृ.१८.

१९) शर्मा, रानू (२००७): पूर्वोक्त, पृ.४४.
२०) Sharma, Ram S. (1996): Eduacation of Scheduled Caste and Scheduled Tribes, Discovery Publications, New Delhi, p.13.
२१) ठाकूर, रेखा, पूर्वोक्त पृ.१३२.
२२) राठी, शुभांगी (मे २००३): महिला ग्रामसभेची संकल्पना व महिला विकास, योजना, पृ.१५.
२३) दांडेकर, वि.त. व जगताप, म.भ. : भारतीय स्त्री जीवन, माणिक महोत्सव प्रकाशन पुणे, पृ.१३२.
२४) प्रिया (२००१): शोषणाविरुद्ध 'नाही' म्हणताच संघर्ष अटळ आहे, राजसत्तेतल्या कारभारणी, महिला राजसत्ता आंददोलन, पृ.९७.
२५) केळकर, इंदुमती (मे-जून १९९७): 'समाजातील स्त्रियांचे स्थान' समाजप्रबोधन पत्रिका, पृ.२६६.
२६) गोरे, मृणाल (२००१): स्त्रियांच्या सहभागाने राजकारणाचा पोतच बदलतो, राजसत्तेला कारभारणी, महिला राजसत्ता आंदोलन, पृ.१५.
२७) ठाकूर, रेखा (२००१): मिळून साऱ्या जणी, पृ.१७.
२८) हिंगोले, रेखा (२००६): पूर्वोक्त, पृ.९८.
२९) रघुवंशी, राखी (जुलाई २००५): 'भारतीय राजनीति एवं महिला आरक्षण', समाजकल्याण, पृ.११.
३०) चव्हाण, पंजाब (२००८): पंचायतराज आणि महिला नेतृत्व, लोकविद्या प्रकाशन, परभणी,पृ.१२.
३१) चव्हाण, पंजाब (२००८): पूर्वोक्त, पृ.९८.
३२) मेनन, निवेदिता (२००१): जेंडर अँड पॉलीटिक्स इन इंडिया, ऑक्सफर्ड, दिल्ली, पृ.२२४.
३३) प्रिया (२००१): पूर्वोक्त, पृ.९८.
३४) तांगडे, अशोक (२००१): 'राजसत्तेच्या संघर्षातील पाऊलखुणा', राजसत्तेतील कारभारणी विशेषांक, पृ.१०२.
३५) खिंवसरा, मंगल (२००१): 'स्त्री शूद्रातिशूद्राचे नेतृत्व कधी स्वीकारले जाणार', राजसत्तेतील कारभारणी विशेषांक, पृ.३१.
३६) ठाकूर, रेखा (२००१): सत्तेच्या पारंपरिक मक्तेदारीला छेद, राजसत्तेतील कारभारणी, पृ.२१.
३७) रेड्डी, प्रकाश (२००१): विकासाच्या राजकारणासाठी निवडणुकात राजसत्तेतील कारभारणी, उतरताना, पृ.८२.
३८) साठे, निर्मला (२००१): धोरणाला चळवळीचे पाठबळ हवे, पृ.१६.
३९) राठी, शुभांगी (मे २००३): महिला ग्रामसभेची संकल्पना व महिला विकास योजना, पृ.१४.
४०) Bhai, Nirmala, harijan Women Independent India, p.245.
४१) Sivaprakasam, M.N (2002): Dalit And Social India, p.245.
४२) साठे, निर्मला (२००९): पूर्वोक्त पृ. २७.
४३) कित्ता, पृ.८६.
४४) कित्ता, पृ.८५.
४५) हिंगोले, रेखा (२००६): पूर्वोक्त.पृ९९.

४६) भीम, रास्कर (२००१): प्रत्येक गावाच्या सन्मानासाठी ग्रामसभा गौरव, राजसत्तेतील कारभारण विशेषांक, पृ.९४०.
४७) राठी, शुभांगी (मे २००३): पूर्वोक्त, पृ.१३-१४.
४८) भीम, रास्कर (२००१) पूर्वोक्त, पृ.१४१.
४९) राऊत, दिप्ती (२००९): कार्यकर्तीच्या मनातील आंदोलने, पृ.४४.
५०) परदेशी, प्रतिमा (एप्रिल-जून १९९५): दलित स्त्री चळवळीचे वेगळेपण, समाजप्रबोधन पत्रिका, पृ.११९.
५१) खडसे, भा.कि., मांग जात समाजशास्त्रीय अध्ययन, पृ.१३३.
५२) देशपांडे, गोविंद (२००९): ग्रामसभा गावाची संसद, पंचायतराज, मंडल निर्देशक, नेहरू युवा केंद्र संघटन, मुंबई, पृ.१६.
५३) कांबळे, सरोज, परदेशी प्रतिमा, जातिव्यवस्था आणि स्त्रीमुक्ती, पृ.१८.

प्रकरण ७

१) जाधव, विनोद, (डिसेंबर २००६): 'मराठवाड्यातील ग्रामपंचायत कार्यक्षेत्रातील महिलांची भूमिका व योगदान - एक समाजशास्त्रीय अध्ययन', अप्रकाशित शोधप्रबंध, स्वामी रामानंद तीर्थ मराठवाडा विद्यापीठ, नांदेड, पृ१४९.
२) कुमार राधा (२००२): 'स्त्री संघर्ष का इतिहास', वाणी प्रकाशन, नई दिल्ली, पृ.१९.
३) शर्मा, के.एल. (२००६): 'भारतीय सामाजिक संरचना एवम् परिवर्तन', रावत पब्लिकेशन, नई दिल्ली पृ.१६३.
४) Gadkar gajendra (1966):'Law and Other Things' p.128.
५) गणवीर, रत्नाकर (२००४): 'डॉ.बाबासाहेब आंबेडकर आणि हिंदू कोड बिल', नेहा प्रकाशन, नागपूर, पृ.७.
६) गणवीर, रत्नाकर (२००४): पूर्वोक्त, पृ.८.
७) कित्ता, पृ.७७.
८) मोघे, किरण (२००८): 'महिला आरक्षण विधेयकासाठी लढा - आरक्षण सत्य व विपर्यास', नारायण कांबळे (संपा.), चिन्मय प्रकाशन, औरंगाबाद,पृ.१३३.
९) पाटील, लीला (१९८०): 'भारतीय स्त्री जीवन', मेहता पब्लिकेशन, पुणे, पृ.१६.
१०) भारती विद्यापीठ, पुणे (२००१): 'माहिती पुस्तिका', समाजकल्याण संचालनालय, पुणे, पृ.६६.
११) सबनीस, श्री.नि.(२००५): 'नागरिक हक्क संरक्षण कायदा १९५५', सामाजिक कायदे, यशवंतराव चव्हाण विकास प्रशासन प्रबोधिनी, पुणे, पृ.३०.
१२) भारती विद्यापीठ, पुणे (२००१): पूर्वोक्त, पृ.८७.
१३) शरयू, अनंतराग, वंडसे, उमा (१९८७): 'भारतीय समाजातील स्त्रियांचे स्थान', पॉप्युलर प्रकाशन, मुंबई, पृ.४५.
१४) महाराष्ट्र शासन आरोग्य विभाग (२००३): 'गर्भधारणापूर्व व प्रसूतीपूर्व निदानतंत्र कायदा माहिती', राज्य कुटुंब कल्याण कार्यालय, पुणे, पृ.२४.

१५) गावडे, वीणा (जुलै २००७): 'गर्भाशयातील मुलींची हत्या थांबायलाच हवी', डॉ. विमल मुंदडा यांची मुलाखत, लोकराज्य, संपादक-लोकराज्य, पृ.१८.
१६) साठे, शारदा (ऑक्टोबर २००७): 'स्त्रियांचे कौटुंबिक हिंसाचारापासून संरक्षण कायदा – काही प्रश्नोत्तरे', प्रेरक ललकारी, पृ.५.
१७) साठे, निर्मला (ऑक्टोबर/डिसेंबर २००७): 'कौटुंबिक हिंसाचारापासून स्त्रियांना संरक्षण देणारा कायदा २००५', आलोचना, सांगावा, पृ.१५.
१८) साठे, निर्मला (ऑक्टोबर/डिसेंबर २००७): पूर्वोक्त, आलोचना, सांगावा पृ.२१.
१९) लळीत, सतीश (मे २००७): 'माहितीचा अधिकार – फायद्याचा कायदा', लोकराज्य, पृ.२४.
२०) पाटील, मनोज (२००७): 'केंद्र शासन व राज्य शासन विकास योजना', प्रस्तावना, चौधरी लॉ प्रकाशन, पुणे.
२१) अर्जुने, दिलीप (२००७): 'मातंग समाज – स्थिती आणि गती', पृ.१४०.
२२) महाराष्ट्र शासन, समाजकल्याण विभागाच्या विकास योजना, समाजकल्याण संचालनालय, महाराष्ट्र राज्य, पुणे, प्रस्तावना.
२३) कित्ता.
२४) अतंरराम, शरयू, वंडसे, उमा (१९८७): पूर्वोक्त, पृ.१३७.
२५) गायकवाड, शंकर (डिसेंबर १९९०): संरक्षित भेदभाव धोरणाने काय साधले? समाजशास्त्र संशोधन पत्रिका, कोल्हापूर, पृ.३३.
२६) कित्ता, पृ.३४.
२७) Government of India's II and III Periodic Report, CEDAW, Dept. of Women and Child Development, Government of India, 2003, p.75.

प्रकरण ८

१) लोहिया, राम मनोहर (जून २००६): 'स्त्रिया आणि परपुरुष स्पर्श', अपूर्व पब्लिकेशन प्रा. लि., पुणे, पृ.८.
२) लांजेवार, ज्योती (१६ ते ३१ मार्च २००४): २५ डिसेंबर स्त्रीमुक्ती दिन – परिवर्तनाचा वाटसरू, विठ्ठलनगर, पुणे, पृ.४.

www.ingramcontent.com/pod-product-compliance
Lightning Source LLC
LaVergne TN
LVHW050629051026
849532LV00002B/319